AF758866

മൊയാരത്ത് ശങ്കരൻ

ആത്മകഥയും ചരിത്രസ്മരണകളും

moyarath shankaran
athmakathayum charithrasmaranakalum

•

editor
janardanan moyarath

•

first edition
may 2012

•

typesetting & *published*
chintha publishers, thiruvananthapuram

•

cover
vinod

വിതരണം

ദേശാഭിമാനി ബുക്ക് ഹൗസ്

H O തിരുവനന്തപുരം–695 035
www.chinthapublishers.com
chinthapublishers@gmail.com

ബ്രാഞ്ചുകൾ

ഹെഡ്ഡാഫീസ് കുന്നുകുഴി • ഓവർബ്രിഡ്ജ് തിരുവനന്തപുരം • കെ എസ് ആർ ടി സി ബസ് സ്റ്റേഷൻ ആലപ്പുഴ • കെ എസ് ആർ ടി സി ബസ് സ്റ്റേഷൻ എറണാകുളം • മച്ചിങ്ങൽ ലെയ്ൻ തൃശൂർ • ഐ ജി റോഡ് കോഴിക്കോട് • കെ എസ് ആർ ടി സി ബസ് സ്റ്റേഷൻ കോഴിക്കോട് • എൻ ജി ഒ യൂണിയൻ ബിൽഡിങ് കണ്ണൂർ • സെൻട്രൽ ബസ് ടെർമിനൽ കോംപ്ലക്സ് താവക്കര കണ്ണൂർ

CO - 1744 / 2919
ISBN - 978-93-82167-29-7

മൊയാരത്ത് ശങ്കരൻ

ആത്മകഥയും ചരിത്രസ്മരണകളും

എഡിറ്റർ

ജനാർദ്ദനൻ മൊയാരത്ത്

ചിന്ത പബ്ലിഷേഴ്സ്
തിരുവനന്തപുരം-695 035

ജനാർദ്ദനൻ മൊയാരത്ത്

ജനനം : 1941 ഡിസംബർ. പിതാവ് : മൊയാരത്ത് ശങ്കരൻ, മാതാവ് : ചിന്നമ്മുഅമ്മ, ഇന്ത്യൻ കോഫി വർക്കേഴ്സ് കോ-ഓപ്പറേറ്റീവ് സൊസൈറ്റി ലിമിറ്റഡ്, കണ്ണൂരിൽ ദീർഘ കാലം സെക്രട്ടറിയായി ജോലി ചെയ്ത് 2000 ൽ പിരിഞ്ഞു. ജനാർദ്ദനൻ മൊയാരത്ത് എന്നത് തൂലികാനാമം. ശരിയായ പേര് ജനാർദ്ദനൻ എ സി.

ഭാര്യ : ഭാനുമതി,

മക്കൾ : ഗിരീഷ്, മഹേഷ്, ജിതേഷ്.

വിലാസം : മൊയാരം ഹൗസ്,
പി ഒ കൊയ്യോട്, കണ്ണൂർ–670621

ഫോൺ : 0497 2822300

ഉള്ളടക്കം

അനുബന്ധം

സമർപ്പണം

വിദ്യാർഥിജീവിതകാലം മുതൽ മർദനമേറ്റു മരിക്കും വരെ സാമൂഹ്യ പരിവർത്തനത്തിനുവേണ്ടിയും, രാജ്യത്തിന്റെ സ്വാതന്ത്ര്യത്തിന് വേണ്ടിയും സമരവും മർദനവും ജയിലുമായി ഇടകലർന്ന് ജീവിച്ച ഒരു ത്യാഗിവര്യന്റെ- മൊയാരത്ത് ശങ്കരന്റെ–ജീവിതപ്പാതയിലേക്ക് വെളിച്ചം വീശുവാനും, പുത്തൻ തലമുറയ്ക്ക് അദ്ദേഹത്തിന്റെ വീരസ്മരണ കൈമാറുവാനുമാണ് ഈ രചന പ്രകാശനം ചെയ്യുന്നത്. മരണശേഷം ആറു പതിറ്റാണ്ട് കഴിഞ്ഞിട്ടും, അദ്ദേഹം ഇന്നും ലക്ഷോപലക്ഷം ജനങ്ങളുടെ ഹൃദയത്തിൽ ജീവിക്കുന്നു. അദ്ദേഹം പറഞ്ഞതുപോലെ ഈ സമരാങ്കണത്തിൽ വെച്ച് "എനിക്ക് എന്തെങ്കിലും സംഭവിച്ചാൽ നിങ്ങളെ സഹായിക്കാൻ ആയിരങ്ങൾ ഉണ്ടായിരിക്കു"മെന്നതു തന്നെയാണ് ഞങ്ങളുടേയും പ്രചോദനം. ഈ ഗ്രന്ഥരചനയോട് സഹകരിച്ച എല്ലാ സുഹൃത്തുക്കൾക്കും *മൊയാരത്ത് ശങ്കരൻ ഫൗണ്ടേഷ*നും എനിക്കുമുള്ള നന്ദി രേഖപ്പെടുത്തട്ടെ.

രാഷ്ട്രീയത്തിന്റെ അഗ്നിവീഥികളിലൂടെ നടന്ന് ജീവത്യാഗം ചെയ്ത ആ മഹാപുരുഷന്റെ പാവനസ്മരണയ്ക്കു മുൻപിൽ ആദരാഞ്ജലികൾ അർപ്പിച്ചുകൊണ്ട് ഈ പുസ്തകം സഹൃദയസമക്ഷം സമർപ്പിക്കുന്നു.

ജനാർദ്ദനൻ മൊയാരത്ത്

മൊയാരത്ത് ശങ്കരൻ (1889–1948)

ഒരു 'തല്ല് കൊള്ളി' കോൺഗ്രസുകാരൻ

ഇ എം എസ്

ആയിരത്തിത്തൊള്ളായിരത്തി ഇരുപത് ഇരുപത്തിയഞ്ച് കൊല്ല ങ്ങളിൽ വെറും ബാലന്മാരായിരുന്നതിനാൽ പൊതു പ്രസ്ഥാനത്തിലൊ ന്നിലും പങ്കെടുക്കാൻ കഴിഞ്ഞിരുന്നില്ലെന്ന് പറയാൻ വയ്യാത്ത ഒരാൾ ഞങ്ങളുടെ കൂട്ടത്തിലുണ്ടായിരുന്നു–മൊയാരം. 1918–19 ൽ തിലകന്റെയും ആനി ബസന്റിന്റെയും നേതൃത്വത്തിൽ 'ഹോംറൂൾ' പ്രസ്ഥാനം വളർന്നു വരാൻ തുടങ്ങിയപ്പോൾ, ഒരു വിദ്യാർഥിയായിരുന്ന അദ്ദേഹം (എന്റെ അറിവ് ശരിയാണെങ്കിൽ കൽക്കത്തയിൽ ഒരു വൈദ്യ വിദ്യാർഥിയായി രുന്നു അദ്ദേഹം), ഗാന്ധിജിയുടെ നിസ്സഹകരണപ്രസ്ഥാനം തുടങ്ങിയ പ്പോൾ, പഠിപ്പ് വിട്ട് മലബാറിൽ വന്ന് പ്രവർത്തിക്കാൻ തുടങ്ങി. നിസ്സഹ കരണപ്രസ്ഥാനം നിറുത്തിവച്ച് വക്കീലന്മാർ കോടതികളിലേക്ക് മടങ്ങി പ്പോയപ്പോഴും വിടാതെ കോൺഗ്രസു പ്രവർത്തനം തന്നെ സദാ നട ത്തിക്കൊണ്ടിരുന്ന മറ്റു പലരുടേയും കൂട്ടത്തിലാണ് മൊയാരത്തെ ഞങ്ങ ളുടെ തലമുറ കണ്ടതും ബഹുമാനിച്ചതും. താൻ ശരിയെന്നു കരുതുന്ന കാര്യത്തിനു വേണ്ടി വിട്ടുവീഴ്ച കൂടാതെ പോരാടുകയും മുഖം നോക്കാ തെ ഉള്ളകാര്യങ്ങൾ തുറന്നുപറയുകയും ചെയ്യുന്നതിന്റെ ഫലമായി പൊലീസുകാരുടെ വെറുപ്പിന് പാത്രമായിരുന്ന അദ്ദേഹത്തിന് 'തല്ല്കൊ ള്ളി' എന്ന പരിഹാസപ്പേർ അദ്ദേഹത്തിന്റെ കോൺഗ്രസ്സ് സുഹൃത്തു ക്കൾ നൽകിയിരുന്നു. ഇതാണദ്ദേഹത്തെ കമ്യൂണിസത്തിലേക്കാകർഷി ച്ചതെങ്കിൽ, ഇതുതന്നെയാണ് അദ്ദേഹത്തെ തല്ലിക്കൊല്ലാൻ 'ദേശീയ വാദി'കൾക്ക് പ്രേരണ നൽകിയത്. കേരളത്തിലെ കോൺഗ്രസ്സ് പ്രസ്ഥാ നത്തിന്റെ ആദ്യകാലം മുതൽക്കേ അതിന്നുവേണ്ടി സർവ കഴിവുകളും ഉപയോഗിച്ചു പ്രവർത്തിച്ച്, അതിനെ താലോലിച്ചു വളർത്തിയ ഒരാൾ അതേ കോൺഗ്രസിന്റെ 'ധർമ്മഭട'ന്മാരാൽ കൊല്ലപ്പെടുക; അങ്ങനെ

കൊല്ലപ്പെടുന്നതാകട്ടെ, ദേശീയ 'പ്രസ്ഥാനത്തിന്റെ ശത്രുക്കളു'ടെ കഥ കഴിക്കുക എന്ന പേരിലാവുക– എന്തൊരു വിധിവൈപരീത്യമാണെന്നു നോക്കൂ.

എന്നെക്കാളെത്രയോ മുമ്പ് കോൺഗ്രസ്സ് പ്രവർത്തനം തുടങ്ങിയ സഖാക്കളുണ്ട്– സഹകരണത്യാഗകാലത്തിനും മുമ്പ് (ഹോംറൂൾ പ്രസ്ഥാനകാലത്തുതന്നെ) പൊതുപ്രവർത്തകരായിത്തീർന്ന ഭാരതീയൻ, കേളപ്പൻ, കേരളത്തിലെ ഏത് കോൺഗ്രസ് നേതാവിനേക്കാളും കുറയാത്ത കോൺഗ്രസ്സ് പാരമ്പര്യമുള്ള മൊയാരം, 1920 മുതൽ 1943 വരെ പട്ടിണികിടന്ന് പൊതുപ്രവർത്തനം നടത്തിയതിന്റെ ഫലമായി ഇന്നൊരു രോഗിയായിക്കഴിഞ്ഞ പി എം കൃഷ്ണമേനോൻ – ഇവരുടെ പേര് കേൾക്കുമ്പോൾതന്നെ കേരള കോൺഗ്രസ്സ് സമിതിയിലെ മിക്കമെമ്പർമാരുടേയും തല വിനയംകൊണ്ട് താഴേണ്ടതാണ്....

ഞങ്ങൾക്ക് ഒരുനേരത്തെ ഭക്ഷണം തന്നു എന്ന ഏകകാരണത്തിന് തല്ലി എല്ലൊടിച്ച മൃഗീയത്വം ഇക്കാലത്തു നടന്നിട്ടുണ്ട്. ഇക്കാലത്തുതന്നെയാണ് നമ്മുടെ വിലപിടിച്ച നിരവധി സഖാക്കളെ ഈ ഭരണം കൊലചെയ്തത്. 1940 ൽ തലശ്ശേരിയിൽ ചാത്തുക്കുട്ടി, അബു മുതൽ കയ്യൂർ, കരിവെള്ളൂർ, മുനയംകുന്ന്, ഒഞ്ചിയം വരെയുള്ള സ്ഥലങ്ങളിലായി അപൂർണമായ റിപ്പോർട്ടനുസരിച്ചുതന്നെ, 83 സഖാക്കൾ മൃതിയടഞ്ഞിട്ടുണ്ട്. ഇന്നാട്ടിലെ കൃഷിക്കാർ, തൊഴിലാളികൾ, ഇടത്തരക്കാർ ഇവരുടെ ജീവിതം നന്നാക്കാനുള്ള സമരത്തിൽ സ്വന്തം ജീവനെക്കൂടി ആഹുതി ചെയ്തവരാണ് ഈ സഖാക്കൾ. ഇവരെ കൊലചെയ്ത മന്ത്രിമാരെയും ഉയർന്ന കോൺഗ്രസുകാരെയും നാട്ടുകാർ വിസ്മരിക്കുമെങ്കിലും, ആയിരമായിരം കൊല്ലത്തേക്ക് ഇവരുടെ സ്മരണ ജനഹൃദയത്തിൽ മായാതെ കിടക്കും. ഇതിൽ കൃഷ്ണപിള്ള, മൊയാരം, തളിയൻ രാമൻ നമ്പ്യാർ, നിലഞ്ചേരി എന്നീ വിലപ്പെട്ട നമ്മുടെ സഖാക്കളെ കാണാൻ സാധിക്കുന്നുണ്ട്....

ചോദ്യം: മൊയാരത്ത് ശങ്കരന്റെ മരണത്തിനുത്തരവാദി കേളപ്പനോ കോൺഗ്രസ്സ് ഗവൺമെന്റോ?

ഉത്തരം (ഇ എം എസ്) : കമ്യൂണിസ്റ്റുകാരെ അടിച്ചമർത്തുകയെന്ന നയമനുസരിച്ചിരുന്ന കോൺഗ്രസ്സ് സംഘടന മുഴുവൻ ധാർമികമായി അതിന് ഉത്തരവാദിയാണ്. എന്നാൽ ആ നയമനുസരിച്ചുകൊണ്ടിരുന്ന അവസരത്തിൽ തന്നെ കേളപ്പൻ ആ സംഭവം നടന്നതിൽ തന്റെ പ്രതിഷേധം രേഖപ്പെടുത്തുകയുണ്ടായിട്ടുണ്ട്.

ഗുരുവായൂർ സത്യാഗ്രഹപ്രചാരണത്തിന് മൊയാരവും

എ കെ ജി

ഭാരതീയരിൽ ഒരു ഉയർന്ന വർഗമായി സ്വയം കണക്കാക്കിയിരുന്ന മേൽജാതി ഹിന്ദുക്കൾ, ഹിന്ദുക്കളിലെ ഒരുവിഭാഗത്തെ ആട്ടിയോടിച്ചു. അവർക്ക് സഞ്ചാരസ്വാതന്ത്ര്യം ഉണ്ടായിരുന്നില്ല. വിദ്യാഭ്യാസത്തിനുള്ള സൗകര്യം ഉണ്ടായിരുന്നില്ല. കിണറുകളോ കുളങ്ങളോ തൊടാൻ പാടി ല്ലായിരുന്നു. ദൃഷ്ടിപഥത്തിൽ വരാൻപോലും പാടില്ലായിരുന്നു. ഇത്തരം സാഹചര്യത്തിൽ വിദേശഭരണത്തെ ചെറുത്തുനിൽക്കാൻ നമുക്ക് എങ്ങ നെയാണ് കഴിവുണ്ടാവുക? ഈ അനൈക്യത്തെയും വിഭാഗീയതയെയും ഇരട്ടിപ്പിക്കുക, മുസ്ലീങ്ങളെ ഹിന്ദുക്കൾക്കെതിരായി ഇളക്കിവിടുക, ഹിന്ദു ക്കളെ മുസ്ലീങ്ങൾക്കെതിരായി ഇളക്കിവിടുക, മേൽജാതി ഹിന്ദുക്കളെ താഴ്ന്നജാതിക്കാർക്കെതിരായി ഇളക്കിവിടുക ഇതായിരുന്നു സാമ്രാജ്യ ത്വത്തിന്റെ രാജ്യതന്ത്രം.

ഈ സാഹചര്യങ്ങളിൽ തീണ്ടലിനും മറ്റനാചാരങ്ങൾക്കും എതി രായി സമരം നടത്താൻ കോൺഗ്രസ്സ് നിശ്ചയിച്ചു. കേരളാപ്രദേശ്കോൺ ഗ്രസ്സ് കമ്മിറ്റിയിൽ ക്ഷേത്രപ്രവേശന സത്യാഗ്രഹത്തെപ്പറ്റിയുള്ള പ്രമേയം അവതരിപ്പിക്കാൻ കേളപ്പൻ തീരുമാനിച്ചു. കെ പി സി സി യോഗം ഈ പ്രമേയം അംഗീകരിച്ചു. സത്യാഗ്രഹം നടത്താൻ കേളപ്പനെ ചുമതല പ്പെടുത്തി. ഇത് ചില കോൺഗ്രസുകാർക്ക് ഇഷ്ടപ്പെട്ടില്ല. സാമ്രാജ്യത്വ ത്തിനെതിരായുള്ള സമരമാർഗത്തിൽനിന്ന് ഇത് കോൺഗ്രസിനെ വ്യതി ചലിപ്പിക്കുമെന്നവർ വിചാരിച്ചു. ഹരിജൻ പ്രസ്ഥാനത്തെ ഒരു സാമുദാ യികപ്രസ്ഥാനത്തെക്കാൾ കൂടുതലായി അവർ കണ്ടില്ല. അന്നത്തെ ചിന്ത സാമുദായികസംഘടനകളെ നശിപ്പിക്കാമെന്നായിരുന്നു. കൂടാതെ കോൺഗ്രസിലുള്ള മേൽജാതി ഹിന്ദുക്കളെ ക്ഷേത്രപ്രവേശനപ്രക്ഷോഭം പ്രതികൂലമായി ബാധിക്കുമെന്നും അവർ ഭയപ്പെട്ടു.

കേളപ്പനും മൊയാരത്ത് ശങ്കരനും ഞാനും കെ പി സി സി മീറ്റിംഗിനുശേഷം പൊന്നാനിയിലും മറ്റും സഞ്ചരിച്ചു. ജനങ്ങൾക്കിടയിൽ പുതിയ ഉണർവ്വ് ദൃശ്യമായിരുന്നു. മനുഷ്യവംശത്തിന്റെ ഒരുവിഭാഗത്തിനുമേൽ അടിച്ചേൽപ്പിച്ചിരുന്ന മർദനവും അനീതിയും അവസാനിപ്പിക്കാമെന്ന് ജനങ്ങൾ ചിന്തിച്ചു. സുബ്രഹ്മണ്യൻ തിരുമുമ്പും ഞാനുംകൂടി പ്രചാരണപരിപാടികൾക്കായി വടക്കേമലബാറിലേക്ക് പോവുകയും ചെയ്തു.

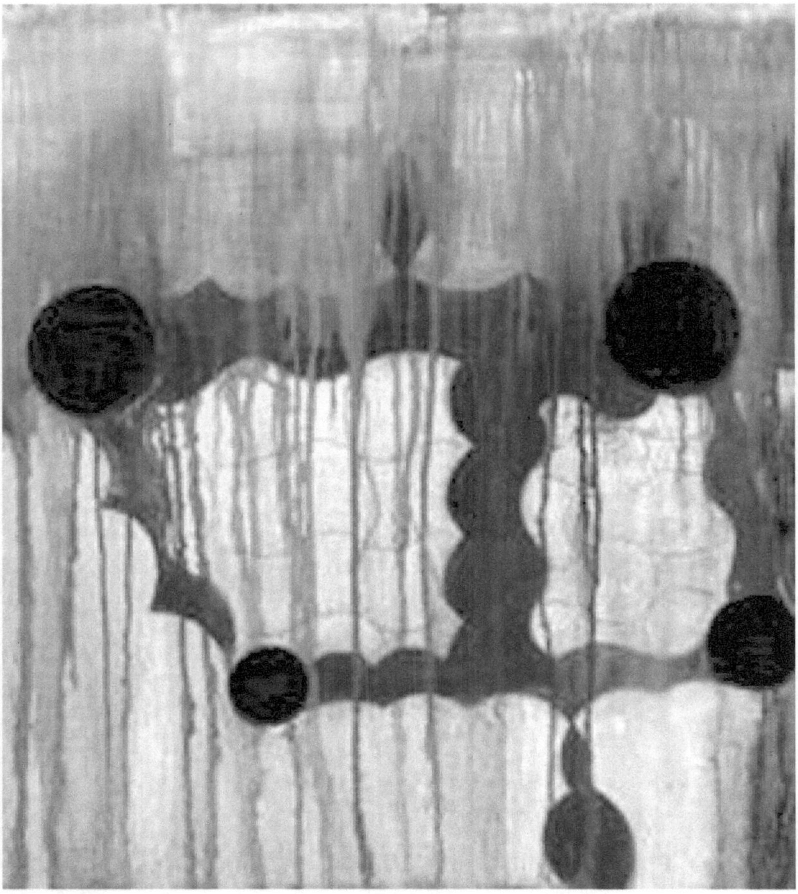

ഭാഗം 1

ജീവിതം

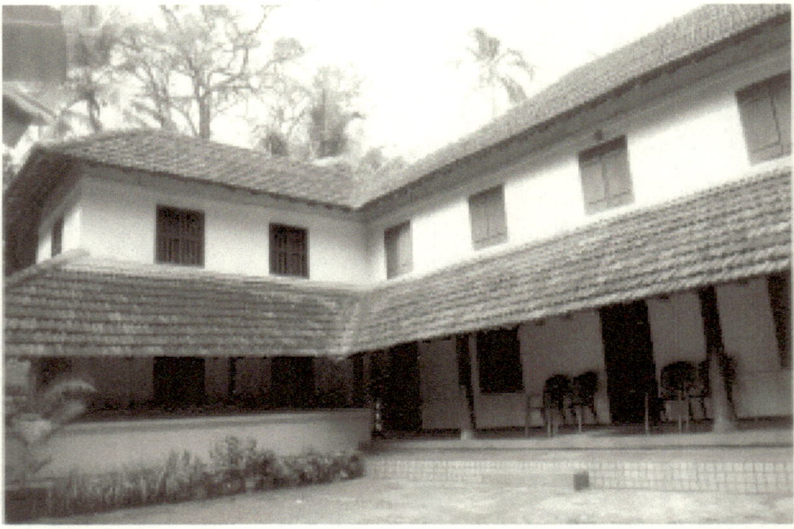

മൊയാരത്ത് ശങ്കരന്റെ ചൊക്ലി-നെടുമ്പ്രത്തെ വീട്

എന്റെ ജീവിത കഥ
(മൊയാരത്തിന്റെ ആത്മകഥ)

ഞാൻ ജനിച്ചത് 1064 കർക്കിടകമാസത്തിൽ വലിയച്ഛനും മുത്തശ്ശിയും അക്കാലം താമസിച്ച പന്ന്യന്നൂർ കണ്ടോത്ത് എന്ന വീട്ടിലായിരുന്നു. അമ്മയ്ക്ക് അഞ്ചാങ്ങളമാരും ഒരു അനുജത്തിയും ഉണ്ടായിരുന്നു. അതിൽ എല്ലാറ്റിലും മൂത്ത സഹോദരൻ മൊയാരത്ത് ഉണ്ണി നമ്പ്യാര് അതിപ്രാപ്തനും നല്ല പണവും സ്വാധീനശക്തിയുമുള്ള ആളും ഒരു സംസ്കൃത വിദ്വാനും വാഗ്മിയുമായിരുന്നു. കോടതിവിധി വായിച്ചു മനസിലാക്കുവാൻ മാത്രം ഇംഗ്ലീഷുപരിചയവും അദ്ദേഹത്തിനുണ്ടായിരുന്നു. എന്നോട് അവർക്കുള്ളത്ര സ്നേഹം ആ നാട്ടിൽ മറ്റു കാരണവന്മാർക്ക് മരുമക്കളോട് ഉള്ളതായി ഞാൻ കണ്ടിട്ടില്ല. എന്നെ ഇംഗ്ലീഷു പഠിപ്പിച്ചതും അതുവരെ എനിക്കുവേണ്ട ചെലവുചെയ്തതും അവരായിരുന്നു. അവരുടെ മകനാണ് പയ്യന്നൂരിൽ പ്രശസ്തിനേടിയ കോൺഗ്രസ്സ് പ്രവർത്തകനായ സി എച്ച് ഗോവിന്ദൻനമ്പ്യാര്. അമ്മയുടെ രണ്ടാമത്തെ മൂത്ത ആങ്ങളയായിരുന്നു മൊയാരത്ത് കാരണവരായ അപ്പനമ്പ്യാര്. മൂന്നാമത്തെ ആങ്ങളയായിരുന്നു വടകര വിചാരണഗുമസ്ഥൻ ചാത്തുനമ്പ്യാർ. അവരുടെ ശേഷം മുത്തശ്ശിക്ക് എന്റെ അമ്മ 'ചിരുതയ്' പാർവ്വതി, കുഞ്ഞിരാമൻ, കുഞ്ഞികൃഷ്ണനൻ എന്നുപേരായി നാലുമക്കളുണ്ടായി. മുത്തശ്ശിക്ക് ഏഴാങ്ങളമാരും രണ്ടു സഹോദരിമാരും ഉണ്ടായിരുന്നു. അതിൽ മൂന്നുപേർ സംസ്കൃത വിദ്വാന്മാരായിരുന്നു. ഒരാൾ മുൻ പ്രസ്താവിക്കപ്പെട്ട അനന്തൻനമ്പ്യാര് ഇംഗ്ലീഷു പഠിച്ച് മെട്രിക്കുലേഷൻ പാസായിരുന്നു. അന്നത്തെ മെട്രിക്കുലേഷൻ ഇന്നത്തെ ബി എ ക്കാൾ വീര്യപ്പെട്ടതാണ്. അവർ ആദിയിൽ തലശ്ശേരി സബ്ബ്കോടതിയിൽ വിചാരണഗുമസ്ഥനായി. ഒടുവിൽ കണ്ണൂര് മുൻസിഫ് കോടതിയിൽ നാജരായിരുന്നു. 'നാജർ അനന്തൻ നമ്പ്യാര്' എന്നാണ് ആളുകൾ അദ്ദേഹത്തെ വിളിക്കാറ്. അമ്മാമൻ പെൻഷൻ പറ്റി മരിച്ചിട്ട് 35 ൽ അധികം കൊല്ലമായി.

അദ്ദേഹം ഒരു ദാനശീലനും ജനസമ്മതനും നല്ല സമുദായാഭിമാനിയും ആയിരുന്നു. അമ്മയുടെ ആങ്ങള ചാത്തുനമ്പ്യാരെ ഇംഗ്ലീഷു പഠിപ്പിച്ചതും ഉദ്യോഗത്തിൽ ആക്കിയതും അവരായിരുന്നു. കോട്ടയം താലൂക്കിൽ ഇംഗ്ലീഷുവിദ്യാഭ്യാസത്തിൽ അദ്ദേഹം ഏറ്റവും പുരോഗാമിയായിരുന്നു. തലശ്ശേരി ടൗൺ വിട്ടാൽ ഉൾനാട്ടിൽ മെട്രിക്കുലേഷൻ പാസായവർ അക്കാലത്ത് ആരും ഉണ്ടായിരുന്നില്ല. ഇംഗ്ലീഷ് അറിയുന്നവർ തന്നെ വളരെ കഷ്ടിയായിരുന്നു. അക്കാലം സ്റ്റീൽപ്പെന്നിനും മഷിക്കും മേൽവിലാസം എഴുതിക്കുവാനും ആളുകൾ കൂത്തുപറമ്പിൽനിന്നും മറ്റും മൊയാരത്തു വരാറുണ്ടെന്ന് കേട്ടിട്ടുണ്ട്.

എന്റെ ബാലാരിഷ്ടത

മരുമക്കത്തായത്തിന്റെ അനിവാര്യമായ അനിഷ്ട സന്താനമാണ് ഞാനെന്നു പറഞ്ഞാൽ തെറ്റില്ല. മരുമക്കത്തായം എന്റെ വിദ്യാഭ്യാസത്തെയും വളർച്ചയെയും ജീവിതത്തെത്തന്നെയും എത്രയെങ്കിലും അലട്ടീട്ടുണ്ട്. എന്റെ അച്ഛൻ തയ്യിപ്പള്ളി കുങ്കക്കുറുപ്പ് വലിയ ഗൃഹസ്ഥനും വീട്ടുകാര്യങ്ങൾ വലിയ ചിട്ടയിൽ നോക്കിനടന്ന ആളും ആയിരുന്നു. എന്നാലും പ്രകൃത്യാ അച്ഛൻ ഒരു വൈരാഗിയും ദേശസഞ്ചാരപ്രിയനും ആയിരുന്നു. 48–ാമത്തെ വയസിൽ അച്ഛൻ കാശിയാത്രയിൽ മരിച്ചുപോയി. അച്ഛൻ കാശിക്കു പോകുന്നതിനു മുമ്പ് സ്വന്തം താവഴിവക രണ്ടു കുന്നു കിളച്ചു തൈവെപ്പിച്ചിട്ടുണ്ടായിരുന്നു. മരുമക്കത്തായത്തിലുള്ള വിശ്വാസം നിമിത്തം മക്കൾക്കു കഴിഞ്ഞുകൂടുവാൻ വല്ലതുംകൊടുക്കണമെന്നു അച്ഛൻ ആലോചിച്ചിട്ടില്ല. അമ്മയുടെ സംബന്ധം അങ്ങോട്ടും അച്ഛന്റെ മരുമകളെ അമ്മാമൻ ഉണ്ണിനമ്പ്യാരിങ്ങോട്ടും ഒരുമിച്ചാണ് നടത്തിയത്. അച്ഛന്റെ മരുമകൾക്ക് സന്താനം ശേഷിക്കാത്ത കാരണത്താൽ അമ്മാമൻ ഉപേക്ഷിച്ചപ്പോൾ ഇരുപത്താറുവയസു പ്രായമുള്ള അമ്മയെ നാട്ടു നടപ്പനുസരിച്ചു അച്ഛനും ഉപേക്ഷിച്ചു. അങ്ങോട്ടും ഇങ്ങോട്ടും ഉള്ള സംബന്ധത്തിനുഇന്നും അങ്ങനെ ഒരു അപകടമുണ്ട്. അച്ഛൻ ഉപേക്ഷിക്കുമ്പോൾ അമ്മയ്ക്കു ഞാനും എന്റെ ഇളയതായി നാണിയെന്നും മീനാക്ഷിയെന്നും പേരായി രണ്ടു പെൺകുട്ടികളുമുണ്ടായിരുന്നു. അമ്മയുടെയും ഇളയമ്മയുടെയും പേരിൽ ആങ്ങളമാർ സ്വത്ത് സമ്പാദിച്ചിട്ടുണ്ടെങ്കിലും അച്ഛന്റെ സഹായമില്ലാതെ അമ്മയ്ക്കും കുട്ടികളായ ഞങ്ങൾക്കും സാമ്പത്തിക സ്വാതന്ത്ര്യം എന്നുള്ളത് ഒരുകാലത്തുമുണ്ടായിരുന്നില്ല. വലിയച്ഛൻ മരിക്കുന്നതുവരെ എനിക്കു യാതൊരു ബുദ്ധിമുട്ടുമുണ്ടായിട്ടില്ല. ഞാൻ ഉണ്ണുന്നതും ഉറങ്ങുന്നതും എപ്പോഴും അവരുടെ കൂടെയായിരുന്നു. വലിയച്ഛൻ മരിക്കുമ്പോൾ എനിക്കു 10 വയസ്സ് പ്രായമുണ്ട്. അതിനുശേഷം അമ്മാമൻ ഉണ്ണിനമ്പ്യാര് എന്നെ ഇംഗ്ലീഷു പഠിപ്പിക്കുവാൻ അയച്ചുവെങ്കിലും ഒരിക്കലും ഫീസ് കൂടി ക്രമമായി തന്നിരുന്നില്ല. പുസ്തകം വാങ്ങിതരുന്ന പതിവേ ഇല്ല. മാസാവസാനത്തിൽ ഫീസ് അടയ്ക്കായ്കയാൽ ഫീസ് അടയ്ക്കേണ്ട മാസങ്ങളിൽ കുറഞ്ഞത്

ഒരാഴ്ചയെങ്കിലും എനിക്കു ക്ലാസിലിരിക്കാൻ കഴിയാതെവരും. അതൊക്കെ ആങ്ങളമാരോടു പറഞ്ഞു വാങ്ങിത്തരാൻ അമ്മയ്ക്കു വൈഭവം കുറയും. ഒടുക്കം മുത്തശ്ശി പറഞ്ഞാൽ മാത്രം തരും. ഞാൻ ശങ്കിച്ചിട്ടൊന്നും ചോദിക്കാറില്ല. എന്നെ അവർ വല്ലാതെ തല്ലിക്കളയും. അമ്മയേയും തല്ലും. എന്നെ അധികവും കലശലായി തല്ലിയിട്ടുള്ളത് അമ്പലക്കുളത്തിൽ പോയി കുട്ടികളോടുകൂടി നീന്തിയിട്ടും സഭയ്ക്കുപോയിട്ടും ആയിരുന്നു. പഠിക്കാഞ്ഞിട്ടു പണ്ട് എന്റെ ഗുരുനാഥന്മാർ കൂടി തല്ലീട്ടില്ല. ഞാൻ ആറാംക്ലാസ് വരെ പാനൂർ സ്കൂളിലാണ് പഠിച്ചത്. ഫീസ് ഇല്ലാഞ്ഞിട്ടും പുസ്തകം ഇല്ലാഞ്ഞിട്ടും എന്നെ ചില ഗുരുനാഥന്മാർ തല്ലീട്ടുണ്ട്.

സ്കൂളിൽ കോടതി

പാനൂർ സ്കൂളിൽ പഠിക്കുമ്പോൾ ഒരു സംഭവമുണ്ടായി. അതു ഞാൻ ജീവപര്യന്തം മറക്കില്ല. ഞങ്ങൾ നാലിലും അഞ്ചിലും പഠിക്കുന്ന കുട്ടികൾ ഒരു കോടതി നടത്തി. അത് മൂന്നുമാസം നടന്നപ്പോൾ മാസ്റ്റർമാർക്ക് വിവരം കിട്ടി. സ്കൂളിൽ വലിയ ക്ഷോഭമായി. അതിനെ അട്ടിമറി പ്രസ്ഥാനം പോലെ അധ്യാപകന്മാർ ഭയപ്പെട്ടു. അവർ സ്വകാര്യമായി യോഗം കൂടി ഗൗരവമായ നടപടിയെടുക്കാൻ തീരുമാനിച്ചു. ഒരാഴ്ചയോളം പഠിപ്പു നിർത്തി. ഞങ്ങളെയെല്ലാം വിസ്തരിച്ച് തെളിവെടുത്തു. അതിൽ നേരിട്ടു പങ്കെടുത്ത കുട്ടികൾക്ക്, ഓരോ ആളും വഹിച്ച പങ്കിന്റെ ഗൗരവംപോലെ, എട്ടും പന്ത്രണ്ടും വീതംഅടി വിധിച്ചു. അതിനിടയിൽ ഞങ്ങൾ പാനൂരിലെ പള്ളിക്കാട്ടിൽ സഭകൂടി. എല്ലാവരും നടന്ന സത്യം സമ്മതിക്കുക, ചോദിച്ചാൽ അതിൽ കുറ്റമില്ലെന്നു വാദിക്കുക, പിഴയാണെങ്കിൽ അടയ്ക്കാതിരിക്കുക, അടിയാണെങ്കിൽ ചൂളാതെ കയ്യിൽ വാങ്ങുക, കയ്യിലല്ലാതെ മറ്റെങ്ങാനും അടിയാണെങ്കിൽ എല്ലാവരും സ്കൂളിൽ നിന്നു കടന്നു പുറത്തുപോരുക എന്നു തീരുമാനിച്ചു.

എനിക്കും മറ്റു മൂന്നുപേർക്കും പതിനാറടി കയ്യിൽ കിട്ടി. മറ്റുള്ളവർക്കു പന്ത്രണ്ടും എട്ടുംവീതം. കോർട്ടിൽ ഞാനും മഠത്തിൽ ശങ്കരൻമ്പ്യാരും വക്കീലന്മാർ, വി കെ കൃഷ്ണനും, കൊട്ടാരത്തിൽ അപ്പുമാസ്റ്ററുടെ അനുജൻ, വി കെ കൃഷ്ണനും, കൊട്ടാരത്തിൽ അപ്പുമാസ്റ്ററുടെ അനുജൻ കുഞ്ഞിരാമൻ നമ്പ്യാരും ജഡ്ജിമാർ, പി വി അച്ചുതനും. കുറ്റില്ലത്ത് കരുണാകരൻ നായരും പക്കാരത്ത് ശങ്കരത്ത് ശങ്കരൻകുട്ടിനായരും ജൂറിമാർ എന്നിങ്ങനെയുള്ള സ്ഥാനങ്ങൾ വഹിച്ചിരുന്നു. സ്കൂളിൽ ഞങ്ങൾക്കു വാദപ്രതിവാദ സഭ നടത്തുവാൻ സമ്മതിച്ചുകൊണ്ടു. അതിൽനിന്നാണ് ഇത്തരം വിപ്ലവകരമായ ദുഃസ്വാതന്ത്ര്യം ഉദിച്ചതെന്നും, മേലിൽ അതു നിമിത്തം സ്കൂളിൽ വാദപ്രതിവാദസഭ അനുവദിക്കുന്നതല്ലെന്നും സ്കൂളിലെ അധ്യാപകപ്രധാനികളായ കൊട്ടാരത്തിൽ അപ്പുനമ്പ്യാരും മാണിക്കോത്ത് ഉണ്ണിനമ്പ്യാരും നിരോധനാജ്ഞയും പാസാക്കി.

സൂക്ഷ്മത്തിൽ ഈ കോടതിക്കു കാരണം എന്തെന്നല്ലേ? പാനൂരിൽ അക്കാലത്തുണ്ടായിരുന്ന മുൻസിഫ്കോടതിയിൽ തലശ്ശേരിയിൽ

നിന്നു, ടി സി നാരായണക്കുറുപ്പ്, കൃഷ്ണക്കുറുപ്പ്, കേളക്കുറുപ്പ് മുതലായ വലിയ വക്കീലന്മാർ വന്ന് വാഗ്വാദം ചെയ്യുന്നത് ഉച്ചയ്ക്കു സ്കൂൾവിട്ടാൽ, ഞങ്ങൾ പോയി കേൾക്കാറുണ്ടായിരുന്നു. അതുവഴിക്കാണു ഞങ്ങൾക്കീകോടതി ഭ്രാന്ത് ജനിച്ചത്

നായന്മാരുടെ ജാതിക്കൂട്ടവും കള്ളക്കേസും

ഇരുവനാട്ടിൽ വലിയ പ്രഭുക്കന്മാരായിരുന്ന കിഴക്കേടത്ത്, കുന്നുമ്മൽ, ചന്ത്രോത്ത്, കാമ്പ്രത്ത് എന്നീ നാല് വീട്ടുകാർ മാത്രമല്ല അവരെ പ്രതാപത്തിൽ അനുകരിക്കാൻ ശ്രമിച്ച മറ്റു വലിയ തറവാട്ടുകാരും മിക്കവാറും നശിച്ചത് ചാവും കല്യാണവും പിറന്നാളും ഊണും പാട്ടും സദ്യയും സർവാണിയും മത്സരിച്ചാഘോഷിച്ചിട്ടാണ്.

ഇരുവനാട്ടിലെ കുടിയാന്മാർക്ക് ഈ സദ്യകൾകൊണ്ട് എപ്പോഴും പൊറുതികേടാണ്. സദ്യക്കാവശ്യമായ പാല്, മോര്, തൈര് മുതലായവ നായന്മാരും, ഇലയും കുലയും തേങ്ങയും മറ്റുജാതിക്കാരും വേണം എത്തിച്ചു കൊടുക്കുവാൻ. അല്ലെങ്കിൽ അവർ കുടിയിരിക്കുന്ന പറമ്പു കൂടി പിറ്റേന്ന് 'മേൽചാർത്ത്' പോകും. ഒരേ വസ്തു തന്നെ മൂന്നും നാലും ആൾക്ക് ചാർത്ത് കൊടുക്കുന്നത് ഈ ജന്മികളുടെ പതിവായിരുന്നു. കുടിയാനായാലും അല്ലെങ്കിലും ഒരൊറ്റ പുതിയ പണക്കാരെ ഈ നാട്ടിൽ വളരാൻ ഇവർ വിടില്ല. അതിനു തക്കവണ്ണം ഇവരുടെ കയ്യിൽ മേൽചാർത്തിനേക്കാൾ മൂർച്ചയുള്ള മറ്റൊരായുധമുണ്ടായിരുന്നു. അതാണ് 'ജാതിക്കൂട്ടം'.

കേരളം പ്രകൃത്യാ തെങ്ങിൻകൂട്ടങ്ങൾക്കു പ്രസിദ്ധപ്പെട്ടതാണെങ്കിലും ഞാൻ ജനിച്ചുവളർന്ന 'ഇരുവനാട്' അക്കാലം 'ജാതിക്കൂട്ട' ത്തിനു പേരുകേട്ടതായിരുന്നു. കൂട്ടം എന്നു പറഞ്ഞാൽ വടക്കെ മലബാറിൽ വഴക്ക് എന്നു കൂടി അർഥമാകും. 'എടച്ചേരിക്കൂട്ടം', 'വർയ്യയിക്കൂട്ടം', 'വണ്ണാത്തിക്കൂട്ടം', 'തിയ്യത്തിക്കൂട്ടം', 'പുള്ളുവത്തിക്കൂട്ടം', ഇതൊക്കെ കോട്ടയം താലൂക്കിന്റെ സാമുദായികചരിത്രത്തിൽ ഉദ്ദേശം ഒരു അമ്പതുകൊല്ലം മുമ്പു എണ്ണപ്പെട്ട സംഭവങ്ങളായിരുന്നു. ചില കൂട്ടങ്ങൾ നാലും അഞ്ചും സംവത്സരം നീണ്ടുനിന്നിരുന്നു. ചില കൂട്ടങ്ങളിൽ കടത്തനാട്, കോട്ടയം, ചിറക്കൽ എന്നീ ദിക്കിലെ തമ്പുരാന്മാരും സ്ഥാനികളും തറവാട്ടുകാരായ നായർ പ്രമാണികളും ഒരുവിധത്തിലല്ലെങ്കിൽ മറ്റൊരുവിധത്തിൽ പങ്കുകൊണ്ടിരുന്നു.

ഇരുവനാട്ടുനിന്നുത്ഭവിച്ച ഇത്തരം പ്രാദേശിക വഴക്കുകൾ അവയുടെ അതിർത്തിക്കപ്പുറം കടന്നു മൂന്നു താലൂക്കിലേയും സമുദായ നേതാക്കന്മാരെ ആകർഷിക്കയും പങ്കെടുപ്പിക്കയും ചെയ്തിട്ടുണ്ട്. ഇത്തരം വഴക്കുകൾ പറഞ്ഞു തീർക്കുന്നതിനുള്ള സ്ഥലം പ്രായേണ അതാതു ദിക്കിലെ ക്ഷേത്രമുറ്റസന്നിധിയായിരുന്നു. ഇത്തരം സന്ദർഭങ്ങളിൽ ക്ഷേത്രങ്ങളിൽ സമുദായാദ്ധ്യന്മാർക്കും അവരുടെ പരിവാരങ്ങളായ പട്ടന്മാർക്കും നായന്മാർക്കും ഉള്ള ഹോട്ടലുകളും ഭോജനശാലയും ഉണ്ടാവും കേസുമായി ബന്ധപ്പെട്ടവരും ഇരു കക്ഷിക്കാരുടെ ബന്ധുമിത്രാദി

കളും എല്ലാം കൂടി ഇരുന്നൂറും മുന്നൂറും പേർ നാലഞ്ചു ദിവസം അങ്ങനെ കെട്ടിത്താമസിക്കും. ഇവർക്കെല്ലാം രണ്ടുനേരമെങ്കിലും സദ്യവട്ടത്തിനുള്ള ശാപ്പാട് ഏർപ്പാട് ചെയ്യണം. ഇതെല്ലാം ആക്ഷേപത്തിനു വിധേയരായ കക്ഷികൾ ചെയ്യേണ്ടതാണ്. പോരെങ്കിൽ വഴക്കിൽ വിധി കൽപ്പിക്കാൻ പരമാധികാരികളായ തമ്പുരാന്മാർക്കുള്ള 'നെയ്യമൃതും' 'വെച്ചുകാണലും' ഇന്നത്തെ കോർട്ടുഫീസ്, മുദ്രസ്സല എന്നിവയെക്കാളും വലിയ ഗണ്യമായ ചെലവിനങ്ങളായിരുന്നു. 'ക്ഷേത്രവിരോധം' 'പന്തിവിരോധം' മുതലായവ 'ഉടൻകൽപ്പന'കളും 'ഇഞ്ചങ്ങ്ഷ്യൻ ഓർഡറും' പുറപ്പെടുവിക്കുന്ന കോട്ടയത്തു രാജാവിന്റെയും കടത്തനാട്ടു രാജാവിന്റെയും തരകും, കുറിയോലയും അന്നത്തെ എണ്ണം പറഞ്ഞ മർദ്ദനായുധങ്ങളായിരുന്നു. വില്ലിപ്പാലൻ കുറുപ്പ് അയാളുടെ സങ്കേതത്തിൽ അനേകം നായർ 'സമുദായാഭിമാനികൾ' കൂടിയ സദസിൽ വെച്ചു ജാതിക്കൂട്ടത്തിന്റെ കേസ് വിചാരണ ചെയ്യുന്നതു ഞാൻ കണ്ടിട്ടുണ്ട്. 'കോയ്യോടൻ കോറോത്ത് കുങ്കൻ വക്കീൽ' 'കുളങ്ങര വീട്ടിൽ അപ്പ നായർ' എന്റെ അമ്മാവൻ 'മൊയാരത്ത് ഉണ്ണിനമ്പ്യാർ' മുതലായവരായിരുന്നു ഓരോ കേസിലും ഓരോ ഭാഗംപിടിച്ചു വാദിച്ചവരിൽ എനിക്കു പരിചയമുള്ളവർ.

'മണിയന്നോർ' മാരുടെ കേസ്, 'പെരുവാണിയൻ ശങ്കരക്കുറുപ്പി'ന്റെ മകന്റെ പേരിലെ കേസ് ഇതൊക്കെ വിചാരണ ചെയ്യുന്നതു ഞാൻ കണ്ടിട്ടുണ്ട്. ശങ്കരക്കുറുപ്പിന്റെ മകന്റെ പേരിൽ കേസ്, അയാൾ ബർമയിൽ വച്ചു 'അഭക്ഷ്യഭക്ഷണം' കഴിച്ചുവെന്നായിരുന്നു. മണിയന്നോന്മാരുടെ കേസ്, അയാളുടെ കുടുംബത്തിൽ ഒരാൾ ഭാര്യ മരിച്ചപ്പോൾ ഭാര്യയുടെ വംശത്തിലെങ്ങോ ഉള്ള ഒരു സ്ത്രീയെ സംബന്ധം ഇല്ലാത്തതുകൊണ്ടു ആ വീട്ടുകാരുമായി കൂടിക്കഴിയാൻ പാടില്ല എന്നതാണ്. ആലക്കുന്നിന്റെ കേസ്, അയാൾക്ക് ഇരുവനാട് മുമ്പ് ബന്ധം ഇല്ലാത്തതുകൊണ്ട് വീട്ടുകാരുമായി കൂടിക്കഴിയാൻ പാടില്ല എന്നതാണ്. ആലക്കുന്നിന്റെ കേസ്, സുമാർ ഇരുപത്തഞ്ച് കൊല്ലം നീണ്ടുനിന്നിരുന്നു. ആലക്കുന്നുകാരുടെ പ്രധാന കുറ്റം വാസ്തവം പറയുന്നതായാൽ അവർ പെട്ടെന്നു പണക്കാരായതാണ്. അവർ ആർക്കും കാശുകൊടുത്തു കാര്യം തീർക്കാൻ കൂട്ടാക്കിയതുമില്ല. മണിയന്നോന്മാർ കുറുപ്പിന് അഞ്ഞൂറു ഉറുപ്പിക കൊടുത്തും മറ്റു ചിലർക്ക് 'ദക്ഷിണ കൊടുത്തും' ആക്ഷേപം തീർത്തു. പെരുവാണിയൻ ശങ്കരക്കുറുപ്പ് പണക്കാരനായിരുന്നു. പണം കുറെ ഇളകിയാൽ ജാതിക്കൂട്ടം തനിയെ തീരുക പതിവാണ്. 'വെള്ളായികേളോത്ത്' കാർ നല്ല പണക്കാരായതുകൊണ്ടു 'മാറ്റുനിരോധനക്കേസി' ൽ അവർക്കു പതിനായിരം ഉറുപ്പിക ചെലവായി എന്നു വലിയച്ഛൻ പറഞ്ഞുകേട്ടിട്ടുണ്ട്. ആ വീട്ടുകാരുടെ മുടിവിന്റെ ആരംഭം ജാതിക്കൂട്ടമായിരുന്നു.

നായന്മാർ വ്യാപാര വ്യവസായങ്ങളിലേക്ക് തിരിയണം

കോൺഗ്രസിന്റെ ആദ്യ പ്രവർത്തകനായിരുന്ന വക്കീൽ പന്നക്കോട്ട് രയിരുനമ്പ്യാരോടൊരുമിച്ച് ആദ്യകാലത്ത് മെട്രിക്കുലേഷൻ പാസായ

അമ്മാമൻ മൊയാരത്ത് അനന്തൻ നമ്പ്യാർ ലോകപരിചയമുള്ള ബുദ്ധി ശാലിയായിരുന്നു. ഇംഗ്ലണ്ടിലെപ്പോലെ ഇന്ത്യയിലും പ്രഭുത്വം നശിച്ചു മുതലാളിത്തം ശക്തിപ്പെടുന്ന കാലമാണിതെന്ന് അവർ പറയാറുണ്ടായി രുന്നു. തലശ്ശേരി, കണ്ണൂര്, വടകര മുതലായ നഗരങ്ങളിൽ ഗുജറാ ത്തിൽനിന്നും കറാച്ചിയിൽനിന്നും സേട്ടുമാർ വന്നുനടത്തുന്ന കൊപ്പര, കുരുമുളക് മുതലായ കേരളോൽപ്പന്നങ്ങളുടെ വ്യാപാരം മലയാളത്തിലെ നായർ പ്രഭുക്കന്മാർക്ക് നടത്തുവാൻ കഴിയേണ്ടതാണെന്നും ജാതിവഴ ക്കിലും ദുർവ്യവഹാരത്തിലും ശണ്ഠയിലും പതിയുന്ന അവരുടെ ശ്രദ്ധ വലിയ വ്യവസായങ്ങളിലേക്ക് തിരിക്കയാണ് സമുദായ പരിഷ്കരണത്തി നാവശ്യമെന്നും പലപ്പോഴും അമ്മാമൻ പ്രസംഗിക്കാറുണ്ടായിരുന്നു. ആ അഭിപ്രായം താൻ ഒരിക്കൽ തിരുവങ്ങാട് വേങ്ങയിൽ നായനാരുടെ അധ്യ ക്ഷതയിൽ കൂടിയ ഒരു നായർ മഹായോഗത്തിലും അവതരിപ്പിക്കുകയു ണ്ടായി. മിഷ്യൻ സ്കൂളിലെ നായർ വിദ്യാർഥികളായ ഞങ്ങൾ ആ മഹാ യോഗത്തിനുത്സാഹികളായിരുന്നു. മലയാളത്തിലെങ്ങും പേർകേട്ട സര സഗംഭീര ലേഖകനായ കേസരി നായനാരെ അന്നാണ് ഞാൻ ആദ്യം കണ്ടത്. അമ്മാമനെ 'കേസരിക്കും' കെ സി നാരായണൻ നമ്പ്യാർക്കും മറ്റും വലിയ താൽപ്പര്യമായിരുന്നു. രാജ്യത്തിന്റെ പൊതുവേയുള്ള സാമ്പ ത്തികാഭിവൃദ്ധിക്ക് അത്യന്താപേക്ഷിതമായ വ്യാവസായികവും വ്യാപാ രപരവുമായ നിർമാണപരിപാടിയിലേക്ക് ഉത്തരകേരള നായർ സമാജം അന്ന് ആദ്യമായും അവസാനമായും അതിന്റെ ചരിത്രത്തിൽ ഒരടി മുന്നോ ട്ടുവെച്ചുവെങ്കിലും കേരളത്തിന്റെ നിർഭാഗ്യത്തിന് പിന്നീട് ആ പാദം മുന്നോട്ടു നീങ്ങിയില്ല. എങ്കിലും തറവാട് മുടിക്കുന്ന താലികെട്ട് കല്യാ ണം, തിരണ്ടുകുളി, പുലകുളി മുതലായ അനാവശ്യച്ചെലവുണ്ടാക്കുന്ന സദ്യകളെ മിക്കവാറും നിർത്തുവാൻ സമാജത്തിന് കഴിഞ്ഞിട്ടുണ്ടെന്ന് പറയാം. അക്കാലം ഉത്തരകേരള നായർ സമാജത്തിന്റെ സ്ഥിരാധ്യക്ഷൻ 'കേസരി' നായനാർ ആയിരുന്നു. ഞാൻ സ്കൂൾ ഫൈനൽ ക്ലാസിൽ പഠിക്കുന്ന കാലത്തു പാനൂരിൽ വെച്ചു സബ്ജഡ്ജി ഇമ്പിച്ചുണ്ണിനായ രുടെ അധ്യക്ഷതയിൽ കൂടിയ സമ്മേളനത്തിലും മാവിലായിവെച്ച് 1925 ൽ കൂടിയ സമ്മേളനത്തിലും എനിക്കു പങ്കുകൊള്ളാൻ ഇടവന്നിട്ടുണ്ട്. ആ സമാജത്തിനു രയിരുനമ്പ്യാരായിരുന്നു സെക്രട്ടറി. അദ്ദേഹമാണ് എ കെ ജിയുടെ പിതാവ്. ഈ അധ്യായത്തിൽ മുൻ പ്രസ്താവിക്കപ്പെട്ട സമുദായപരിഷ്കരണ പരിശ്രമങ്ങളും വ്യാപാരോദ്യമങ്ങളും അതിനു തക്കവണ്ണം സമുദായാഭിമാനികളെ ഇരുത്തി ചിന്തിപ്പിച്ച സാമ്പത്തിക തകർച്ചയ്ക്കും അതിന് ഉത്തരവാദിത്വം വഹിച്ച ജാതിക്കൂട്ടങ്ങളും വമ്പിച്ച സദ്യകളും മരുമക്കത്തായത്തിന്റെ ചാഞ്ചാട്ടവും വ്യവഹാരങ്ങളും ചേരി പിരിഞ്ഞ പോരാട്ടങ്ങളും നടന്നതൊക്കെ എന്റെ ചെറുപ്പകാലത്ത് ഞാൻ കണ്ടതോ കേട്ടതോ അനുഭവിച്ചതോ ആണ്.

ചെറുപ്പത്തിലേ ഗവൺമെന്റ് വിരോധം

എന്തിനാണ് ഒരു ജന്മി ഇങ്ങനെ നാട്ടിലെ പണമെല്ലാം നികുതി

യെന്നും പറഞ്ഞു പിരിച്ച് ഒരു അന്യനാട്ടിലെ ഗവൺമെന്റിനു അയച്ചു കൊടുക്കുവാൻ മിനക്കെടുന്നതെന്ന് എനിക്കു ചെറുപ്പത്തിൽ മനസിലായിരുന്നില്ല. എന്റെ അടുത്ത അംശത്തിൽ ഒരു വലിയ ജന്മിയായ ചന്ത്രോത്തു നമ്പ്യാര് ഒരിക്കൽ പന്ന്യനൂരംശം അധികാരപ്പണി സ്വീകരിച്ചു കണ്ടത് എനിക്കു വലിയ അത്ഭുതമായിരുന്നു. 'പതിമൂന്ന് ഉറുപ്പികയ്ക്ക് ഈ നാടു മുടിക്കുന്ന അധികാരിപ്പണിയേക്കാൾ നിങ്ങൾക്കു മാനമായതു 'കൊട്ടാരത്തിലെ അകവളപ്പിൽ കുറെ വാഴ വെക്കയല്ലേ?' എന്നു സംഗതിവശാൽ എന്റെ അംശത്തിലെ അധികാരിയായിരുന്ന കൊട്ടാരത്തിൽ ശങ്കുണ്ണി നമ്പ്യാരോടു ഞാൻ ഒരിക്കൽ ചോദിച്ചിട്ടുണ്ട്. അന്ന് എനിക്കു പതിനാലു വയസ്സ് പ്രായം കാണും. ആ അധികാരി ഒരുവിധം കൈക്കൂലിക്കാരനും ജനദ്രോഹിയും ആയിരുന്നു. അതെനിക്കു പിന്നെയാണ് മനസിലായത്. അങ്ങനെ ഉൾനാട്ടിൽ ചെറുപ്പത്തിൽ ഞാൻ പരിചയിച്ച അധികാരിയിൽ കൂടെയാണ് എനിക്കു ഗവൺമെന്റിന്റെ നേരെ ആദ്യമായി വെറുപ്പു തോന്നിയത്.

മാലിഖാനും അധികാരിപ്പണിയും കൊടുത്ത് ഉപായത്തിൽ ജന്മിമാരെ ഗവൺമെന്റ് പാട്ടിൽ വെച്ചിരിക്കയാൽ ഗവൺമെന്റും നാട്ടുകാരും തമ്മിലുണ്ടാകുന്ന ഏതു തർക്കത്തിലും ജന്മിമാർ ഗവൺമെന്റിനെ താങ്ങി നിൽക്കുന്ന ഒരു ശക്തിയാണ്. പലതരം നികുതിപിരിവുകളെക്കൊണ്ടും എപ്പോഴും ജന്മിത്വ മഹാമരത്തിന്റെ നീരു മുഴുവനും വലിച്ചെടുത്തു വരട്ടിയുണക്കുന്ന ഒരു ദുഷ്ടശക്തിയാണ്, പ്രകൃത്യാ തന്നെ സാമ്രാജ്യത്വം ഞാൻ ജനിച്ച നാടും സമുദായവും പലവഴിക്കും സാമ്പത്തികമായി അധഃപതിക്കുവാൻ തുടങ്ങിയ പശ്ചാത്തലത്തിലാണ് എന്റെ ജീവിതം ആരംഭിച്ചത്. അങ്ങനെതന്നെ എന്റെ വാസനയ്ക്കും വളർച്ചയ്ക്കും എതിരായിരുന്ന വീട്ടിന്റെയും വീട്ടുകാരുടെയും യാഥാസ്ഥിതികത്വത്തോട് എന്റെ ജീവിതത്തിൽ ആദ്യം മുതൽക്കേ എനിക്ക് മല്ലിടേണ്ടതായി വന്നിട്ടുണ്ട്.

സഭയും പ്രസംഗപരിശീലനവും

ഏഴാം ക്ലാസ്സ് മുതൽ സ്കൂൾഫൈനൽ ക്ലാസു വരെ ഞാൻ തലശ്ശേരി മിഷൻ സ്കൂളിലാണ് പഠിച്ചത്. പഠിക്കുന്ന കാലത്ത് കവിതയെഴുതുന്നതും, സഭയ്ക്കു പോകുന്നതും, നല്ല പ്രസംഗം കേൾക്കുന്നതും എനിക്ക് വലിയ താൽപ്പര്യമായിരുന്നു. ചമ്പാട്ടു സ്കൂളിൽ വെച്ചു പിന്നീട് രണ്ടു കൊല്ലം ഞങ്ങൾ ഒരു വലിയ സഭ നടത്തി. അന്നു തർക്കവിദ്യാർഥിയായിരുന്ന വാഗ്ഭടാനന്ദൻ, ബ്രണ്ണൻ കോളേജിൽ മുൻഷിയായിരുന്ന മാനൻഗുരുക്കൾ, കോളേജ് മുൻഷിയായിരുന്ന പ്രസിദ്ധ പണ്ഡിതർ എം കെ ഗുരുക്കൾ, തിരുവങ്ങാട്ടു വിദ്യാർഥി ചിന്താമണി സംസ്കൃത ഹൈസ്കൂൾ സ്ഥാപിച്ച രാമപ്പണിക്കർ, പല വിഷയത്തിലും വിദഗ്ധനായ മിഷൻ സ്കൂൾ മുൻഷി മഠത്തിൽ കൃഷ്ണൻ നായർ മുതലായ വലിയ വിദ്വാന്മാരും ചിന്തകന്മാരും അനേകം സാഹിത്യരസികന്മാരും, ആ സഭയ്ക്കു വന്നുചേരാറുണ്ടായിരുന്നു. പ്രശസ്ത പണ്ഡിതനായ മനയിൽ ഗോവിന്ദൻ നമ്പ്യാരും ഞാനുമായിരുന്നു സഭയുടെ സഹകാര്യദർശിമാർ.

ഗോവിന്ദൻ നമ്പ്യാർ നല്ലപോലെ തർക്കവ്യാകരണാലങ്കാരങ്ങൾ പഠിച്ച ആളും തലശ്ശേരി വിദ്യാർഥി ചിന്താമണി സംസ്കൃത ഹൈസ്കൂളിൽ പ്രധാനാധ്യാപകനുമായിരുന്നു. പുനർജ്ജന്മമുണ്ടോ? സ്വർഗനരകാദികൾ ഇഹത്തിലോ പരത്തിലോ? വിഗ്രഹാരാധന ശരിയോ? ദൈവമുണ്ടോ? അനാചാരങ്ങൾ ശാസ്ത്രീയമോ? ഐത്താചാരം വേണ്ടതോ? ഇത്തരം വിഷയങ്ങളെപ്പറ്റി ചമ്പാട്ട് സ്കൂളിൽ വെച്ച് ഞായറാഴ്ച തോറും ഞങ്ങൾ നടത്തിയ വാശിയായ വാദപ്രതിവാദങ്ങൾ അനവധി ജനങ്ങളെ ആകർഷിക്കുകയും നാട്ടിലുള്ള ഭക്തന്മാരായ യാഥാസ്ഥിതികന്മാരെ ക്ഷോഭിപ്പിക്കുകയും ചെയ്തിരുന്നു. അക്കാലത്താണെനിക്ക് സഭയ്ക്ക് പോകാൻ പാടില്ലെന്ന് അമ്മാവൻ ഉണ്ണി നമ്പ്യാര് താക്കീത് നൽകിയതും, അത് ലംഘിച്ചതിനു കഠിനമായി തല്ലുകിട്ടിയതും. എന്നിട്ടും സഭയ്ക്കു പോകാതിരിപ്പാൻ എനിക്കു കഴിഞ്ഞില്ല. അത്രയും വലിയ സഭാഭ്രാന്താണ് അന്നെനിക്ക്. മിഷ്യൻ സ്കൂളിലെ വിദ്യാർഥി സമാജത്തിലും ഞാൻ സെക്രട്ടറി ആയി തെരെഞ്ഞെടുക്കപ്പെട്ടു. അക്കാലത്ത് തിരുവങ്ങാട്ടു വെച്ചു നടന്ന വൈ എം എച്ച് എ എന്ന സഭയ്ക്കും ഞാൻ പ്രവർത്തക കമ്മിറ്റി മെമ്പറായിരുന്നു. ഇതൊക്കെ നിമിത്തം ക്ലാസിലെ പാഠം വായിക്കാൻ എനിക്ക് ഇടം കിട്ടാറില്ല. കിട്ടിയാൽ വായിക്കാൻ പുസ്തകമുണ്ടായിരുന്നില്ല. ഹിസ്റ്ററിയിലും ജ്യോഗ്രഫിയിലും പാസാകാൻ മാർക്ക് കിട്ടിയത് എനിക്കു ഓർമയില്ല. കൊല്ലംതോറും പരീക്ഷയടുത്താൽ, രണ്ടാഴ്ച വല്ല സ്നേഹിതന്മാരെയും പാട്ടിൽ പിടിച്ചു ഒരുമിച്ചുകൂട്ടി എല്ലാ വിഷയവും ഒരുവട്ടം വായിച്ചു തീർക്കും. എങ്ങനെയെങ്കിലും പാസാവും. അത്രയേ പഠിപ്പിൽ ശ്രദ്ധിക്കാൻ എനിക്കു സമയവും സൗകര്യവും ഉണ്ടായിരുന്നുള്ളൂ. ഈ സഭകൾക്കെല്ലാം വേണ്ടി എനിക്കെത്ര അധ്വാനമുണ്ടായിരുന്നുവെന്നോ? അധ്യക്ഷനെ ക്ഷണിക്കണം, പ്രാസംഗികനെ ഏർപ്പെടുത്തണം, യോഗത്തിന് ആളുകളെ വിളിച്ചുകൂട്ടണം, പോരാത്തത് നിടുമ്പ്രത്ത് മൊയാരത്ത് വീട്ടിൽനിന്ന് തലശ്ശേരി സ്കൂളിലേക്ക് ആറ് നാഴിക അങ്ങോട്ടും ആറ് നാഴിക ഇങ്ങോട്ടും നടക്കുകയും വേണം. ഉച്ചയ്ക്ക് ഊണോ ചായയോ ഒന്നും കഴിക്കില്ല. പുസ്തകത്തിനും കുപ്പായത്തിനും കാശില്ലാത്ത ഞാൻ എങ്ങനെ ചായ കുടിക്കും? അങ്ങനെ മരുമക്കത്തായം എന്റെ ആരോഗ്യം നശിപ്പിച്ചു. ബ്രിട്ടീഷ് ഗവൺമെന്റ് എന്റെ വിദ്യാഭ്യാസവും നശിപ്പിച്ചു എന്ന് ഏറെ താമസിയാതെ വെളിപ്പെടും.

പുരോഗമന ചിന്ത മുളപൊട്ടുന്നു

ആകപ്പാടെ എനിക്ക് അക്കാലത്തെ ജീവിത സമ്പ്രദായത്തോടും പഴയതിനോടുമൊക്കെയും പ്രകൃത്യാ ഒരു വെറുപ്പും വൈരാഗ്യവും ജനിച്ചു. ഈ സമ്പ്രദായങ്ങളെല്ലാം അടിച്ചുതുടച്ചു മാറ്റണമെന്നൊരഭിപ്രായം പഠിക്കുന്ന കാലം മുതൽക്കു തന്നെ എന്നിൽ രൂഢമൂലമായി. തീണ്ടലിലും ജാതിയിലും ക്രമേണ ദൈവത്തിൽ തന്നെയും എനിക്കു വിശ്വാസമില്ലാതായി. അന്നു തലശ്ശേരിയിൽ ഒതേനന്റെ ചായപ്പീടിക വളരെ പ്രസി

ദ്ധപ്പെട്ടതായിരുന്നു. എന്റെ സ്നേഹിതന്മാരായ നായർ വിദ്യാർത്ഥികൾ പലരും അവിടെ പതിവുകാരായിരുന്നു. ചായക്കു കയ്യിൽ പൈസ ഉണ്ടായാലും ആദ്യകാലത്ത് ഞാൻ അവിടെ പോകാറില്ല. കാരണം, അത് വീട്ടിൽ അറിയാൻ പാടില്ല. നിവൃത്തിയുണ്ടെങ്കിൽ കളവുപറയാതെ കഴിയണമെന്നൊരു മോഹം എനിക്കു ചെറുപ്പത്തിലേ ഉള്ളതാണ്. കളവു പറയുന്നത് ഭീരുത്വവും വിഡ്ഢിത്തവുമാണെന്നാണെന്റെ ഉറച്ച വിശ്വാസം. അതുകൊണ്ട് ചിലപ്പോൾ വലിയ തെറ്റ് സമ്മതിക്കുകയും വലിയ നഷ്ടം സഹിക്കുകയും ചെയ്യേണ്ടിവന്നിട്ടുണ്ട്. ഇംഗ്ലീഷ്, മലയാളം, കണക്ക് ഇതിനൊന്നും ഞാനൊരിക്കലും തോറ്റിട്ടില്ല. നല്ല മാർക്ക് കിട്ടാറുണ്ട്. ബീജഗണിതത്തിൽ ഞാൻ മോശമായിരുന്നു. ഗ്രാമർ പുസ്തകങ്ങൾ വായിക്കുന്നത് എനിക്ക് വളരെ ഇഷ്ടമായിരുന്നു. നെസ് ഫീൽഡ് ഷെപ്പേർഡ്, വെബ്ആന്ററോ, ഡോ. ബെയിൽസ്, മെക്ക് മോർഡി മുതലായവരുടെ വ്യാകരണപുസ്തകങ്ങൾ നാലാം ഫോറത്തിലും അഞ്ചാം ഫോറത്തിലും ഉള്ളപ്പോൾ ഞാൻ വായിച്ചിട്ടുണ്ട്. സ്കൂൾ വിട്ടുപോകുമ്പോൾ വ്യാകരണത്തെപ്പറ്റി സി എച്ച് ഗോപാലൻ നമ്പ്യാരോടും നാസ്തികത്വത്തെപ്പറ്റി കെ കെ അമ്പാടിനമ്പ്യാരോടും മറ്റും വീട്ടിലെത്തുന്നതുവരെ ക്ഷീണം കണക്കാക്കാതെ തർക്കിക്കുന്നത് എനിക്കൊരു വിനോദമായിരുന്നു.

ഉച്ചയ്ക്ക് സ്കൂൾ വിട്ടാൽ ഞാൻ പുറത്തൊന്നും പോകാറില്ല. കുരാറ ഇല്ലത്ത് നാരായണൻ നായർ ബി എ, കെ എം കരുണാകരൻ നായർ, എം എ ബി എൽ, പി.കുഞ്ഞിക്കണ്ണൻ നമ്പ്യാർ ബി എ ബി എൽ ടി, മലയാളം മുൻഷി മഠത്തിൽ കൃഷ്ണൻ നായർ, എൽ എസ് പ്രഭു. ബി എ ബി എൽ, എ കെ ശങ്കരൻനമ്പ്യാർ എന്നീ സഹപാഠികൾക്കൊപ്പം ഞാൻ പൂന്താനം, ചോലപ്പറമ്പൻ, വെണ്മണി, ഉണ്ണായിവാരിയർ മുതലായവരുടെ പഴയ മലയാള കവിതകൾ, അന്നുള്ള കേരളവർമ്മ കോയിത്തമ്പുരാൻ, കുഞ്ഞിക്കുട്ടൻ തമ്പുരാൻ, കൊച്ചുണ്ണി തമ്പുരാൻ, കെ സി നാരായണൻ നമ്പ്യാർ, കെ സി കേശവപിള്ള മുതലായവരുടെ കവിതകൾ, ഇംഗ്ലീഷ്കവിതകൾ, വിഗ്രഹാരാധന ഇവയെക്കുറിച്ചെല്ലാം സഗൗരവം സംസാരിച്ചുകൊണ്ട് ദീർഘമായ മിഷ്യൻ സ്കൂൾ വരാന്തയിൽക്കൂടി മണിയടിക്കുന്നതുവരെ ചുറ്റിനടക്കുക പതിവായിരുന്നു. സംസാരത്തിന്റെ തിരക്കിൽ ചിലപ്പോൾ മണിയടിച്ച കഥ ഞങ്ങളറിയില്ല. ആ സഞ്ചാരസുഹൃൽ സമ്മേളനത്തിൽ ആദ്യത്തെ വിമർശന വിഷയം എന്റെയും കരുണാകരൻ നായരുടേയും അതാതുദിവസത്തെ കവിതയായിരിക്കും. ഇംഗ്ലീഷ് സാഹിത്യത്തിലും മലയാള സാഹിത്യത്തിലും വിദഗ്ധനും വിമർശന പടുവുമായ മഠത്തിൽ കൃഷ്ണൻ നായർ മുൻഷി ഞങ്ങളെ വേണ്ടപോലെ പ്രോത്സാഹിപ്പിച്ചിരുന്നു.

ശ്രീ നാരായണ ഗുരു സദസിൽ

ഞാൻ തലശ്ശേരി മിഷ്യൻസ്കൂളിൽ 7–ാം ക്ലാസിൽ പഠിക്കുന്ന കാലത്താണ് സുപ്രസിദ്ധനായ ശ്രീ നാരായണഗുരുസ്വാമികളും വലിയ ഹ

യോഗിയായ മനുസ്വാമിയും ശിഷ്യന്മാരും തിരുവിതാംകൂറിൽനിന്ന് തലശ്ശേരിക്കു വന്ന് തീയ്യന്മാരുടെ ജഗന്നാഥക്ഷേത്രത്തിന് കുറ്റിയടിച്ചത്. അക്കാലത്ത്, ഒരു നാൽപ്പതുകൊല്ലം മുമ്പ്, തലശ്ശേരി, കണ്ണൂർ മുതലായ പട്ടണപ്രദേശങ്ങളിൽ യൂറോപ്യൻ ഉദ്യോഗസ്ഥന്മാരുടെ സഹായത്താൽ ലഭിച്ച ഉദ്യോഗങ്ങൾ വഴി സാമ്പത്തികമായി അവിടങ്ങളിലെ തീയ്യരിൽ ചിലർ കുറെ ഭേദപ്പെട്ടുവെങ്കിലും പട്ടണങ്ങളിലെ ഭൂരിപക്ഷവും ഉൾനാട്ടിലെ തീയ്യജനസാമാന്യവും വളരെ അവശസ്ഥിതിയിലായിരുന്നു. മലയാളത്തിലെ ഭൂരിപക്ഷനിവാസികളായ തീയ്യർ ജീവിതത്തിൽ ഒരു ലക്ഷ്യമെന്നത് തീരെയില്ലാതായി, ദരിദ്രരായി, നിക്ഷരകുക്ഷികളായി, അവശസ്ഥിതിയിൽ, നൂറ്റാണ്ടുകളായി ഉയർന്ന ജാതിക്കാരുടെ കീഴിൽ, കർഷകത്തൊഴിലാളികളായി, കഴിയുകയായിരുന്നു. അവർ കള്ളുചെത്ത് ഒരു കുലവിദ്യപോലെ നടത്തിപ്പോന്നു. ഇരുവനാട്ടിൽ കൊയ്യ്യാത്തി, ക്നാത്തി, വാച്ചാലി മുതലായ ജന്മിമാർ തീയ്യ സമുദായത്തിലുണ്ടായിരുന്നെങ്കിലും, അവരും നായന്മാർ ചെയ്യുന്നതുപോലെ തീയ്യസമുദായത്തിലെ പുരുഷന്മാരുടേയും സ്ത്രീകളുടേയും അധ്വാനത്തെ ചൂഷണം ചെയ്തതല്ലാതെ അവരുടെ ജീവിതനിലവാരം ഉയർത്തുവാൻ യാതൊന്നും ചെയ്തിട്ടില്ല. ജന്മിമാരുടെ ഇരവുപുരയിൽ താമസിച്ച് അവർക്കുവേണ്ടി എന്നും കഷ്ടിച്ച്, അരിഷ്ടിച്ച് ജീവിക്കയായിരുന്നു ഈ നാട്ടിൽ അവരുടെ പാരമ്പര്യം...... ബ്രാഹ്മണേതരന്മാർക്ക് വിഗ്രഹം പ്രതിഷ്ഠിപ്പാൻ ശാസ്ത്ര സമ്മതിയില്ല എന്നു നാടെങ്ങുമുള്ള സവർണവിദ്വാൻമാരുടെ ശബ്ദം ഉയർന്നു. വലിയ വാദകോലാഹലവും വിമർശനങ്ങളും നടന്നു. പുരോഗമന പരാങ്മുഖരായ വിദ്വാന്മാരുടെ ശാസ്ത്രീയമായ എതിർപ്പ് മുഴുവൻ പണ്ഡിതർ എം കെ ഗുരുക്കൾ *മിതവാദി*യിലെ ലേഖനപരമ്പരകളെക്കൊണ്ട് പൊളിച്ചു. ആ മഹാവിദ്വാനോട് നേരിടുവാൻ കെൽപ്പില്ലാത്ത പിൻതിരിപ്പന്മാരായ പണ്ഡിതന്മാർക്ക് ഒരു പണിപറ്റിക്കാമെന്നു നിശ്ചയിച്ചു. സ്വാമികൾ ഒരു മഹാവിദ്വാനും ബുദ്ധിശാലിയുമാണെന്ന് അവർക്കു നിശ്ചയമില്ലായിരുന്നു. സ്വാമികളെ അവർ നേരിട്ടു വാദിച്ചു വട്ടത്തിലാക്കാൻ പുറപ്പെട്ടു. പ്രസിദ്ധ വിദ്വാൻ മണന്തല നീലകണ്ഠൻമൂസതാണ് സംഘത്തിന്റെ നേതൃത്വം വഹിച്ചത്. അന്നു യുവകവിയായിരുന്ന കുമാരനാശാനും സ്വാമികളോടൊപ്പം തലശ്ശേരിയിൽ വന്നു താമസിക്കുന്നുണ്ടായിരുന്നു. ശിഷ്യന്മാർ വിവരം സ്വാമികളെ അറിയിച്ചു. സ്വാമികൾ 'കൊള്ളാം, വരട്ടെ' എന്നു സമ്മതിച്ചു. വിവരം അറിഞ്ഞ് തലശ്ശേരിയിൽ പഠിക്കുന്ന വിദ്യാർഥികളായ ഞങ്ങൾ കാലേകൂട്ടി സ്വാമിയുടെ അടുത്തു സ്ഥലംപിടിച്ചു. അക്കാലം ഞങ്ങൾ വിദ്യാർഥികൾ ചെന്നാൽ സ്വാമികൾ ഞങ്ങൾക്കു കൽക്കണ്ടിയും മുന്തിരിങ്ങയും, പഴവും നല്ല ഉപദേശങ്ങളും തരിക പതിവാണ്. മൂസതും പണ്ഡിതപ്പരിഷയുമെത്തി. സംസ്കൃതത്തിൽ സംഭാഷണം തുടങ്ങി, സ്വാമികൾ മലയാളത്തിൽ മറുപടി പറഞ്ഞു. എന്നുതന്നെയല്ല, മലയാളത്തിൽ സംസാരിക്കണം, ഇവർക്കെല്ലാം കേൾക്കണം എന്ന് മൂസതിനോട് സ്വാമികൾ പറഞ്ഞു. ഞങ്ങൾക്ക് വളരെ സന്തോഷമായി. പത്തുപതിനഞ്ചുമിനിട്ടു പല പ്രമാണങ്ങളും ഉദ്ധരിച്ച്

മൂസത് സംസാരിച്ചപ്പോൾ ആശാൻ ആ പണ്ഡിതന്റെ വായടച്ചു. ശരി, ആ ശാസ്ത്രങ്ങളെല്ലാം സമ്മതിക്കാം. പക്ഷെ നാം ഒരു ഈഴവശ്ശിവനെ – തീയ്യശ്ശിവനെ – യാണല്ലോ പ്രതിഷ്ഠിക്കുന്നത്. അതു പാടില്ലെന്ന് ഈ ശാസ്ത്രങ്ങളിലെങ്ങാൻ പണ്ഡിതന്മാർ കണ്ടുവോ എന്നു ചോദിച്ചു. മൂസ തിന്നു വിയർത്തു; ഞങ്ങൾ വിദ്യാർഥികൾ പൊട്ടിച്ചിരിച്ചു. സ്വാമികൾ ഞങ്ങളെ കൈകൊണ്ടു വിലക്കി.

കുമാരനാശാൻ എന്നെ പ്രോത്സാഹിപ്പിച്ചു

പിറ്റത്തെ കൊല്ലം സ്വാമികൾ വരുമ്പോൾ കുമാരനാശാൻ ഒരുമിച്ചു വന്നുകണ്ടില്ല. ആശാൻ ബുദ്ധമതത്തിൽ ചേർന്നിരുന്നു. ആശാൻ സ്വാമികളുടെ കൂടെ വരുന്നവഴിക്ക് ബുദ്ധമതം മലബാറിൽ പ്രചരിപ്പിക്കാൻ പ്ലാനിടുകയായിരുന്നു. *മിതവാദി* പത്രാധിപർ സി കൃഷ്ണൻവക്കീലിന്റെ ക്ഷണപ്രകാരം കോഴിക്കോട്ടിറങ്ങിയതായിരുന്നു. ഒരാഴ്ച കഴിഞ്ഞപ്പോൾ ആശാനും തലശ്ശേരിയിൽ വന്നുചേർന്നു. നല്ല വിദ്വാനും കവിയും പരിഷ്കൃതാശയനുമായ കുമാരനാശാൻ ചെറുപ്പക്കാരായ ഞങ്ങൾക്ക് പ്രിയതരനായിരുന്നു. ആശാൻ ആ പ്രാവശ്യം കവിതയെപ്പറ്റിയല്ല, മതം, അഹിംസ, ബുദ്ധമതം എന്നീ വിഷയങ്ങളെപ്പറ്റിയായി നിത്യവും ഞങ്ങളോടു പ്രസംഗം. കവിത നിർത്തിയോ എന്നു ഞങ്ങൾ ചോദിച്ചപ്പോൾ *നളിനി* എഴുതുന്നുണ്ടെന്നു പറഞ്ഞു. *നളിനി* 'മിന്നാമിനുങ്ങി'നെപ്പോലെ *മിതവാദി*യിൽ പ്രസിദ്ധം ചെയ്യുവാൻ തരമില്ല എന്ന് ആശാൻ പറഞ്ഞു. ഞാൻ ഒരു കവിയാണെന്ന് രൈരുഗുരുക്കൾ ആശാനോടു പറഞ്ഞപ്പോൾ എന്റെ കവിത ചൊല്ലിക്കേൾക്കാൻ ആശാൻ നിർബന്ധിച്ചു. ഞാൻ കെ എം കുഞ്ഞിലക്ഷ്മി കെട്ടിലമ്മയ്ക്ക് അടുത്ത് 'വെക്കേഷൻ'കാലത്തയച്ച കത്തിൽനിന്ന് താഴെ ചേർത്ത ശ്ലോകങ്ങൾ ഒരു തമാശയ്ക്കുവേണ്ടി ചൊല്ലിക്കേൾപ്പിച്ചു.

പത്രത്തിൽ ത്വൽപ്രബന്ധപ്പൊലിമകൾ പതിവായി
കണ്ടു വായിച്ചു, പുത്തൻ
പത്രപ്രോത്ഭാസിതതാസ്യേ! പലപൊഴുതഭിനന്ദിക്കു
മാറുണ്ടു; പക്ഷെ
പുത്തൻതേൻവാണി ഭാഷാംഗനയുടെ കളകണ്ഠത്തിലിന്നാള
ണച്ചാ–
പുത്തൻ 'മാക്കല്പതക്ക പ്രഭയൊരുകുറി കണ്ടില്ല
വേണ്ടില്ലപോലും'

*** *** ****

മറ്റെന്തുള്ളു വിശേഷമങ്ങു മനയിൽ, കട്ടികരിങ്കാർകച
ക്കറ്റയ്ക്കീ മലയാള സുന്ദരികൾ ചാർത്തീടുന്ന പൊന്മാലികേ!
അറ്റംവിട്ട ഗുണാഢ്യനാം 'മയിഡിയർ ഫ്രന്റാ'യ കെ എം കെ യൻ
മറ്റുള്ളാളെ മറന്നുകൊണ്ടിവിടെയുണ്ടെന്താണയാൾക്കുദ്യമം?

'നല്ല വാസനയാണല്ലോ. കുറച്ചു സംസ്കൃതവും കൂടി വായിച്ചാൽ കേമമാവും' എന്ന് ആശാൻ എന്നെ പ്രോത്സാഹിപ്പിച്ചു. അക്കൊല്ലം തിരുവങ്ങാട് വിദ്യാർഥി ചിന്താമണി സംസ്കൃത സ്കൂളിൽ വെച്ചു അവിടുത്തെ അധ്യാപകന്മാരുടെ ക്ഷണപ്രകാരം ആശാൻ ബുദ്ധമതത്തെപ്പറ്റി ഒരു പ്രസംഗം ചെയ്തു. സ്കൂളിൽ നിറയെ ജനങ്ങൾ തിങ്ങിക്കൂടിയിരുന്നു. പ്രസംഗം എല്ലാവരും വളരെ അഭിനന്ദിച്ചു. ഞാൻ മുമ്പുതന്നെ വിഗ്രഹാരാധനയെപ്പറ്റിയിടത്തോളം ആശാന്റെ പക്ഷക്കാരനാണല്ലോ. ആശാന്റെ പ്രസംഗം എന്റെ നിരീശ്വര ചിന്താഗതിയെ ഒന്നുകൂടി ഉറപ്പിച്ചു. അന്നൊരു ദിവസം ഞങ്ങൾ കുമാരനാശാൻ ബുദ്ധമതവിശ്വാസിയായതിനെപ്പറ്റി സ്വാമികളോടു സംസാരിച്ചു. ആശാൻ ബുദ്ധമതം ഹിന്ദുമതത്തേക്കാൾ നല്ലതാണെന്നു സ്വാമികളോടും കുറെ പ്രസംഗിച്ചു. സ്വാമി 'മതം ഏതായാലെന്താണ്? മനുഷ്യൻ നന്നായാൽപ്പോരേ?' എന്നു മാത്രം ചോദിച്ചു. 'ബുദ്ധൻ'നിരീശ്വരനാണല്ലോ എന്നു ഞാൻ ചോദിച്ചപ്പോൾ സ്വാമികൾ മന്ദഹസിച്ചുകൊണ്ട് ബുദ്ധദേവനെപ്പോലെ അഹിംസാമൂർത്തികളായ നിരീശ്വരന്മാർ അവിടുത്തെ ശിഷ്യൻമാരിൽക്കൂടി പിന്നെയുണ്ടായോ? എന്നു ചോദിച്ചതിന് ആരും ഉത്തരം പറഞ്ഞില്ല.

യുവകോടികളെ നശിപ്പിക്കുന്ന വിദ്യാഭ്യാസ സമ്പ്രദായം

ഇന്ത്യൻ വിദ്യാഭ്യാസം ഇന്ത്യയിലെ യുവകോടിയെ നശിപ്പിക്കുവാൻ മെക്കാളെയെപ്പോലുള്ള വിദ്യാഭ്യാസാധികൃതന്മാരും കർസ്സനെപ്പോലുള്ള ഭരണാധിപന്മാരും കരുതിക്കൂട്ടി പ്ലാൻ ചെയ്തുണ്ടാക്കിയതാണെന്ന് കൃഷ്ണൻനായർ പറയാറുള്ളത് എനിക്ക് അനുഭവപ്പെട്ടു. ആത്മനാ ഞാനൊരു സ്ഥിരം രാജ്യദ്രോഹിയായി. ഏതായാലും ബോയ്ക്കോട്ട് സമരത്തിന്റെയും രാജ്യദ്രോഹ പ്രവർത്തനത്തിന്റെയും മറ്റും പ്രധാന കേന്ദ്രമായ ബങ്കാളം ഒന്നു സന്ദർശിക്കണമെന്ന് ഞാൻ നിശ്ചയിച്ചു. അതിനു ഞാനൊരു പ്ലാനിട്ടു.

ജീവിതത്തിൽ എനിക്കു നേരിട്ട ഒന്നാമത്തെ നിരാശയാണ് എന്റെ പഠിപ്പു മുടങ്ങിയത്. ഇംഗ്ലീഷു പഠിക്കാനുള്ള മോഹം നിമിത്തം എനിക്കു സംസ്കൃതം പഠിക്കാൻ കഴിഞ്ഞില്ല. ഇംഗ്ലീഷ് പഠിപ്പാണെങ്കിൽ വേണ്ടപോലെയായില്ല. സാധാരണ ഒരു സ്കൂൾ വിദ്യാർഥിയേക്കാൾ ഭേദമാണ് ഞാനെന്ന് എന്റെ മാസ്റ്റർമാർ പറയാറുണ്ട്. എങ്കിലും ഇംഗ്ലീഷിൽ പ്രസംഗിക്കുകയും ലേഖനങ്ങൾ എഴുതുകയും ചെയ്യാമെന്ന് ധൈര്യപ്പെടാറായിട്ടില്ല. ഭാഷാപരിജ്ഞാനത്തിന്റെ കാര്യത്തിൽ അതാണെന്റെ മാനദണ്ഡം. പഠിപ്പു മുടക്കി വീട്ടിലിരിക്കുന്ന കാലം മിനക്കെട്ടു ഞാൻ ഇംഗ്ലീഷ് വായിക്കാൻ നിശ്ചയിച്ചു. ഗോൾഡ് സ്മിത്തിന്റെ *വിക്കാർ ഓഫ് വെയ്ക്ക് ഫീൽഡും* അതിന്റെ *രുഗ്മാംഗദ*നെന്ന തർജ്ജമയും വിമർശന ദൃഷ്ടിയോട്കൂടി വായിച്ചു. ഹെൻറി വുഡിന്റെ *ഈസ്റ്റലി*നും സ്ക്കോട്ടിന്റെ *ടാലിസ്മാനും* തർജ്ജമ വച്ചു വായിച്ചു. ഭാഷയേയും കഥയേയും സമുദായ ചിത്രീകരണത്തേയും സംബന്ധിച്ചു ഒന്നാം ക്ലാസെന്നു പേരെടുത്തിട്ടുള്ള

ഈ പ്രസിദ്ധനോവലുകൾ ഇങ്ങനെ തർജ്ജമ ചെയ്തു മൂലഗ്രന്ഥങ്ങളുടെ പേര് ചീത്തയാക്കുന്നതു കഷ്ടമാണെന്ന് എനിക്ക് തോന്നി. ഒരു ഇടത്തരം നോവൽ തർജ്ജമ ചെയ്യാൻ ഞാൻ ആലോചിച്ചു. *Mysteries of the court of London* (*ലണ്ടൻ കൊട്ടാരത്തിലെ രഹസ്യങ്ങൾ*) മുതലായ തർജ്ജമകൾ അക്കാലം തിരുവിതാംകൂറിൽ ധാരാളം അച്ചടിച്ചിറക്കുന്നുണ്ടായിരുന്നു. ഇംഗ്ലീഷ് നോവലുകൾ വായിച്ചപ്പോൾ മലയാള തർജ്ജമകൾ പരിശോധിക്കുന്ന സമ്പ്രദായം ഞാൻ നിർത്തി. ഒരു വലിയ ഗ്രന്ഥകാരന്റെ പുസ്തകം വായിച്ചുതുടങ്ങിയാൽ അയാളുടെ കിട്ടാവുന്ന പുസ്തകങ്ങൾ മുഴുവനും വായിച്ചു തീർന്നശേഷം മാത്രം മറ്റൊരു ഗ്രന്ഥകാരന്റെ പുസ്തകം വായിക്കുക എന്നൊരു സമ്പ്രദായം ഞാൻ മുമ്പു തന്നെ അംഗീകരിച്ചിരുന്നു. അങ്ങനെ ഞാൻ ഹൈസ്കൂൾ ക്ലാസിൽ പഠിക്കുമ്പോൾ മിസിസ്സ് ഹെൻറി വുഡിന്റെയും മേരി കോർലയുടേയും നോവലുകൾ ഏകദേശം വായിച്ചുതീർത്തിരുന്നു. റെയിനോഡിന്റെ നോവൽ മൂന്നെണ്ണം വായിക്കുമ്പോഴേക്കും സ്കൂൾ വിടേണ്ടിവന്നതുകൊണ്ട് പിന്നെ അതു കിട്ടാൻ പ്രയാസമായി. മെക്കാളെയേയും ഡോ. ജോൺസന്റെയും പുസ്തകങ്ങളാണ് എനിക്ക് വീട്ടിൽ കിട്ടിയത്. അങ്ങനെ അഞ്ചാറുമാസം വീട്ടിൽ ഞാനും ഇംഗ്ലീഷുപുസ്തങ്ങളുമായി കാലംകഴിഞ്ഞു. അതിനിടയിൽ പരീക്ഷക്കിരിക്കുന്ന വിദ്യാർഥിയെപ്പോലെ ഉറക്കൊഴിഞ്ഞു വായിക്കുന്നു എന്ന് എന്നെപ്പറ്റി വീട്ടിൽ നിന്ന് ഒരു പുതിയ ആക്ഷേപം പുറപ്പെട്ടു. വീടുവിട്ട് അമ്മാവന്മാരുടെ കണ്ണെത്താത്ത ദിക്കിൽ താമസമാക്കണമെന്നു മോഹിക്കുവാൻ അതെനിക്കു മറ്റൊരു കാരണമായി.

കൽക്കത്ത മെഡിക്കൽ കോളേജിൽ

മുൻകൂട്ടി അനുവാദം വാങ്ങിയ പ്രകാരം 1913 ജനുവരി ഒന്നാമത്തെ ആഴ്ചയിൽ ഞാൻ കൽക്കത്തയിലെത്തി, നേഷണൽ മെഡിക്കൽ കോളേജിൽ ചേർന്നു. എനിക്കു പണമയച്ചു തരാമെന്നേറ്റത് കണ്ണൂരിലെ നാജരമ്മാമനായിരുന്നു. 3 മാസം പണംവന്നു. അതിനിടയിൽ സുഖമില്ലായ്കയാൽ പെൻഷൻ പറ്റുകയും താമസിയാതെ അവർ മരിക്കുകയും ചെയ്തു. വീട്ടിൽ മറ്റെല്ലാവരും ഞാൻ കൽക്കത്തയിൽ പോകുന്നതിനെതിരായിരുന്നു. അനന്തനമ്മാമന്റെ മരണശേഷം വടകരയിലെ അമ്മാവൻ നാജർ ചാത്തുനമ്പ്യാർ ഇടയ്ക്ക് കുറേശ്ശെ പണമയച്ചുതന്നു. പിന്നീട് അവരുടെ മകളെ കല്യാണം കഴിക്കാമെന്നേറ്റാൽ അവർ പണം തരുമെന്ന് എന്റെ സഹോദരി നാണി എനിക്കെഴുതി. അതു ഞാൻ വാഗ്ദത്തം ചെയ്യാതിരുന്നപ്പോൾ ആ പണമയയ്ക്കലും നിന്നു. ജൂലായ് മുതൽ ഡിസംബർ വരെയുള്ള (Long Term) ഫീസ് ഞാനടച്ചു. പിന്നെ ഭക്ഷണത്തിനും വീട്ടുവാടകയ്ക്കും പണം ഞാൻ കാണണം. അതിനായി ഞാൻ *ഇംഗ്ലീഷുമേൻ* പത്രമാപ്പിസിൽ വൈകുന്നേരം നാലര മുതൽ എട്ടര മണിവരെ 25 ക ശമ്പളത്തിന്മേൽ പ്രൂഫ് റീഡറുടെ ഒരു ജോലി സ്വീകരിച്ചു. വൈകുന്നേരത്തെ ഈ ജോലി, മോഹിച്ച പ്രകാരം കൽക്കത്തയിലെ രാഷ്ട്രീയ

ജീവിതത്തിൽ എനിക്ക് യഥേഷ്ടം പങ്കെടുക്കുന്നതിന് തടസമായി. നാഷണൽ മെഡിക്കൽ കോളേജിലെ വിദ്യാർഥികളിൽ പലതരം രാഷ്ട്രീയാഭിപ്രായഗതിയുള്ളവർ ഉണ്ടായിരുന്നു. എന്നാൽ ബ്രിട്ടീഷ് വിരോധികളല്ലാത്തവരുണ്ടെങ്കിൽ മൂന്നാമാണ്ട് വിദ്യാർഥികളിൽ പണക്കാരായ രണ്ടു മലയാളികൾ, തിരുവിതാംകൂറിലെ രണ്ടു സിറിയാനി ക്രിസ്ത്യാനികൾ മാത്രം. അവർക്ക് യാതൊരു രാഷ്ട്രീയാഭിപ്രായവുമില്ല. എനിക്കാണെങ്കിൽ ബ്രിട്ടീഷ് വിരോധമല്ലാതെ യാതൊരു പാർട്ടിയുമില്ല. എന്നെ ആദിയിൽ ബംഗാളി വിദ്യാർഥികൾ ഒരു മലയാളി സി ഐ ഡി ആണെന്നു തെറ്റിദ്ധരിച്ചു. മലയാളികൾ സമർഥന്മാരാണ്, പക്ഷെ സ്വാർഥികളാണെന്നായിരുന്നു അവർക്കഭിപ്രായം. ബംഗാളികൾ സൂത്രക്കാരാണ്, വേഗത്തിൽ കോപിക്കുകയും സ്നേഹിക്കുകയും ചെയ്യും. എന്നെ മനസിലാക്കുവാൻ അവർ എന്നോടടുത്തു പെരുമാറി. താമസിയാതെ എന്നെപ്പറ്റിയുള്ള ദുശ്ശങ്കകൾ നീങ്ങി.

ഞാൻ താമസിച്ച ബോബസാർ സ്ട്രീറ്റിൽ എന്റെ വീടിന്റെ എതിർവശത്ത് സുരേശ് ബാനർജി എന്നൊരു സഹപാഠിയുമായി ഞാൻ വേഗത്തിൽ പരിചയപ്പെട്ടു. ആ വീട്ടുകാരെല്ലാം ബ്രഹ്മസമാജക്കാരായിരുന്നു. അവർക്ക് രാഷ്ട്രീയ വ്യവഹാരമേ ഇല്ല. ഞാൻ ബാനർജിയുടെ വീട്ടിൽ പോകും. ഒരുദിവസം രാത്രി 9 മണിക്ക്, മടങ്ങിവരുമ്പോൾ മൂന്നോ നാലോ വയസായ വെളുത്ത കാളകളുടെ രണ്ടു തലകൾ ഒരു കാളി ക്ഷേത്രത്തിന്റെ മുമ്പിൽ, നിരത്തുവക്കിൽ, അറുത്തിട്ടതു കണ്ടു. അന്നാണ് ഞാൻ മനസിലാക്കിയത് ഹിന്ദുക്കളായ ബംഗാളികൾ കാളകളെയറുത്ത് ഭദ്രകാളിക്കു പൂജിക്കുമെന്നും ബംഗാളിൽ ബ്രാഹ്മണർ മത്സ്യമാംസം പെരുമാറുമെന്നും, അന്നാട്ടിൽ ഹിന്ദുക്കളിൽ ചിലർ കാളിപൂജക്കു ശേഷം ഗോമാംസം കഴിക്കുമെന്നും. കൽക്കത്തയിലെ ബ്രാഹ്മണരുടെ ഹോട്ടലിൽക്കൂടി ഹൂഗ്ലി നദിയിൽനിന്നും പിടിക്കുന്ന വലിയ മത്സ്യം പൊരിച്ചതും ധാരാളം കിട്ടുമെന്നും ഞാനന്ന് മനസിലാക്കി. പക്ഷെ മത്സ്യത്തിന് ഉപ്പും മുളകും വളരെ കുറവായതുകൊണ്ട് മലയാളികൾക്ക് രുചിക്കില്ല. എനിക്ക് ഓക്കാനമാവും.

ആദ്യ മലയാളി സമാജ രൂപീകരണം

ഫിബ്രവരി മാസം ഒടുവിൽ ഇരുന്നൂറിലധികം മലയാളികളെ ക്ഷണിച്ചുവരുത്തി ഒരു മലയാളി ലേഡി ഡോക്ടറുടെ അധ്യക്ഷതയിൽ ചേർന്ന യോഗത്തിൽ വെച്ച് ഞാൻ ഒരു മലയാളി സമാജം രൂപീകരിച്ചു. സമാജം വക പ്രധാന മലയാള പത്രങ്ങളും പുസ്തകങ്ങളും ക്രീഡാ സാമഗ്രികളും സൗകര്യമുള്ള ഒരു ക്ലബ്ബും ഏർപ്പെടുത്തുന്നതും അതിനെ ഭരിക്കുന്നതും കൽക്കത്തയിലുള്ള സ്ഥിരവാസക്കാരും യാത്രക്കാരുമായ മലയാളികളുടെ സുഖസൗകര്യങ്ങൾ അന്വേഷിക്കുന്നതും മലയാളി സമാജത്തിന്റെ ഉദ്ദിഷ്ടകൃത്യങ്ങളായി നിർദേശിക്കപ്പെട്ടു. അന്ന് കൽക്കത്തയിലുള്ള ഉദ്യോഗസ്ഥന്മാരുടെ കൂട്ടത്തിൽ ഏറ്റവുമധികം ശമ്പളം 8000ക.

മാസപ്പടി വാങ്ങുന്ന ഒരു മലയാളി പ്രസിദ്ധനായ എൻ ആർ അയ്യരെ പ്രാരംഭയോഗത്തിൽ അധ്യക്ഷം വഹിപ്പാൻ ഞങ്ങൾ ക്ഷണിച്ചു. അയാൾ കൂട്ടാക്കിയില്ല. അയാൾക്കു ഭയമായിരുന്നു. കൽക്കത്തെയിലെ അന്നത്തെ അന്തരീക്ഷം അത്ര വളരെ ഭീകരമായിരുന്നു. എൻ ആർ അയ്യർ അടുത്ത മാസത്തിൽ പിരിവിനു ചെന്നപ്പോൾ 10ക തന്നു ഞങ്ങളെ പ്രോത്സാഹിപ്പിച്ചു. മെമ്പറായില്ല എങ്കിലും അയാൾ അനേകം മലയാളികൾക്ക് സ്വന്തം കമ്പനിയിലും മറ്റ് കമ്പനികളിലും പ്രവൃത്തി ഉണ്ടാക്കിക്കൊടുത്തിരുന്നു. ആ സമാജമാണ് ഇന്ന് നന്നായി നടന്നുവരുന്ന കേരള സമാജത്തിന് അടിത്തറയിട്ടത്.

കൽക്കത്തെയിൽ ആയിരക്കണക്കായ വിദ്യാർഥികളാൽ നിബിഡമായ കോളേജ് സ്ക്വയർ പലതരം രാഷ്ട്രീയാഭിപ്രായങ്ങളുടേയും വാദപ്രതിവാദങ്ങളുടേയും പ്രക്ഷോഭങ്ങളുടേയും ഒരു വമ്പിച്ച കൂത്തരങ്ങാണ്. ഒരു ലോ കോളേജ്, ഒരു മെഡിക്കൽ കോളേജ്. രണ്ട് ഒന്നാംഗ്രേഡ് കോളേജുകൾ, ഒരു ഗേൾസ് കോളേജ്, രണ്ട് ഹൈസ്കൂൾ, രണ്ട് വിശാലമായ ടൗൺഹാളുകൾ, അനവധി വമ്പിച്ച വെണ്മാടനിരകൾ. ഇവയ്ക്കെല്ലാം നടുവിൽ നന്നായി കെട്ടിപ്പടുത്തതും സ്ഫടികതുല്യമായ ശുദ്ധജലം നിറഞ്ഞതുമായ ഒരു ചിറ. ചിറയിൽ തോണികളിക്കുന്ന ബാലികാബാലന്മാർ, ചിറയ്ക്കു ചുറ്റും വൃത്തിയും വീതിയുമുള്ള നിരത്ത്. നിരത്തിനും എടുപ്പുകൾക്കും മധ്യത്തിൽ നീളെ ഒഴിഞ്ഞ സ്ഥലത്ത് ചിലേടങ്ങളിൽ പല ഭാഷകളിലും പ്രസംഗിക്കുന്ന പലതരം സഭകൾ, സ്കൂൾക്കുട്ടികൾ കളിക്കുന്ന ടെന്നീസ്കോർട്ടുകൾ, ബേറ്റ്മിൻഡൻ കോർട്ടുകൾ, അതിൽ വേറെ വേറെ കളിക്കുന്നവരായ പുരുഷന്മാർ, പ്രൗഢസ്ത്രീകൾ, വിദ്യാർഥിനികൾ, ചെറിയകുട്ടികൾ. ചിലേടത്തു വലിയ വാദങ്ങൾ, ചിലപ്പോൾ കത്തിക്കുത്തുകൾ. ഇവയ്ക്കു പുറമെ അവിടെ സി ഐ ഡി ഉദ്യോഗസ്ഥന്മാർ വെടികൊണ്ടു വീഴുന്നതും കണ്ടു എന്നു വന്നേക്കാം.

ഡോക്ടർ ആനിബസന്റിന്റെ പ്രസംഗം ആവേശം ജനിപ്പിച്ചു

ഹോംറൂൾ പ്രസ്ഥാനം ശക്തിപ്പെട്ടുവരുന്ന കാലമാണത്. പ്രസ്ഥാനത്തിന്റെ പ്രസാധികയായ ഡോക്ടർ ബെസന്റ് മദിരാശിയിൽനിന്ന് ഒരിക്കൽ കൽക്കത്തെയിൽ വന്നപ്പോൾ വിദ്യാർഥികൾ അവർക്ക് കോളേജ് സ്ക്വയറിൽ ഏർപ്പാടു ചെയ്ത ഒരു പ്രസംഗം ഞാൻ കേട്ടു. യോഗത്തിൽ സംഖ്യയില്ലാത്ത ജനങ്ങൾ സന്നിഹിതരായിരുന്നു. ഇത്രയും ജനങ്ങൾ കൂടിയ ഒരു സഭയ്ക്കും ഇത്രയും ധാടിയോടുകൂടി അനർഗ്ഗളമായി പ്രവഹിക്കുന്ന ഒരു പ്രസംഗവും ഞാൻ ഇതിനു മുമ്പ് കണ്ടിട്ടും കേട്ടിട്ടും ഇല്ല. ഡോക്ടർ ആനി ബസന്റ് മതത്തിൽക്കൂടിയായിരുന്നു രാഷ്ട്രീയബോധത്തെ ഉദ്ദീപിപ്പിച്ചത്. വളരെയെല്ലാം ശാസ്ത്രവും പുരാണവും ഉദ്ധരിച്ചുകൊണ്ട് അവർ ആദ്യമായി ആർഷഭാരതത്തിന്റെ മഹാത്മ്യം വിസ്തരിച്ചു. പിന്നീട് ഇന്ത്യയുടെ പുരാതന വ്യവസായത്തെയും വിദേശങ്ങളുമായി നടന്ന വ്യാപാരത്തെയും വിവരിച്ചു. ഇന്ത്യയുടെ അടിമത്തം ആർഷ

ഭാരതത്തിനുണ്ടായിരുന്ന ആത്മീയ സംസ്കാരത്തിന്റെ അടി തകർത്തിരിക്കയാൽ ഇന്ത്യയുടെ സംസ്കാരത്തിനും വളർച്ചയ്ക്കും അടിസ്ഥാനമായി നിൽക്കുന്ന രാഷ്ട്രീയ സ്വാതന്ത്ര്യം ആദ്യം സമ്പാദിക്കണം. രാജ്യസ്വാതന്ത്ര്യത്തിനുള്ള സമരത്തിൽ ഏതു രാജ്യത്തും മുന്നിട്ടിറങ്ങുന്ന പാരമ്പര്യമുള്ള വിദ്യാർഥികൾ ഇന്ത്യയിലും മുൻനിന്നു പ്രവർത്തിക്കണം. അമാന്തിച്ചാൽ ഇന്ത്യൻ വിദ്യാർഥികളുടെ നില അപായത്തിലേക്കാവും. രാജ്യം എത്രയും കഷ്ടമായ തൊഴിലില്ലായ്മയിലേക്കും സാമ്പത്തിക പതനത്തിലേക്കുമാണ് അനുപദം നീങ്ങുന്നത്. ഇപ്രകാരം അവർ ശക്തിയായി ഉദ്ബോധിപ്പിച്ചു. എനിക്ക് അവരുടെ പ്രസംഗം വളരെ ആവേശം ജനിപ്പിച്ചു. പക്ഷേ ഈ അഭികാമ്യമായ സ്വാതന്ത്ര്യം സമ്പാദിക്കുവാനുള്ള പരിപാടി എന്താണു നിങ്ങളുടെ ഹോംറൂൾ പ്രസ്ഥാനത്തിലുള്ളത് എന്നു പ്രസംഗാനന്തരം ഒരു യുവാവ് കടന്നു ചോദിച്ചു. അയാളാണു പിന്നീടു പ്രസിദ്ധനായ ബംഗാൾ വിപ്ലവകാരി വിപിന വിഹാരി ഗാംഗുലി.

ബസന്റ് പ്രത്യക്ഷമായും പരോക്ഷമായും ഭീകരപ്രസ്ഥാനത്തെ പ്രോത്സാഹിപ്പിച്ചിരുന്നില്ല. ബംഗാളിലാണെങ്കിൽ ദേശീയബോധം പുതുതായി വളർത്തേണ്ട ആവശ്യമേ ഇല്ല. ദേശീയമായ ഉണർവിലും സമരസന്നദ്ധതയിലും ബംഗാളികൾ അദ്വിതീയരായിരുന്നു. എങ്കിലും ഇന്ത്യയുടെ നഷ്ടമായ സ്വാതന്ത്ര്യം തിരികെ സമ്പാദിപ്പാൻമാത്രം സമർഥരായ ഒരു പരിപാടിയല്ല ഭീകരപ്രസ്ഥാനമെന്നും ഹോംറൂൾക്കാർക്കാണെങ്കിൽ പ്രധാന പരിപാടി പ്രക്ഷോഭണം തന്നെയായിരുന്നു എന്നും എനിക്കു തോന്നുകയുണ്ടായി. അവിടെയും ഇവിടെയും ചില ബോംബെറിയുകയും ബ്രിട്ടീഷ് ഉദ്യോഗസ്ഥരേയും പൊലീസ് ഉദ്യോഗസ്ഥരേയും വെടി വെക്കുകയും ചെയ്തതുകൊണ്ടു മാത്രം പൊലീസും പട്ടാളവും ഈ വലിയ രാജ്യവും കമ്പിനികളും വമ്പിച്ച തോട്ടങ്ങളും ഉപേക്ഷിച്ചു വെള്ളക്കാർ ഇവിടുന്ന് കടന്നുപോകുമോ എന്നും ഐറിഷ് വിപ്ളവം പോലെ ഒരു വിപ്ളവം ആയുധമില്ലാത്ത ഇന്ത്യയിൽ സാധ്യമാകുന്നതെങ്ങനെയെന്നും ഭീകരപ്രസ്ഥാനത്തിന്റെ അനുഭാവികളായ ബംഗാളി സ്നേഹിതന്മാരോട് ഞാൻ പരസ്യമായി വാദിക്കാറുണ്ടായിരുന്നു.

കൽക്കത്തയിൽനിന്ന് നാട്ടിലേക്ക്

പണത്തിന്റെ ബുദ്ധിമുട്ട് കാരണം ഡോക്ടറാകാനുള്ള എന്റെ ആശ ഞാൻ വിട്ടു. അടുത്ത വർഷം വെറ്റിനറി സ്കൂളിൽ ചേരാൻ ഉദ്ദേശിച്ചിരിക്കയാൽ രാഷ്ട്രീയകക്ഷികളിലൊന്നും രേഖാമൂലമായിടപെടാതെ – പ്രധാന രാഷ്ട്രീയപ്രവർത്തകരുമായി കൂട്ടുകെട്ടില്ലാതെ – ഒരുകൊല്ലത്തിലധികം ഞാൻ കൽക്കത്തയിൽ കഴിച്ചപ്പോൾ അൽപ്പാൽപ്പമായി എല്ലാ രാഷ്ട്രീയകക്ഷികളിലും ഒടുക്കം സി ഐ ഡി യുടെ നോട്ടുബുക്കിലും ഞാൻ പെട്ടു. 1924 ഏപ്രിൽ മാസത്തിൽ വടകരയിലെ അമ്മാമൻ, അമ്മയ്ക്കും മുത്തശ്ശിക്കും കഠിനരോഗമാണെന്നു കമ്പിയടിച്ചു എന്നെ നാട്ടിലേക്ക് വരുത്തി. അമ്മാവന്റെ കമ്പിക്കു കാരണം ഞാൻ

ഭീകരപ്രസ്ഥാനത്തിൽ പെട്ടിരിക്കുകയാണ്, ഉടനെ അറസ്റ്റു ചെയ്യപ്പെടുമെന്ന് പൊലീസ് പറഞ്ഞു പേടിപ്പിച്ചതായിരുന്നുവെന്ന് എന്നോടമ്മാമൻ പിന്നീടു പറഞ്ഞു. അമ്മാമൻ പൊലീസ് ഇൻസ്പെക്ടർ രാമൻമേനോന്റെയും മറ്റും വലിയ താൽപ്പര്യക്കാരനായിരുന്നു. മുത്തശ്ശി മരിച്ച ബലികർമ്മാദികൾക്ക് അവരുടെ ആങ്ങളമാരും അമ്മയുടെ ആങ്ങളമാരുമെല്ലാം മൊയാരത്ത് ഒത്തുചേർന്നിരുന്നു. അവർ ഞാനറിയാതെ ഒരു ഗൂഢാലോചന നടത്തി ഞാൻ കൽക്കത്തയിൽ പോകുന്നതിനെ തടയാൻ നിശ്ചയിച്ചു.

പത്രപ്രവർത്തകനാവാൻ ആഗ്രഹം

1915 ജൂലായ് മാസത്തിൽ ഞാൻ കോഴിക്കോട്ട് പോയി കമേർസിയൽ സ്കൂളിൽ ചേർന്നു. രാവിലെ കമേർസിയൽ സ്കൂളിൽ പോകും, വൈകുന്നേരം പൊതുയോഗമൊന്നുമില്ലെങ്കിൽ *സഞ്ചാരി* പത്രാധിപർ സി. പി ഗോവിന്ദൻ നായരുടെ വീട്ടിൽ പോകും, അയാളെ സഹായിക്കും. അക്കൊല്ലം അങ്ങനെ കഴിഞ്ഞു. പിറ്റത്തെക്കൊല്ലം ഏപ്രിൽ മാസത്തിൽ ടൈപ്പ്റൈറ്റിങ്ങ് ഇൻർമീഡിയറ്റിന്ന് പോയിത്തോറ്റു. ഷോർട്ട്ഹാന്റ് എലിമെന്ററി പാസായി. ഒരുകൊല്ലം കൂടി കമേർസിയൽ സ്കൂളിൽ പഠിച്ചു. ഷോർട്ട്ഹാന്റ് ഇൻർമീഡിയറ്റ് പാസായശേഷം കൽക്കത്തയിലോ ബോംബെയിലോ പോയി വല്ല ഇംഗ്ലീഷ് പത്രമാപ്പീസിലും ചേർന്ന് പത്രറിപ്പോർട്ടറായിരുന്നാൽ രാഷ്ട്രീയ ജീവിതം തുടരാൻ കഴിയുമെന്നായിരുന്നു ഞാൻ കണ്ടത്. അക്കാലത്ത് ഞാൻ *കേരളസഞ്ചാരി, പത്രിക, മനോരമ, സ്പെക്ടററർ* എന്നീ കോഴിക്കോടൻ പത്രങ്ങളിൽ ലേഖനങ്ങളും റിപ്പോർട്ടുകളും എഴുതാറുണ്ടായിരുന്നു. അതിലെല്ലാം *സഞ്ചാരി* പത്രാധിപർ ഗോവിന്ദൻ നായർ, എന്നെ സഹായിച്ചിരുന്നു. അങ്ങനെ കോഴിക്കോട്ടിരിക്കുമ്പോഴാണ് ഞാൻ സ്വാമി വിവേകാനന്ദന്റെ കത്തുകൾ തർജ്ജമ ചെയ്ത് *മനോരമ*യിൽ തുടർച്ചയായി പ്രസിദ്ധം ചെയ്തത്. ആ തർജ്ജമയ്ക്കു എനിക്ക് കോളത്തിന് എട്ടണ പ്രതിഫലം കിട്ടിയിരുന്നു. അതിൽനിന്നു നല്ല കത്തുകൾ തിരഞ്ഞെടുത്താണ് പ്രത്യേകം ഒരു പുസ്തകമായി പിന്നീട് ഞാൻ പ്രസിദ്ധം ചെയ്തത്.

1917 കെ പി രാമൻമേനോന്റെ വീട്ടിന്റെ മുറ്റത്തു ഭംഗിയിൽ കെട്ടിയുണ്ടാക്കിയ പന്തലിൽ വെച്ച് സി പി രാമസ്വാമി അയ്യരുടെ ആരാധ്യമായ അധ്യക്ഷതയിൽ രണ്ടാം മലബാർ ജില്ലാ സമ്മേളനം നടന്നു. അക്കാലം ഡോക്ടർ ബസന്റിന്റെ ബ്രഹ്മവിദ്യാസംഘത്തിൽ സി പി രാമസ്വാമി അയ്യർ ഒരു പ്രമുഖാംഗമായിരുന്നു. സമ്മേളനത്തിന് അധ്യക്ഷന്റെ കൂടെ ഡോക്ടർ ബസന്റ് കൂടി സന്നിഹിതയായിരുന്നു. ആ സമ്മേളനത്തിന്നു പണപ്പിരിവുതൊട്ടു പന്തൽപണിവരെ ഉത്സാഹത്തിനു ഞാൻ ഉണ്ടായിരുന്നു. അന്നാണു ഞാൻ കെ പി രാമൻമേനോൻ, മഞ്ചേരി രാമയ്യർ, കെ പി കേശവമേനോൻ, കെ മാധവൻനായർ മുതലായവരുമായി നേരിട്ടു പരിചയപ്പെട്ടത്.

രാജാക്കന്മാരും പ്രഭുക്കന്മാരും വളർത്തുന്ന കേൺഗ്രസ്സ്

പാലക്കാട്ട് വെച്ചു കൂടിയ ഒന്നാമത്തെ മലബാർ ജില്ലാ സമ്മേളനത്തിന്റെ സ്വാഗതസംഘാധ്യക്ഷൻ കൊല്ലങ്കോട് രാജ വാസുദേവരാജാവായതുപോലെ കോഴിക്കോട്ടുവെച്ച് കൂടിയ രണ്ടാം ജില്ലാസമ്മേളനത്തിന് സാമൂതിരി രാജാവായിരുന്നു സ്വാഗതസംഘാധ്യക്ഷൻ. തലശ്ശേരിയിലും വടകരയിലും വച്ചു നടത്തിയ ജില്ലാസമ്മേളനങ്ങൾക്കും രാജാക്കന്മാരായിരുന്നു സ്വാഗതസംഘാധ്യക്ഷന്മാർ. അങ്ങനെ ആരംഭത്തിൽ മലബാറിലും കോൺഗ്രസിനെ രാജാക്കന്മാർ, പ്രഭുക്കന്മാർ, വലിയവക്കീലന്മാർ മുതലായ ഉയർന്ന വർഗക്കാരായിരുന്നു ലാളിച്ചു വളർത്തിയതെന്നു കാണാം. അന്നന്നു കടത്തിലും കഷ്ടപ്പാടിലും ആണ്ടാണ്ടുപോകുന്ന കൃഷിക്കാരും കർഷകത്തൊഴിലാളികളുമായ മർദിത ജനകോടിയുടെ കാര്യത്തിൽ ആദ്യകാലത്ത് കോൺഗ്രസിന്റെ ശ്രദ്ധ തീരെ പതിഞ്ഞിരുന്നില്ല. മലബാറിൽ അതിനിടയിൽ വളർന്നുവന്ന കുടിയാൻ പ്രക്ഷോഭം ഗവൺമെന്റിന്റെ ശ്രദ്ധയിൽ പതിഞ്ഞിട്ടു വർഷങ്ങൾ കുറേ കഴിഞ്ഞു. എന്നിട്ടും പാലക്കാട്ടെ സമ്മേളനത്തിൽ കുടിയാൻകാര്യത്തെപ്പറ്റി ഒരു പ്രമേയം കൊണ്ടുവന്നിരുന്നത് പിൻതാങ്ങാൻ ആളില്ലാതെ പോയി. 1917–ൽ കോഴിക്കോട്ടും അടുത്ത ആണ്ടിൽ തലശ്ശേരിയിലും കൂടിയ സമ്മേളനങ്ങൾ കുടിയാന്മാരോടനുഭാവം മാത്രം പ്രദർശിപ്പിച്ചു. 1919–ലെ വടകര സമ്മേളനം പിന്നെയും മൗനംദീക്ഷിച്ചു. ഹോംറൂൾ പ്രക്ഷോഭം ഇത്രയും വളർന്നിട്ടും കോൺഗ്രസ്സ് നേരാംവണ്ണം ബഹുജന താൽപ്പര്യത്തെ പ്രതിനിധീകരിച്ചു തുടങ്ങിയിട്ടില്ല. വടക്കൻ ഇന്ത്യയിലെ കാർഷിക മുന്നേറ്റവും ഗാന്ധിജിയുടെ നേതൃത്വത്തിൽ 1917 ൽ ഉണ്ടായിരുന്ന നികുതിനിഷേധ സമരവുമാണ് കോഴിക്കോട്ടെയും തലശ്ശേരിയിലേയും സമ്മേളനങ്ങളിലെ കുടിയാൻകാര്യം ഓർമപ്പെടുത്തിയത്.

ഹോംറൂൾ പ്രക്ഷോഭവും അതിന്റെ മുഖപത്രമായ *ന്യൂഇന്ത്യ*യും അക്കാലം അഭ്യസ്തവിദ്യരായ ഇന്ത്യാക്കാരുടെയിടയിൽ അപാരമായ ബ്രിട്ടീഷ് വിരോധം ഇളക്കിവിട്ടിരുന്നു. സമ്മേളനത്തിന് ആനിബസന്റിനോടൊപ്പം മദിരാശിയിൽനിന്ന് ഗവൺമെന്റ് റിപ്പോർട്ടർമാരും കുറേ സി ഐ ഡികളും വന്നിട്ടുണ്ടായിരുന്നു. അന്നാണു ഞാൻ സി പി രാമസ്വാമിയുടെ അത്യുജ്ജ്വലവും രാജ്യാഭിമാനദ്യോതകവുമായ പ്രസംഗം ആദ്യമായും അവസാനമായും കേട്ടത്. അന്നത്തെ സി പി എവിടെ? പിന്നെത്തെ സി പി എവിടെ?

കോഴിക്കോട്ടെ സമ്മേളനത്തിൽ യുദ്ധപ്പിരിവിനെ സംബന്ധിച്ച് ചെറിയ ഒരു നേരമ്പോക്കുണ്ടായി. യുദ്ധത്തിനു സഹായം അഭ്യർഥിക്കുന്ന പ്രമേയം വന്നപ്പോൾ എം പി നാരായണമേനോൻ എതിർത്തു. അതു സഭയിലുള്ള രാജഭക്തപ്രമാണികളായ സാമൂതിരി, സി കുഞ്ഞിരാമമേനോൻ മുതലായവരെ ക്ഷോഭിപ്പിച്ചു. ഞാനും കെ അപ്പുനായരും ചെറുപ്പക്കാരായ മറ്റു പ്രതിനിധികളും സന്ദർശക ഗ്യാലറിയിലെ ഒരു വിഭാഗം വിദ്യാർഥികളും എം പി യെ ഹസ്തതാഡനംകൊണ്ട് അഭിനന്ദിച്ചു.

കൊളമ്പിലേക്കുള്ള യാത്രയും മുടങ്ങി

ഞാൻ വീണ്ടും കൽക്കത്തയിൽ തന്നെ പോകാമെന്നും ഇംഗ്ലീഷ്മെൻ ആഫീസിൽ ചേർന്നു പിന്നെയും പത്രപ്രവർത്തനം ശീലിക്കാമെന്നും അതുവഴി രാഷ്ട്രീയരംഗത്തിൽ ഇറങ്ങാമെന്നും ആലോചിച്ചുകൊണ്ടിരിക്കുമ്പോൾ എന്റെ കൂടെ കോഴിക്കോട് കമർസിയൽ സ്കൂളിൽ പഠിച്ച എ മാധവമേനോൻ എന്ന ഒരു സ്നേഹിതന്റെ എഴുത്ത് കൊളമ്പിൽനിന്നു വന്നു. അത് അടുത്തകൊല്ലം ഫിബ്രവരി മാസത്തിലായിരുന്നു. അയാൾ എനിക്കു കൊളമ്പിൽ അയാളുടെ കമ്പനിയിൽ 75 ക. ശമ്പളത്തിന്മേൽ ഷോർട്ട്ഹേന്റ് ടൈപ്പിസ്റ്റുവേല ശരിപ്പെടുത്തിയിട്ടുണ്ടെന്നും ഇംഗ്ലീഷ് നല്ല വശമുള്ളതിനാൽ നാലഞ്ചുകൊല്ലംകൊണ്ട് എനിക്ക് ഉയർന്ന നിലയിലെത്താൻ സാധ്യതയുണ്ടെന്നും ഒരു ഹർജി എഴുതിയിട്ടശേഷം ഞാനുടൻ പുറപ്പെടുവാൻ ഒരുങ്ങിക്കൊള്ളണമെന്നും കത്തിൽ നിർബന്ധമായി എഴുതിയിരുന്നു. മുമ്പ് ഞങ്ങൾ തമ്മിൽ അത്ര താൽപ്പര്യമായിരുന്നു. ഞാൻ കൽക്കത്തയിലല്ലെങ്കിൽ കൊളമ്പിൽ പോകാനാലോചിക്കുന്നു എന്നു കേട്ടപ്പോൾ മകൾ മരിച്ച ദുഃഖത്തിൽ കിടക്കുന്ന അമ്മയ്ക്കു ഞാൻ മരിക്കാൻ പോകുന്നപോലുള്ള വ്യസനമായി. അമ്മാമന്മാരും തടസം പറഞ്ഞു. ഞാൻ അമ്മയ്ക്ക് ഒരു മകനായതും അമ്മാമന്മാർ യാഥാസ്ഥിതികന്മാരായതും എനിക്ക് എപ്പോഴും എന്റെ ജീവിതയാത്രയിൽ തടസം വലിച്ചിട്ടു. ഞാൻ കൊളമ്പിൽ പോയതുമില്ല.

തലശ്ശേരിയിലെ പ്രതിഷേധയോഗത്തിൽ

കോഴിക്കോട്, ഏറനാട്, വള്ളുവനാട്, കുറുമ്പ്രനാട്, ഈ നാലു താലൂക്കിൽ നിന്നുമായി എത്രായിരം മാപ്പിളമാരാണ് ഖിലാഫത്ത് പ്രചാരവേലയ്ക്കു വന്ന യാക്കൂബ് ഹുസ്സൻ സാഹിബിനെ കാണ്മാൻ, കോഴിക്കോട്ട് 144 പാസാക്കിയിട്ടുള്ളതിനെക്കൂടി കണക്കാക്കാതെ ഇന്നലെ ഉച്ചയ്ക്കുശേഷം നഗരത്തിൽ വന്നുനിറഞ്ഞത്. "ജനത്തെ പിരിച്ചയയ്ക്കാൻ വെസ്റ്റ്ഹില്ലിൽ നിന്നു പട്ടാളത്തെ കൊണ്ടുവന്നു." ഐറിഷ് പട്ടാളം ആയുധമില്ലാത്ത ജനങ്ങളെ വെടിവെച്ചില്ല". എന്നൊക്കെ ചെറിയ ആലിപ്പിക്കേയി പറഞ്ഞു. കോഴിക്കോട്ടു നടന്ന വർത്തമാനങ്ങളെല്ലാം പിന്നെയും വിസ്തരിച്ച് ചോദിച്ചറിഞ്ഞ് ഉൽക്കണ്ഠാകുലനായ ഞാൻ പ്രസിലേക്കു പുറപ്പെട്ടതു മറന്ന്, അവരോടൊപ്പം ഖിലാഫത്ത് ആഫീസിലേക്കു പോയി. അറസ്റ്റിനെ സംബന്ധിച്ച് അവിടെ ഒരു പ്രതിഷേധസഭ നടക്കുകയായിരുന്നു. തലശ്ശേരിയിലെ മുസ്ലീം പ്രമാണികൾ മിക്കവാറും അവിടെ കൂടീട്ടുണ്ടായിരുന്നു. സഭയ്ക്കുശേഷം ഒരു ഘോഷയാത്ര ഉണ്ടായി. ഘോഷയാത്രയിൽ ഹിന്ദുക്കൾ കുറവായിരുന്നു. അന്ന് തലശ്ശേരി നഗരം മുഴുവൻ മാപ്പിളമാരെക്കൊണ്ട് നിറഞ്ഞിരുന്നു. ഘോഷയാത്ര മിഷ്യൻ സ്കൂളിന്റെയും ബ്രണ്ണൻ കോളേജിന്റെയും മുമ്പിലെത്തിയപ്പോൾ വിദ്യാലയങ്ങളിൽനിന്ന് ഒരുപിടി കുട്ടികൾ ഇറങ്ങിവന്ന് ഘോഷയാത്രയിൽ ചേർന്നു. ആ ജനാവലിയിൽനിന്ന് "മഹാത്മാഗാന്ധി കീ ജയ്", "ഷേക്കൂത്താലീ

കീ ജയ്", "ഹിന്ദുമുസ്ലീം മൈത്രികീ ജയ്", "ബ്രിട്ടീഷുഭരണം നശിക്കട്ടെ" "യാക്കൂബ് ഹുസ്സൻ കീ ജയ്", "മാധവൻനായർക്കു ജയ്" എന്നിങ്ങനെ പൊങ്ങിയ മുദ്രാവാക്യങ്ങൾ തലശ്ശേരി നഗരത്തിനൊരു പുതുമയായിരുന്നു. വൈകുന്നേരം ഒരു വമ്പിച്ച പൊതുയോഗം കടപ്പുറത്തു ചേർന്നു. ആ യോഗത്തിൽ വച്ചാണ് അതുവരെ ഒരു വക്കീൽ ഗുമസ്ഥനായ പാലത്തിൽ ഗോപാലനുമായി ഞാൻ ഒന്നാമതായി പരിചയപ്പെട്ടത്. യോഗത്തിൽ വി സി മായൻ, കുഞ്ഞിരാമൻ നായർ, ഗോവിന്ദൻ നായർ, *ഖുറാൻ* ഉദ്ധരിച്ചുകൊണ്ട് മുഹമ്മദ്മൗലവി എന്നിവരും ഒടുവിൽ സഹകരണത്യാഗത്തിന്റെ ഏകദേശം എല്ലാവശവും ഇംഗ്ലീഷിൽ വ്യക്തമാക്കിക്കൊണ്ട് മംഗലാപുരം കോളേജ് വിട്ടുവന്ന ബി എ വിദ്യാർഥിയായ എസ്സ് കെ കൊമ്പ്രർബെയിലും പ്രസംഗിച്ചു. കൊമ്പ്രർ ബെയിലിന്റെ ഇംഗ്ലീഷ്പ്രസംഗം ഞാൻ തർജ്ജമ ചെയ്തു. യോഗത്തിൽ വിദ്യാർഥികളും വക്കീലന്മാരും ഗുമസ്തന്മാരും കോടതിക്കാരും മറ്റുമായി ധാരാളം ഹിന്ദുക്കളും ഉണ്ടായിരുന്നു. യോഗാധ്യക്ഷനായ ഉപ്പിസാഹിബ്ബിന്റെ അഭ്യർഥനയുടെ ശേഷം നാൽപ്പതിൽപ്പരം മുസ്ലീം വിദ്യാർഥികളും ബ്രണ്ണൻ കോളേജിൽ പഠിക്കുകയായിരുന്ന ടി സി ഗോപാലകൃഷ്ണക്കുറുപ്പും കോട്ടവീട്ടിൽ കുഞ്ഞിരാമൻനായരും വിദ്യാലയം ബഹിഷ്കരിച്ചു സഹകരണത്യാഗത്തിൽ ചേർന്നതായ യോഗത്തിൽ ഓരോ ആളായി എഴുന്നേറ്റു പേരു കൊടുത്ത് വമ്പിച്ച ഹർഷാരവത്തോടുകൂടി പ്രഖ്യാപിച്ചു. പാലത്തിൽഗോപാലൻ എഴുന്നേറ്റുനിന്നപ്പോൾ പൊങ്ങിയ കരഘോഷങ്ങൾക്കിടയിൽ അയാളുടെ പേര് അധ്യക്ഷൻ ഉറക്കെ പ്രഖ്യാപിച്ചു. അതെല്ലാം ഉടുപ്പിടാത്ത ഒരു പൊലീസ് ഇൻസ്പെകടർ ചിരിച്ചുകൊണ്ട് നോട്ടെടുത്തു.

വീട്ടിൽ ബഹളം

ഞാൻ മടങ്ങി സന്ധ്യയോടുകൂടി മൊയാരത്ത് വീട്ടിന്റെ കോണിക്കലെത്തിയപ്പോൾ എന്നെക്കാൾ മുമ്പിൽ തലശ്ശേരി കോടതിയിൽനിന്നു മടങ്ങി എത്തിയ അമ്മാമൻ ഉണ്ണിനമ്പ്യാര് എന്നെപ്പറ്റി അമ്മയോടും ഇളയമ്മയോടും ഇപ്രകാരം ഉച്ചത്തിൽ പ്രസംഗിക്കുകയായിരുന്നു. "ശങ്കരൻ ഇന്നു കടപ്പുറത്തു വെച്ച് ഗവർമ്മേണ്ടിനെതിരായി പ്രസംഗിച്ചു. അതു രാജ്യദ്രോഹമാണ്. രാജ്യദ്രോഹം ഒരു വമ്പിച്ച കുറ്റമാണ്. രാജ്യദ്രോഹികളെ ഓരോ നാട്ടിലേയും ഗവൺമ്മേണ്ട് പിടിച്ചു ജീവപര്യന്തം തടവിലിടുക, വിചാരണകൂടാതെ വെടിവെക്കുക, തൂക്കുക, എന്തുവേണമെങ്കിലും ചെയ്യും. അതു ഇവനുമാത്രമല്ല, ഈ കുടുംബത്തിന്നു മുഴുവനും അനർഥമാണുപോലും. ഈ വീട്ടിലുള്ളവർക്കാർക്കും ഇനി ഗവർമ്മേണ്ടുദ്യോഗമെന്നതു നോക്കണ്ട. കുട്ടികളാരും ഇനി പഠിച്ചിട്ടു ഫലമില്ല. എന്റെ കേസുകൾതന്നെ ഇനി കോടതിയിൽ എടുക്കാതിരുന്നേക്കുമെന്നാണ് ഞാലിക്കര ഗോവിന്ദൻനായർ വക്കീൽ പറയുന്നത്," എന്നു പറഞ്ഞവസാനിപ്പിക്കുന്നതിനിടയിൽ ഞാൻ കയറിച്ചെന്നു. എന്നെ മനസിലാക്കിയപ്പോൾ ആരും ഒന്നും പറഞ്ഞില്ല. എന്നോടൊന്നും ചോദിക്കാത്തതിനെപ്പറ്റി എനിക്കെല്ലാവരോടും പരിഭവമായി. രണ്ടുദിവസത്തേക്കു ഞാൻ ഊണു കഴി

ച്ചില്ല. ആരോടും സംസാരിച്ചതുമില്ല. അമ്മാമന്റെ മകൻ സി എച്ച് ഗോവിന്ദൻനമ്പ്യാരോടുമാത്രം കോഴിക്കോട്ടും തലശ്ശേരിയിലും നടന്ന കഥകളും എന്റെ മനോഗതവും പറഞ്ഞു. സി എച്ചിന്നു അന്ന് റജിസ്ട്രാപ്പീസിൽ ഗുമസ്ഥൻപണി ഉണ്ടായിരുന്നു. അയാൾ ഒരു ഗാന്ധിഭക്തനായിരുന്നു. അയാൾ വരുത്തുന്ന *യങ്ങ് ഇന്ത്യ*യാണ് ഞാൻ വായിക്കാറ്. ഞാൻ ഊണു കഴിക്കാത്തത് അമ്മാമന്നും അമ്മയെപ്പോലെ തന്നെ കുണ്ഠിതമായി.

രാജഭക്തരുടെ വേദിയിൽ ഒരു പ്രസംഗം

ഞങ്ങൾ പ്രസംഗിക്കുന്ന പൊതുയോഗങ്ങളിൽ രാജഭക്തന്മാരായ ജന്മിമാരും വക്കീലന്മാരും മറ്റും വന്നു ചേരുന്നത് ദുർല്ലഭമായിരിക്കയാൽ അത്തരം പ്രമാണികൾ കൂടുന്ന യോഗങ്ങളിൽ പ്രസംഗിച്ചു ഞങ്ങളുടെ ആശയം അവരുടെ ഇടയിൽ പരത്തുവാൻ കിട്ടുന്ന അവസരങ്ങൾ ഞങ്ങൾ പാഴാക്കാറില്ല. മണിയൂരിൽ പുല്ലൂരില്ലത്ത് നമ്പൂതിരി ഒരു നെയ്ത്തുശാല തുറക്കുന്നുണ്ടായിരുന്നു. ആ സഭയ്ക്ക് ആ ദിക്കിലെ ജന്മിമാരും വക്കീലന്മാരും ക്ഷണിക്കപ്പെട്ടിരുന്നു. സഭയിൽ പ്രസംഗിപ്പാൻ മണന്തല രാമർകുറുപ്പ് എന്നെയും മാധവമേനോനെയും സി എച്ച് ഗോവിന്ദൻനമ്പ്യാരെയും കൂട്ടിക്കൊണ്ടുപോയി. അധികാരിമാരും രാജഭക്തന്മാരുമുള്ള സഭയിൽ വെച്ച് ഗവൺമെന്റിനെപ്പറ്റിയുള്ള ആക്ഷേപം കുറയ്ക്കണമെന്ന് അധ്യക്ഷൻ വെങ്കിടാചലയ്യർ വക്കീൽ ഉപദേശിച്ചതനുസരിച്ച് ഞങ്ങൾ വിദേശവസ്ത്രബഹിഷ്കരണം, സ്വദേശി പ്രചരണം, ഖദർനിർമാണം, മദ്യനിരോധനം ഇവയെപ്പറ്റി മാത്രം പ്രസംഗിച്ചു. ആ സഭ കഴിഞ്ഞശേഷം സ്കൂളിന്റെ പുറത്തു വച്ച് ഒരു വലിയ യോഗം കൂടി. അതിൽവെച്ച് ഞാൻ ബ്രിട്ടന്റെ വിശ്വാസവഞ്ചന, പഞ്ചാബക്രമം, ഖിലാഫത്തപരാധം, ഹിന്ദുമുസ്ലീം മൈത്രി ഈ സംഗതികളെ വിശദീകരിച്ച് ദീർഘമായ ഒരു പ്രസംഗം ചെയ്തു. അതു കേൾപ്പാൻ കഴിയാതെ വടകര അധികാരിയും മണിയൂരധികാരിയും നടന്നു. സഭ കഴിഞ്ഞുപോരുമ്പോൾ എന്റെ പ്രസംഗം രണ്ടും വളരെ ആവേശകരമായിരുന്നു എന്നു തോട്ടക്കര ശങ്കരൻനമ്പ്യാരും കോഴിപ്പുറവും അഭിനന്ദിച്ചു.

'ശങ്കരൻ നമ്പ്യാർ തല്ലിന്നിരക്കുന്നു' വെന്ന് കോഴിപ്പുറം

തലേന്നാൾ സഭയ്ക്ക് പോകുമ്പോൾ വഴിക്ക് വെച്ച് ഞങ്ങളോട് ലോഹ്യം ഭാവിച്ച തീയ്യ യുവാക്കളിൽ പലരുടെയും പ്രകൃതത്തിന് പിറ്റേ ദിവസം ഞങ്ങൾ മടങ്ങിവരുമ്പോൾ പ്രത്യക്ഷമായൊരു മാറ്റം കണ്ടു. ചിലർ ഞങ്ങളെ 'കിലാപ്പത്ത്'! 'കിലാപ്പത്ത്'!! എന്ന് വിളിക്കുന്നു. ചിലർ കൂവുന്നു, ചിലർ പരിഹസിക്കുന്നു. ഞങ്ങൾക്ക് കാരണം മനസിലായില്ല. ഞാൻ അവരോട് സംസാരിച്ച് കാര്യം മനസിലാക്കുവാൻ അവിടെ നിന്നപ്പോൾ 'ശങ്കരൻ നമ്പ്യാർ തല്ലിന്നിരക്കുക' യാണെന്ന് പറഞ്ഞ് സി എച്ചിനെയും പിടിച്ച് കോഴിപ്പുറം നടന്നു.

തലേ ദിവസം വൈകുന്നേരം വടകര 'പാറേമ്മൽ സ്കൂളിൽ' കൊറ്റ്യത്ത് കൃഷ്ണൻ വക്കീലിന്റെ അധ്യക്ഷതയിൽ കൂടിയ തീയ്യ സമുദായ യോഗത്തിൽ മൂർക്കോത്ത് കുമാരൻ കോൺഗ്രസിനെയും സഹകരണ ത്യാഗത്തെയും കഠിനമായി ആക്ഷേപിച്ച് പ്രസംഗിച്ചിരുന്നു.

കള്ള്ഷാപ്പ് പിക്കറ്റിങ്ങ്

കുറുമ്പ്രനാട് താലൂക്ക് ഖിലാഫത്ത് കമ്മിറ്റി പ്രസിഡന്റ് വൈദ്യരകത്ത് കുഞ്ഞാലിഹാജി തിക്കോടിയിൽ കൂടിയ ഒരു പൊതുയോഗത്തിൽവെച്ച് തിക്കോടി താമരക്കുളത്തിന്നടുത്തുള്ള കള്ള്ഷാപ്പ് പിക്കറ്റു ചെയ്യുവാൻ തീരുമാനിച്ചു. അതുപ്രകാരം ഞാനും സി എച്ചും ആണ്ടി വൈദ്യരുടെ മക്കൾ പെരച്ചൻ വൈദ്യനും കണാരൻ മാസ്റ്ററും മൂന്നു ദിവസം പിക്കറ്റു ചെയ്തു. മൂന്നാം ദിവസം കള്ളു കുടിപ്പാൻ തീരെ ആളില്ലാതെ മുഴുവനും എടുത്തു മറിക്കേണ്ടിവന്നു. ഷാപ്പുകാരൻ ഞങ്ങളെ പുലഭ്യം പറഞ്ഞു. അടുത്തുനിൽക്കുന്ന ആണ്ടിവൈദ്യൻ, ചെറിയെക്കൻവൈദ്യൻ മുതലായവർക്ക് വാശിമൂത്തു. നാലാം ദിവസവും ഞങ്ങൾ പിക്കറ്റു തുടങ്ങി. ചെറിയെക്കൻ എന്നൊരു റൗഡി ഞങ്ങളെ കടന്നാക്രമിച്ചു. ചെറിയെക്കൻവൈദ്യൻ അവനെ പിടിച്ചു. അതിനിടയിൽ അവന്റെ വകയായി എനിക്ക് സുരേന്ദ്രനാഥബേനർജി പറഞ്ഞതുപോലെ രാജ്യസേവനത്തിന്റെ സമ്മാനം ഒന്നാം പ്രാവശ്യം നെഞ്ഞിനൊരു ചവിട്ട് – കിട്ടി. വണ്ണാംകണ്ടി രാമൻവൈദ്യൻ പിടിച്ചില്ലെങ്കിൽ ഞാൻ വീഴുമായിരുന്നു. അത് ഷാപ്പുകാരനെ സഹായിപ്പാൻ അകത്തുവന്നിരുന്ന പൊലീസിന്റെ പ്രേരണയാലായിരുന്നു. ഷാപ്പുകാരന്റെ ജന്മിയായ വൈദ്യരകത്തുകാരുടെ ശക്തികൊണ്ട് അന്നു പൂട്ടിയ ആ ഷാപ്പ് പിന്നെ തുറന്നിട്ടില്ല.

ഡപ്യൂട്ടി സൂപ്രണ്ടുമായി ഒരു വാക്കേറ്റം

ഞാൻ തലശ്ശേരിയിൽ പോയി പിക്കറ്റിങ്ങ് സംഘടിപ്പിക്കാൻ നിയുക്തനായി. അന്ന് മാത്തുണ്ണിയായിരുന്നു തലശ്ശേരി സെക്രട്ടറി. മാത്തുണ്ണിയും ഗോപാലൻനായരും മയ്യഴിക്കാരൻ കൂട്ട്യാലിയും പാലത്തിൽ ഗോപാലനും ഞാനും പൊലീസ് സ്റ്റേഷന്റെ വടക്കു ഭാഗത്തുള്ള കള്ള്ഷാപ്പ് പിക്കറ്റ് ചെയ്യുവാൻ തുടങ്ങി. തുടക്കത്തിൽ മദ്യപാനത്തിന്റെ ദോഷത്തെപ്പറ്റി മാത്തുണ്ണി ഒരു ചെറുപ്രസംഗം ചെയ്തു. അവിടെ കൂടിനിന്ന ജനങ്ങളുടെ സഹായം അഭ്യർഥിച്ചുകൊണ്ട് ഞാനും പ്രസംഗിച്ചു. ധാരാളം വിദ്യാർഥികളും കോടതിക്കാരും കച്ചവടക്കാരും അവിടെ തടിച്ചുകൂടി. ഷാപ്പിന്റെ വാതിൽക്കൽ ഞങ്ങൾ ഇടവും വലവും രണ്ടുവരിയായി, ഷാപ്പിലേക്ക് പോവാൻ വഴിവിട്ടു നിൽക്കുക; ഞങ്ങളുടെ മുമ്പിൽക്കൂടി ഷാപ്പിൽ കുടിപ്പാൻ പോകുന്നവർക്ക് മദ്യപാനത്തിന്റെ ദോഷം വിവരിച്ചു മനസിലാക്കുക; നിരത്തിന്മേൽക്കൂടി പോകുന്നവർക്ക് വഴി തടസ്സപ്പെടാതെ നിരത്തിന്റെ നടുവിൽ നിൽക്കുന്ന ജനക്കൂട്ടത്തെ നിരത്തിന്റെ

രണ്ടു അരുവിൽ മാറ്റിനിർത്തുക; ഇതായിരുന്നു ഞങ്ങളുടെ പിക്കറ്റിങ്ങിന്റെ ക്രമം. ഞങ്ങളുടെ വാക്കെടുക്കാതെ ഷാപ്പിൽ കടന്നു കുടിച്ചു മടങ്ങിവരുന്ന ആളോട് "സ്നേഹിത! പ്രിയ സഹോദരാ!!മേലാലെങ്കിലും – നാളെ മുതൽ– നിങ്ങളുടെ കുടംബത്തേയും സദാചാരത്തേയും വിചാരിച്ചു നിങ്ങൾ കുടിക്കാൻ വരരുത്!!" എന്നു പ്രാർഥിക്കും. അന്നത്തെ പിക്കറ്റിങ്ങ് ശാന്തമായവസാനിച്ചു. എന്നിട്ടും ഞങ്ങൾ കുടിക്കാൻ വന്നവരെ 'ഭീഷണിപ്പെടുത്തുന്നു', 'ഷാപ്പിലേക്ക് കടക്കാൻ വിടുന്നില്ല', 'പബ്ലിക് റോഡിന്മേൽ വഴി മുടക്കുന്നു' എന്നെല്ലാം കള്ളുഷാപ്പുകാരനും പൊലീസും റിപ്പോർട്ടു ചെയ്തതുകൊണ്ട് കണ്ണൂരിൽനിന്നും വന്ന ഒരു യൂറോപ്യൻ ഡെപ്യൂട്ടി സൂപ്രണ്ട് പിറ്റേദിവസം വൈകുന്നേരം ഞങ്ങൾ പിക്കറ്റിങ്ങാരംഭിച്ച ഉടനെ ചൂരലും ചുഴറ്റിക്കൊണ്ട് ഞങ്ങളെ അടിച്ചുപിരിക്കാൻ വരുന്ന ഭാവത്തിൽ മൂന്നുനാലു കോൺസ്റ്റബിൾമാരോടൊപ്പം ശരംപോലെ ബദ്ധപ്പെട്ടു വന്നു. അയാൾ ജനങ്ങളെയെല്ലാം ആട്ടിയകറ്റി. ഞങ്ങളോടും കടന്നുപോകാൻ പറഞ്ഞു. ഞങ്ങളവിടുന്നിളകില്ലെന്നു കണ്ടു ക്രുദ്ധനായ 'ദൊര' ഞങ്ങളെ തല്ലാനടുത്തപ്പോൾ ഞാൻ ഇംഗ്ലീഷിൽ പറഞ്ഞു:

"ഞങ്ങളിവിടെ സമാധാനപൂർവം മദ്യഷാപ്പു പിക്കറ്റു ചെയ്യുകയാണ്. നിങ്ങൾ അതിൽ കയ്യിട്ട് ഞങ്ങളെ തടയുന്നത് നിയമത്തിനും ന്യായത്തിനും യോജിച്ചതല്ല".

സായിപ്പ്: "നിങ്ങൾ ഈ ഷാപ്പിൽ പോകുന്നവരെ തടഞ്ഞുനിർത്തുന്നത് അക്രമമാണ്".

ഞാൻ: "അല്ല; ഞങ്ങളവരെ ശാരീരികമായി തടസപ്പെടുത്തുന്നില്ല, സദുപദേശം ചെയ്യുന്നതേയുള്ളൂ. ഇഷ്ടമുണ്ടെങ്കിൽ കേട്ടാൽ മതി. ബോധ്യപ്പെട്ടവർ മടങ്ങിപ്പോകും. യാതൊരാളേയും ഞങ്ങൾ നിർബന്ധിക്കുന്നില്ല". സായിപ്പ് ഒരുമിനിട്ട് ആലോചിച്ചു. അതിനിടയിൽ അവിടെയെത്തി ഞങ്ങളെ വളഞ്ഞുനിൽക്കുന്ന കോളേജും മിഷ്യൻ സ്കൂളും വിട്ട് മടങ്ങുന്ന വിദ്യാർഥികളും അധ്യാപകരും കോടതിക്കാരും കുറേക്കൂടി അടുത്തുവന്ന് ഞങ്ങളുടെ സംഭാഷണം ശ്രദ്ധിക്കുന്നുണ്ടായിരുന്നു.

സായിപ്പ് എന്റെ മുഷിഞ്ഞ ഖദറും തലക്കുടയും നോക്കിക്കൊണ്ട്: "നിങ്ങൾക്ക് ഇതിൽ എന്നോടു കടന്നു സംസാരിപ്പാൻ അവകാശമെന്ത്? നിങ്ങളാരാണ്?"

ഞാൻ: "ഞാൻ ഈ പിക്കറ്റ് ചെയ്യുന്ന സംഘത്തെ നയിക്കുന്ന ആളാണ്".

സായിപ്പ്: "ഓ! അങ്ങനെയോ? എന്നാൽ –ഈ പബ്ളിക് റോഡിൽ ട്രാഫിക് തടസപ്പെട്ടിരിക്കുന്നതു നിങ്ങൾ കാണുന്നില്ലേ?"

ഞാൻ: "അങ്ങാടിയിൽ ഇത്തരം സന്ദർഭങ്ങളിൽ ട്രാഫിക്കിനും ജനങ്ങൾക്കും വഴിതെളിയിച്ചു കൊടുക്കേണ്ടത് പൊലീസിന്റെ ഡ്യൂട്ടിയാണ്. കൂടാതെ, ഇത്തരം ഭജാർ നിരത്തിന്മേൽ മദ്യഷാപ്പുകൾ നടത്താൻ അനുവദിച്ചാൽ അത് ജനങ്ങൾക്ക് ഉപദ്രവമായിരിക്കുമെന്ന് ഗവൺമെന്റും ഓർക്കേണ്ടതായിരുന്നു."

സായിപ്പ്: (നാലുപുറവും നിൽക്കുന്ന ആളുകളെ നോക്കി നയം മാറ്റിക്കൊണ്ട്) "വാസ്തവം, നിങ്ങൾ പറഞ്ഞത് ശരിയാണ്. ഞാൻ നിങ്ങൾക്ക് വിജയം ആശംസിക്കുന്നു." എന്നു പറഞ്ഞ് ഒരു പച്ചച്ചിരിയോടുകൂടി പൊലീസുകാരുടെ നേരെ തിരിഞ്ഞ് നിരത്തിന്മേലുള്ള ആളുകളെ വഴിമുട്ടിക്കാതെ നിർത്തുവാൻ ആജ്ഞാപിച്ചു കടന്നുപോയി.

ചുവന്ന തൊപ്പിയെ എന്തിന് ഭയപ്പെടുന്നു?

ഞാൻ 'മാന്യഹിന്ദുമുസ്ലീം - സഹോദരന്മാരെ!' എന്ന് ഉച്ചത്തിൽ സംബോധന ചെയ്തപ്പോൾ പീടികയിലിരിക്കുന്ന മാപ്പിളമാർ പുറത്തിറങ്ങി എന്നെ നോക്കിനിന്നു. ഞാൻ തുടർന്നു, "ഞങ്ങളുടെ പ്രസംഗം കേൾപ്പാൻ നിങ്ങൾക്കു ഇഷ്ടമുണ്ടെന്ന് എനിക്കറിയാം. ഇവിടത്തെ പൊലീസു വിലക്കിയതുകൊണ്ടാണ് നിങ്ങൾ പ്രസംഗം കേൾപ്പാൻ വരാതിരിക്കുന്നതെന്ന് എനിക്കറിവുണ്ട്. എന്നാൽ ഞാനൊന്നു ചോദിക്കട്ടെ. ഞാൻ ഇവിടെ നിന്നു ഉച്ചത്തിൽ സംസാരിക്കും. നിങ്ങൾ കുറയാതെ നൂറുപേർ പീടികയിൽ ഇരുന്ന് ഇതുപോലെ കേൾക്കും. അതെ, അതെങ്ങനെ പൊലീസ് മുടക്കും? ഒന്നുകൂടി ചോദിക്കട്ടെ; നിങ്ങളുടെ ആ ഭയത്തിനർഥമെന്ത്? ഞങ്ങളേയോ സഭയേയോ ഭയപ്പെട്ടല്ല നിങ്ങൾ അടുത്തുവരാത്തത്. പൊലീസിനെ ഭയപ്പെട്ടാണ് എന്നെനിക്കറിയാം. എന്നാൽ എന്താണ് ഈ ചുവന്ന തൊപ്പിയെ ഉൾനാട്ടിലിങ്ങനെ ഭയപ്പെടുന്നത്? എന്തൊന്നാണ് ഈ ഭയങ്കരമായ ഈ ചുവന്ന തൊപ്പി? ഈ ചുവന്ന തൊപ്പിയിൽ എന്തിരിക്കുന്നു എന്ന് നിങ്ങൾക്കറിയുമോ? ബോംബും, വലിയ തോക്കിന്റെ ഉണ്ടയുമല്ല, ഒരു പുലയന്റെ കുട്ടയാണത്. ഒരു മുക്കാൽ പൈസ വിലയ്ക്കുള്ള ചെറിയ മുളങ്കൂട്. അതുണ്ടാക്കിയ പുലയനാണ് ഈ ദൂരത്തു നിൽക്കുന്നത്. അവന്റെ കുട്ടയും തലയിൽ വച്ചുകൊണ്ടാണ് ഈ പൊലീസുകാർ നിൽക്കുന്നത്." ആ ഉടുപ്പിട്ട പോലീസുകാർ ചിരിച്ചു. സാവധാനത്തിൽ അത്രയും പറയുമ്പോഴേക്കും ഒരു പത്തമ്പതു പേർ അവിടെക്കൂടി. എല്ലാവരും ചിരിച്ചു. വരീനടാ - തമാശയുണ്ട്! എന്നൊരു മുസ്ലീം ബാലന്റെ ശബ്ദം അതിനിടയിലുയർന്നു. ശങ്കിച്ചു നിരത്തിന്മേൽ നിന്നവർ അടുത്തുവന്നു. യോഗത്തിൽ ഒരു നൂറു പേരായി പിന്നെ ആളുകൾ അങ്ങനെ വന്നുചേർന്നുകൊണ്ടിരുന്നു. ഞാൻ തുടർന്നു. സഹോദരന്മാരെ! പൊലീസുകാരൻ ആ തലയിൽ കമഴ്ത്തിയിട്ടിരിക്കുന്നതു പുലയൻ മടഞ്ഞുണ്ടാക്കിയ മുക്കാലിന്റെ കുട്ടയാണ് - ആ കുട്ടയെ ഉപായത്തിൽ ചുവപ്പു തുണികൊണ്ട് പൊതിഞ്ഞിരിക്കുകയാണ്. കുട്ടികൾ ഉപയോഗിക്കുന്ന ചുവപ്പ് കോണകമില്ലേ? ആ തുണിയാണത്. അതാണ് ചുവപ്പ് തൊപ്പി. ഇതിനെയാണോ നിങ്ങൾ ഭയപ്പെടുന്നത്? എന്നു ചോദിച്ചപ്പോൾ ആളുകൾ പൊട്ടിച്ചിരിച്ചു. കുട്ടികൾ ആർത്തു വിളിച്ചു. നിങ്ങളറിയുമോ? ഞാൻ തുടർന്നു: ഈ കുട്ടകൊണ്ട് മൂടിവച്ചിരിക്കുന്ന തലയാണെങ്കിൽ യാതൊരു വിദ്യാഭ്യാസവും പരിഷ്കാരവും സിദ്ധിച്ചതല്ല. പണ്ടേ തന്നെ കാറ്റും വെളിച്ചവും തട്ടിയതല്ല. ഇവർ -

പൊലീസുകാരുണ്ടല്ലോ, പണ്ടേ തന്നെ പറയുന്നത് തങ്ങൾക്കു ഒരു ഭൂഷണമായി കരുതുന്നവരാണ്. വല്ല വീട്ടിലോ ഹോട്ടലിലോ താമസിച്ചു തിന്നു തടിച്ചുകൊഴുത്താൽ അവിടുന്ന് കട്ടുചാടിപ്പോയി പൊലീസിലോ പട്ടാളത്തിലോ ചേരുകയാണ് നമ്മുടെ നാട്ടിലെ പതിവ്. ഇവർക്കു മറ്റുള്ളവർ തങ്ങളോടു കളവു പറയരുതെന്ന് വലിയ നിർബന്ധമാണ്. പക്ഷേ, തങ്ങളാണെങ്കിൽ കളവേ പറയുള്ളൂ. അപ്പപ്പോൾ കളവുപറഞ്ഞ് കാര്യം നേടുകയാണ് പൊലീസിന്റെ നയം. ആരെപ്പറ്റിയും എന്തപവാദവും അവർ പറയും. ഞങ്ങൾ കള്ളന്മാരാണ്. നാട്ടുകാരുടെ പണം പറ്റിത്തിന്നു നടക്കുന്നതവരാണ് എന്നു ഞങ്ങളെപ്പറ്റി ഇവർ ഇവിടെ പ്രചാരവേല ചെയ്തു. അങ്ങനെ വല്ലതും ഇവർക്കു പറയുവാൻ കഴിയുമെങ്കിൽ ഈ സഭയിൽവന്നു പറയട്ടെ. ഞാൻ ഇവിടെ പലർക്കും പരിചയമുള്ള ആളാണ്. ഇദ്ദേഹത്തെ നിങ്ങൾക്കറിയില്ലെങ്കിൽ കോഴിക്കോട്ടിനടുത്തുള്ള കോഴിപ്പുറത്തെന്ന വലിയ ജന്മികുടുംബത്തിലെ അംഗമാണ് - ഒരു ബി എ യാണ്.

കോൺഗ്രസിന്റെ കൊടി നശിപ്പിക്കാൻ പൊലീസും സംരക്ഷിക്കാൻ ഞങ്ങളും

കോൺഗ്രസാഫീസിന്റെ മുമ്പിൽ മാളികമുകളിൽ തൂക്കിയ ഒരു കോൺഗ്രസ്സ് കൊടി ഒരുനാൾ രാവിലെ രണ്ട് പൊലീസുകാർ വന്നു അഴിച്ചുകൊണ്ടുപോയി. കാരണം ചോദിച്ചപ്പോൾ ഇൻസ്പെക്ടർ പറഞ്ഞിട്ടാണെന്നു മാത്രം പറഞ്ഞു. ഉടനെ ഞങ്ങൾ അവിടെ മറ്റൊരു കൊടി തൂക്കി. അതും പൊലീസുകാർ അഴിച്ചുകൊണ്ടുപോയി. ഇങ്ങനെ വൈകുന്നേരം മൂന്നര മണി ആകുമ്പോഴേക്കും നാലഞ്ച് പ്രാവശ്യം പൊലീസ് കൊടി അഴിച്ചുകൊണ്ടു പോകലും ഞങ്ങൾ പുതിയ കൊടിതൂക്കലും നടന്നു. ഒടുക്കത്തേക്കുറി ഒരു സബ്ബ് ഇൻസ്പെക്ടർ കൂടി വന്നു. മാത്തുണ്ണിയും. അന്ന് ഞാനായിരുന്നു തലശ്ശേരി കോൺഗ്രസ്സ് ആഫീസിൽ ഉണ്ടായിരുന്നത്. സബ് ഇൻസ്പെക്ടർ പറഞ്ഞു: "ഈ കൊടി തൂക്കാൻ പാടില്ല. ഇത് രാജ്യദ്രോഹക്കൊടിയാണ്."

മാത്തുണ്ണി: "അങ്ങനെ നിങ്ങളൊന്നെഴുതിത്തരുമോ?"

സബ് ഇൻസ്പെക്ടർ: "ഇല്ല"

ഞാൻ: "ഈ കൊടി അനുവദിക്കാൻ പാടില്ലെന്നു നിങ്ങൾക്കു വല്ല കൽപ്പനയും കിട്ടീട്ടുണ്ടോ?"

സബ് ഇൻസ്പെക്ടർ: "ഞാൻ നിങ്ങളോടു ഇതു തൂക്കാൻ പാടില്ലെന്നു എന്റെ മേലധികാരിയുടെ കൽപ്പന അറിയിക്കാൻ മാത്രം വന്നതാണ്." കോൺസ്റ്റബിൾമാർ അതിനിടയ്ക്ക് കൊടി അഴിച്ചു കൈക്കലാക്കി.

മാത്തുണ്ണി : "ഈ കൊടി നിങ്ങൾ ഞങ്ങളുടെ ആപ്പീസിൽ കയറി കൊള്ളചെയ്തു കൊണ്ടുപോകുകയാണ്. പൊലീസുകാർ ആപ്പീസിൽ കയറി ഇങ്ങനെ കൊള്ളചെയ്താൽ ഏതു വിധത്തിൽ പ്രവർത്തിക്കണെ

മെന്നതിനെ സംബന്ധിച്ച് ഞങ്ങൾ നിയമോപദേശം കാത്തിരിക്കയാണ്. നിങ്ങളുടെ പേരിൽ ഞങ്ങൾ താമസിയാതെ കേസുകൊടുക്കാൻ ആലോചിക്കുന്നുണ്ട്."

സബ് ഇൻസ്പെക്ടർ: "നിങ്ങൾ കേസുകൊടുത്താൽ ഈ രാജ്യദ്രോഹക്കൊടി വെച്ചതിനു നിങ്ങളെ ശിക്ഷിക്കും" എന്ന് പറഞ്ഞു സബ് ഇൻസ്പെക്ടർ പോയി. ഉടനെ ഒരു കോൺസ്റ്റബിൾ വന്നു മാത്തുണ്ണിയെ സ്റ്റേഷനിൽ നിന്നു സർക്കിൾ ഇൻസ്പെക്ടർ വിളിക്കുന്നുണ്ടെന്നു പറഞ്ഞു.

ഞാൻ: "ഇൻസ്പെക്ടർക്ക് മാത്തുണ്ണിയെ കാണേണ്ടതുണ്ടെങ്കിൽ അയാൾ ഇവിടെ വന്നാൽ സംസാരിക്കുന്നതിനു വിരോധമില്ലെന്നു പറഞ്ഞേക്കൂ. കോൺസ്റ്റബിൾ ചെന്നു വിവരം പറഞ്ഞപ്പോൾ ഉടനെ സർക്കിൾ ഇൻസ്പെക്ടർ ബദ്ധപ്പെട്ടു കയറി വന്നു. മി. മാത്തുണ്ണി, ഞാൻ ലോഹ്യത്തിൽ ചൊല്ലി അയച്ചതായിരുന്നു.

ഞാൻ: "എന്തു ലോഹ്യമാണ് നമ്മൾ തമ്മിൽ ഇങ്ങനെ സമരം നടക്കുമ്പോൾ?"

സബ്. ഇൻസ്പെക്ടർ: "മി. മാത്തുണ്ണി എനിക്ക് ഒരുമിനിട്ടു സ്വകാര്യം പറയാനുണ്ടായിരുന്നു."

ഞാൻ : "ഈ തർക്കം തീരുന്നതുവരെ ഞങ്ങൾക്കു നിങ്ങളുടെ യാതൊരു സ്വകാര്യവും കേൾക്കണ്ടാ."

സബ് ഇൻസ്പെക്ടർ: "അതുശരി, എന്നാൽ, കള്ളി പറയാം. നിങ്ങൾ എന്നെ തെറ്റിദ്ധരിച്ചിരിക്കയാണ്. നാളെ ഇവിടെ ഡി എസ്‌പി സ്റ്റേഷൻ പരിശോധനയ്ക്ക് വരുന്നുണ്ട്. അയാൾക്ക് ഈ കൊടി മഹാവിരോധമാണ്. അയാൾ ഞങ്ങളുടെ നേരേ ചാടിക്കയറും. അയാൾ പോയ ശേഷം നിങ്ങൾ എത്ര കൊടി വേണമെങ്കിൽ വെച്ചോളൂ!"

മാത്തുണ്ണി : "അങ്ങനെയാണെങ്കിൽ നാളെ ഒരു വലിയ കൊടി തൂക്കണമല്ലോ."

ഞാൻ : "നിങ്ങളോട് ഞങ്ങൾക്ക് ഒന്നേ ചോദിക്കാനുള്ളൂ. ഈ കൊടി എടുപ്പിക്കാൻ അയാൾ നിങ്ങൾക്കു കൽപ്പന അയച്ചിട്ടുണ്ടോ?"

സർക്കിൾ : അങ്ങനെ ഒരു കൽപ്പന ഉണ്ടായിട്ടില്ല.

ഞാൻ : എന്നാൽ ഞങ്ങൾക്ക് ഞങ്ങളുടെ മേലധികാരത്തിലെ ഞങ്ങളുടെ നേതാക്കന്മാരുടെ കൽപ്പനയുണ്ട്. ഈ കൊടി പ്രാണനെ കളഞ്ഞും സംരക്ഷിക്കണമെന്ന്.

സർക്കിൾ : എന്നാൽ തരക്കേടില്ല എന്നു പറഞ്ഞു ഇറങ്ങിപ്പോയി. പതിനഞ്ചു നിമിഷത്തിനുള്ളിൽ ആഫീസിന്റെ മുമ്പിൽ വീണ്ടും ഒരു കൊടി ഉയർന്നു.

കോൺഗ്രസിൽ എന്റെ സ്ഥാനം

മാധവൻനായരുടെ അറസ്റ്റിനുശേഷം കേരള സംസ്ഥാന സെക്രട്ടറിയായിവന്ന കെ പി കേശവമേനോന്റെ സംഘടനാ പാടവവും,

പ്രാപ്തിയും സർവഥാ അഭിനന്ദനീയമായിരുന്നു. നാലഞ്ചുമാസം കൊണ്ട് കേശവമേനോൻ നല്ല ചിട്ടയിലുള്ള ഒരു സംസ്ഥാനക്കമ്മിറ്റി ആഫീസും വടക്കെ മലബാർ, തെക്കെ മലബാർ, കോഴിക്കോട്, ഇങ്ങനെ മലബാറിൽ മൂന്നു ജില്ലാ കമ്മറ്റികളും, പത്തു താലൂക്കുകൾക്ക് പത്ത് താലൂക്ക് കമ്മിറ്റികളും കൊച്ചിക്കും തിരുവിതാംകൂറിനും വേറെ രണ്ടു ജില്ലാ കമ്മറ്റികളും രൂപവൽക്കരിച്ചു. പ്രധാന നഗരങ്ങളിലെല്ലാം ടൗൺ കമ്മിറ്റികളും ഉൾനാടുകളിൽ പ്രധാന കേന്ദ്രങ്ങളിൽ ഫർക്കാ കമ്മിറ്റികളുടെ സമ്പ്രദായത്തിൽ നാലും അഞ്ചും അംശങ്ങൾക്ക് ഒരുമിച്ച് ഒരു കമ്മിറ്റിയും ഏർപ്പെടുത്തപ്പെട്ടു. വില്ലേജ് കമ്മിറ്റിയിൽനിന്നും ടൗൺ കമ്മിറ്റിയിൽ നിന്നും ഉത്സാഹവും ത്രാണിയുമുള്ള മെമ്പർമാരെ കേശവമേനോൻ, നിർദേശാനുസരണം താലൂക്ക് കമ്മിറ്റിയിലേക്കും താലൂക്ക് കമ്മിറ്റിയിൽ നിന്ന് ഓരോ മെമ്പറെ ജില്ലാ കമ്മിറ്റിക്കും സംസ്ഥാന കമ്മിറ്റിക്കും തെരഞ്ഞെടുത്തയച്ചു. ക്രമീകൃതമായ ഒരു സംഘടനാചട്ടം നടപ്പിലാക്കി. പുറക്കാട് വില്ലേജ് കമ്മിറ്റിയിൽനിന്നു കുറുമ്പ്രനാട് താലൂക്ക് കമ്മിറ്റിയിലേക്ക് തിരഞ്ഞെടുക്കപ്പെട്ട ഞാൻ പിന്നീട് 13 കൊല്ലം കുറുമ്പ്രനാട് താലൂക്ക് സെക്രട്ടറിയായും 1921–ാമാണ്ടു മുതൽ 1940 വരെ, 20 വർഷം വടക്കെ മലബാർ ജില്ലാ കമ്മിറ്റിയിലും കേരള സംസ്ഥാന കമ്മിറ്റിയിലും തുടർച്ചയിൽ മെമ്പറായും പ്രവർത്തിച്ചു. ആ വില്ലേജ് കമ്മിറ്റികളും താലൂക്ക് കമ്മറ്റികളും വെറും പേപ്പർ കമ്മിറ്റികളായിരുന്നില്ല. സർവേന്ത്യാ കോൺഗ്രസ്സ് കമ്മിറ്റിയുടെ തീരുമാനങ്ങളും നിർദേശങ്ങളും നടപ്പിൽ വരുത്തുവാൻ ഇത്തരം കമ്മിറ്റികളും മെമ്പർമാരും, സെക്രട്ടറിമാരെ അതാതു കാലം സഹായിച്ചതിനു ചരിത്രസാക്ഷ്യം വഹിക്കുന്നവരാണ് വണ്ടാങ്കണ്ടി ചെറിയക്കൻവൈദ്യർ. അരിമ്പൂർ കുമാരൻ നായർ, ചിക്കൊന്നുമ്മൽ സി പി കൃഷ്ണൻ നായർ മുതലായവർ. തലശ്ശേരി, വടകര, കണ്ണൂർ എന്നീ നഗരങ്ങളിൽ കോൺഗ്രസാഫീസുകൾ സ്ഥാപിക്കപ്പെട്ടു. ഓരോ ആഫീസിലും ഒന്നുംരണ്ടും സ്ഥിരം പ്രവർത്തകന്മാർ, മെമ്പർമാരുടെ പട്ടികകൾ, കത്തിടപാടുകളുടെ ഫയലുകൾ, കമ്മിറ്റിയുടെ പരിധിയിൽപ്പെട്ട സ്ഥലത്തിന്റെ മാപ്പ്, കോൺഗ്രസ്സ് കൊടി, ബോർഡ് ഇവയെല്ലാം നിർബന്ധപൂർവമായ ചിട്ടയായി കേരളത്തിൽ ആദ്യം നിർദേശിച്ചു നടപ്പിലാക്കിയതു കേശവമേനോനായിരുന്നു.

കോൺഗ്രസ്സ് പ്രവർത്തനത്തിന്ന് ശമ്പളം 20.ക.

ജനങ്ങൾക്കെല്ലാം സുപരിചിതനായ ഞാൻ കുറുമ്പ്രനാടു താലൂക്ക് സെക്രട്ടറിയുടെ നിലയിൽ അവിടെ സ്ഥിരമായിരുന്നു പ്രവർത്തിക്കണെമെന്ന് കേശവമേനോൻ നിർദേശിച്ച പ്രകാരം ഞാൻ വടകരയിൽ വീണ്ടും താമസമാക്കി. ആദിയിൽ വാടകയ്ക്കും എന്റെ ചെലവിലേക്കും കൂടി സംസ്ഥാന കമ്മിറ്റി എനിക്ക് മൂന്നുമാസം 20.ക. വീതം തന്നു. പിന്നെ കോഴിക്കോട്ടും പണമില്ലായ്കയാൽ വടകരയിലും ആഫീസ് വാടക കൊടുപ്പാനും എനിക്ക് ജീവിക്കുവാനും ഞാൻ വളരെ ക്ലേശിച്ചു. ഒടുവിൽ പരപ്പനങ്ങാടിയിൽനിന്ന് ലഹളക്കാലത്ത് ഓടിവന്ന വക്കീൽ കെ

വി കൃഷ്ണന്റെ വീട്ടിലേക്ക് നൂൽച്ചക്രങ്ങളെല്ലാം നീക്കം ചെയ്ത് സ്പിന്നിങ്ങും മറ്റും നടത്തിക്കൊണ്ട് ഞാൻ അവിടെ താമസമാക്കി. സഹകരണത്യാഗത്തിന്റെയും ഖിലാഫത്ത് പ്രസ്ഥാനത്തിന്റെയും യോജിച്ചുള്ള പ്രവർത്തനത്തിന്റെഫലമായി നാട്ടിൽ പരന്ന ഹിന്ദു–മുസ്ലീം ഐക്യത്തിന്റെ വെളിച്ചത്തിൽ 1922–ലെ ഗയാ കോൺഗ്രസ് സമ്മേളനത്തിൽ ഹസ്രത്ത് മൊഹാനിയുടെ പ്രസിദ്ധമായ പൂർണ്ണ സ്വാതന്ത്ര്യ പ്രമേയം രാഷ്ട്രീയമായ നിരാശയിൽ സ്തംഭിച്ചിരുന്ന ഞങ്ങളെ ആവേശംകൊള്ളിച്ചു.

തലശ്ശേരിയിൽ സരസ്വതി വിജയം പ്രസിൽ 18 മാസം മുമ്പ് അച്ചടിക്കാൻകൊടുത്ത എന്റെ *പെൺകിടാവിന്റെ തന്റേടം* എന്ന നോവലിന്റെ ഒന്നാം ഭാഗം ആ ഘട്ടത്തിൽ അച്ചടി കഴിഞ്ഞു പുറത്തുവന്നു. അതു വടക്കേ മലബാറിലും കോഴിക്കോട്ടുമായി തികച്ചും ചിലവായി. പണം മുഴുവനും പിരിഞ്ഞില്ല. രണ്ടുമാസം കൊണ്ട് മുന്നൂറ് ഉറുപ്പികയുടെ മേലേ വിറ്റുപിരിഞ്ഞിരുന്നു. എങ്കിലും പുസ്തകം അച്ചടിക്കുവാൻ അഡ്വാൻസിന് അമ്മയോട് വാങ്ങിയ പണം കൊടുപ്പാൻകഴിഞ്ഞില്ല. പുസ്തകം വിറ്റു കിട്ടിയ പണം കൊണ്ടാണ് ഞാൻ പിന്നീട് ഒരുകൊല്ലം വടകരയിൽ ജീവിച്ചിരുന്നത്.

1921 ലെ മലബാർ കാർഷിക ലഹള

മലബാറിലെ കർഷകലഹള ആദ്യാവസാനം ബ്രിട്ടീഷു ഭരണാധികാരത്തിന്റെ നേരെയുള്ള ഒരു വമ്പിച്ച സമരമായിരുന്നു. ഒരുനാളും അതു ഹിന്ദുക്കളും മുഹമ്മദീയരും തമ്മിൽ നടന്ന ഒരു ചേരിതിരിഞ്ഞ കലഹമായിരുന്നില്ല. പക്ഷേ അതിന് ആ നിറം കൊടുത്ത് സകലപത്രങ്ങളും അതിനെ അവഹേളിക്കുകയും വമ്പിച്ച ഹിന്ദുമുസ്ലീം ലഹളയെന്ന ദുഷ്പേര് അതിന്റെ പേരിൽ പ്രചരിപ്പിക്കയും ആ വഴിക്കു അതിനോടു ദേശീയപ്രസ്ഥാനത്തിനുണ്ടായിരുന്ന അനുഭാവം നഷ്ടപ്പെടുത്തുകയും ചെയ്യാൻ കഴിഞ്ഞ ബ്രിട്ടീഷു സാമ്രാജ്യത്വാധികാരികളുടെ ദുഃസ്വാമർത്ഥ്യത്തെ ഗാന്ധിജി കൂടി ചുഴിഞ്ഞുനോക്കിയില്ല, എന്നുള്ളതാണു മലയാളത്തിലെ കോൺഗ്രസ്സ് പ്രവർത്തകന്മാരായ ഞങ്ങൾക്കു ഏറ്റവും പരിതാപകരമായത്.

ഏതു നിലയിലും 1921 ലെ മലബാർകാർഷിക വിപ്ലവമെന്ന് വിളിക്കപ്പെടുവാൻ സർവഥാ അർഹമായ ആ സമരം മാപ്പിളലഹളയെന്നും ഹിന്ദു മുസ്ലിം ലഹളയെന്നും കൽപ്പിച്ചവഹേളിക്കുന്നത് 20–ാം നൂറ്റാണ്ടിലെ കേരളചരിത്രത്തിന്റെ നേരെ പ്രവർത്തിച്ച ഏറ്റവും വലിയ ഒരു അപരാധമാണ്.

സമാധാനിപ്പിക്കാൻ ഞാൻ പള്ളിയിലും മക്കാനിയിലും കയറി സംസാരിച്ചു

വടകരയിലെ തീയ്യർക്കാണെങ്കിൽ മുമ്പിലേ കോൺഗ്രസ് കണ്ണിലെ കരടാണല്ലോ. ലഹളയും കൂടി തുടങ്ങിയപ്പോൾ അവർ പൊലീസിനോട്

പ്രത്യക്ഷമായി ചേർന്ന് മുഖത്തു നോക്കി ഞങ്ങളെ ശകാരിക്കയും പരിഹസിക്കയും ചെയ്തു. ഒരുദിവസം മാധവമേനോൻ എന്നെ കാണാൻ വടകര വന്നപ്പോൾ 'ഏറനാട്ടിൽനിന്നു ചാടിപ്പോന്ന മൊയിലിയാർ!!' എന്നു വിളിച്ചു കോട്ടപ്പറമ്പു മുതൽ അടയ്ക്കാത്തെരുവ് വരെ അയാളെ കൂക്കിയിരുന്നു. അന്നു മാധവമേനോൻ താടി നീട്ടിയിട്ടുണ്ടായിരുന്നു. തെക്ക് നിന്ന് കണ്ണൂരിലേക്ക് പോകുന്ന ലോക്കപ്പിലും മെയിലിലും മാപ്പിള തടവുകാരെ ചെമ്മരിയാടുകളെപ്പോലെ തിരക്കിത്തിരക്കി നിർത്തിക്കൊണ്ട് പോകുന്നത് വടകരയിലെ മാപ്പിളമാർ റെയിൽവേ ലൈനിന്റെ രണ്ട് ഭാഗത്തും സംഘം കൂടിനിന്ന് കാണുമ്പോൾ വല്ലാതെ ക്ഷോഭിച്ച് വടകര ഏതാണ്ട് ലഹളയുടെ വക്കത്തെത്തിയിരുന്നു. അതിനാൽ ദിവസേന രാത്രി മുഴുവനും അവർ കൂടിനിൽക്കുന്ന പള്ളികളിലും മക്കാനിയിലും മാടത്തിലും പീടികയിലും കയറിയിറങ്ങി. അവരോടെല്ലാം സംസാരിച്ച് ക്ഷോഭം തണുപ്പിക്കുകയായിരുന്നു എന്റെ പണി. വടകരയിൽ അന്നു തഹസീൽദാരായിരുന്ന ദിവാൻ ബഹദൂർ കുഞ്ഞിരാമൻനായർ സ്വകാര്യമായി ഞാൻ മാപ്പിളമാരുടെ ഇടയിൽ നടന്നു ലഹളയുണ്ടാകാതിരിക്കാൻ ചെയ്യുന്ന പരിശ്രമിച്ചിരുന്നതു ശ്രദ്ധിച്ചിരുന്നു. എന്നെ അറസ്റ്റ് ചെയ്യണമെന്നുള്ള പൊലീസിന്റെ ആലോചനയെ അയാളും മജിസ്ട്രേട്ടുമാണ് തടഞ്ഞത്. ലഹളയിൽ പിടിക്കപ്പെട്ട നൂറും നൂറ്റമ്പതും മാപ്പിളമാരെ ഒരു വണ്ടിയിൽ അടുക്കിനിർത്തി കാറ്റു കടക്കാൻ വിടാതെ അടച്ചുപൂട്ടി കോയമ്പത്തൂർ, വെല്ലൂർ, ബെല്ലാരി എന്നീ ജയിലുകളിലേക്കയക്കുമ്പോൾ എത്തേണ്ട ദിക്കിലെത്തിയ ശേഷം തുറന്നു നോക്കിയാൽ ആളുകൾ ശ്വാസം മുട്ടിയും പൈദാഹം സഹിക്കാഞ്ഞും മരണമടഞ്ഞതായി കാണപ്പെടാറുണ്ടെന്ന് അക്കാലം പരക്കെ പ്രസ്താവമുണ്ടായിരുന്നു. ഒരിക്കൽ ഒരു പാസഞ്ചർ വണ്ടിയിൽ സഞ്ചരിക്കയായിരുന്ന മഞ്ചേരി രാമയ്യർ അങ്ങനെ അടച്ചുപൂട്ടിയ വണ്ടിയിൽനിന്ന് നിലവിളി കേൾക്കുകയാൽ സ്റ്റേഷനിൽ വണ്ടി നിന്നപ്പോൾ സ്റ്റേഷൻമാസ്റ്ററെ വിളിച്ച് വണ്ടി തുറന്ന് നോക്കിച്ചു. അനവധി പേർ അതിൽ മരിച്ചും ബോധംകെട്ടും അർദ്ധ പ്രാണനായും കാണപ്പെട്ടു. അതിൽ 160 പേരെ കയറ്റിയിരുന്നു. അതിൽ 22 പേർ മരിച്ചും 45 പേർ ബോധം കെട്ടും ശേഷം ജീവശ്ശവമായും കിടക്കുന്നതു കണ്ടു. എല്ലാവരേയും പോത്തന്നൂർ പ്ലാറ്റ്ഫോറത്തിൽ ഇറക്കിക്കിടത്തി മരിക്കാത്തവരെ പ്രഥമ ശുശ്രൂഷ നൽകി ആസ്പത്രിയിലേക്കയച്ച് ചികിൽസിച്ച് അനവധിപേരുടെ ജീവൻ രക്ഷിച്ചു

വടകരയിൽ കേമ്പു ചെയ്യുന്ന ഒരു പ്ലേറ്റൂൺ റിസർവ്വ് പൊലീസ് ചില ദിവസം രാവിലെ കുറുമ്പ്രനാട്ടിലെ പല ഭാഗങ്ങളിലും ചുറ്റിനടന്നു വൈകുന്നേരം മടങ്ങിവരുക പതിവായിരുന്നു. ഉൾനാട്ടിൽ സഞ്ചരിക്കുമ്പോൾ അവർ സ്ത്രീകളുടെ മുഖത്തു നോക്കി അശ്ലീലമായ തന്നാരപ്പാട്ടുപാടി കളിയാക്കിയിരുന്നു; കടമേരി, ചേരാപുരം, എടച്ചേരി, നാദാപുരം, തിരുവള്ളൂര് എന്നീ പ്രദേശങ്ങളിൽ മാപ്പിളമാരുടെ പറമ്പുകളിൽ കയറി ഇളനീർ കുലയോടെ മുറിച്ചിട്ട് വെട്ടിക്കുടിച്ചു. ചിലപ്പോൾ മുന്നൂറും നാ

നൂറും ഇളനീർ കുടിച്ചെങ്കിലും ഉടമസ്ഥനോട് ഒരു വാക്ക് അവർ ചോദിക്കയോ വിലകൊടുക്കയോ ചെയ്തിരുന്നില്ല. വടകരയിൽ തന്നെ ചില റിസർവ്വ് പൊലീസുകാർ മാപ്പിളമാരുടെ ചായക്കടകളിലും മക്കാനികളിലും കയറി ചായയും ബിരിയാണിയും കഴിച്ച് ചാർജ് കൊടുക്കാതെ കടന്നുപോയി. ചില തുണിപ്പീടികകളിൽ കടന്ന് മുണ്ടും ഷർട്ടും മുറിപ്പിച്ച് വിലയെപ്പറ്റി ഒരു ചോദ്യമേയില്ലാതെ ഇറങ്ങിപ്പോയി. ഇതിനെപ്പറ്റിയെല്ലാം ഞാൻ ദീർഘമായ റിപ്പോർട്ട് എഴുതി കോപ്പികൾ, മജിസ്ട്രേറ്റ്, താസിൽദാർ, കലക്ടർ, പൊലീസ് സൂപ്രണ്ട്, സംസ്ഥാന കോൺഗ്രസ് കമ്മിറ്റി സെക്രട്ടറി, *ഹിന്ദു* പത്രാധിപർ മുതലായവർക്കയച്ചു. *ഹിന്ദു* ആ റിപ്പോർട്ട് അടുത്ത ദിവസം തന്നെ പ്രസിദ്ധപ്പെടുത്തുകയും ചെയ്തു. അതാണ് നിങ്ങൾ ഇവിടെ ലഹളയുണ്ടാക്കുവാൻ ശ്രമിക്കയാണെന്ന് 'താസിൽദാർ' ഇൻസ്പെക്ടറോട് ശുണ്ഠിയെടുക്കാൻ കാരണം. പൊന്നാനിയിൽനിന്ന് കേളപ്പനെ അറസ്റ്റ് ചെയ്ത് കള്ളക്കേസിൽപ്പെടുത്തിയ പോലെ എന്നെ ഏതായാലും അറസ്റ്റ് ചെയ്യാതിരിക്കയില്ലെന്നായിരുന്നു എന്റെ വിശ്വാസം.

വെള്ളപ്പൊക്കവും ദുരിതാശ്വാസപ്രവർത്തനവും

1923-ൽ മലയാളത്തിൽ ഒരു അതിഘോരവർഷമുണ്ടായി. തെക്കേ മലയാളത്തിൽ പലേടങ്ങളിലും തീവണ്ടി റെയിലിന് മീതെ വെള്ളം പൊന്തി, റെയിൽ ഇളകി. തീവണ്ടിപ്പാലങ്ങൾ കേടുവന്നു. വടക്കേ മലബാറിലാണ് വെള്ളപ്പൊക്കം കൂടുതൽ ജനോപദ്രവകരമായത്. വളപട്ടണം പുഴയുടെ ഇരുകരകളിലും വെള്ളം പൊങ്ങി എട്ടും പത്തും നാഴിക വിസ്തീർണത്തിൽ ഇരിക്കൂർ വരെയുള്ള താണപ്രദേശം മുഴുവനും വെള്ളത്തിനടിയിലായി. സുമാർ 250 നാഴിക സമചതുരം. എട്ടുപത്തുദിവസത്തോളം ഒരു ഭയങ്കര ജലാശയമായി മാറി. വെള്ളം പൊങ്ങി ആളുകളും കന്നുകാലികളും വീടുകളും തേങ്ങാക്കൂടുകളും വന്മരങ്ങളും കൂടി ജലപ്രവാഹത്തിൽ ഒലിച്ചുപോയി. ആയിരത്തിൽപ്പരം പഴയ വീടുകളും കുടിലുകളും വെള്ളത്തിലമർന്നു. പതിനായിരം ജനങ്ങൾ ആ ഭാഗങ്ങളിൽ വീടും കുടിലുമില്ലാതെ അവശരും നിസ്സഹായരുമായി. ഞാൻ അന്ന് ആര്യസമാജക്കാരുടെ *ആര്യകേരള*മെന്ന വാരികയിൽ പണ്ഡിതർ ഋഷിരാമനെ സഹായിക്കയായിരുന്നു. ചിറക്കൽ താലൂക്കിലെ വെള്ളപ്പൊക്കമുണ്ടാക്കിയ അനർഥത്തെ പറ്റി പണ്ഡിറ്റ് ഋഷിരാമനും കേശവമേനോനും കൂടി ആലോചിച്ചശേഷം എന്നെയും ബോംബെയിൽ നിന്ന് മിലിട്ടറി ക്ലാർക്കിന്റെ ജോലി വിട്ടുവന്ന ഇ സി കുഞ്ഞിക്കണ്ണൻ നമ്പ്യാരെയും വളപട്ടണത്തേക്ക് റിലീഫ് പ്രവർത്തനത്തിനയച്ചു. അക്കാലം എസ്സ് കെ കൊമ്പ്രർ ബെയിലായിരുന്നു വടക്കേ മലബാർ ജില്ലാ കോൺഗ്രസ് സെക്രട്ടറി. ഞാനും കുഞ്ഞിക്കണ്ണൻ നമ്പ്യാരും കൊമ്പ്രർബെയിലും വളപട്ടണം പുഴയിൽക്കൂടി വലിയ തോണിയിൽ അരിച്ചാക്കും കയറ്റി കണ്ടക്കൈ, കരയളം, ചെങ്ങളായി, ഇരിക്കൂർ വരെ കാട്ടാനയും മലമ്പാമ്പും വന്മരങ്ങളും കുത്തിയൊലിച്ച് ചാടിവരുന്ന ജലപ്രവാഹത്തെ മുറിച്ച് ഇരു

കരയിലുമുള്ള അംശക്കച്ചേരികളിലേക്ക് പ്രാണനെ പണയം വച്ചാണ് തുഴ ഞ്ഞെത്തിച്ചേർന്നത്. പാപ്പിനിശ്ശേരി, പറശ്ശിനിക്കടവ്, കണ്ടക്കൈ, ഇരിക്കൂർ എന്നീ സ്ഥലങ്ങൾ ഒരുമാസത്തേക്ക് റിലീഫ് കേന്ദ്രങ്ങളായിരുന്നു. 1921–ലെ കോൺഗ്രസ് റിലീഫ് ഫണ്ടിൽ കോഴിക്കോട് കുറെ പണം ബാക്കി ഇരിപ്പുണ്ടായിരുന്നതും ആര്യസമാജക്കാർ പിരിച്ചയച്ചതുമായ ഏതാണ്ട് 12000 ക. ചെലവ് ചെയ്താണ് ആയിരം ചാക്ക് അരിയും അത്യാ വശ്യം വസ്ത്രവും വീടുകെട്ടാൻ ദുർലഭം ചില സാധുക്കൾക്ക് പണവും കൊടുത്തത്. അന്ന് ചെറുപ്പക്കാരായ സാമുവൽ ആറോനും പറശ്ശിനിക്ക ടവിലെ കൊച്ചുമടയൻ കുഞ്ഞിരാമനും റിലീഫ് പ്രവർത്തനത്തിൽ ഞങ്ങളെ സഹായിച്ചിരുന്നു.

പതിനായിരക്കണക്കിന് ജനങ്ങൾ തിങ്ങിനിൽക്കുന്ന ആൾത്തിരക്കി നിടയിൽ, പ്രസവിച്ച് 24 മണിക്കൂർ തികയാത്ത അമ്മമാരും ഉമ്മമാരും ചോരക്കുഞ്ഞുങ്ങളെ കൂറത്തുകിലിൽ പൊതിഞ്ഞ് ഒറ്റക്കയ്യിൽ മാറോട ടുപ്പിച്ച് ചെറുതുണിയിൽ അരിവാങ്ങി മറ്റേ കയ്യിൽ കെട്ടി എടുത്ത് കണ്ണീരും കൃതജ്ഞതയും കവിഞ്ഞൊഴുകുന്ന മുഖമുയർത്തി അരി കൊടുക്കുന്ന തങ്ങളെ നോക്കി കടന്നുപോകുന്നതും ഇത് മഹാത്മാഗാ ന്ധിയുടെ അരിയാണെന്നു പഠിച്ച് കുട്ടികളന്യോന്യം പറയുന്നതിനെ ഞാൻ ശരിവച്ചതും എന്റെ മോൻ ഇളനീർ കുടിച്ചാട്ടേ; ഈ ഓണം നാൾ രണ്ടുദിവസം എന്റെ മോൻ പട്ടിണിയാണല്ലോ എന്നു പറഞ്ഞ് ഒരു വൃദ്ധ യായ തടിച്ചിയമ്മ ഒരു ഇളനീർ എനിക്ക് വെട്ടിക്കൊണ്ട് തന്നതും ഒരാ ഴ്ചയായി ഒരു കുന്നിന്മേൽ മരച്ചുവട്ടിൽ സകുടുംബം കഴിയുന്ന വീട് വീണുപോയ ഒരു തള്ള ഞാൻ കടന്നുപോകുന്ന ഇടവഴിയിൽ കാത്തി രുന്ന് എന്നെ കണ്ടപ്പോൾ കരഞ്ഞുകൊണ്ട് എന്റെ "കുഞ്ഞിമോനേ! എന ക്കൊരു നാഴിയരിതരണേ"! എന്റെ പെറ്റ് കിടക്കുന്ന കുഞ്ഞിനാണെന്ന് പറഞ്ഞതും ഞാൻ മുത്തശ്ശിക്ക് നാഴിയരി അയച്ചുതരാമെന്ന് പറഞ്ഞ പ്പോൾ "കുഞ്ഞിമോനേ നാനാഴിയരി കിട്ടിയാൽ നാലുനാൾ കഴിക്കും" എന്നു പറഞ്ഞ് എന്റെ കൈപിടിച്ച് കണ്ണീർ വാർത്ത് എന്നെ അനുഗ്രഹി ച്ചതുമായ ചിത്രങ്ങളും ചരിത്രങ്ങളും എന്റെ സ്മൃതി പഥത്തിൽനിന്ന് ഇനിയും മാഞ്ഞിട്ടില്ല.

അഴിമതിക്കും കൈക്കൂലിക്കും എതിരെ *കേരളകേസരി*

1924 മാർച്ചിൽ വൈക്കം റോഡിൽ കൂടി അയിത്തജാതിക്കാരെ വഴി നടക്കാൻ അനുവദിക്കുന്നതിനായി കെ പി സി സി യുടെ ആഭിമുഖ്യ ത്തിൽ ചരിത്ര പ്രസിദ്ധമായ വൈക്കം സത്യാഗ്രഹം തുടങ്ങി. അത് ആരം ഭിച്ചത് കെ പി കേശവമേനോനാണെങ്കിലും പിന്നീട് അതിന്റെ ഉത്തര വാദിത്വം ഏറ്റു നടത്തിയത് ടി കെ മാധവനും കെ കേളപ്പനുമായിരുന്നു. വൈക്കം സത്യാഗ്രഹത്തെപ്പറ്റി *കേരള കേസരി* വിജയപര്യാവസാനം വരെ ഊർജിതമായി പ്രചാരവേല ചെയ്തിരുന്നു. വൈക്കം സത്യാഗ്ര ഹത്തെപ്പറ്റി *കേരള കേസരി*യുടെ ഉദ്ബോധനങ്ങളെ *സ്വരാജ്, മാതൃഭൂമി*

മുതലായ പത്രങ്ങൾ കൂടെക്കൂടെ ഉദ്ധരിക്കാറുണ്ട്. പ്രാരംഭകാലത്ത് വൈക്കം സത്യാഗ്രഹത്തെപ്പറ്റി *ഗജകേസരി* ദീക്ഷിച്ച മൗനാപവാദത്തെ *കേരളകേസരി* ഭൂഷണമായി വിമർശിച്ച ശേഷം മൂർക്കോത്തു കുമാരൻ ഒരു ചിറ്റമ്മ നയം കൈകൊള്ളേണ്ടതായി വന്നു. കണ്ണൂർക്കാരനായ ഡെപ്യൂട്ടി സൂപ്രണ്ട് ആമുസാഹിബിന്റെ കൈക്കൂലികളെ പരസ്യമായി തുറന്നു കാണിക്കുന്ന ലേഖനപരമ്പരകളെ നിർത്തുവാൻ യാതൊരു നയവും കേസരിയോട് ഫലിക്കാതായപ്പോൾ ഒടുവിൽ കുഞ്ഞിക്കോരു മൂപ്പന്റെ മാനനഷ്ടക്കേസായിരുന്നു കോഴിക്കോട് *മനോരമ* പ്രസിൽനിന്നും ആറുമാസത്തിന് കേസരിയെ കണ്ണൂർ പ്രിന്റിംഗ് പ്രസിലേക്ക് ഓടിച്ചത്. അവിടുന്നും പൊലീസ് വിരോധം നിമിത്തം പ്രസുകാർ കേസരി അടിച്ചു തരാൻ കൂട്ടാക്കാതെയായി....... വടകരയിലെ കേസരി പ്രസാണ് പിന്നീട് കുറെക്കാലം വടക്കെ മലബാറിൽ പ്രധാനമായി കോൺഗ്രസ്സാഫീസ്സിന്റെ സ്ഥാനം വഹിച്ചതും പൊതുപ്രവർത്തന കേന്ദ്രമായതുമെന്നു ഒരുവിധത്തിൽ എനിക്കു ചാരിതാർഥ്യപ്പെടാൻ അവകാശമുണ്ട്. കോൺഗ്രസ്സ് ലഘുലേഖകളും ചാർജ്ജ് കൂടാതെ കേസരിപ്രസ്സ് അടിച്ചുകൊടുത്തിരുന്നു. അങ്ങനെ അക്കാലം *കേസരി*യിൽനിന്നു പുറത്താക്കിയ ഒരു അഭ്യർഥനയുടെ ഫലമായി ഗാന്ധിജിക്ക് അദ്ദേഹം ഖദർഫണ്ടു പിരിവിനായി മലബാറിൽസഞ്ചരിക്കുന്ന അവസരത്തിൽ വടകര സ്റ്റേഷനിൽ വെച്ച് 750ക. യുടെ ഒരു പണക്കിഴി കൊടുക്കുകയുണ്ടായി. അത്രയും വലിയ സംഖ്യ ആ ഫണ്ടിലേക്കു വടക്കെ മലബാറിൽ എവിടെനിന്നും കൊടുത്തിരുന്നില്ല. പൊതുകാര്യത്തിലേയ്ക്കു വേണ്ടി പണം കൊടുക്കുന്നതിൽ വടകര ഒരു നാളും പിന്നോക്കമായിട്ടില്ല. ആ പണപ്പിരിവിൽ എന്നെ സഹായിപ്പാൻ മുന്നോട്ടു വന്ന പി രൈരുകുറുപ്പും പി കെനാരായണൻ നായരും നിയമലംഘനമൊഴിച്ചു എല്ലാ പൊതുകാര്യങ്ങളിലും എന്നോടൊപ്പമുണ്ടായിരുന്നു. ഇവരാണ് പുതുതായി കോൺഗ്രസ്സ് സ്ഥാനാർഥിയായി മദിരാശി നിയമസഭയിൽ തിരഞ്ഞെടുപ്പിനുനിന്ന കെ മാധവൻനായരുടെ ഭാഗം എനിക്കു സഹായമായി ആദ്യാവസാനം വരെ ഇറങ്ങി പ്രവർത്തിച്ചത്. അക്കാലം വലിയ വാശിയും വാദപ്രതിവാദങ്ങളും നടന്ന കെ പി സി സി യോഗങ്ങൾ വടകരയിൽ *കേരളകേസരി* ആഫീസിൽ വെച്ച് നടത്തിയിട്ടുണ്ട്. കോൺഗ്രസിനെതിരായി ജസ്റ്റിസുകക്ഷിയിലെ നേതാവായ മന്നത്ത് കൃഷ്ണൻ നായർക്ക് അനുമോദനകമ്പി അയച്ചതിനെ പ്രതിഷേധിക്കാൻ 1928 ഏപ്രിൽ 15ാം തീയതി *കേസരി* ഓഫിസിൽ വെച്ചാണ് കെ പി സി സി യോഗം കൂടിയത്. കേരളത്തിൽ പ്രത്യേകമായി ഉപ്പുസത്യാഗ്രഹം തുടങ്ങണമെന്നും പാടില്ല എന്നും വമ്പിച്ച വാദപ്രതിവാദം നടന്ന ചരിത്രം നിർമിച്ച കേരള സംസ്ഥാന കോൺഗ്രസ്സ് കമ്മിറ്റി യോഗം നടന്നതും വടകര *കേരളകേസരി* ഓഫീസിൽ വെച്ചായിരുന്നു.

വടക്കേ മലബാറിൽ രണ്ടു കൊല്ലക്കാലം വളരെ പ്രചാരമുള്ളതായിരുന്നു *കേരളകേസരി.* കേരളം ഭ്രാന്തശാലയാക്കിയ തൊട്ടുകുളി, തീണ്ടു

കുളി നാടിനെ നരകമാക്കുന്ന മർദനം ചൂഷണം ഇവയെ അടിയേ അവസാനിപ്പിക്കുകയായിരുന്നു പത്രത്തിന്റെ പ്രഖ്യാപിത ലക്ഷ്യം. കെ വി കൃഷ്ണനായിരുന്നു പത്രത്തിന്റെ മാനേജർ. *കേരളകേസരി*യുടെ ഒന്നാമത്തെ ലക്കം തന്നെ കുറുമ്പ്രനാട്ടിൽ ഒരു വലിയ കോളിളക്കമുണ്ടാക്കി. കടത്തനാട്ട് എ കെ ശങ്കരവർമ രാജാവിന്റെ താലൂക്ക്ബോർഡ് ദുർഭരണമായിരുന്നു *കേരളകേസരി*യുടെ ആദ്യകാലങ്ങളിലെ പ്രധാന വിമർശനവിഷയം. അതുകൊണ്ട് കുറുമ്പ്രനാട്ടിലെ രാജഭക്തന്മാരായ നായന്മാർ ശങ്കരവർമ്മ രാജാവിന്റെ ഭാഗം അണിനിരന്നു. അതൊരു നായർ നടത്തുന്ന തീയ്യപത്രമാണെന്നു വടകരയിലെ ഒരു നായർ വക്കീൽ ജാതിമുദ്ര കുത്തി.

*കേരളകേസരി*ക്കു നായർവിരോധമുണ്ടെന്നു പറഞ്ഞുനടക്കാതായപ്പോൾ അതാ വരുന്നു മൂർക്കോത്തു കുമാരന്റെ ജാതിക്കുശുമ്പുകൾ എണ്ണിയെണ്ണിയഴിച്ചു പരിശോധിക്കുന്ന പഴയ ജാതകക്കെട്ട്, *ഗജകേസരി*യോട് *കേരളകേസരി* എന്ന രണ്ടുപേജ് നീണ്ടവിമർശനം. അടുത്ത ലക്കത്തിൽ രണ്ടായിരം ഉറുപ്പിക മാനനഷ്ടം ചോദിപ്പാൻ ഇടയാക്കിയ കുഞ്ഞിക്കോരുമൂപ്പനെപ്പറ്റിയുള്ള 'മയ്യഴിയിൽ ആന വീണു' എന്നൊരു 'ഉലക്കഭടന്റെ ദിനസരി' വന്നു. അതു മറ്റൊരു മാനഷ്ടത്തിന്റെ രജിസ്റ്റർ നോട്ടീസിനുമിടയാക്കി. വടകര സ്റ്റേഷൻമാസ്റ്റർ കുമാരൻ പ്ലാറ്റ്ഫോറത്തിൽ രണ്ടു വണ്ടി വന്നുനിൽക്കുമ്പോൾ ഒരു തോട്ടിയെത്തല്ലിയതിനെപ്പറ്റി വണ്ടിക്കാരും തീവണ്ടിക്കാരും എന്നു *കേരളകേസരി*യിൽ മറ്റൊരുറിപ്പോർട്ടു വന്നു. അതുപോലെ ഒരു റജിസ്റ്റർ നോട്ടീസ് ആയിരം ക. മാനനഷ്ടത്തിനു പയ്യന്നൂരിൽ നിന്നു ജില്ലാ ബോർഡ് മെമ്പർ കൈതേരി കൃഷ്ണൻ നമ്പ്യാർ അയച്ചു. എല്ലാം പൊതു ജനങ്ങളുടെ ഗുണത്തിനു വേണ്ടിയാണ്. റിപ്പോർട്ട് സത്യമാണെന്ന് തെളിയിപ്പാൻ ഒരുക്കമാണെന്ന് മറുപടി കണ്ടപ്പോൾ കേസായാലും റജിസ്റ്റർനോട്ടീസായാലും എല്ലാം പിൻവലിക്കയാണുണ്ടായത്. *കേരള കേസരി* തീയ്യപത്രമാണെന്ന് പറഞ്ഞ് നായന്മാരും എന്തായാലും പത്രാധിപർ നായരല്ലേ എന്നു പറഞ്ഞു തീയ്യരും. ആരംഭത്തിൽ അഞ്ഞൂറ് കോപ്പികൊണ്ട് തുടങ്ങിയ *കേരളകേസരി* ഓരോ പ്രമാദമായ വിമർശനവും പുറത്തു വന്നതോടുകൂടി അമ്പതും നൂറും കോപ്പി മുൻകൂർ മണിയോർഡറോടുകൂടി ആഴ്ച തോറും വർദ്ധിച്ചു. *ഗജകേസരി*യോടു *കേരളകേസരി* എന്ന ലേഖനം വന്നപ്പോൾ രണ്ടാഴ്ച കൊണ്ട് കോഴിക്കോടും തലശ്ശേരിയും ഇരുന്നൂറ് വരിക്കാർ അധികമായി. *കേരളകേസരി*ക്കു പണമില്ലാത്ത ബുദ്ധിമുട്ട് ഒരിക്കലും ഉണ്ടായിട്ടില്ല. മൂന്നു മാസത്തെയെങ്കിലും മുൻകൂർ അടയ്ക്കാത്ത വരിക്കാർ ദുർലഭമായിരുന്നു. *കേസരി*യുടെ റേപ്പർ പൊട്ടിച്ചാൽ ആദ്യമായി ഉലക്കഭടന്റെ ദിനസരി വായിച്ചുകഴിയുന്നതുവരെ കൈവിറയ്ക്കും എന്ന് ചില കൈക്കൂലിപ്പണ്ടങ്ങളായ ഉദ്യോഗസ്ഥന്മാർ സാധാരണ പറയുന്നതു കേട്ടിട്ടുണ്ട്. ഉലക്കഭടന്റെ ദിനസരി നിമിത്തം അക്കാലത്തു കേരള കേസരിക്കുള്ളതിന്റെ പകുതി പ്രചാരം വടക്കേമലബാറിൽ മറ്റൊരു പത്രത്തിനും ഉണ്ടായിട്ടില്ല.

ആദർശത്തിന് വേണ്ടി ദാരിദ്ര്യം വരിച്ചവരിൽ ഒരു വിഡ്ഢി ഞാനും

രാമയ്യർ പ്രതിനിധീകരിക്കുന്ന ഗവൺമെന്റ് കക്ഷിക്കെതിരായി നാരായണൻനായരുടെ ദേശീയ കക്ഷിയിൽ ടി സി നാരായണക്കുറുപ്പിനെയും കടത്തനാട്ടും ബാലിശ്ശേരിയിലുമുള്ള തമ്പുരാന്മാരെയും ഉൽപ്പതിഷ്ണുക്കളായ കടത്തനാട്ടിലെ കുറുപ്പന്മാരെയും നടുവണ്ണൂർ കിടാവുമാരെയും ഉണ്ണികുമാരൻനായർ മുതലായ കോഴിക്കോട് താലൂക്കിലെ നായർ പ്രഭുക്കന്മാരെയും ഒരുമിച്ച് അണിനിരത്തുവാൻ എനിക്ക് കഴിഞ്ഞിട്ടുണ്ട്. ആ തിരഞ്ഞെടുപ്പിൽ എനിക്ക് വിശ്വാസമുണ്ടായിട്ടില്ല. അതായിരുന്നു കോൺഗ്രസിന്റെ ബഹുജനബന്ധപരിപാടി. ആദ്യത്തെ പ്രാവശ്യം രാമയ്യർ കക്ഷി ജയിച്ചുവെങ്കിലും രണ്ടാംവട്ടം രണ്ട് ബോർഡിലും നാരായണൻനായർ കക്ഷി–ബഹുജനകക്ഷി–അന്നത്തെ കോൺഗ്രസിന്റെ കക്ഷി കുറുമ്പ്രനാട്ടിൽ വിജയിച്ചു–നാരായണൻനായർ താലൂക്ക് ബോർഡ് പ്രസിഡണ്ടായി.

അക്കാലം ഞാൻ മാധവൻനായരെ സഹായിക്കാതെ കോൺഗ്രസാദർശം വിട്ട് എന്റെയും കേസരിയുടേയും ഉറ്റബന്ധുവായ കെ വി കൃഷ്ണന്റെ ഉദ്ദേശപ്രകാരം ജസ്റ്റിസുകക്ഷിക്കാരനായ രാമയ്യരെ സഹായിച്ചിരുന്നെങ്കിൽ *കേരളകേസരി* കമ്പിനി അഭിവൃദ്ധിപ്പെടുത്തുവാൻ കഴിയുമായിരുന്നു. പത്രം പുഷ്ടിപ്പെടുത്താമായിരുന്നു. 1934 ൽ ഞാൻ വടകര വിടേണ്ടിവരില്ലായിരുന്നു. തനിക്കിഷ്ടമായ ഒരു ആദർശത്തിനുവേണ്ടി സ്വന്തം ജീവിതംകളഞ്ഞ് സ്വയം ദാരിദ്ര്യം വരിച്ച വിഡ്ഢികളിൽ ഒരുസ്ഥാനം മതി എനിക്കെന്നു അന്നേ ഞാൻ സ്വയം സംതൃപ്തനായിരുന്നു. എന്റെ രാഷ്ട്രീയ ജീവിതത്തിൽ ഒന്നാമത്തെ പരീക്ഷണഘട്ടമായിരുന്നു അത്.

കൊയിലാണ്ടി മുതൽ കാഞ്ഞങ്ങാടു വരെപ്രസംഗ പരമ്പര

സൈമൺ കമ്മീഷനെ ബഹിഷ്കരിപ്പാൻ മദിരാശി കോൺഗ്രസിന്റെ തീരുമാനം ഇന്ത്യ മുഴുവൻ ഹർത്താലും, കറുപ്പ് കൊടിയുമായി നടപ്പിൽ വരുത്തിയ അവസരത്തിലാണല്ലോ ലാലാജിയെ ലാത്തിച്ചാർജ് ചെയ്തതും ജവർഹർലാലിന് തല്ലു കിട്ടിയതും. സൈമൺ കമ്മീഷൻകാരെ 'ഫോ, ഫോ, ഫോ' എന്നുള്ള വാക്കും മറ്റും മലബാർ മുഴുവൻ മാറ്റൊലി കൊണ്ടിരുന്നു. ഞാനും കെ കേളപ്പനും കുറൂർ നമ്പൂതിരിപ്പാടും കൊബ്രബെയിലും സി എച്ച് ഗോവിന്ദൻ നമ്പ്യാരും കൊയിലാണ്ടി മുതൽ കാഞ്ഞങ്ങാടു വരെ പൊതുയോഗങ്ങളും പ്രസംഗങ്ങളും നടത്തി. സൈമൺ കമ്മീഷന്റെ ബഹിഷ്കരണത്തെപ്പറ്റി പ്രചാരവേല ചെയ്തിരുന്നു....... ആദ്യമേ കോൺഗ്രസിനേയും സഹകരണ ത്യാഗത്തേയും ആക്ഷേപിച്ചുകൊണ്ടിരുന്ന മിതവാദികളായ മൂർക്കോത്ത് കുമാരൻ, സി കൃഷ്ണൻ എന്നിവരുടെ *ഗജകേസരി*യും *മിതവാദി*യും, മലബാറിൽ കാർഷികലഹള തുടങ്ങിയപ്പോൾ അതിലെ കുടിയാൻ പ്രക്ഷോഭത്തിന്റെ പ്രധാന വശം മറച്ചുവച്ചു. അതിനെ സാമ്രാജ്യ ദല്ലാളുകളു

ടെയും ജന്മിമാരുടെയും ഭാഗം ചേർന്ന് എതിർത്ത് ഒരു സമുദായ ലഹള യായി ചിത്രീകരിച്ച് ഗവൺമെന്റ് പക്ഷംപിടിച്ചു. ആ ലഹളയ്ക്ക് ഉത്തര വാദികൾ മലയാളത്തിലെ കോൺഗ്രസ്സ് നേതാക്കന്മാരാണെന്ന് കൊട്ടി ഘോഷിച്ചു പൊറുതി കെടുത്തി. മാത്രമല്ല മാധവൻ നായർ മുതൽ കോൺഗ്രസുകാരായ ഞങ്ങളെല്ലാം ജാതിഭ്രാന്തന്മാരായ സവർണന്മാരാ ണെന്നാക്ഷേപിച്ചു. മദ്യവർജനത്തിനായി പരിശ്രമിച്ചിരുന്ന ടി കെ മാധ വനെ അവർ വളരെയധികം അപലപിച്ചു.

*മാതൃഭൂമി*ക്കുവേണ്ടി

അക്കാലത്താണ് മാധവൻനായരും കേശവമേനോനും *മാതൃഭൂമി* തു ടങ്ങാൻ പരിശ്രമിച്ചത്. *മാതൃഭൂമി* ഷെയർ ഒന്നിന് അയ്യഞ്ചുറുപ്പിക പ്ര കാരം ഒരുലക്ഷം ഉറുപ്പിക മൂലധനമായി റജിസ്ടർ ചെയ്ത ഒരു ലിമി റ്റഡ് കമ്പിനി ആയിരുന്നു. ഒരിക്കൽ കണ്ണൂര് തളിപ്പറമ്പ്, തലശ്ശേരി, വട കര പയ്യോളി, കൊയിലാണ്ടി മുതലായ ദിക്കിൽ മാധവൻനായരോടൊപ്പം പോയി രണ്ടുദിവസം കൊണ്ട് അഞ്ഞൂറിലധികം ഓഹരി വിറ്റു പണം കൈക്കലാക്കിയത് ഞാൻ ഓർക്കുന്നുണ്ട്. പാലക്കാട്ടെ സമ്മേളനത്തിന് തൊട്ടു മുമ്പാണ് *മാതൃഭൂമി* ത്രൈവാരികയായി പ്രസിദ്ധം ചെയ്തു തുട ങ്ങിയത്. ഗാന്ധിയൻ ആദർശങ്ങളെ പൊക്കിപ്പിടിച്ചുകൊണ്ട് ആ *മാതൃഭൂ മി*യാണ് കെ പി കേശവമേനോന്റെ പത്രാധിപത്യത്തിൽ മലയാളത്തിലും പുറം രാജ്യത്തെങ്ങുമുള്ള മലയാളികളുടെ ഇടയിലും പിന്നീട് കോൺ ഗ്രസ്സ് പ്രചാരവേല തുടർന്നുപോന്നത്.

കൊയിലാണ്ടിയിൽ മന്ത്രിയുടെ സ്വീകരണ യോഗം കലക്കി

മാധവൻനായരെപ്പോലെ കോൺഗ്രസ് സ്ഥാനാർഥിയായി മദിരാശി നിയമസഭയിൽ തിരഞ്ഞെടുപ്പിനു നിന്ന മുത്തയ്യ മുതലിയാർ ജയിച്ച പ്പോൾ ജസ്റ്റിസ് കക്ഷിയിൽ ചേർന്നു മന്ത്രിയായി കോൺഗ്രസിനെ തോൽപ്പിച്ച മുത്തയ്യ മുതലിയാർക്ക് കൊയിലാണ്ടിയിൽവെച്ച് വി വി രാമ യ്യർ പൊതുജനങ്ങളുടെ വകയാണെന്നു പറഞ്ഞ് ജനങ്ങളോടൊന്നും അന്വേഷിക്കാതെ ഒരു കേമമായ സൽക്കാരവും പൊതുയോഗവും മംഗള പത്രവും നിശ്ചയിച്ചു. ക്ഷണക്കത്തുകൾ രാജ്യത്തിന്റെ നാനാഭാഗത്തും രാമയ്യർ അയച്ചതിനെല്ലാം കൊയിലാണ്ടി പൊതുജനങ്ങളുടെ വകയാണ് സൽക്കാരം എന്ന് കാണിച്ചിരുന്നു. ഞങ്ങൾക്കു വിവരം തലേ ദിവസം വൈകുന്നേരമാണ് കിട്ടിയത്. കൊയിലാണ്ടി പൊതുജനങ്ങളുടെ പേരിൽ അങ്ങനെയൊരു ടീപ്പാർട്ടി വെച്ചു കെട്ടാൻ അനുവദിക്കരുതെന്നു ഞാനും എ സി കുഞ്ഞിക്കണ്ണൻ നമ്പ്യാരും കേളപ്പനും നിശ്ചയിച്ച് രാത്രിതന്നെ വടകരയിൽനിന്ന് ഒരു കാറുംപിടിച്ചു വടകര, പുതുപ്പണം, പയ്യോളി, മുടാടി മുതലായ ദിക്കിൽ നിന്നെല്ലാം കോൺഗ്രസുകാരായ സ്നേഹിതന്മാരെ ക്ഷണിച്ചു. രാത്രി 12 മണിക്ക് വക്കീൽ കേളപ്പൻ കിടാവിനെ ഞങ്ങളുടെ പ്ലാൻ മനസിലാക്കിച്ചു. മനോമോഹനമേനോനും മറ്റും സസന്തോഷം ഞ ങ്ങളെ സഹായിക്കാമെന്നേറ്റു.

പിറ്റേദിവസം രാവിലെ 11 മണിക്ക് നിശ്ചയിച്ച ടീപ്പാർട്ടിക്കു പ്രത്യേകം കെട്ടിയുണ്ടാക്കിയ പന്തലിൽ 10 മണിക്കു മുമ്പെ ഞങ്ങൾ സ്ഥലം പിടിച്ചു. ടീപ്പാർട്ടിക്കു എതിരുണ്ടെന്നുള്ള പ്രസ്താവം കാലേ കൊയിലാണ്ടിയിൽപരന്നിരുന്നു. ഇത്ര കാലേക്കൂട്ടി ഞങ്ങൾ മുൻഭാഗത്തു സ്ഥലം പിടിച്ചപ്പോൾ കാര്യമായി എന്തോ അവിടെ പ്രവർത്തിക്കാൻപോകുന്നുണ്ടെന്ന് ആളുകൾ ഊഹിച്ചു. എന്താണെന്ന് ആർക്കും രൂപമില്ല. കൊയിലാണ്ടിക്കാരനായ മാധവൻ നായർ മാസ്റ്ററും എന്താണ് ഭാവമെന്ന് ഞങ്ങളോടു സ്വകാര്യം ചോദിച്ചു—കൊയിലാണ്ടി പൊതുജനങ്ങളുടെ പേരിൽ ഈ മംഗളപത്രം നാട്ടിനെ ചതിച്ച മന്ത്രിക്ക് കൊടുക്കുന്നതു നിങ്ങൾക്കു സമ്മതമാണോ? എന്നു ഞാൻ ചോദിച്ചപ്പോൾ അല്ലാ എന്നും പലരും പറഞ്ഞു— ആളുകൾക്കു പ്ലാൻ ഏകദേശം മനസിലായി. 15 മിനിട്ടുകൊണ്ട് കൊയിലാണ്ടി നഗരത്തിലുള്ള ആളുകൾ പന്തലിലും പുറത്തും ഞങ്ങളോടനുഭാവപ്പെട്ടും, നേരംപോക്കുകാണാനും വന്നു തിരക്കിത്തുടങ്ങി. മുത്തയ്യ മുതലിയാരും പാർട്ടിയും പന്തിലിലെത്തുമ്പോഴേക്കും മുമ്പിൽ കസേരകളൊന്നും ഒഴിവില്ല. മുത്തയ്യമുതലിയാരോടു പ്ലാറ്റ്ഫോറത്തിൽ കയറിയിരിപ്പാൻ പറഞ്ഞതിനെ മുതലിയാർ അനുസരിച്ചു. തൽക്ഷണം ഞാൻ കേളപ്പൻകിടാവിനെ അധ്യക്ഷസ്ഥാനത്തേക്ക് ക്ഷണിച്ചു. സമർഥനായ രാമയ്യർ അതിനെ പിൻതാങ്ങി. യോഗത്തിൽ അധ്യക്ഷനായിരിപ്പാൻ രാമയ്യർവരുത്തിയ വയസ്സൻ സബ്കലക്ടർ അനന്തരാമയ്യർ ഇരിക്കാൻ കസേരകാണാതെ രാമയ്യരെപ്പോലെ അരികെ നിൽക്കയായി. കേളപ്പൻകിടാവ് അധ്യക്ഷസ്ഥാനത്തു കയറിയിരിക്കേണ്ട താമസമില്ല. ഉടനെ കേളപ്പൻ കയറി പ്രസംഗം തുടങ്ങി. “മാന്യരെ! കൊയിലാണ്ടിയിലെ പൊതുജനങ്ങൾ ഈ ടീപ്പാർട്ടി കൊടുപ്പാൻ ഇഷ്ടപ്പെടുന്നുണ്ടോ? നമ്മുടെ ഇന്നത്തെ കോൺഗ്രസിനെ ചതിച്ച മാന്യനാണെ”ന്നു പറഞ്ഞവസാനിക്കുന്നതിനു മുമ്പായി “ഇയാളെ അറസ്റ്റു ചെയ്യണം. ഇയാൾ ബഹുമാനപ്പെട്ട മന്ത്രിയെ അപമാനിച്ചിരിക്കുന്നു” എന്നു രാമയ്യർ പറയുകയും, അനന്തരാമയ്യർ “സ്റ്റോപ്പ്! നിങ്ങൾ അറസ്റ്റിലാണെ”ന്നു പറയുകയും പൊലീസ് ഇൻസ്പെക്ടർ പ്ലാറ്റ്ഫോറത്തിൽ കയറി കേളപ്പനെ അറസ്റ്റ് ചെയ്തു താഴെത്തിറക്കുകയും ചെയ്തു. അപ്പോൾ യോഗാധ്യക്ഷനായ കിടാവ് മൗനം ദീക്ഷിക്കുന്നത് കാണുകയാൽ ഞാൻ ബദ്ധപ്പെട്ടു പ്രസംഗിപ്പാൻ തുടങ്ങി. “മാന്യമഹാജനങ്ങളേ, അധ്യക്ഷന്റെ അനുവാദത്തോടുകൂടി എനിക്ക് രണ്ടു വാക്ക് പറയാനുണ്ട്” എന്നു പറഞ്ഞു തുടങ്ങിയപ്പോൾ എന്നെ അറസ്റ്റു ചെയ്തു. ഉടനെ ഇ സി കുഞ്ഞിക്കണ്ണൻ നമ്പ്യാർ പ്രസംഗിപ്പാൻ ചെന്നു. ആരെയും പ്രസംഗിപ്പാൻ അനുവദിച്ചു കൂടാ എന്ന് രാമയ്യർ പറഞ്ഞപ്പോൾ കുഞ്ഞിക്കണ്ണൻ നമ്പ്യാരെയും ഇൻസ്പെക്ടർ അറസ്റ്റു ചെയ്തു പുറത്തേക്കു കൊണ്ടുപോയി. ഉടൻ കെ കേശവൻ നായർ പ്ലാറ്റ്ഫോറത്തിൽ കയറാൻവന്നപ്പോൾ രാമയ്യരും പൊലീസ് ഇൻസ്പെക്ടറും നിർത്തി. കേശവൻനായർ അവരെ തട്ടിത്തെറുപ്പിച്ചു പ്ലാറ്റ്ഫോമിൽ കയറാൻ നോക്കിയപ്പോൾ അയാളെയും അറസ്റ്റു ചെയ്തു.

മുമ്പിലിരിക്കുന്ന വേറെയും ചെറുപ്പക്കാർ എഴുന്നേറ്റ് അറസ്റ്റു വരിക്കാൻ മുന്നോട്ട് നീങ്ങുന്നതു കണ്ടപ്പോൾ സഭയിൽ ഇരിക്കുന്നവരെല്ലാം അവിടെ അടി പൊട്ടാൻ ഭാവമാണെന്നു കരുതി സഭയിൽ നിന്നിറങ്ങി തുരുതുരെ പുറത്തേക്കോടി. ആ തിരക്കിൽ മുത്തയ്യ മുതലിയാരെയും കാറിൽ കയറ്റി അവിടെനിന്നും രക്ഷപ്പെടുത്തിക്കൊണ്ടുപോയി. കേളപ്പനെ മാത്രം ലോക്കപ്പിൽ നിർത്തി ഞങ്ങളെയെല്ലാം സ്റ്റേഷനിൽനിന്നുവിട്ടയച്ചു.

ഞങ്ങൾ കൊയിലാണ്ടി മൈതാനത്തിൽ അപ്പോൾത്തന്നെ ഒരു വമ്പിച്ച പ്രതിഷേധയോഗം കൂടി. മുത്തയ്യ മുതലിയാരുടെയും രാമയ്യരുടെയും അനന്തരാമയ്യരെയും കഠിനമയി ആക്ഷേപിച്ചു പ്രസംഗിച്ചു— പത്രങ്ങൾക്കു കമ്പിയടിച്ചു. പിറ്റേ ദിവസം കേളപ്പനെ വിട്ടയച്ചു. ബഹളത്തിൽ കലാശിച്ച മുത്തയ്യ മുതലിയാർക്കുള്ള കൊയിലാണ്ടി സൽക്കാരത്തെപ്പറ്റി പത്രങ്ങളിൽ റിപ്പോർട്ടു വന്നു. അതിനെപ്പറ്റി നിയമ സഭയിൽ ചോദ്യം വന്നപ്പോൾ അങ്ങനെയൊരു സംഭവമേ ഉണ്ടായിട്ടില്ലെന്ന് മുതലിയാർ നിഷേധിച്ചു.

പയ്യന്നൂർ ഉപ്പ് സത്യഗ്രഹം

സാധിക്കുന്ന ദിക്കിൽവെച്ചെല്ലാം വളണ്ടിയർമാരെ ചേർത്തു ഉപ്പു സത്യഗ്രഹം നടത്തുവാൻ കോൺഗ്രസധ്യക്ഷൻ നിർദേശം നൽകിയതനുസരിച്ചു കെ കേളപ്പനും, ഞാനും സി എച്ച് ഗോവിന്ദൻ നമ്പ്യാരും മലബാറിൽക്കൂടി ഒരു ഉപ്പുസത്യഗ്രഹം നടത്തുവാൻ ആലോചിച്ചു. 1921 ലെ സഹകരണ ത്യാഗവും ഖിലാഫത്ത് പ്രക്ഷോഭവുമാണ് മലബാറിലെ കാർഷിക ലഹളക്കുത്തരവാദികളെന്നും അവരുടെ പത്രങ്ങൾ ശിങ്കിടിപാടി. അതിനോടു യോജിച്ച ജന്മിമാരും അവരുടെ *മനോരമ, യോഗക്ഷേമം, മംഗളോദയം* മുതലായ പത്രങ്ങളും, മലബാറിൽ ദേശീയ സമരം എന്നു കേൾക്കുമ്പോൾ ഹിന്ദുമുസ്ലിംലഹളയെ അനുസ്മരിപ്പിച്ചതിനാൽ ഉപ്പു സത്യഗ്രഹം മലബാറിൽ സാധ്യമല്ല എന്നൊരഭിപ്രായം മലബാറിലെ കോൺഗ്രസ് നേതാക്കന്മാരായ മാധവൻനായർ പ്രകൃതികളെക്കൂടി കടന്നു ബാധിച്ചിട്ടുണ്ടായിരുന്നു......

ഞാൻ സന്ധ്യക്ക് മാധവൻനായരുടെ വീട്ടിലേക്കുപോയി. 7.30 മണി കഴിഞ്ഞപ്പോൾ ആഫീസിൽ റിക്കാർഡ് നോക്കുന്ന മാധവൻനായർ എന്നെ കണ്ടപ്പോൾ "ശങ്കരൻമ്പ്യാരെ വരീ ഇരിക്കിൻ! ബദ്ധപ്പാടുണ്ടോ?" എന്നു ലോഹ്യം പറഞ്ഞു. "നിങ്ങളെക്കാളില്ല" എന്നു ഞാനും പറഞ്ഞപ്പോൾ തീരെപ്രസന്നതയില്ലാതെ "സത്യഗ്രഹകാര്യം സംസാരിപ്പാനായിരിക്കും ഇന്നലെ കേളപ്പൻ ഇവിടെ ഉണ്ടായിരുന്നു, ശങ്കരൻ നമ്പ്യാരെ! ഞാൻ ഈ കേളപ്പനെ കൊണ്ടു തോറ്റു, കേട്ടോ!" എന്നു തുടങ്ങി ഖിലാഫത്ത് ലഹളയെ മഞ്ചേരി രാമയ്യർ ആക്ഷേപിച്ചതും ലഹള തുടങ്ങിയപ്പോൾ അനേകായിരം ആളുകൾ അയാളുടെ പടിക്കൽ അടിഞ്ഞുകയറിയതും നമ്പൂതിരിമാർ രാത്രിസമയത്ത് ഈ ലഹളയുണ്ടാക്കിയ നിന്റെ കുടുംബം നശിക്കണേ എന്നു വാഴത്തടി തല്ലി പ്രാകിയതും കോഴി

ക്കോടുള്ള സകല രാഷ്ട്രീയ ചിന്തകന്മാരും മലബാറിലെ സകലപത്രങ്ങളും പൊതുജനാഭിപ്രായവും ഞങ്ങൾക്കു എതിരാണെ!"ന്നും എല്ലാം അരമണിക്കൂർനേരം വിവരിച്ചു. "നിങ്ങൾകൂടി ഞാൻ ഒരിക്കൽ വന്നാൽ പഠിക്കാത്ത വഷളനാണെന്നു പറയാൻ ഞാൻ ഇടവരുത്തില്ല"എന്നു പറഞ്ഞു നിർത്തി.

ഞാൻ : ഏതായാലും കെ പി സി സി യോഗം ഞാൻ വടകരക്കു ക്ഷണിക്കാൻ വിചാരിക്കുന്നു.

മാ. നായർ: ശരി, അതു തന്നെയാണ് നല്ലത്. മാധവനോടു പറഞ്ഞുവോ?

ഞാൻ: ഇല്ല തീയതി നിശ്ചയിക്കുന്നതിനു മുമ്പു നിങ്ങളുടെ സൗകര്യം അറിയണമെന്നുണ്ട്.

മാ. നായർ: തീയതി നിശ്ചയിച്ച് മാധവനോടൊരു നോട്ടീസു മാതൃഭൂമിയിൽ കൊടുപ്പാൻ പറയാം. ഞാനുണ്ടാവില്ല എന്നു തികച്ചു പറയുന്നതു കേൾക്കാൻ നിൽക്കാതെ ഞാൻ നടന്നു.

കെ പി സി സി യിൽ എന്റെ പ്രമേയം പാസായി

മാർച്ച് മധ്യത്തിൽ കേരള ദേശീയ ചരിത്രത്തിൽ ജാതകം കുറിച്ച കേരളസംസ്ഥാന കോൺഗ്രസ് കമ്മിറ്റിയോഗം കേരളത്തിലെ ഉപ്പുസത്യഗ്രഹത്തെപ്പറ്റി അവധാപൂർവം ആലോചിച്ച് ഒരു അവസാനതീരുമാനം ചെയ്യുവാൻ പ്രത്യേകമായി കെ കേളപ്പന്റെ അധ്യക്ഷതയിൽ വടകര കേരളകേസരി ആഫീസിൽ വിളിച്ചുകൂട്ടി. ആ കെ പി സി സി യോഗത്തിനു വടക്കെ മലബാറിൽ നിന്ന് എല്ലാ മെമ്പർമാരും എത്തി. കോഴിക്കോട്ടു നിന്നു സെക്രട്ടറി മാധവൻനായരും കുഞ്ഞിശ്ശങ്കരമേനോനും പാലക്കാട്ടുനിന്നു കൃഷ്ണസ്വാമി അയ്യരും തൃശൂരിൽ കുറൂരും വന്നുചേരുന്നു—– കേരളത്തിൽ ഉപ്പുസത്യഗ്രഹം ഉടനെ തുടങ്ങണമെന്നും ആയത് പയ്യന്നൂരിലായിരിക്കണമെന്നുമുള്ള സത്യഗ്രഹപ്രമേയം ഞാൻ അവതരിപ്പിച്ചു. പാലത്തിൽ ഗോപാലൻ പിൻതാങ്ങി, സി എച്ച് ഗോവിന്ദൻനമ്പ്യാർ അനുകൂലിച്ചു സംസാരിച്ചു. കുറൂറും, മാധവനായരും പ്രമേയത്തെ ശക്തിയായി എതിർത്തു. "1921 ൽ മലബാറിൽ സഹകരണ ത്യാഗത്തിന്റെ നേതൃത്വം വഹിച്ച മാധവൻ നായർ പി അച്ചുതൻ മുതലായവരാരും ഇത്തവണ നമുക്കു സഹായമുണ്ടാകയില്ലെന്നു പ്രത്യേകം നമ്പൂതിരിപ്പാട് ഓർമിപ്പിച്ചു. 1921 ലെ മാപ്പിളലഹളയുടെ ആപത്ത് തികച്ചും മലബാർ മുഴുവനും അനുഭവിച്ചു കഴിഞ്ഞിട്ടില്ല. ഇന്നും ആയിരക്കണക്കിന് മാപ്പിളമാർ ജയിലിൽ കിടന്നു നരകിക്കുകയാണ്. സത്യഗ്രഹസമരവും മറ്റും നടത്തിയാൽ വലിയ പേരെടുക്കാം. പക്ഷേ, അതിന്റെ ഉത്തരവാദിത്വം വഹിക്കാനും നാം മതിയാകണം. അതുനിമിത്തമുണ്ടാകുന്ന വലിയ ആപത്തുകളെ താങ്ങാൻ ശക്തിയുള്ളവർ ഇന്നു നമ്മുടെ കൂടെയില്ല" എന്നു നമ്പൂതിരിപ്പാട് താക്കീത് നൽകി. കൃഷ്ണസ്വാമി അയ്യർ പറഞ്ഞു:"ദക്ഷിണേന്ത്യയിൽ നടത്തുവാൻ മഹാത്മജി സി രാജഗോപാലാചാരിയെയാണ് ഏൽപ്പിച്ചിരിക്കുന്നത്. ഒരു ചെറിയ സംസ്ഥാനമായ കേരളം പ്രത്യേക

മായി ഒരു സത്യഗ്രഹം നടത്തേണ്ടതില്ലെന്ന് അദ്ദേഹത്തിന്റെ വേദാരണ്യം ജാഥയിൽ ചേരുകയാണു നല്ലതെന്നു രാജഗോപാലാചാരി തനിക്കു ഒരു കത്തയച്ചിട്ടുണ്ടെന്നും കൃഷ്ണസ്വാമി അയ്യർ പറഞ്ഞു. കത്ത് ഞാൻ വായിച്ചു നോക്കി.

എന്റെ പ്രമേയത്തെ എതിർത്തതിനു മറുപടിയായി ഞാൻ ഇപ്രകാരം പറഞ്ഞു: "കേരളത്തിൽ ഉപ്പുസത്യഗ്രഹം സാധിക്കുമെങ്കിൽ തുടങ്ങുന്നതിൽ രാജഗോപാലാചാരിക്കും മഹാത്മാഗാന്ധിക്കും സന്തോഷമേ ഉണ്ടാകുകയുള്ളൂ. ഒരിക്കൽ ഒരുലഹളയുണ്ടായതുകൊണ്ടു പിന്നെ കേരളത്തിന് ഒരു ദേശീയ സമരത്തിൽ പങ്കുകൊള്ളാൻ പാടില്ലെന്നുള്ള വാദത്തിനു അർഥമില്ല. കേരളത്തിലെ ലഹളയ്ക്കു ഗവൺമെന്റും ജന്മിമാരുമാണ് ഉത്തരവാദികളെന്ന സംഗതി സർവവിദിതമാണ്. കോഴിക്കോട്ടു മാധവൻനായരും മറ്റും എതിരാണെന്നു വിചാരിക്കുന്നതുതന്നെ മൗഢ്യമാണ്. നമ്മുടെ സമരത്തിന്റെ നേതൃത്വം എന്നും അവർക്കുള്ളതു തന്നെയാണ്. നമ്മളെല്ലാം ഇപ്പോൾ തൽക്കാലം ദേശീയ സമരത്തിന്റെ മീതെ പൊന്തിക്കാണുന്ന പാടകൾമാത്രമാണ്. ആ പാട നീക്കിയാൽ അടിയിൽ കിടക്കുന്ന ശുദ്ധവും അനർഘവുമായ ജലം, മാധവൻ നായരെപ്പോലുള്ള അനർഘ രത്നങ്ങളെ, മുന്നണിയിൽ പൊങ്ങിക്കാണാം. നമ്മുടെ നാട്ടിലെ പ്രസിദ്ധ നേതാക്കന്മാരുടെ മഹനീയമായ രാജ്യാഭിമാനത്തിന്റെ ഉറവു വറ്റിപ്പോയെന്നു നാം വെറുതെ ഭയപ്പെടുകയാണ്. നമ്മൾ മഹാത്മജിയുടെ പരിപാടിയെ അനുസരിച്ചു സമരം തുടങ്ങിക്കഴിഞ്ഞാൽ മാധവൻനായരുടെയും മറ്റും തോണി കാലത്തെ കടവത്തു കാണാം" കുഞ്ഞിശങ്കരമേനോൻ മാത്രം എതിർത്ത് വോട്ടുരേഖപ്പെടുത്തി. എന്റെ കേരള സത്യഗ്രഹപ്രമേയം ഭൂരിപക്ഷപ്രകാരം പാസായി. അതിനടുത്തു വിശ്വഭാരതി വായനശാലാമുറിയിലും മാളികയുടെ വരാന്തയിലും താഴത്തും നിരത്തിന്മേലും ഉൽക്കണ്ഠാകുലരായി തിങ്ങിനിൽക്കുന്ന ജനക്കൂട്ടം ആവേശപൂർവം കൈകൊട്ടിയാർത്തു.

ജാഥ പുറപ്പെടുന്നു

ജാഥ പുറപ്പെട്ട് അണി നിരത്തി തയാറായപ്പോൾ മാധവൻ നായർ എത്രയും ആവേശപൂർവമായ ഒരു ചെറു പ്രസംഗത്തോടുകൂടി അഞ്ഞൂറ് കയുടെ പണക്കിഴി ജാഥാ നേതാവായ കേളപ്പന്റെ കൈയിൽ സമർപ്പിച്ചു. അവിടെ കൂടിയ മുഴുവൻ ജനങ്ങളുടെ ശുഭാശംസകളോടുകൂടി ഇറങ്ങി, വലിയ പുത്തൻ ദേശീയപതാക ഉയർത്തിപ്പിടിച്ച് പട്ടണം മുഴുവനും മാറ്റൊലി കൊള്ളുമാറ് പി കൃഷ്ണപിള്ള

'വാഴ്ക, വാഴ്ക, ഭാരത സമുദായം വാഴ്കവെ,
മനിതർ ഉണവൈ മനിതർ പറിക്കും വഴക്കമിനിയുണ്ടോ–'

എന്നിങ്ങനെ ഇത്രയും ഗംഭീരമായ ഉച്ചസ്വരത്തിലുള്ള ദേശീയ ഗാനത്തോടുകൂടി ചാലപ്പുറത്ത് കോ-ഓപ്പറേറ്റിവ് ബാങ്കിന്റെ പടിഞ്ഞാറേ നിരത്തിന്മേൽക്കൂടി വടക്കോട്ടു നീങ്ങി. അനവധി ജനങ്ങള ഉത്കണ്ഠാപൂർവം ജാഥയെ നഗരാതിർത്തി കഴിയുന്നതുവരെ അനുഗമിച്ചു.

എനിക്ക് പൈലറ്റിന്റെ ചുമതല

ജാഥ കോഴിക്കോട്ടു നിന്നു പുറപ്പെട്ടു പയ്യന്നൂരെത്തിച്ചേരുന്നതുവരെ വഴിനീളെ സ്വീകരണവും പൊതുയോഗവും പണക്കിഴിയും ഉച്ചഭക്ഷണവും രാത്രിയത്തെ താമസവും മറ്റും സംബന്ധിച്ച ഒരുക്കങ്ങളെല്ലാംചെയ്യാനും ആ പരിപാടികളെല്ലാം അച്ചടിപ്പിച്ച് വിജ്ഞാപനം അതാതിടങ്ങളിൽ മുൻകൂർ വിതരണം ചെയ്ത നാട്ടുകാരെ സ്വീകരണത്തിനു തയാറാക്കാനുമുള്ള പ്രവൃത്തി കോഴിക്കോടു മുതൽ തലശ്ശേരി വരെ ഞാനും, തലശ്ശേരി മുതൽ പയ്യന്നൂർ വരെ സി എച്ച് ഗോവിന്ദൻ നമ്പ്യാരുമായിരുന്നു നിർവഹിച്ചത്. കോൺഗ്രസിന്റെ നില ഇന്നത്തെപ്പോലെയല്ല അന്ന്. അന്ന് ഞങ്ങൾക്ക് ഇതിനുവേണ്ടി ഒരാളെ വിളിക്കാനും അയയ്ക്കാനുമില്ല. കൈയിൽ പണവുമില്ല ഒരാളുടെയോ വാഹനത്തിന്റേയോ സഹായമില്ലാതെ ജാഥയുടെ മുമ്പിൽ ഓടിപ്പോയി ബാലിശ്ശേരിയിലും കുറ്റ്യാടിയിലും സ്വീകരണം ശരിപ്പെടുത്തുവാൻ ഞാൻ ഒട്ടേറെ ക്ലേശിച്ചു. എന്റെ വിഷമം മനസിലാക്കാതെ കേളപ്പൻ ചിലപ്പോൾ എനിക്ക് ജാഗ്രത പോരെന്ന് നെറ്റി ചുളിച്ചു.

ബാലുശ്ശേരിയിലെ സ്വീകരണം

ഞാൻ തന്നെ ബാലുശ്ശേരി നോട്ടീസ് വിതരണം ചെയ്തുസമയം കളയാതെ ഒരു ഇടവഴിയിൽ മറഞ്ഞ് തനിച്ച് വടക്കോട്ട് നീങ്ങി വയലിലിറങ്ങി പടിഞ്ഞാറോട്ടുവെച്ചു. ബാലുശ്ശേരി അധികാരിയുടെ മരുമകൻ അനന്തൻനായരെ കണ്ടു. ഞങ്ങൾ രണ്ടുപേരുംകൂടി ബാലുശ്ശേരി അധികാരിയെ കണ്ടു. അധികാരി ഉണ്ണിക്കുമാരൻനായരുടെ ബന്ധുവായിരുന്നു. രണ്ടുപേരും കഴിഞ്ഞ വലിയ വാശിയായ തിരഞ്ഞെടുപ്പിന് രാമയ്യർ കക്ഷിക്കെതിരായി നിന്നപ്പോൾ കോൺഗ്രസിന്റെ പേരിൽ ഞാൻ സഹായിച്ച വഴിക്ക് എന്നെ ഉണ്ണിക്കുമാരൻ നായർക്കുള്ളപോലെ ബാലുശ്ശേരി അധികാരിക്കും താൽപ്പര്യമായിരുന്നു. പോരാത്തതു ഉണ്ണിക്കുമാരൻനായർ തന്റെ അഗ്രശാലയിൽ ജാഥയെ സ്വീകരിച്ചു എന്ന് കേട്ടപ്പോൾ വൃദ്ധനായ ബാലുശ്ശേരി അധികാരിക്ക് ഉദ്യോഗം പോയാലും രാത്രി വളന്റിയർമാർക്ക് ഊൺ താൻ താമസിക്കുന്ന വലിയ സൗകര്യമുള്ള സ്വന്തം തറവാട്ടുവീട്ടിൽത്തന്നെ ഏർപ്പാടു ചെയ്യുന്നത് ഒരഭിമാനമായി തോന്നി. അങ്ങനെ ഭക്ഷണത്തിനും താമസത്തിനും അവിടെ ഒരുക്കം ചെയ്തു ജാഥയെ അവിടെ ആനയിപ്പാനായി കുഞ്ഞനന്തൻനായരും അയാളുടെ രണ്ടാമത്തെ കാരണവരും ഞാനും ആറ് മണിക്ക് ബാലുശ്ശേരിയങ്ങാടിയിലെത്തുമ്പോൾ ജാഥ അവിടെ എത്തിച്ചേരുകയും ജാഥയെ കണ്ടപ്പോൾ തടിച്ചുകൂടിയ ജനങ്ങൾ ചേർന്ന സഭയിൽ കേളപ്പൻ പ്രസംഗം ചെയ്യുകയും ചെയ്തു.

വട്ടോളിയിൽ വമ്പിച്ച സ്വീകരണം

പയ്യന്നൂർ സത്യഗ്രഹ ജാഥ കോഴിക്കോട്ടുനിന്നു പുറപ്പെട്ട ശേഷമുണ്ടായതിൽ ഏറ്റവും വലിയ സ്വീകരണവും പൊതുയോഗവും വട്ടോ

ളിയിൽ ആയിരുന്നു. വട്ടോളി വൈദ്യന്മാരുടെ പേരുകേട്ട ആ നാട്ടിലെ മൂവായിരത്തിൽപ്പരം നിവാസികൾ ചേർന്ന ആ വമ്പിച്ച പൊതുയോഗവും അന്നു യുവാക്കൾ പ്രദർശിപ്പിച്ച രാജ്യാഭിമാനവും അതുവരെ കോൺഗ്രസിന്റെ എല്ലാ പരിപാടിയെയും എതിർത്തുകൊണ്ടിരുന്ന വടക്കെ മലബാർ തീയ്യസമുദായത്തിന്റെ രാഷ്ട്രീയചരിത്രത്തിൽ ഒരു പുതിയ അധ്യായം തന്നെയായിരുന്നു. വട്ടോളിയിലെ സ്വീകരണവും പണക്കിഴിയും ആയിരത്തിൽപ്പരം വട്ടോളി നിവാസികളാൽ അനുഗതരായി പുറമേരുവരക്കും വന്ന വമ്പിച്ച ആഘോഷയാത്രയും പുതിയ *മാതൃഭൂമി* ദിനപത്രത്തിൽ പ്രസിദ്ധം ചെയ്യപ്പെട്ടപ്പോൾ അതു വടകര, മയ്യഴി, തലശ്ശേരി, കണ്ണൂർ മുതലായ ദിക്കിലെ യുവാക്കന്മാരുടെ രാജ്യാഭിമാനത്തെ ഇളക്കിവിട്ടു. ജാഥ റിപ്പോർട്ട് വായിക്കാൻ ഓരോ ദിവസവും *മാതൃഭൂമി* വായനക്കാർ കണക്കിലേറെ വർധിക്കയായി. *മാതൃഭൂമി* റിപ്പോർട്ടു ജാഥയെ സ്വീകരിപ്പാൻ അതാതു ദിക്കിലെ ജനങ്ങൾക്കും അസാമാന്യമായ ആവേശം നൽകി.

ചൊക്ലിയിൽ ചരിത്രപ്രധാനമായ സ്വീകരണം

ചരിത്രപ്രധാന്യമേറിയ ഒരു സ്വീകരണമാണ് ചൊക്ലിയിലുണ്ടായിരുന്നത്. ചൊക്ലിയിൽ നായർ, തീയ്യ, മുസ്ലീം യുവാക്കന്മാർ യോജിച്ചു സ്വീകരണത്തിനു ഒരുക്കം ചെയ്തു. കേളപ്പനു കൊടുത്ത പണക്കിഴിക്കു പണം പിരിച്ചതും കൊടുത്തതും അധികം മുഹമ്മദീയരായിരുന്നു. സത്താർഹാജിയുടെ കാര്യസ്ഥൻ പാറാൽക്കാരനായ മുഹമ്മദ്ഹാജി എന്ന് പേരുള്ള, 1921 ലെ പഴയ കോൺഗ്രസുകാരൻ, സ്ഥിരം ഖദർധാരി ജാഥാംഗങ്ങളെയും പ്രത്യേകമായി മുപ്പത്തൊന്നുപേരെയും മുല്ലമാലയണിയിച്ചു. 1921 ൽ ഏറനാട്ടിലെ കാർഷികകലാപംവഴി ക്ഷതമായ കേരളത്തിലെ ഹിന്ദു-മുസ്ലീം മൈത്രിയെ വീണ്ടും വിരോപണം ചെയ്യാതുള്ള ഒരു പ്രഥമ പരിശ്രമം ചൊക്ലിയിൽ തുടങ്ങിയതായി *മാതൃഭൂമി*യിൽ കാണപ്പെട്ട സന്തോഷവൃത്താന്തം അസ്സൻകോയ്യ, മുഹമ്മദ് അബ്ദുൾ റഹ്മാൻ, മൊയ്തു മൗലവി മുതലായ കോഴിക്കോട്ടെ മുസ്ലീം നേതാക്കന്മാരെ കോൾമയിർകൊള്ളിച്ചു.

തലശ്ശേരി തിരുവങ്ങാട്ട് സ്വീകരണത്തിൽ കൂകലും എതിർപ്പും

പുന്നോൽനിന്നും ധർമടത്തുനിന്നും വന്നവരായ മൂർക്കോത്ത് കുമാരന്റെ അനുയായികളായ ചിലമിതവാദികൾ കേളപ്പൻ പ്രസംഗിക്കാൻ തുടങ്ങിയപ്പോൾ തടഞ്ഞു ചോദ്യം ചോദിപ്പാൻ തുടങ്ങി. ചിലർ കൂകാനും തുടങ്ങി. സവർണമേധാവിത്വമുള്ള കോൺഗ്രസിനു ഭരണാധികാരം കിട്ടിയാൽ കേരളത്തിലെ അയിത്തജാതിക്കാരുടെ അവശതകൾക്ക് പരിഹാരമില്ലെന്നാണ് എതിരാളികളുടെ തടസം. മഹാത്മാഗാന്ധികൂടി വർണാശ്രമത്തിൽ വിശ്വസിക്കുന്നുണ്ടെന്നാണ് അവരുടെ ഭയം. തലശ്ശേരിയിൽ വെച്ച് സത്യഗ്രഹ ജാഥക്ക് ഒരു അപവാദം നേരിട്ടത് എനിക്കൊരു മനോവേദനയായി.

മാവിലായിയിൽ നായന്മാരുടെ സ്വീകരണം

തലശ്ശേരി വിട്ടശേഷം ഒരു രാത്രി താമസിച്ചത് കേരളീയന്റെ അഥവാ കടയപ്രത്ത് കുഞ്ഞപ്പ നമ്പ്യാരുടെ വീട്ടിലായിരുന്നു. ആ ജാഥയിൽ കുഞ്ഞപ്പ നമ്പ്യാരുമുണ്ടായിരുന്നു. പിറ്റേന്ന് രാവിലെ മാവിലായി കെ ടി കുഞ്ഞിരാമൻ നമ്പ്യാരുടെ വീട്ടിൽനിന്നും ചായ കഴിഞ്ഞു പെരളശ്ശേരി അരയാൽ തറക്കൽ കൂടിയ പൊതുയോഗത്തിൽ കേളപ്പൻ പ്രസംഗിച്ചു. ആ യോഗത്തിൽ *സ്വാഭിമാനി* പത്രാധിപർ എ കെ കുഞ്ഞികൃഷ്ണൻ നമ്പ്യാർ ഒരു ഉജ്വല പ്രസംഗത്തോടുകൂടി ജാഥയെ സ്വീകരിച്ചു ഒരു പണക്കിഴി നൽകി. മാവിലായി നായന്മാരായിരുന്നു ആ സ്വീകരണം നൽകിയത്. അങ്ങനെ തന്നെ ചാലയിലെ സ്വീകരണവും. അതിലും പ്രധാനമായ പങ്ക് ആ ദിക്കിലെ നായന്മാർക്കായിരുന്നു.

കണ്ണൂരിൽ പതിനായിരങ്ങൾ

ചാല വിട്ടശേഷം ചൊവ്വയിൽ തയ്യിൽ സത്യഗ്രഹജാഥയ്ക്കു ഒരു ചിട്ടയിലുള്ള തേയില സൽക്കാരവും പണക്കിഴിയും നൽകപ്പെട്ടു. കണ്ണൂർ ടൗൺ കമ്മിറ്റിയുടെ സ്വീകരണം അതുവരെയുണ്ടായിരുന്നതെല്ലാം കവച്ചുവച്ചു. രണ്ടുമൂന്നു സംഘങ്ങളുടെ വക മാലകള്, വലിയൊരു പണക്കിഴി പതിനായിരത്തിൽപ്പരം ജനങ്ങൾ ചേർന്ന വിളക്കുന്തറ മൈതാനത്തിലെ പൊതുയോഗം. അതിൽ കേളപ്പൻ ചെയ്ത ഒന്നരമണിക്കൂർ നീണ്ടു നിന്ന ഉജ്വലമായ പ്രസംഗം, സാമുവൽ ആറോന്റെ പോസ്റ്റാഫീസിനു സമീപമുള്ള വലിയ ബംഗ്ലാവിൽ സുഖമായ താമസം. ഇതെല്ലാം കണ്ണൂരിന്റെ ചരിത്രത്തിൽഎന്നും അഭിമാനഹേതുകമായ ഒരു പുതിയ ഏർപ്പാടാണ്. കോഴിക്കോട്ട് മുതൽ കണ്ണൂര് വരെ ഞാൻ ജാഥയെ ശുശ്രൂഷിച്ചുവെങ്കിലും കണ്ണൂര് നിന്ന് ഞാൻ പയ്യന്നൂർ ക്യാമ്പിന്റെയും താമസത്തിന്റെയും ഒരുക്കത്തിൽ സി എച്ചിനെ സഹായിപ്പാൻ അങ്ങെട്ട് പോയി.

പയ്യന്നൂരിൽ ഉത്സവാഘോഷത്തോടെ നിയമലംഘനം

പിറ്റേദിവസം കണ്ണൂരുനിന്ന് പുറപ്പെട്ട ശേഷം ജാഥയ്ക്ക് സാമുവൽ ആറോന്റെ ഭാര്യ കറാച്ചിയമ്മയും ടി വി ചാത്തുക്കുട്ടിനായരും സ്വഗൃഹങ്ങളിൽ സബഹുമാനം സ്വീകരണം നൽകി. പയ്യന്നൂർ നിവാസികൾ നഗരം മുഴുവനും അലങ്കരിച്ച് പുഴക്കൽ വന്ന് വാദ്യാഘോഷത്തോടുകൂടി ജാഥയെ സ്വീകരിച്ചു ഉത്സവപൂർവം കൊണ്ടാടി ക്യാമ്പിലേക്ക് ആനയിച്ചു. പിറ്റേനാൾ ഏപ്രിൽ 23-ാം തീയതി രാവിലെ കേളപ്പൻ വളണ്ടിയർമാരോടും രാജ്യത്തിന്റെ നാനാഭാഗങ്ങളൽനിന്നും വന്ന ജനങ്ങളോടും കൂടി ഒരു വമ്പിച്ച ഘോഷയാത്രയായിപ്പോയി. കൊക്കനശ്ശേരി പടിഞ്ഞാറേവയലിൽ നിലത്ത് വ്യാപിച്ചുകിടന്ന ഉപ്പ്മണ്ണ് ചിരട്ടകൊണ്ട് ചുരണ്ടിയെടുത്ത് കൈച്ചാക്കിലാക്കി ക്യാമ്പിൽ കൊണ്ടുവന്നു വെള്ളത്തിൽ കലക്കി അടിയിൽ ഊറിയ മണ്ണ്കളഞ്ഞ് ഉപ്പുവെള്ളം കുറുക്കിവറ്റിച്ച് പാത്രത്തിന്റെ അടിയിൽ അവശേഷിച്ച ലേശമായ ഉപ്പ് തുടച്ചെടുത്ത ചെറിയ ചെറിയ പൊതികളാക്കി നിർമാല്യംപോലെ ജനങ്ങൾക്ക് വിതരണം ചെയ്തു.

അത് വാങ്ങുന്നവർ കഴിവുപോലെ പണം കൊടുത്തു. അത് പണം കൊടുത്ത് പൊലീസുകാരുംകൂടി കൊണ്ടുപോയി.

അന്നുമുതൽ കേരളത്തിന്റെ നാനാഭാഗത്തുനിന്നും സംഖ്യയില്ലാത്ത ജനങ്ങൾ പയ്യന്നൂർ വളന്റിയർ ക്യാമ്പ് ഒരു ക്ഷേത്രോത്സവംപോലെ സന്ദർശിച്ച് സത്യഗ്രഹ ഫണ്ടിൽ പണം കൊടുത്തു. കേളപ്പനേയും വളന്റിയർമാരെയും കണ്ടു പരിചയപ്പെട്ട് പണം കൊടുത്തു ഉപ്പുപായ്ക്കറ്റു വാങ്ങി കൊണ്ടുപോവുക പതിവായിരുന്നു. കൊക്കനശ്ശേരി ഭജാറിന്റെ വടക്ക് പൊലീസ് സ്റ്റേഷന്റെ പടിഞ്ഞാറ് അക്കാലം ഒഴിവായിക്കിടക്കുന്ന ചെറുമൈതാനത്തിൽ ഒരു പീടിക നിറയെ പ്ലാറ്റ്ഫോറമാക്കി. ദിവസേന വൈകുന്നേരം പൊതുയോഗവും പ്രസംഗവും നടന്നുവന്നു. പൊതുയോഗത്തിൽ പോകുന്നതും മടങ്ങുന്നതും മഹാകവി വള്ളത്തോളിന്റെ 'പൊട്ടാത്ത പൊൻകമ്പി'യും 'ത്രിവർണ പതാക'യും മറ്റും ഉറക്കെ പാടി ഘോഷയാത്രയായിട്ടായിരുന്നു.

കോഴിക്കോട്ട് ഉപ്പ് നിയമലംഘനവും ലാത്തിച്ചാർജും

മെയ് 5–ാം തീയതി ഗാന്ധിജിയെ അറസ്റ്റു ചെയ്തു തടങ്കലിൽവച്ചു. 12–ാം തീയതി കോഴിക്കോട്ടു കടപ്പുറത്തു വെച്ച് കേളപ്പന്റെയും കൃഷ്ണസ്വാമി അയ്യരുടെയും അബ്ദുറഹിമാന്റെയും കുഞ്ഞിക്കണ്ണൻ നമ്പ്യാരുടേയും ജാഥകളുടെ സംയുക്താഭിമുഖ്യത്തിൽ ഒരു ഗംഭീരമായ ഉപ്പു നിയമലംഘനം നടത്തി. ഞാനും പാലത്തിൽ ഗോപാലനും ഇ സി യും കെ കേശവൻ നായരും ഉപ്പു കുറുക്കി. ഞങ്ങളെ വളഞ്ഞു പത്തറുപതു വളണ്ടിയർമാർ അന്യോന്യം കൈകോർത്ത് പിടിച്ചു നിന്നു. കേളപ്പൻ, അബ്ദുറഹിമാൻ, കൃഷ്ണസ്വാമി അയ്യർ മുതലായവർ ചുറ്റും നടന്ന് നിയമ ലംഘനത്തെ നയിച്ചു. തോക്കും ബയനറ്റും ധരിച്ച അഞ്ഞൂറിൽപ്പരം പൊലീസ് സൈന്യം തോക്കു ചൂണ്ടി ഞങ്ങളോട് യുദ്ധത്തിനൊരുങ്ങി, ഞങ്ങളെ വളഞ്ഞു. അനേകായിരം ജനങ്ങൾ നേരം പുലരുന്നതിനു മുൻപേ പൊലീസിനപ്പുറംവന്നു നിരന്നു. ഞങ്ങളെയാസകലം ഇപ്പോൾ വെടിവെച്ചു കാച്ചുമെന്നു പറഞ്ഞുകൊണ്ട് ശ്വാസമടക്കി നിൽക്കുന്നുണ്ടായിരുന്നു. ഏഴ് മണിക്ക് കോഴിക്കോട് സബ്കളക്ടർ, ഡെപ്യൂട്ടി സൂപ്രണ്ടന്റ് ആമസാഹിബും ഒരു സംഘം പൊലീസും വന്നു. കേളപ്പൻ, അബ്ദുറഹിമാൻ മുതലായ അഞ്ചാറുപേരെ അറസ്റ്റു ചെയ്തു. ഇരുന്നൂറു പൊലീസുകാർ ഞങ്ങളുടെമേൽ നിർദയം ലാത്തിച്ചാർജ് ചെയ്തു. വലയം ഭേദിച്ച് ഉപ്പു കുറുക്കുന്ന പാത്രങ്ങളെല്ലാം തച്ചുടച്ചു. ആളുകളെ മുഴുവൻ പൊലീസ് ലാത്തിവീശി പിരിച്ചയച്ചു. വളണ്ടിയർമാരിൽ പലർക്കും കലശലായ തല്ലുകിട്ടി. ലാത്തിപ്രഹരത്താൽ നീങ്ങാൻ വയ്യാതെ കിടപ്പായ എന്നേയും ഇ സിയേയും മാധവൻ നായർ തമ്പുരാന്റെ കാറിൽ കയറ്റിക്കൊണ്ടുപോയി. പൊലീസിന്റെ കൈയിലായ ദേശീയ പതാകയെ ഭയങ്കരമായ ധൈര്യപരാക്രമത്തോടുകൂടി പൊലീസിന്റെ കൈയിൽ നിന്നു ഏകനായി പിടിച്ചെടുത്ത പി കൃഷ്ണപിള്ള, ബോധം കെടുന്നതുവരെ പൊലീസുകാർ വളഞ്ഞുനിന്നു തല്ലിയിട്ടും കൊടി വിടാതിരുന്നപ്പോൾ അയാളേയും അറസ്റ്റ് ചെയ്യപ്പെട്ട നേതാക്കന്മാരോടൊപ്പം പൊലീസുലോറി

യിൽ കയറ്റിയിട്ടു ഹജ്ജൂരിൽ കൊണ്ടുപോയി. എല്ലാവരേയും ഒമ്പതു മാസം ബി ക്ലാസ് കഠിന തടവിന് ശിക്ഷിച്ച് കണ്ണൂർ ജയിലിൽ കൊണ്ടുപോയി.

എന്നെ വീട്ടിൽ വിളിച്ചുവരുത്തി തല്ലി

അതിനിടയിൽ കൊയിലാണ്ടിയിൽ ഉപ്പു നിയമംലംഘിച്ച കുഞ്ഞിശങ്കരമേനോനെ അറസ്റ്റു ചെയ്തു എന്ന കമ്പി വന്നപ്പോൾ ഞാൻ അവിടേക്ക് ചെന്നു. പൊലീസിനെ തല്ലാനായി കുഞ്ഞിശങ്കര മേനോൻ പ്രസംഗിച്ചു എന്നും ഉപ്പു കുറുക്കുന്നതു നോക്കുവാൻവന്ന പോലീസുകാരെ സത്യാഗ്രഹികൾ ഉപ്പുചട്ടികൊണ്ട് എറിഞ്ഞുവെന്നും കള്ളത്തെളിവുകൊടുത്ത കുഞ്ഞുണ്ണിമേനോനെ ഞാൻ അന്നത്തെ പൊതുയോഗത്തിൽ ആക്ഷേപിച്ചു പ്രസംഗിച്ചതിനാൽ കൊയിലാണ്ടിയിൽ അന്ന് സബ് ഇൻസ്പെക്ടറായിരുന്ന കൃഷ്ണക്കുറുപ്പ് ഞാൻ അയാളുടെ പടിക്കൽ കൂടി കടന്നുപോകുമ്പോൾ എന്നെ വിളിച്ചു വീട്ടിൽ വരുത്തി തല്ലുകയുണ്ടായി. അതു നിമിത്തം സബ്ഇൻസ്പെക്ടർ കൃഷ്ണക്കുറുപ്പിനെ മലയാളം മുഴുവനും ഒരു പേരായി.

അറസ്റ്റും ആദ്യത്തെ ജയിൽവാസവും

ജൂൺ അഞ്ചാം തീയതി മഹാത്മജിയെ അറസ്റ്റുചെയ്തിട്ട് ഒരു മാസം തികയുന്ന ദിവസമായതുകൊണ്ട് കോഴിക്കോടു മുതൽ പയ്യന്നൂർ വരെയുള്ള കടൽത്തീരങ്ങളിലെല്ലാം ഉപ്പുനിയമം ലംഘിപ്പാനായി നോട്ടീസു മുഖാന്തരം ഞാൻ എല്ലാദിക്കിലും അറിയിച്ചു. ഞാനും സി എച്ചും വിഷ്ണു നമ്പീശനും (ഭാരതീയരും സുബ്രഹ്മണ്യൻ തിരുമുമ്പും പയ്യന്നൂരിൽ രാമന്തളി കടപ്പുറത്തു വെച്ച് പയ്യന്നൂർ ക്യാമ്പിൽ നിന്നു വളണ്ടിയർമാരും മറ്റു ജനങ്ങളുമുള്ള വലിയ ഘോഷയാത്ര പോയി ഉപ്പു കുറുക്കി. അത് ഒരുസംഘം ഉടുപ്പിട്ട പൊലീസ് അകലെനിന്നു നോക്കി. വഴിക്കു രാമന്തളിയിൽ പൊതുയോഗവും ഘോഷയാത്രയും കഴിഞ്ഞ് ഞങ്ങൾ മടങ്ങി ക്യാമ്പിലേക്കെത്തുമ്പോഴേക്ക് ഞങ്ങളെ അറസ്റ്റു ചെയ്യാൻ സർക്കിൾ ഇൻസ്പെക്ടർ കറുവനും സബ്ഇൻസ്പെക്ടർ ചന്തുനായരും കുറേ പൊലീസുകാരും അവിടെ തയാറുണ്ടായിരുന്നു. അവിടുന്നു ഞാൻ സി എച്ച് ഗോവിന്ദൻനമ്പ്യാർ, ലക്ഷ്മണ ഷേണായി, മാക്കുനി ശങ്കരൻനമ്പ്യാർ, എ കെ വാര്യർ, വിഷ്ണു ഭാരതീയൻ, സുബ്രഹ്മണ്യൻ തിരുമുമ്പ്, കൃഷ്ണൻ അടിയോടി ഇങ്ങനെ അഞ്ചെട്ടുപേരെ അറസ്റ്റു ചെയ്തു ഞങ്ങളെയെല്ലാം പയ്യന്നൂർ പൊലീസ് സ്റ്റേഷനിൽ കൊണ്ടുവന്നു. അന്നു പയ്യന്നൂർ സബ്ഇൻസ്പെക്ടർ ചന്തുനായരും മറ്റും ഞങ്ങളോട് വളരെ മര്യാദയായി പെരുമാറി. ഞങ്ങളെ എട്ടുപേരെ കണ്ണൂർ സൗത്ത് മജിസ്ട്രേറ്റ് ആറുമാസം കഠിന തടവിനു ശിക്ഷിച്ചു കണ്ണൂർ ജയിലിലേക്കയച്ചു. ശിക്ഷ മജിസ്ട്രേറ്റ് ഞങ്ങൾക്ക് ബി ക്ലാസിലുള്ള അർഹതയുടെ ഭാഗം ആലോചനയ്ക്ക് വന്നപ്പോൾ ഞങ്ങൾക്കു ഏറ്റവും താണ ക്ലാസു മതിയെന്നു ഞങ്ങൾ മജിസ്ട്രേറ്റിനോടു പറഞ്ഞു. എ ക്ലാസും, ബി ക്ലാസും മറ്റും രാഷ്ട്രീയ തടവുകാരിൽ ഭിന്നിപ്പുണ്ടാക്കുന്നതാകയാൽ ഗവൺമെന്റിന്റെ

ആ കെണിയിൽ പെടരുതെന്ന് ഞങ്ങൾക്കു വിചാരണ സമയത്ത് എൽ എസ് പ്രഭു ഉപദേശിക്കുകയുണ്ടായി.

ജയിലിലെ തിക്താനുഭവം

ഞങ്ങളെ കണ്ണൂർ ജയിലിൽ 'ക്ലോസ്' പ്രിസണിലാണ് ആദ്യമായി അഡ്മിറ്റ് ചെയ്തിരുന്നത്. ഞങ്ങൾ ചെല്ലുമ്പോൾ കൃഷ്ണസ്വാമിയും മറ്റും ക്ലോസ് പ്രിസന്റെ നടുവിലുള്ള വലിയ പടർന്ന മരത്തിന്റെ ചുവട്ടിൽ വള ഞ്ഞിരുന്നു ചകിരി തല്ലുകയാണ്. കേളപ്പൻ ആശുപത്രിയിൽ രോഗികളെ ശുശ്രൂഷിക്കുന്നു. കൃഷ്ണപിള്ള മട്ട തല്ലുവാൻ കൂട്ടാക്കാത്തതുകൊണ്ട് തൂക്കാൻ വിധിച്ചവരെ പാർപ്പിക്കുന്ന കണ്ടമ്ഡ് സെല്ലിലാണ്. സൂപ്രണ്ടി നോട് മര്യാദകേടായി പെരുമാറി എന്ന കുറ്റത്താൽ അയാളുടെ കാലിൽ കോൽച്ചങ്ങല വച്ചിരിക്കുകയാണ്. ഈ സ്ഥിതികളൊന്നും എനിക്കു രസി ച്ചില്ല. അതേപ്പറ്റി കേളപ്പനോടു ചോദിച്ചപ്പോൾ അയാൾ മൗനം ദീക്ഷി ച്ചു. അന്നുതന്നെ വടകരയിൽ നിന്ന് അറസ്റ്റു ചെയ്യപ്പെട്ട സി കുഞ്ഞിക്ക ണ്ണൻനമ്പ്യാർ, മണാട്ടിൽ അനന്തൻനമ്പ്യാർ മുതലായ പത്തു മുപ്പതു പേരും കോഴിക്കോട്ടു നിന്നും പി കുമാരനും വേറെ കൂറേപ്പേരും ക്ലോസ്ഡ് പ്രിസണിൽ വന്നു ചേർന്നു.

നാലുമണിയായി. ഞങ്ങൾക്കുള്ള ശാപ്പാട് വന്നു. ബി ക്ലാസ്സ് കാർക്കൊരു പൂണൂൽക്കാരൻ, സി ക്ലാസുകാരുടെ ചോറുകെട്ടുനാറി വെള്ളം കവിളിപശപോലുണ്ട്. കറിയാണെങ്കിൽ വാഴക്കയും മറ്റും പറി ച്ചിട്ടു ഉപ്പുരസം മരിയാതക്കില്ലാത്ത ഒരു രസക്കാളൻ. അതുകണ്ടപ്പോൾ തന്നെ എനിക്കൊരറപ്പുതോന്നി. ഒരു വയസൻ വാർഡർ ഞങ്ങൾക്കൊരു പഴയ പൊട്ടിയ വെളുത്ത കിണ്ണവും കോളയും തന്നു. അതുതേച്ചുവടി ച്ചുകൊണ്ടുവരണമെന്ന് ഞങ്ങൾ പറഞ്ഞപ്പോൾ വാർഡർക്കു രസിച്ചില്ല. ഇതൊക്കെ തടവുകാരായ നിങ്ങൾ ചെയ്യണം. ഞങ്ങൾ ചെയ്യില്ല. എന്നു പറഞ്ഞപ്പോഴാണ് ഞാൻ ഒരു തടവുകാരനാണെന്നോർത്തത്. എ കെ വാര്യരും വിഷ്ണുനമ്പീശനും വരിയായിനിന്ന് ശാപ്പാട് വാങ്ങിക്കൊണ്ടു വന്ന് എന്നെക്കാണിച്ചു. ഞാനും വാങ്ങി. എനിക്കൊരു പ്രാവശ്യം കുഴ ച്ചുണ്ണാൻ കഴിഞ്ഞില്ല. ഛർദിക്കാൻ വന്നു. രണ്ടാമതൊരുപിടി വായിലിട്ട പ്പോൾ രണ്ടുകല്ല് ഒരുമിച്ചു കടിച്ചു. ഞാൻ ചോറു തുപ്പി. ഊണു മതി യാക്കി. വിശപ്പും ദാഹവും ദേഷ്യവും സഹിക്കാതെ എ കെ വാര്യർ പറ ഞ്ഞു: "മൊയാരം! മറ്റുള്ളതൊക്കെ ഒരുവിധം ശീലിക്കാം ഊണില്ലാതെ എത്ര നാൾ കഴിയും." ഞാൻ ഉത്തരമൊന്നും പറയാതെ എന്റെ സെ ല്ലിൽപ്പോയി കിടന്ന് ഉടനെ ഉറങ്ങിപ്പോയി.

ആറുമണിക്ക് വാർഡർ ലോക്കപ്പ് ചെയ്യുമ്പോൾ എന്റെ ഉറക്കം ഞെട്ടി. സന്ധ്യയാവുന്നതുവരെ ഞാൻ അടുത്ത മുറിയിലുള്ള അടിയോ ടി, വിഷ്ണു നമ്പീശൻ, സി എച്ച് മുതലായവരോട് സംസാരിച്ചിരുന്നു. ഒടുവിൽ എ കെ വാര്യർ വിളിച്ചു പറഞ്ഞു: "മൊയാരം വെളിച്ചമില്ലാതെ ഇരുട്ടിൽ കഴിയാൻ പ്രയാസം." ഇതുപറഞ്ഞപ്പോൾ ഞാൻ "ഭാരത് മാതാ കീ" എന്ന് പറഞ്ഞു. തുടർന്ന് വാര്യർ ഉറക്കെ "ജയ്" എന്നു പറഞ്ഞു. തുടർന്ന് അയാൾ "ഭാരത് മാതാ കീ"എന്നു പറഞ്ഞപ്പോൾ എല്ലാവരും

"ജയ്"എന്ന് ഉച്ചത്തിൽ വിളിച്ചു. അങ്ങനെ കണ്ണൂർ ജയിലിലുള്ള മഹാത്മാഗാന്ധി കീ ജയ്, ഭാരത് മാതാ കീ ജയ്, മുഹമ്മദലി കീ ജയ്, ദേശബന്ധു നാസ് കീ ജയ് മുതലായ അത്യുച്ചത്തിലുള്ള ആർപ്പു വിളികൾ കണ്ണൂർ നഗരം മുഴുവനും മാറ്റൊലി കൊണ്ടു. നഗരത്തിൽ നിന്ന് നിരവധിപേർ കാരണമന്വേഷിച്ച് ജയിൽ ഗെയിറ്റിൽ തടിച്ചുകൂടി ഒമ്പത് മണിയോടുകൂടി ജയ് വിളി അവസാനിച്ചു.

കേളപ്പൻ എന്നോട് ശുണ്ഠി എടുത്തു

പിറ്റേദിവസം കീ ജയ് വിളിയെപ്പറ്റി ജയിൽ സൂപ്രണ്ടും മറ്റും ബി ക്ലാസുകാരോടാവലാതിപ്പെട്ടു. 'നിങ്ങളുടെ അനുയായികൾ നിങ്ങളെപ്പോലെയല്ല. നിങ്ങളൊക്കെ നല്ലവരാണ്. കേളപ്പൻ എത്ര നല്ല ആൾ. ഗാന്ധിജിയുടെ മാതൃകയിലുള്ള ഒരു ശരിയായ സത്യഗ്രഹത്തടവുകാരനാണ്' എന്നു സൂപ്രണ്ട് കേളപ്പനേയും മറ്റും സ്തുതിച്ചു. പിറ്റേദിവസം രാവിലെ കേളപ്പൻ എന്റെ നേരെ ശുണ്ഠി എടുത്തു പറഞ്ഞു: "നാടുമുഴുവനും പ്രസംഗിച്ചുനടക്കുന്നതുപേലെയല്ല, ജയിലിലും ഇരുന്നു കഷ്ടപ്പെടുവാൻ കഴിയുമോ? രണ്ടണയുടെ ജോലി ചെയ്തു നാൾ കഴിക്കുവാൻ നിങ്ങൾക്കുശേഷിയുണ്ടോ എന്നതാണ് പ്രശ്നം!!"

ഞാൻ: ഞാൻ ജയിലിൽ വന്നിരിക്കുന്നതു കഷ്ടപ്പെടാനും വേല ചെയ്തു നാൾകഴിക്കാനുമല്ല. ജയിൽ സത്യഗ്രഹികളെക്കൊണ്ടു നിറയ്ക്കുക, സത്യഗ്രഹികളെ സൂക്ഷിക്കാൻ സ്ഥലമില്ലാതാക്കുക, ജയിൽ ഭരണവും പുറമെയുള്ള ബ്രിട്ടീഷുഭരണവും അസാധ്യമാക്കിത്തീർക്കുക ഇതാണ് എന്റെ ഉദ്ദേശ്യം.

കേളപ്പൻ: നിങ്ങൾ ആത്മാർഥതയില്ലാതെ സംസാരിക്കുകയാണ്. ജയിലിൽവന്ന സത്യഗ്രഹികൾ ജയിൽ നിയമം അനുസരിക്കണം എന്നാണ് മഹാത്മജി പറയുന്നത്.

ഞാൻ: രാഷ്ട്രീയ പ്രവർത്തകന്മാർ ജയിലിൽ ജയിലിനെ പരിഷ്കരിപ്പാൻ കഷ്ടപ്പെടണം.

കേളപ്പൻ: ലോക്കപ്പിൽ കീ ജയ് വിളിച്ചു ബഹളമുണ്ടാക്കിയാണോ നിങ്ങൾ ജയിലിനെ പരിഷ്കരിക്കുന്നത്? മിനിഞ്ഞാന്നു നിങ്ങൾ കാണിച്ചതു അപമാനകരമായ തെമ്മാടിത്തരമാണ്.

ഞാൻ: അങ്ങനെ വ്യാഖ്യാനിക്കാമെങ്കിൽ എല്ലാ സമരങ്ങളും നിയമലംഘനവും തെമ്മാടിത്തരവുമാണ്. അധികാരികളുടെ പരീക്ഷയാണിത്. നിങ്ങൾ ജയിൽ അധികൃതരുടെ മുഖസ്തുതിയിൽ മയങ്ങി നല്ല പിള്ളയായിരിപ്പാൻവേണ്ടി ഞങ്ങളോടു അച്ചടക്കം പ്രസംഗിക്കുകയാണ്. ഈ ജയിലിലെ ഭക്ഷണം ഒരു സാധാരണ മനുഷ്യനു കഴിക്കാൻ നിവൃത്തിയില്ല. നമ്മളെക്കൊണ്ടു ചകിരി തല്ലിപ്പിക്കുന്നതു രാഷ്ട്രീയ തടവുകാരുടെ അന്തസ്സ് കെടുപ്പാണ്. തടവുകാർക്ക് ശീലമുള്ളതും ആരോഗ്യത്തിനുപറ്റുന്നതുമായ പണി കൊടുക്കണമെന്നാണു ജയിൽനിയമം. ഞങ്ങളെക്കൊണ്ടു ചകിരി തല്ലിക്കുന്നതും അതുതല്ലുന്നതും തെമ്മാടിത്തരമാണ്. അതു ജയിൽ നിയമമല്ല. കൃഷ്ണസ്വാമി അയ്യരും മറ്റും ചകിരി തല്ലുന്നതു ഞങ്ങളെക്കൊണ്ടു ചകിരി തല്ലിപ്പാനാണ്. ഞങ്ങളെക്കൊണ്ടു വേല

ചെയ്യിപ്പാൻ ഇത്ര ഉത്സാഹമുള്ള നിങ്ങളുടേയും ഞങ്ങളുടേയും ഭക്ഷണത്തിനു എത്ര വ്യത്യാസമുണ്ട്! ഞങ്ങളുടെ ഭക്ഷണം ലേശം നന്നാക്കുവാൻ ആരെങ്കിലും ശ്രദ്ധ വെച്ചുവോ? കൃഷ്ണപിള്ളയെ കണ്ടംഡ് സെല്ലിലാക്കിക്കൊടുത്തതിന് നിങ്ങളാരും വല്ലതും എതിർത്തുവോ? ഇതിനെയെല്ലാം ഞങ്ങൾ എതിർക്കുന്നു എന്നൊരു സമരപ്രഖ്യാപനമാണ് മിനിഞ്ഞാന്നത്തെ കീ ജയ് വിളികൾ.

കേളപ്പൻ: അതൊരു ഹിംസയാണ്. സന്ധ്യസമയത്ത് ഈ ജയിലിൽ പലരും ജപിക്കയും ധ്യാനിക്കുകയും ചെയ്യുന്നുണ്ടായിരിക്കും. നിങ്ങൾ ഇങ്ങനെ ശബ്ദമുണ്ടാക്കുന്നത് അവർക്കൊരു ദ്രോഹമാണ്. അതു ഹിംസയാണ്.

ഞാൻ: അത്തരം ഭക്തന്മാർ ഈ ജയിലിൽ വരേണ്ട. ഹിമാലയത്തിന്റെ ചുവട്ടിൽപ്പോകട്ടെ എന്നു പറഞ്ഞുമറ്റുള്ളവരുടെ കഞ്ഞി നോക്കാൻ പോയി.

നിരാഹാര സമരം

അടുത്ത ദിവസംതന്നെ കൃഷ്ണപിള്ളയുടെ ശിക്ഷയെ ലക്ഷ്യമാക്കിയും ജയിൽ അധികൃതന്മാരുടെ പെരുമാറ്റവും സി ക്ലാസുകാരുടെ ഭക്ഷണവും മോശമായതിനെ പ്രതിഷേധിച്ചും ഞാനും ഇ സി യും ഒരു ദിവസം നിരാഹാരവ്രതമെടുത്തു. സൂപ്രണ്ടന്റും ജയിലറും ടി പ്രകാശവും സാമ്പമൂർത്തിയും വന്നു ഞങ്ങളുടെ അനാഹാരത്തിന്റെ കാരണം അമ്പേഷിച്ചു. രാഷ്ട്രീയത്തടവുകാരെ മൂന്നു ക്ലാസുകാരാക്കുന്നത് അവരെ തമ്മിൽ ഭിന്നിപ്പിക്കുന്നതാണെന്നും, അതു മാറ്റി എല്ലാ രാഷ്ട്രീയത്തടവുകാർക്കും ഒരു പ്രത്യേക ക്ലാസുമാത്രം അനുവദിക്കണമെന്നും ഗവൺമെന്റിനെയും നാട്ടുകാരെയും അറിയിക്കുവാനാണു ഞങ്ങൾ നിരാഹാരവ്രതം കൊണ്ടുദ്ദേശിക്കുന്നതെന്ന് അവരോടു റിപ്പോർട്ടുചെയ്യുവാൻ പറഞ്ഞു. പിറ്റെ ദിവസം മുതൽ എ ബി ക്ലാസുകാരും സി ക്ലാസുകാരുമായ രാഷ്ട്രീയ തടവുകാർക്കെല്ലാം ഒരു വെപ്പും അടുക്കളയും തുടങ്ങി.

ബെല്ലാരിയിലേക്ക് മാറ്റം

പിറ്റേന്നുരാവിലെ ഞങ്ങളെ – 200 ൽപ്പരം, സത്യഗ്രഹ തടവുകാരെ ബല്ലാരിക്യാമ്പ് ജയിലിലേക്കു വലിയ പൊലീസു ബന്തവസോടുകൂടി വണ്ടി കയറ്റി അയച്ചു. രണ്ടുദിവസം വഴിക്കു താമസം പിടിച്ചു. ഒരു ദിവസത്തേക്കു ഞങ്ങൾക്ക് ഒരാൾക്കു 6 അണയാണു ഭക്ഷണച്ചെലവ്. ഈ രണ്ടണ രാവിലത്തെയും വൈകുന്നേരത്തെയും ചായക്ക് ചെലവായാൽ പിന്നെ ഒരുനേരത്തെ ഊണിനു വകയില്ല. ഉച്ചയ്ക്കും രാത്രിയിലും അരയൂൺ കഴിക്കാമെന്നുവച്ചാൽ ദീർഘയാത്രയിൽ ഒരുനേരം ഒരു ഗ്ലാസ് ചായ കുടിക്കാൻ വകയില്ല, ഞങ്ങളെ എസ്കോർട്ട് ചെയ്യുന്ന സാധു പൊലീസുകാരന്റെ നില വളരെ കഷ്ടമാണ്. ഞങ്ങൾക്കു വല്ലവരും വഴിയിൽ സ്റ്റേഷനിൽ വെച്ചു ചായയോ ഊണോ മേടിച്ചുതന്നേക്കും എന്നു വരും. പൊലീസുകാരന് 6 അണയും പട്ടിണിയുമാണ് ഫലം.

ഞങ്ങൾ ചെല്ലുമ്പോൾ തലേദിവസം വന്ന പത്തുനൂറ് ആന്ധ്രക്കാരും തമിഴരും അടുത്തരണ്ടു ബ്ലോക്കിലുണ്ടായിരുന്നു. നാലഞ്ചുദിവസംകൊണ്ട് ക്യാമ്പ് ജയിലിൽ 800 ൽപ്പരം ആന്ധ്രക്കാരും തമിഴരും നാലഞ്ചു ബ്ലോക്കിൽ നിറഞ്ഞു. പിന്നെയും രണ്ടുമൂന്നു ദിവസംകൂടുമ്പോൾ സംഘം സംഘമായി സത്യഗ്രഹത്തടവുകാർ വന്നുകൊണ്ടിരുന്നു. രണ്ടാഴ്ച കൊണ്ട് ആ ജയിലിൽ 1500 സത്യഗ്രഹികൾ ആയി. മുമ്പുതന്നെ അവിടെ 1921 ലെ മാപ്പിളത്തടവുകാരിൽ 1200 പേർ ബാക്കിയുണ്ടായിരുന്നു.

കുഞ്ഞിരാമൻ അടിയോടിയുടെ മരണം

ഒന്നരമാസത്തോളം രോഗശയ്യയിൽ കിടന്നശേഷം കുഞ്ഞിരാമനടിയോടി ക്ഷയരോഗത്താൽ മരിച്ചു. അയാളുടെ മൃതശരീരം ബല്ലാരി കോൺഗ്രസ് കമ്മിറ്റി രാജയോഗ്യമായ ആഡംബരത്തോടുംകൂടി പതിനായിരം ജനങ്ങൾ ചേർന്ന് ഘോഷയാത്രയായി കൊണ്ടുപോയി ശവദാഹം ചെയ്തു. അന്നു സി എച്ച് അരമണിക്കൂർ നേരം അടിയോടിയുടെ അപദാനങ്ങളെ കീർത്തിച്ചുകൊണ്ട് ഇംഗ്ലീഷിൽ നല്ല ഒരു പ്രസംഗം ചെയ്യുകയുണ്ടായി.

നവംബർ മാസത്തിൽ മലയാളികളായ ഞങ്ങളുടെ വിടുതലിനെ പ്രമാണിച്ച് മാപ്പിളത്തടവുകാരുടെ വകയായി ലഡു മുതലായ നാലുവിധം പലഹാരങ്ങളോടുകൂടിയ ചായസൽക്കാരം ജയിലിൽവെച്ച് നടന്നിരുന്നു. തടവുകാരുടെ റേഷൻ കട്ട് പണമാക്കി പുകയില, ബീഡി, ചായവാങ്ങുന്ന സമ്പ്രദായം ക്യാമ്പുജയിലിലും കണ്ടുപിടിക്കയും ആന്ധ്ര, തമിഴ്-മലയാളിവഴക്കുകളുടെ പ്രധാനകാരണം അതാണെന്നു മനസിലാക്കുകയും ചെയ്തപ്പോൾ റേഷൻ വാങ്ങുവാനും കിച്ചൻ നടത്തുവാനും മറ്റുമായി തിരഞ്ഞെടുക്കപ്പെട്ട ഒരു ജയിൽ കമ്മിറ്റിയിൽ ലിംഗരാശുവും കുപ്പുസ്വാമിയും ഞാനും ഞങ്ങളുടെ റിലീസുവരെ മെമ്പർമാർ ആയിരുന്നു.

വീണ്ടും സമരരംഗത്തേക്ക്

ജയിലിൽനിന്നു മടങ്ങിവന്നതിനുശേഷം കോഴിക്കോട് നിയമലംഘനത്തിന് ആളെ തള്ളിക്കൊടുക്കുകയായിരുന്നു എന്റെ പ്രവൃത്തി. നിങ്ങളും ഗോവിന്ദൻനമ്പ്യാരും അറസ്റ്റുകൊടുക്കാതെ മലബാറിൽ നിയമലംഘനം നിലച്ചുപോവാതെ തുടർന്നുപോരുവാൻ കരുക്കൾ തയാറാക്കണം എന്നാണ് മാധവൻനായർ എനിക്കു നൽകിയ കൽപ്പന. പേരാമ്പ്ര, ബാലുശ്ശേരി നടുവണ്ണൂർ മുതലായ ദിക്കിലെല്ലാം സഞ്ചരിച്ചു വളന്റിയർമാരെ കോഴിക്കോട്ടേക്കയച്ചു. ദിവസംപ്രതി കോഴിക്കോട്ട് 144 ലംഘിച്ചുഘോഷയാത്ര നടത്തി അറസ്റ്റുനടത്തിയിരുന്നു. അക്കാലത്താണ് സാമുവൽ ആറോൻനിയമലംഘനം ചെയ്യാൻ നോട്ടീസു വിതരണം ചെയ്തത്. സാമുവലിന്റെ അറസ്റ്റ് കോഴിക്കോട്ടും കണ്ണൂരിലും ഒരു വലിയ ഇളക്കമുണ്ടാക്കി. ശ്രീമതി എം കാർത്യായനിയമ്മ അക്കാലത്താണ് കൊച്ചിയിൽനിന്ന് അധ്യാപിക ജോലി വിട്ട് കോഴിക്കോട്ടുവന്ന് സ്ത്രീകളുടെയിടയിൽ പ്രവർത്തിച്ചത്. അവരും കലാവതിയും കാച്ചിയമ്മയും, കുഞ്ഞിക്കാവമ്മയും മിസിസ്സ് പാവമണിയും മറ്റും കൂടി ഒരു ദിവസം രാവിലെ ഒരു

ഘോഷയാത്ര നടത്തി അറസ്റ്റു വരിച്ചു. ഞാനും കാച്ചിയമ്മയും മറ്റും പയ്യോളി, കൊയിലാണ്ടി, മൂടാടി മുതലായ ദിക്കിൽ നിയമലംഘനത്തിന് സ്ത്രീകളെ കിട്ടുവാൻ പല വീട്ടിലും സഞ്ചരിച്ചിട്ടുണ്ട്.

അഞ്ചാം സംസ്ഥാന സമ്മേളനം വടകരയിൽ

അഞ്ചാമത്തെ കേരളസംസ്ഥാന സമ്മേളനത്തെ ഞാനും ശങ്കരവർമയും കൂടി വടകരയ്ക്കു ക്ഷണിച്ചു. അന്നു ഞങ്ങൾ രണ്ടുപേരും കെ പി സി സി മെമ്പർമാർ ആയിരുന്നു. സമ്മേളനത്തിന്റെ ഭാരവാഹിത്വം മുഴുവനും പുതിയ കോൺഗ്രസുകാരെ ഏൽപ്പിച്ചു. വക്കീൽ വി രൈരുക്കുറുപ്പും, ഇ കെ കൃഷ്ണവർമ ഖജാൻജിയുമായി. 1000 ക. കരാറിന്മേൽ വടകര വയലിൽ മൂന്നു പന്തൽ ഇണച്ചിട്ടലങ്കരിച്ചിട്ടുണ്ടായ വിശാലമായ സമ്മേളനപ്പന്തലിനു നാരായണനഗരി എന്നു നാമകരണം ചെയ്യപ്പെട്ടു. മൂവായിരം ഉറുപ്പികയിലധികം സമ്മേളനത്തിനു പിരിഞ്ഞു. സംസ്ഥാനസമ്മേളനം, തൊഴിലാളി സമ്മേളനം, രാഷ്ട്രീയത്തടവുകാരുടെ സമ്മേളനം ഇങ്ങനെ മൂന്നു സമ്മേളനത്തിനായി കൽക്കത്ത, ബോംബെ, മദിരാശി, എന്നീ മറ്റു നഗരങ്ങളിൽനിന്നും സെൻഗുപ്ത, നരിമാൻ, ടി പ്രകാശം എന്നീ മൂന്നധ്യക്ഷന്മാരും അതോടൊപ്പം ഒരു മഹിളാസമ്മേളനവും അതിന് അധ്യക്ഷയായി തിരുപ്പൂരിൽനിന്നു പത്മാവതീആഷറും, സ്ത്രീസമ്മേളനത്തിനു കടത്തനാട്ട് വലിയ രാജാവിന്റെ ഭാര്യ ദാക്ഷായണി കെട്ടിലമ്മയും ഇ സി കുഞ്ഞിക്കണ്ണൻനമ്പ്യാരുടെ ചുവന്ന കുപ്പായക്കാരായ 100 യുവക്സംഘം വളന്റിയർമാരും എല്ലാംകൂടി ഇതുപോലെ ഒരു കെങ്കേമമായ മഹാസമ്മേളനം മലയാളം ഉണ്ടായശേഷം ഉണ്ടായിട്ടില്ല.

ഗുരുവായൂർ സത്യഗ്രഹപ്രചാരണം

വടകരസമ്മേളനത്തിനു കേരളചരിത്രത്തിൽ പ്രാധാന്യമർഹിക്കുന്ന വേറൊരു സംഗതിയുണ്ട്. ആ സമ്മേളനമാണ് കേളപ്പന്റെ ഗുരുവായൂർ സത്യഗ്രഹപ്രമേയത്തെ സർവസമ്മതമായി അംഗീകരിച്ചത്. സമ്മേളനത്തിനുശേഷം ഞാനും കേളപ്പനും മാധവനാറും എ കെ ഗോപാലനും കെ കേശവൻനായരുംകൂടി പൊന്നാനിത്താലൂക്കിൽ ഒരു പര്യടനം നടത്തി. ഗുരുവായൂരിൽ തുടങ്ങാൻ നിശ്ചയിച്ച ക്ഷേത്രപ്രവേശനത്തെ സംബന്ധിച്ച് പ്രചരണയോഗങ്ങളും പ്രസംഗങ്ങളും നടത്തി. ക്ഷേത്രത്തിലും രാമകൃഷ്ണാദ്യവതാരത്തിലും ദൈവത്തിലും എനിക്കു അന്നു വിശ്വാസമില്ലെങ്കിലും ജാതിയുടേയും അയിത്തത്തിന്റെയും അനാചാരത്തിന്റെയും കോട്ടയായ അമ്പലത്തെ പൊളിക്കാനൊക്കാത്ത നിലയ്ക്ക്, അതു ഹിന്ദുക്കളുടേതായിരിക്കുകയും ഹിന്ദുക്കളിൽ ഒരു കൂട്ടം ആളുകളെ അതിൽ കടത്താതിരിക്കുകയും ചെയ്യുന്ന അന്യായത്തോടും അസമത്വത്തോടും അടരാടുവാൻ എനിക്കുത്സാഹമായിരുന്നു. എങ്കിലും ക്ഷേത്രത്തിൽ വിശ്വാസമില്ലാത്തവർ ക്ഷേത്രപ്രവേശന സത്യഗ്രഹത്തിൽ പങ്കുകൊള്ളരുതെന്നു മഹാത്മജി കൽപ്പിച്ചതുകൊണ്ട് ഞാൻ നേരിട്ട് വൈക്കം

സത്യഗ്രഹത്തിലും ഗുരുവായൂർ സത്യഗ്രഹത്തിലും പങ്കുകൊള്ളുവാനും ഇഷ്ടപ്പെട്ടില്ല.

വടകരയിൽ നിയമലംഘനം

വടകരയിൽ നിയമലംഘനത്തിനു ഞാൻ അഞ്ഞൂറിൽപ്പരം ജനങ്ങളോടുകൂടി ഒരു വമ്പിച്ച ജാഥ നയിച്ചുവരുന്നുണ്ട് എന്നൊരു വിവരം എങ്ങനെയോ പൊലീസിനു കിട്ടിയിരുന്നു. യോഗം നിശ്ചയിച്ച് കോട്ടപ്പറമ്പിലെത്തുന്നതിനുമുമ്പ് ഞങ്ങളെ തടഞ്ഞ് അറസ്റ്റുചെയ്യുവാൻ വഴിക്കെല്ലാ നിരത്തിലും പൊലീസുകാർ കാവൽ നിൽക്കുന്നുണ്ടായിരുന്നു.

കോട്ടപ്പറമ്പിൽ ഞങ്ങൾ എത്തുമ്പോൾ അയ്യായിരത്തിൽപ്പരം ജനങ്ങൾ കാത്തുനിൽക്കുന്നുണ്ടായിരുന്നു. ഞങ്ങൾ പുറപ്പെട്ടു വരുന്നുണ്ടെന്ന വിവരം ശങ്കരവർമ്മ സ്വകാര്യമായി വടകരയിൽ പ്രസിദ്ധപ്പെടുത്തുകയും ലാത്തിത്തല്ലുകൊണ്ട് തലയും തടിയും തകരുന്നവരെ ചികിത്സിപ്പിക്കാൻ ഡോക്ടർ ഹണ്ടിന്റെ മേൽനോട്ടത്തിൽ എൻ സി പി എസിന്റെ മാളികയിൽ ഒരു ദേശീയ ആസ്പത്രിയും കിടക്കയും കട്ടിലുംകൂടി മുൻകൂട്ടി ഞങ്ങൾ പ്ലാൻ ചെയ്തുവെക്കുകയും ചെയ്തിരുന്നു. ഭാഗ്യവശാൽ അതിന്റെ ആവശ്യമുണ്ടായില്ല. പൊലീസ് ഞങ്ങളെ ലാത്തിച്ചാർജ് ചെയ്തില്ല. ലാത്തിച്ചാർജ് ചെയ്യാൻ റിസർവ് പൊലീസ് സംഘം ഞങ്ങളുടെ മുമ്പിൽ ഓങ്ങിനിൽക്കേ സബ് ഇൻസ്പെക്ടർ ഞങ്ങളെയെല്ലാം അറസ്റ്റ്ചെയ്ത് സ്റ്റേഷനിൽക്കൊണ്ടുപോയി എണ്ണി ലോക്കപ്പിലാക്കി.

അന്നു പത്തരമണി വണ്ടിക്കു ഞങ്ങളെ കോഴിക്കോട്ടു കൊണ്ടുപോയി. അന്ന് ഒറ്റപ്പാലത്തുനിന്ന് സി കുഞ്ഞിക്കാവമ്മയെയും പത്മത്തിനെയും അറസ്റ്റുചെയ്തു ഹജൂരിൽ കൊണ്ടുവന്നിട്ടുണ്ടായിരുന്നു. അവരെ തെക്കെ മലബാർ സബ് കലക്ടർ ഈരണ്ടുകൊല്ലം ശിക്ഷിച്ചു. വെല്ലൂരിലേക്കയച്ചു. ഞങ്ങളെ രണ്ടുപ്രാവശ്യം പതുപ്പത്തുദിവസം റിമാന്റിൽ വെച്ചു.

അക്കുറി എനിക്കു രണ്ടുകൊല്ലവും മറ്റുള്ളവർക്ക് ഓരോ കൊല്ലവും ശിക്ഷ നൽകിക്കൊണ്ട് ഞങ്ങളെയെല്ലാം കണ്ണൂർ ജയിലിലേക്കയച്ചു. ഞങ്ങൾ വടകരയിൽവെച്ച് നിയമലംഘനം ചേരുന്ന ദിവസംതന്നെ, തലശ്ശേരിയിൽ ചന്ത്രോത്ത് കുഞ്ഞിരാമൻനായർ, അതുവരെ എം എസ് പിയിലുണ്ടായിരുന്ന ഒരു നായർ വീരഭടൻ, തലശ്ശേരി കടപ്പുറത്തുവെച്ചു നിയമലംഘനം ചെയ്യുകയും അയാളെ തലശ്ശേരി സർക്കിൾ ഇൻസ്പക്ടർ ബോധം കെടുന്നതുവരെ തല്ലി വെള്ളംകുടഞ്ഞെടുത്തുകൊണ്ടു പോകുകയും ചെയ്തു.

ജയിലിൽ ബ്രിട്ടീഷുസാമ്രാജ്യത്തോടുള്ള സമരം

കോഴിക്കോട്ടു സബ് ജയിലിലെ ഒരു ദിവസത്തെ ഉണ്ണാവ്രതത്തോടുകൂടി എന്റെ ജയിലിലെ കഠിനമായ സാമ്രാജ്യസമരം ഉൽഘാടനം ചെയ്യപ്പെട്ടു എന്നു പറയാം. ഞാൻ കണ്ണൂർ ജയിലിലെത്തുന്നതിനുമുമ്പേ കണ്ണൂർ, തലശ്ശേരി, വടകര, കൊയിലാണ്ടി, കോഴിക്കോട്, ഒറ്റപ്പാലം മുതലായ ദിക്കുകളിൽനിന്നു ദിനംപ്രതി അറസ്റ്റുചെയ്യപ്പെട്ട പത്തുനൂറുപേർ

കണ്ണൂരിലെത്തിക്കഴിഞ്ഞിരുന്നു. വടകരയിൽനിന്ന് അറസ്റ്റുചെയ്യപ്പെട്ട ഞങ്ങളേയും, ഞങ്ങളെക്കാൾ മുമ്പെത്തിയ പത്തുനാൽപ്പതുപേരെയും കണ്ണൂർ ജയിലിന്റെ പുറത്തുള്ള കോറൻടൈനിന്റെ മാളികമേൽ സ്ഥലക്കുറവു നിമിത്തം മുമ്മൂന്നുപേരെ വീതം ഓരോ മുറിയിൽ ലോക്കപ്പുചെയ്തു. ഞാനും തൊടുവയിൽ കുഞ്ഞിരാമൻനായരും അപ്പുകുഞ്ഞനടിയോടിയും ഒരു സെല്ലിലായിരുന്നു. ഞാനും അടുത്തൊരു മുറിയിൽ പി കൃഷ്ണപിള്ളയും നേരം 12 മണി രാച്ചെല്ലും വരെ പല രാഷ്ട്രീയ കാര്യങ്ങളും സമരവിധാനങ്ങളും സംസാരിച്ചുകഴിക്കും.

കൃഷ്ണപിള്ള ഒരു താടിക്കാരൻ തുലുക്കനോടും സൂപ്രണ്ടിനോടും തടസമറ്റ് ഹിന്ദി സംസാരിക്കുന്നതു കണ്ടപ്പോൾ എനിക്ക് അതുപോലെ ഹിന്ദി സംസാരിക്കാൻ കഴിയാത്തതിൽ ലജ്ജ തോന്നി. അക്കുറി ജയിലിലെ പ്രധാനജോലി ഹിന്ദി പഠിക്കലാകണമെന്നു ഞാൻ നിശ്ചയിച്ചു.

രാവിലേയും വൈകുന്നേരവും രാത്രി ഒട്ടുനേരം ലോക്കപ്പിലും പതിവായുണ്ടാകുന്ന അപ്പുകുഞ്ഞന്റെ ഗാന്ധിതാതാ, ഗാന്ധിതാതാ, സ്വയരാജ്യം വാങ്ങിത്താ മുതലായ കർണാനന്ദകരമായ പാട്ടുകൾ ജയിലുദ്യോഗസ്ഥന്മാരെക്കൂടി ആകർഷിച്ചിരുന്നു.

ചന്ദ്രോത്ത് കുഞ്ഞിരാമൻനായർ, കെ എ ദാമോദരമേനോൻ, ശങ്കരനാരായണമേനോൻ, ഗുരുവായൂർ സത്യാഗ്രഹം സംബന്ധിച്ച് അറസ്റ്റ്ചെയ്യപ്പെട്ട എ കെ ഗോപാലൻ മുതലായവരൊക്കെ അപ്പോൾ മെയിൻ ജയിലിലുണ്ടായിരുന്നു. ചക്രവർത്തി മുതലായ മൂന്നു ബംഗാൾ തടങ്കൽ തടവുകാരും ലാഹോർ ഗൂഢാലോചനക്കേസുകാരായ തിവാരിയും കപൂറും കൂടി മെയിൻ ജയിലിലുണ്ടെന്നറിഞ്ഞപ്പോൾ എനിക്ക് അവിടെ എത്തിച്ചേരാൻ ബദ്ധപ്പാടായി.

അന്നു കോറൻടൈനിൽ ഞങ്ങളുടെ കൂടെയുണ്ടായിരുന്ന മധുരക്കാരൻ ശ്രീനിവാസൻ വിടുതലായിപ്പോകുമ്പോൾ അയാൾക്ക് അഞ്ചുറുപ്പിക വഴിച്ചിലവിനു സഹായിപ്പാൻ ഒരെഴുത്ത് സാമുവൽ ആറോന്നു വാർഡർ മുഖേന ഞാൻ വെളിയിലേക്കെത്തിച്ചുകൊടുത്തു. അത് അയാൾ സാമുവെലിനു ഭദ്രമായി എത്തിച്ചുകൊടുത്തു പണം സമ്പാദിച്ചു. എഴുത്തിൽ ഒരു വലിയ സമര പരിപാടി നിർദേശിച്ചിട്ടുണ്ടായിരുന്നു.

ആ എഴുത്തോടുകൂടി മലബാർ മുഴുവനും കോൺഗ്രസിന്റെ സംസ്ഥാന സമ്മേളനവും താലൂക്ക് സമ്മേളനങ്ങളും ഫർക്കാസമ്മേളനങ്ങളും കഴിയുമെങ്കിൽ വില്ലേജ് സമ്മേളനങ്ങളും കഴിപ്പാനായി ഞാൻ അയച്ച നിർദേശം ഏറെക്കുറെ നടപ്പിൽവരാൻ തുടങ്ങി. മലബാറിൽ അങ്ങോളമിങ്ങോളം കോൺഗ്രസ് നിരോധനത്തെ വെല്ലുവിളിച്ചുകൊണ്ടുള്ള സമ്മേളനങ്ങളും നൂറ്റിനാൽപ്പത്തിനാല് ലംഘനവുംകൊണ്ട് കോൺഗ്രസ് പ്രവർത്തകന്മാരും പൊലീസുകാരും തമ്മിൽ ഒരു വമ്പിച്ച ബുദ്ധിസാമർഥ്യ പരീക്ഷ നടന്നു. സകല ദിക്കിലും പൊലീസിന്റെ തടസം പരാജയപ്പെട്ടു. നോട്ടീസുകൊടുത്ത ദിവസത്തിൽ ഉൾനാട്ടിൽ പേരാമ്പ്ര, കതിരൂർ, കൊളവല്ലൂര് മുതലായ നിശ്ചിതസ്ഥലത്തുവച്ചുണ്ടായ സമ്മേളനങ്ങളും പൊലീസുകാരുടെ ലാത്തിത്തല്ലുകളും പ്രഹരങ്ങളും കോൺഗ്രസുകാരുടെ അക്രമരാഹിത്യനിഷ്ഠയും സഹനസമരചാരുത

തയും തമ്മിൽ പലേടത്തും നടന്ന വടംവലികൾ കൺകൊണ്ടു കണ്ട ഉൾനാട്ടുകാരുടെ രാജ്യാഭിമാനത്തെയും ബ്രിട്ടീഷുവിരോധത്തെയും സവിശേഷം ഉണർത്തുകയുണ്ടായി. അത്തവണത്തെ നിയമലംഘനത്തിനു ഒരു ഗറില്ലാ സമരത്തിന്റെ ഛായയുണ്ടായിരുന്നു. ഈ സമ്മേളനങ്ങൾ വിജയപൂർവം മലബാർ മുഴുവൻ ഒളിവിൽ ഇരുന്നുകൊണ്ടു നടത്തുവാൻ അതിയായ കായക്ലേശങ്ങളും ക്രൂരമായ മർദനങ്ങളും സഹിച്ചവരിൽ മുമ്പന്മാരാണ് പി കൃഷ്ണപിള്ള, കെ പി ഗോപാലൻ, ചന്ദ്രോത്ത് കുഞ്ഞിരാമൻ നായർ, ടി എൻ ഗോവിന്ദനടിയോടി, കെ ടി കുഞ്ഞിരാമൻനായർ, മുള്ളങ്ങണ്ടി രാഘവൻ മുതലായവർ.

അങ്ങനെ രണ്ടരക്കൊല്ലം നീണ്ടുനിന്ന ആ സത്യാഗ്രഹം മലബാറിൽ യാതൊരു തളർച്ചയും പറ്റാതെ തുടർന്നു. കൊറൈൻടൈനിൽ 12 ദിവസം കഴിച്ചശേഷം ഞങ്ങളെയെല്ലാം മെയിൻജയിലിലേക്കു കൊണ്ടുപോയി. ആ ആഴ്ചയിൽ കണ്ണൂർ ജയിലിൽ മൂന്നു ദിവസം നീണ്ടുനിന്ന ഒരു വമ്പിച്ച പണിമുടക്കവും നിരാഹാരവ്രതവും നടന്നു. അന്ന് കണ്ണൂർ ജയിലിലെ പത്തുപതിനഞ്ച് കൺവിക്ട് വാർഡർമാർ ഒഴികെ ബാക്കിയുള്ള 1300ൽപ്പരം തടവുകാർ മുഴുവനും അതിൽ പങ്കുകൊണ്ടിരുന്നു. ജയിലറുടെ വീട്ടിൽനിന്ന് ഒരു കോഴിക്കുട്ടിയെ പരുന്തു തട്ടിക്കൊണ്ടുപോയതിന് ജയിലറുടെ വീട്ടിൽ പ്രവർത്തിയെടുക്കുന്ന ഒരു തടവുകാരനെ ജയിലർ അടിച്ചു പല്ലുകൊഴിച്ചതാണ് ആ പ്രകോപനത്തിന്റെ കാരണം. അങ്ങനെ ഒരു തടവുകാരന്റെ ആയുസ്സും ആരോഗ്യവും വാസ്തവത്തിൽ ജയിലുദ്യോഗസ്ഥന്മാർക്ക് ഒരു കോഴിക്കുഞ്ഞിനോളവും കൂടി വിലയില്ലാത്തതായി പലപ്പോഴും ഞങ്ങൾക്ക് അനുഭവപ്പെട്ടിട്ടുണ്ട്. അന്ന് സൂപ്രണ്ട് മേജർ രമണനായിരുന്നു. ആ പ്രക്ഷോഭത്തിന്റെ ഫലമായി തൽക്കാലം ജയിലർ കൽപ്പനയെടുത്തു. കൽപ്പനയുടെ അവസാനത്തിൽ അയാൾ മാറിപ്പോയി. ആ പ്രക്ഷോഭത്തിൽ പ്രധാന പങ്കുവഹിച്ച സത്യാഗ്രഹത്തടവുകാരായ ഞങ്ങളോടും ആ സമരത്തിൽ പ്രത്യക്ഷമായി നേതൃത്വം വഹിച്ച പഞ്ചാബ് ഗൂഢാലോചന തടവുകാരോടും രമണൻ സൂപ്രണ്ട് പിന്നീട് കഴിയുമ്പോഴെല്ലാം പകവീട്ടാൻ ശ്രമിച്ചു. തടവുകാരന് കോഴിക്കുഞ്ഞിന്റെയും വിലയോ.

കുഴപ്പക്കാരനെന്ന് ഡപ്യൂട്ടിജയിലർ

സൂപ്രണ്ട് വന്ന ഉടനെ ഡപ്യൂട്ടി ജയിലർ, ഞങ്ങൾ കഞ്ഞികൊണ്ടുവന്ന് അയാളുടെ മുഖത്തുമറിച്ച്, അയാളെ അപമാനിച്ചുവെന്നും, ഞങ്ങളുടെ ബ്ലോക്കിലെ കക്കൂസ് മുറിയിൽവെച്ച് ലാന്തറിന്മേൽ ഞങ്ങൾ മൂത്രം വീഴ്ത്തിയെന്നും പല നുണകളും പറഞ്ഞു സൂപ്രണ്ടിനെ കലശലായി വെറുപ്പിച്ചു. ഏതാണ്ട് 10 മണിയായപ്പോൾ സൂപ്രണ്ടും ഡപ്യൂട്ടിജയിലറും ചീഫ് വാർഡറുംകൂടി ഞങ്ങളുടെ ബ്ലോക്കിൽവന്നു. നാലഞ്ചുദിവസമായി ഞങ്ങളുടെ കക്കൂസ് മുറിയിൽ വെളിച്ചമില്ല എന്ന് ഞാൻ പറഞ്ഞപ്പോൾ “ഇവർ കക്കൂസ് മുറിയിലെ വിളക്കിന്മേൽ മൂത്രം വീഴ്ത്തിക്കെടുത്തിയതാണെ”ന്ന് ഡപ്യൂട്ടി ജയിലർ പറഞ്ഞു. “ഇത് നിങ്ങൾ കണ്ടപോലെയാണല്ലോ പറയുന്നത്. വിളക്കിന്മേൽ മൂത്രം വീഴ്ത്താൻ മനുഷ്യർക്ക്

ഭ്രാന്തുണ്ടോ?" എന്നു ഞാനും ബ്ലോക്കിലും വിളക്ക് വെക്കാത്തത് കുറേ ദിവസമായെന്ന് പോത്തേരി ദാമുവും പറഞ്ഞു.

ഞാൻ: "ഇന്നു ഞങ്ങൾ ഈ സമയം വരെ ഒരു വസ്തു കഴിച്ചിട്ടില്ല. അഞ്ചാറു ദിവസമായിട്ട് കഞ്ഞി ഒരു പുളിപ്പും നാറ്റവുമുള്ള കലക്കുവെള്ളമായിരിക്കുന്നു. ശാപ്പാട് ഇതിലധികം മോശമായി ഈ ജയിലിൽ ഞാൻ ഒരിക്കലും കണ്ടിട്ടില്ല."

ഡപ്യൂട്ടി: "ഇതൊക്കെ ശുദ്ധകള്ളമാണ്."

ഞാൻ : "കളവോ? എന്തിനാണ് ഞങ്ങളൊക്കെ നിങ്ങളെക്കൊണ്ട് നുണയും പറഞ്ഞ് പട്ടിണി കിടക്കുന്നത്?"

ഡപ്യൂട്ടി: "ഇവർക്കെന്നോട് വിരോധമാണ്."

ഞാൻ: "എന്താണ് നിങ്ങളോട് വിരോധം? നിങ്ങൾ ഞങ്ങളുടെ ചക്ക കട്ടിരിക്കുന്നോ?"

ഡപ്യൂട്ടി: "പരശുരാമയ്യരെപ്പോലെ ഞാൻ ഇവർക്ക് വെല്ലവും പഞ്ചസാരയും മറ്റും കൊടുക്കാറില്ല. ഈ മനുഷ്യനാണ് ഇവിടെ സകല കുഴപ്പത്തിന്റെയും കർത്താവ്. ഇയാളാണ് റിങ്ലീഡർ. ഭക്ഷണം മോശമായിരുന്നോ എന്നു ഡോക്ടറോട് ചോദിച്ചാലറിയാം."

ഞാൻ: "ഇയാളാണ് നിങ്ങളുടെ പേരിനെ കെടുക്കുന്നത്. ഡോക്ടർ ഒരുപക്ഷേ നിങ്ങളെ സപ്പോർട്ട് ചെയ്തേക്കും. പക്ഷേ ഡോക്ടർ ആസ്പത്രിയിലെ പാല് മോശമായിരുന്നു എന്നു വളരെ ആവലാതിപ്പെട്ടിരുന്നു."

സൂപ്രണ്ട് അൽപ്പം കോപത്തോടെ: "നിങ്ങൾ എന്തിന് ആസ്പത്രി ക്കാര്യങ്ങൾ അറിയാൻ പോകണം" എന്ന് പറഞ്ഞുകൊണ്ടു ആസ്പത്രിയിലേക്ക് തിരിച്ചു.

പിറ്റേദിവസം രാവിലെ എനിക്കു ട്രാൻസ്ഫർ ഉണ്ടെന്നും എന്റെ തുണിമണികളെല്ലാം സ്റ്റോറിൽനിന്ന് എടുത്തുവെക്കുന്നുണ്ടെന്നും കൃഷ്ണപിള്ള എന്നോടു വന്നു പറഞ്ഞു.,

'വെക്ക് വെടി' ജയിൽ സൂപ്രണ്ടിനോട്

ജയിലിലെ മോശസ്ഥിതിയെപ്പറ്റി ആര് കംപ്ലയിന്റ് ചെയ്യുന്നോ അവരെ പെട്ടെന്ന് മാറ്റുകയാണ് ജയിലിലെ ആവലാതികളമർത്താനുള്ള ഒന്നാമത്തെ സൂത്രം. അതിനെതിരായി ഒരു ഒച്ചപ്പാടുണ്ടാക്കി പ്രതിഷേധിക്കാൻ ഞങ്ങളും പ്ലാനിട്ടു. അങ്ങനെ അന്ന് ഉച്ചയ്ക്ക് എല്ലാവരും വേഗത്തിൽ ഊണ് കഴിച്ചു മുഖം കഴുകി അവനവൻ കിടക്കുന്ന തിണ്ണമേലിരുന്നു. ചിലർ വായിക്കയായി. ഞാനും എ കെ ഗോപാലനും കൃഷ്ണപിള്ളയും മറ്റും ഉറങ്ങാൻ കിടന്നു. പതിനൊന്നരയടിച്ചപ്പോൾ ജയിലറുടെ ആഡർലി കൈത്തണ്ടയിന്മേൽ ഒരു തിളങ്ങുന്ന പഴുത്ത പിലാവിലമാതിരി ഒരു പിത്തള ബാഡ്ജ് ധരിച്ച ഒരു മേസ്തിരി വന്നു. "2331 ആരാണ്?" എന്ന് ബ്ലോക്കിൽ ഇരിക്കുന്നവരോടായി ചോദിച്ചു. ആരും ഒന്നും മിണ്ടാതിരുന്നപ്പോൾ "2331നെ സൂപ്രണ്ട് ടവറിൽ വിളിക്കുന്നുണ്ട്" എന്നു പറഞ്ഞു. അപ്പോൾ ബ്ലോക്ക് വാർഡൻ കടന്നുവന്ന് "2331 ആരാണ് സൂപ്രണ്ട് വിളിക്കുന്നു. വേഗം ചെല്ലണം" എന്നു പറഞ്ഞു. വാർഡൻ നേരേ എന്റെ

അടുത്തു വന്നു. നിങ്ങളല്ലേ 2331? നിങ്ങളെ സൂപ്രണ്ട് വിളിക്കുന്നുണ്ട്. എണീക്കിൻ" എന്നു പറഞ്ഞപ്പോൾ അതുവരെ ഉറങ്ങുന്ന ഭാവത്തിൽ കണ്ണടച്ചുകിടന്ന ഞാൻ "എന്തുവേണം"എന്നു ചോദിച്ചു.

വാർഡൻ: "നിങ്ങൾ എണീക്കിൻ. സൂപ്രണ്ട് കാത്തിരിക്കുന്നു! നിങ്ങളെയൊന്നു കാണണംപോലും."

ഞാൻ : "നിങ്ങൾ പോയിൻ വാഡറെ! വെറുതെ മനുഷ്യരെ ബുദ്ധിമുട്ടിക്കുന്നു." എന്നു പറഞ്ഞ് ഞാൻ പിന്നേയും കണ്ണടച്ചു.

വാർഡൻ: "അല്ലാ ഇതെന്ത് കഥയാണ്! സൂപ്രണ്ട് വിളിക്കുന്നെന്ന് പറഞ്ഞിട്ട് ഇയാൾ അനങ്ങാൻ ഭാവമില്ല." എന്ന് പറയുമ്പോഴും ആർഡർലിയിൽനിന്ന് സംഗതി അറിഞ്ഞ് ചീഫ് വാർഡറും രണ്ട് വാർഡർമാരും വന്നു.

ചീഫ് വാർഡർ: "ഇതാ സർ, സൂപ്രണ്ട് വിളിക്കുന്നു. ഒന്നു വേഗത്തിൽ എഴുന്നേറ്റുവരണം."

ഞാൻ: "എന്താണ് ഹെ! നിങ്ങളുടെ സൂപ്രണ്ടിന് ഭ്രാന്തുണ്ടോ? ഈ നട്ടുച്ചവെയിലിൽ വിളിക്കുന്നതെന്തിനാണ്? വൈകുന്നേരം കണ്ടോളാമെന്നു പറയിൻ."

ചീഫ്: "അല്ല! സൂപ്രണ്ട് വിളിക്കുമ്പോൾ വൈകുന്നേരം കാണാമെന്നു പറയുന്ന നിങ്ങൾക്കാണ് ഭ്രാന്ത്."

ഞാൻ: "ഞങ്ങൾക്ക് ഭ്രാന്ത് പിടിക്കുന്നതിൽ ആശ്ചര്യമില്ലല്ലോ. അഞ്ചാറു ദിവസമായി മര്യാദയ്ക്ക് ചോറും കഞ്ഞിയും തരാതെ പട്ടിണിയും കിടത്തി. ഇന്നിപ്പോളസാരം ചോറുതിന്നു തളർച്ച മാറ്റുമ്പോൾ നട്ടുച്ചയ്ക്ക് വന്നു വിളിച്ചു മഹാപാപികൾ ദ്രോഹിക്കുന്നു."

ഇത് പറയുമ്പോൾ തലേദിവസത്തെ പട്ടർ ഡപ്യൂട്ടി ജയിലറും മൂന്നുനാല് വാർഡർമാരും കോൺവിക്ട് വാർഡർമാരും കടന്നുവന്നു.

ഡപ്യൂട്ടി: "എന്തെ നിങ്ങൾ വരില്ലേ?"

ഞാൻ: "ഇല്ല – എനിക്ക് നല്ല സുഖമില്ലെന്നു പറയൂ."

ഡപ്യൂട്ടി: "എന്താണ് നിങ്ങൾക്ക്"

ഞാൻ: "എനിക്ക് കലശലായ ക്ഷീണം കുറേശ്ശെ പനിയുള്ളതായും തോന്നുന്നുണ്ട്."

ഡപ്യൂട്ടി: "ഞങ്ങൾ നിങ്ങളെ എടുത്തുകൊണ്ടുപോകും."

ഞാൻ: "ഇതെന്തോരന്യായം! നിങ്ങൾ ചെന്നു സൂപ്രണ്ടോട് എനിക്ക് സുഖമില്ലെന്നു പറയിൻ. സുഖമില്ലാത്ത ഒരാളെ സൂപ്രണ്ട് ഈ വെയിലത്ത് വിളിക്കില്ല."

ഡപ്യൂട്ടി: "നിങ്ങൾക്ക് യാതൊരു സുഖക്കേടുമില്ല."

ഞാൻ: "അത് നിശ്ചയിക്കേണ്ടത് നിങ്ങളല്ലാ, ഡോക്ടറാണ്."

ഡപ്യൂട്ടി: "ഡോക്ടറാണ് സൂപ്രണ്ട്"

ഞാൻ: "സൂപ്രണ്ട് ഡോക്ടറായാൽ പിന്നെ അയാൾ വിളിക്കുമ്പോൾ ഒരാൾക്ക് പനിയുണ്ടാവാൻ പാടില്ലെന്നുണ്ടോ?"

ഡപ്യൂട്ടി: "നിങ്ങൾ വരില്ലെങ്കിൽ നിങ്ങളെ എടുത്തുകൊണ്ടു ചെല്ലാനാണ് കൽപ്പന. എന്നു പറഞ്ഞ് എന്നെ അഞ്ചാറ് കോൺവിക്ട് വാർഡർമാരും കൂടിയെടുത്തപ്പോൾ ഞാൻ ഉച്ചത്തിൽ "മഹാത്മാഗാന്ധി കീ ജയ്"

എന്നു വിളിച്ചു. അപ്പോൾ രണ്ടു ബ്ലോക്കു മുഴുവനും "ഗാന്ധി കീ ജയ്" വിളി മുഴങ്ങിക്കൊണ്ടിരുന്നു. വളരെ വിഷമിച്ച് എന്നെ എടുത്ത് ടവറിൽ സൂപ്രണ്ടിരിക്കുന്ന മാളികമുറിയിൽ കൊണ്ടുചെന്നപ്പോൾ കോപാന്ധനായി സൂപ്രണ്ട് "എന്തുകൊണ്ട് ഞാൻ വിളിച്ചപ്പോൾ ഇവിടെ വന്നില്ല? എന്നു ഗർജ്ജിച്ചു.

ഞാൻ: "എന്താണിത്ര സാഹസപ്പെട്ടെന്നെയിവിടെ എടുത്തുകൊണ്ടുവന്നിട്ടാവശ്യം?" എന്നു ഞാനും കയർത്തു.

സൂപ്രണ്ട്: "നിങ്ങളെ ഒരൊറ്റനിമിഷം എന്റെ ജയിലിൽ വെച്ചിരിക്കാൻ ഞാൻ ഇഷ്ടപ്പെടുന്നില്ല. നിങ്ങളെ അടുത്ത വണ്ടിക്ക് ബെല്ലാരിയിലേക്കയക്കയാണ്."

ഞാൻ: "വളരെ സന്തോഷം! തടവുകാരുടെ നേരേ ഇത്രയും ദയയും മര്യാദയുമില്ലാത്ത ഒരു സൂപ്രണ്ടിന്റെ ജയിലിൽ ഒരൊറ്റ ദിവസം ഇരിക്കുവാൻ എനിക്ക് ഇഷ്ടമില്ല. പക്ഷേ എനിക്ക് പനിയുള്ളപ്പോഴാണ് നിങ്ങൾ എന്നെ ഇത്ര ദൂരത്ത് തീവണ്ടിയാത്ര ചെയ്വാനയക്കുന്നതെന്നതിൽ എനിക്ക് ഗൗരവമായ പ്രതിഷേധമുണ്ട്. 1930 ൽ ഈ ജയിലിൽനിന്ന് പയ്യന്നൂർക്കാരൻ കുഞ്ഞിരാമൻ അടിയോടിയെന്നൊരു സത്യാഗ്രഹിയെ പനിയോടുകൂടി ബെല്ലാരിക്യാമ്പ് ജയിലിലേക്കയച്ചിട്ടാണ് അയാൾ മരിച്ചത്. അങ്ങനെ നിങ്ങൾ എന്നേയും കൊല്ലാൻ പോകയാണ്" എന്ന് പറഞ്ഞപ്പോൾ സൂപ്രണ്ട് കുറഞ്ഞൊന്നു ചിരിച്ചു.

അതുവരെ രോഷാകുലനായി മോന്തായം ഞെട്ടിച്ച സൂപ്രണ്ട് ശാന്തനായി എന്റെ കൈപിടിച്ചു നാഡി പരിശോധിക്കുവാനടുത്തു. അത് നോക്കിയശേഷമാണ് എനിക്കിന്ന് ട്രാൻസ്ഫർ നിശ്ചയിക്കേണ്ടിയിരുന്നത്. "ഇപ്പോൾ എന്നെ തൊടണ്ട." അതുവരെ നിലത്തു പടിഞ്ഞിരുന്ന ഞാൻ എഴുന്നേറ്റു "എന്നെ തൊട്ടുപോകരുത്." ഞാൻ ഒരു മലയാളിയാണ്. കരുതിക്കോ, എന്റെ ദേഹം തൊട്ടാൽ ഒന്നുകിൽ നിങ്ങൾ, അല്ലെങ്കിൽ ഞാൻ, അതല്ലെങ്കിൽ നിങ്ങൾ എന്നെ വെടിവെക്കണം. എന്നു പറഞ്ഞു.

സുപ്രണ്ട് "ഞാൻ ഇപ്പോൾ ഇവിടെവെച്ച് നിന്നെ വെടിവെക്കു"മെന്ന് അലറി ട്രൗസർപോക്കറ്റിൽ നിന്ന് കൈത്തോക്ക് വലിച്ചു.

ഞാൻ "വെക്ക് വെടി" യെന്ന് മാറുകാട്ടി ഒരു ചുവട് മുന്നോട്ട് വെച്ചപ്പോൾ "കൊണ്ടുപോ ഈ പിശാചിനെ, ഗെയിറ്റിലേക്ക് കൊണ്ടുപോ!" എന്നയാൾ അട്ടഹസിച്ചു.

വാർഡർമാർ എന്നെ താങ്ങിപ്പിടിച്ചിറക്കിയശേഷം എടുത്തു ഗെയിറ്റിലേക്ക് കൊണ്ടുപോകുമ്പോൾ രണ്ടു ബ്ലോക്കിലെ സത്യാഗ്രഹത്തടവുകാർ മുഴുവനും പൂട്ടിയ വേലിയുടെ പിന്നിൽ നിരന്നുനിന്നു "കീ ജയ്" മുഴക്കുന്നതു കണ്ടു. "എനിക്കു യാതൊരു ദേഹോപദ്രവവും നേരിട്ടിട്ടില്ല. എല്ലാവരും ശാന്തമായിരിക്കണം. വന്ദേമാതരം!" എന്നു ഞാൻ വിളിച്ചു പറഞ്ഞു.

‘എന്റെ ഖദർ കുപ്പായം’*

മൊയാരത്ത്

ആദ്യകാലത്ത് വടകരയിൽ ഞാനും കോഴിപ്പുറവും മാത്രമാണ് ഖദർ ധരിച്ചവർ. അത് തന്നെ ചാക്കിന്റെ നിറവും തടിയുമുള്ളത്. അത് ജപ്പാൻ ഖദറായിരുന്നു. അതും കിട്ടാൻ ബഹുപ്രയാസം. കിട്ടിക്കഴിഞ്ഞാൽ തുന്നിക്കിട്ടാൻ പ്രയാസം. തുന്നിക്കിട്ടിയാലോ, അലക്കിക്കിട്ടാൻ അതിലും പ്രയാസമായിരുന്നു. ഇത് അലക്കാനുള്ള വിഷമം കൊണ്ട് ഒരിക്കൽ അലക്കിയ വേളുത്തേടൻ പിന്നെ ഞങ്ങൾക്ക് അലക്കില്ല. അഥവാ അലക്കാൻ കൊണ്ടുപോയെങ്കിൽ പിന്നെ അവനെ കാണില്ല.

ഖദറും ഗാന്ധിത്തൊപ്പിയും അക്കാലത്ത് ഒരുമാതിരി വഴിപിഴച്ച രാജ്യദ്രോഹികളുടെ വേഷമാണെന്നാണ് ആക്ഷേപം. ഖദർ എന്നത് സഭ്യേതരന്മാരും രാജ്യദ്രോഹികളുമായവരുടെ വേഷമാണെന്നാണ് അക്കാലത്ത് തോടന്നൂരിൽ എം കെ ശങ്കരവർമയുടെ ആരാധ്യമായ അധ്യക്ഷതയിൽ സഹകരണ ത്യാഗത്തെ എതൃപ്പാൻ കലക്ടറുടെ ആവശ്യപ്രകാരം ദിവാൻ ബഹദൂർ നാരായണക്കുറുപ്പ് വിളിച്ചുകൂട്ടിയ കടത്തനാട്ട് നായർ സമാജത്തിന്റെ പ്രത്യേക സമ്മേളനത്തിൽ വെച്ച് ഒരു വക്കീൽ പ്രസംഗിച്ചത്. ആ അഭിപ്രായത്തെ ഞാനും ടി സി ഗോപാലക്കുറുപ്പും കർശനമായി വിമർശിച്ചതിനെ പ്രസിദ്ധനായ കെ സി നാരായണൻ നമ്പ്യാർ മാത്രം പിന്താങ്ങി സംസാരിക്കുകയുണ്ടായി.

---

* മൊയാരം ആത്മകഥയിൽ എഴുതിയതും പ്രസാധകർ വിട്ടുപോയതുമായ പ്രസിദ്ധീകരിക്കാത്ത ഭാഗം

ഭാഗം 2

ഓർമകൾ

പയ്യന്നൂർ ഉപ്പുനിയമലംഘനം 1930 (രാമന്തളിയിൽ) സി എച്ച് ഗോവിന്ദൻ നമ്പ്യാർ, മൊയാരത്ത് ശങ്കരൻ മുതലായവർ

നിങ്ങളുടെ ചരിത്രം
കോൺഗ്രസിന്റെ ചരിത്രം

(മൊയാരത്തിന്റെ ബന്ധുവും ആദ്യകാല കോൺഗ്രസ് നേതാവു മായ സി എച്ച് ഗോവിന്ദൻ നമ്പ്യാർ എഴുതിയ ഒരു കത്ത്. തന്റെ ആത്മകഥ എഴുതാൻ ആവശ്യമായ വിവരങ്ങൾ ഓർമിപ്പിക്കണം എന്ന് ആവശ്യപ്പെട്ടുകൊണ്ട് മൊയാരം എഴുതിയതിന് മറുപടി യാണിത്. അക്കാലത്തെ മിക്ക കോൺഗ്രസ് നേതാക്കന്മാരേയും സംഘടനാപ്രവർത്തനത്തെ വിശേഷിച്ചും ഇതിൽ പ്രതിപാദിക്കു ന്നു.)

രാമന്തളി

25.11.46

മൈഡിയർ ശങ്കരേട്ടൻ,

നിങ്ങൾ അയച്ച രണ്ട് കാർഡുകളും കിട്ടിയിരിക്കുന്നു. മറുപടി അയക്കാൻ താമസിച്ചത് ഉപേക്ഷ മാത്രമല്ല,സംഗതികളുടെ കഥനത്തിനുള്ള വൈഷമ്യവും കൂടിയാണ്. ഓർമവെക്കുന്നതിലും കണക്ക് വെക്കുന്നതിലും ഞാൻ വളരെ അമാന്തക്കാരനാണ്. നിങ്ങളുടെ ആത്മകഥാകഥനം എഴുതുന്നതിനേക്കാൾ ഗുണം കേരളത്തിലെ കോൺഗ്രസിന്റെ ചരിത്രം ആദ്യം മുതൽ വിസ്തരിച്ചെഴുതുകയായിരിക്കും നല്ലതെന്ന് എനിക്ക് അഭിപ്രായമുണ്ട്. ഇതിലേക്ക് നിങ്ങൾ മലബാറിന്റെ മുക്കിലും മൂലയിലും സഞ്ചരിച്ച് ആരാഞ്ഞറിയേണ്ടിവരും. കൊച്ചിയിലും തിരുവിതാംകൂറിലും പോകേണ്ടിവരും. സമ്പാദ്യമുള്ള തറവാട്ടിലെ പിന്നീടുള്ള അനന്തരവന്മാർ ആയത് എങ്ങനെ ഉണ്ടായി എന്നറിയാതെ പലപാടും പ്രവർത്തിക്കുന്നതുപോലെയാണ് കോൺഗ്രസിന്റെ ഇന്നത്തെ കഥ. 1942

ലെ സമരവീരന്മാരെക്കൊണ്ട് കോൺഗ്രസ് വ്യൂഹം മുഴങ്ങുകയാണ്. അവർ മുമ്പ് എന്തായിരുന്നു എന്ന് ഓർക്കുമ്പോൾ ലജ്ജ തോന്നാതിരിക്കില്ല, ഇരിക്കട്ടെ.

നിങ്ങളും ഞാനും കൂടിച്ചേർന്ന്, പ്രവർത്തിച്ചതല്ലേ എനിക്ക് പറയാനുള്ളൂ. സഹകരണത്യാഗപ്രമേയം നാഗ്പ്പൂർ കോൺഗ്രസിലാണല്ലോ പാസായത്. അതിനുമുമ്പുതന്നെ രാഷ്ട്രീയമായ ഉണർവ് പ്രബുദ്ധരായ ജനങ്ങളിൽ ഉണ്ട്. ഒറ്റപ്പാലം കോൺഫറൻസോട് കൂടി ആണ് കേരളത്തിൽ സംഘടനാപരമായ കോൺഗ്രസ് പ്രവർത്തനം ആരംഭിച്ചത്. മാധവൻനായർ യാക്കൂബ് ഹസൻ, മൊയ്തീൻകോയ ഇവർ ജയിലിലാണ്. കോൺഫറൻസിനു ശേഷം മലബാർ രണ്ടു ഭാഗവും അതിന് ഓരോ സെക്രട്ടറിമാരും താലൂക്കുതോറും താലൂക്ക് സെക്രട്ടറിമാരും ഉണ്ടായി. വിദ്യാലയം വിട്ടും ഉദ്യോഗം വിട്ടും മറ്റും വന്ന പ്രവർത്തകന്മാർ വേറെയും ഉണ്ടായി. കേശവമേനോന്റെ സ്റ്റഡിക്ലാസിൽ നിങ്ങളും ഉണ്ടായിരുന്നുവെന്നാണ് എന്റെ ഓർമ. അവിടെ നൂൽനൂൽപ്പും കേശവമേനോന്റെ ക്ലാസും ഉണ്ടായിരുന്നു. മാധവൻനായരുടെ വീട്ടിൽവെച്ചാണ് ക്ലാസ്. കുറച്ചെല്ലാം മുൻകൂട്ടി അറിഞ്ഞിരുന്ന നമുക്ക് അദ്ദേഹത്തിന്റെ സാമാന്യ അറിവിനുള്ള ക്ലാസുകൊണ്ട് വിശേഷിച്ച് ഒന്നും ലഭിച്ചില്ല. ഇന്ത്യയിൽ എത്രനാട്ടുരാജ്യങ്ങളുണ്ടെന്ന സംഗതി ഞാൻ അന്നാണ് ധരിച്ചത് എന്നു പറയാം. ഇതെല്ലാം രണ്ടാഴ്ചയോ മൂന്നാഴ്ചയോ മാത്രമേ ഉണ്ടായുള്ളൂ. നാം പിന്നീട് വടകരയിലാണ് പ്രവർത്തിച്ചത്. സെക്രട്ടറി സ്ഥാനം നമ്മുടെ ഡോക്ടർ കരുണാകരമേനോനായിരുന്നല്ലോ. നമ്മുടെ കൂടെ എസ് എസ് എൽ സി ക്ലാസിൽ നിന്നു വിട്ടിരുന്ന ടി സി ഗോപാലകൃഷ്ണക്കുറുപ്പും ഉണ്ടായി. ഖിലാഫത്ത് പ്രക്ഷോഭത്തിന്റെ കാലമാണത്. പൊതുയോഗങ്ങളിലെല്ലാം അധികവും മുസ്ലീങ്ങളാണ് പങ്കുചേർന്നത്. വടകരസിറ്റിയിൽ ഒരു ഖിലാഫത്ത് ആഫീസുണ്ടായിരുന്നു. ഉൾനാടുകളിൽ സഞ്ചരിച്ച് വന്നതിനുശേഷം നാം അവിടെപ്പോയി ഇംഗ്ലീഷ്പത്രം വായിച്ച് തർജമചെയ്തു കൊടുക്കാറുള്ളത് ഓർക്കുമല്ലോ. *യങ് ഇന്ത്യ*യാണ് അവർക്ക് അധികം ഇഷ്ടമായത്.

നാം രണ്ടുപേരും ചിലപ്പോഴെല്ലാം തിക്കോടി, പയ്യോളി ഭാഗങ്ങളിൽ പോകാറുണ്ട്. ചെറിയെക്കൻ വൈദ്യർ അത്യാവശ്യം കൂടെ ഉണ്ടാകാറുണ്ട്. വക്കീൽഭാഗം പഠിപ്പുനിർത്തിവന്ന കോഴിപ്പുറം ചിലപ്പോഴെല്ലാം വടകര വരാറുണ്ട്. നമ്മുടെ കൂടെ വരാറുണ്ട്. നമ്മെ പുതുമന നമ്പ്യാരുടെ ഒരു അനന്തിരവൻ (പേര് ഓർക്കുന്നില്ല) പൊതുയോഗം കഴിഞ്ഞ് വീട്ടിലേക്ക് പോകാമെന്ന് ക്ഷണിച്ചു. നാം ഇരുട്ടിൽ വലിയവയലിൽ വെള്ളം ക്ലാന്തി ഗൃഹത്തിൽ എത്തിച്ചേർന്നു. പടികയറിയതിൽ പിന്നെ ക്ഷണിച്ച ആളെ കണ്ടില്ല. നാം കോലായയുടെ ഒരറ്റത്തേക്ക് രാത്രി കഴിച്ചുകൂട്ടി. അന്നു രാത്രി ഗൃഹസ്ഥൻ നമ്മെ കണ്ട് നെറ്റിചുളിച്ച് സംസാരിച്ചതും

നമുക്ക് തലയ്ക്ക് വെളിവില്ലെന്നും മലയോട് കലമെറിഞ്ഞാൽ കലമാണ് പൊളിയുക എന്നു പഠിപ്പിച്ച് തന്നതും മറ്റും ഓർക്കുമല്ലോ. നമ്മെ അയാൾ പട്ടിണി കിടത്തിയില്ല. ആദർശ ഐക്യമില്ലെങ്കിൽ സാരമില്ല. മലബാറിന് പേരുകേട്ട ആതിഥ്യമര്യാദ ഒന്നും ഉണ്ടായില്ല. ഏതാണ്ട് ഇതു തന്നെയാണ് കടത്തനാട്ട് രാജ്യത്തെല്ലാം ഉണ്ടായ അനുഭവം. ഇതിൽ നിന്ന് വിപരീതമായ നിലകൊണ്ടത്, പയ്യോളി പ്രദേശങ്ങളിൽ ആണ്. നിങ്ങളെ ആ ദിക്കുകാർക്ക് മുമ്പ് പരിചയമുള്ളതുകൊണ്ടും കേളപ്പൻ നായരുടെ സ്വദേശമായതുകൊണ്ടും ആയിരിക്കാം ഈ വ്യത്യാസം. കേളപ്പൻ ആ കാലം പൊന്നാനി താലൂക്കിലാണ് ബാലകൃഷ്ണമേനോനോടുകൂടി പ്രവർത്തിച്ചത്. ഇവരെ രണ്ടുമാസം ശിക്ഷിച്ച് മടങ്ങിവന്നപ്പോൾ തിക്കോടി, പുറക്കാട്, പയ്യോളി ഇവിടെയെല്ലാം വലിയ സ്വീകരണമുണ്ടായി. നാം കേളപ്പന്റെ വീട്ടിലാണ് അന്ന് താമസിച്ചത്. കോൺഗ്രസുമായുള്ള കൂട്ടുകെട്ട് കുടുംബാംഗങ്ങൾപോലും ഭയപ്പെട്ടിരുന്ന കാലമായതുകൊണ്ട് നാം ഇളയച്ഛന്റെ അടുക്കെ പോകാറില്ലെന്നാണ് എന്റെ ഓർമ.

നാദാപുരം റോഡിനടുത്ത് നിങ്ങളുടെ അച്ഛന്റെ വീട്ടിനടുത്തും നാം മീറ്റിങ്ങിനുപോയിട്ടുണ്ട്. രാത്രി ആ വീട്ടിൽ താമസിച്ചതും എന്റെ അച്ഛന്റെ മുമ്പത്തെ ഭാര്യയെ കണ്ടതും ഓർക്കുന്നു. ചർക്കകൊണ്ടുള്ള സമ്പാദ്യത്തെ കുളക്കടവത്ത് നമ്മുടെ കൂടെവന്ന ചിലരോട് നിങ്ങൾ വിസ്തരിച്ച് പറഞ്ഞതും ഞാൻ അത്രയൊന്നും ഇല്ലെന്നുപറഞ്ഞതും ഓർക്കുന്നു. ഗാന്ധിജിയിലുള്ള നമ്മുടെ വിശ്വാസം അന്ന് എത്രത്തോളമായിരുന്നുവെന്ന് ഒരുപക്ഷേ നിങ്ങൾക്ക് ഇന്ന് മനസിലാവില്ല.

കടത്തനാട്ടിന്റെ അലസതയും മറ്റും കണ്ട് ഞാൻ കുറച്ചെല്ലാം ചെയ്തത് കോവിലകക്കാരുടെ ഇടയിലാണ്. മാലിഖാൻ വാങ്ങുന്ന സ്ഥാനക്കാരെ ഒഴിച്ച് 21 വയസായ ഏത് പുരുഷനെയും അവിടെ ഞാൻ കോൺഗ്രസിൽ ചേർത്തിരുന്നു. ഇ കെ ശങ്കരവർമരാജ, ഇ കെ ഉദയവർമരാജ ഇവരുടെ അനുഭാവത്തെ പ്രത്യേകം പറയാതെ കഴിയില്ല. ഞാൻ വടകര വിട്ടതിൽ പിന്നെ നിങ്ങൾ പല അവസരത്തിലും ഇവരുമായി പെരുമാറിയിട്ടുണ്ടല്ലോ. നമ്മുടെ അന്നത്തെ ലക്ഷ്യം മഹാത്മാ ഗാന്ധി നിർദേശിച്ചതായ— ഒരുലക്ഷം ചർക്ക, 10 ലക്ഷം കോൺഗ്രസ് മെമ്പർമാർ, 1 കോടി ഉറുപ്പിക തിലക് സ്വരാജ്യനിധിയിലേക്ക്—ഇവ ആയിരുന്നു. ഇവ ഗാന്ധിജിയുടെ നിർദേശപ്രകാരം അഹമ്മദബാദിൽ കൂടിയ പ്രത്യേകസമ്മേളനത്തിൽ പാസാക്കിയ പ്രമേയപ്രകാരമാണെന്നു തോന്നുന്നു. 21 വയസ്സ് തികഞ്ഞവരെയാണ് അന്ന് കോൺഗ്രസിൽ ചേർത്തിരുന്നത്. മെമ്പർഷിപ്പിന്റെ കാര്യത്തിൽ മലബാർ ഒരുവിധം എണ്ണം തികച്ചിരുന്നു. ചർക്ക കുറുമ്പ്രനാട്ടിൽ വളരെ കുറവാണ്. സ്വരാജ്യഫണ്ട് പിരിക്കാൻ ഗാന്ധിജി കേരളത്തിൽ വരുമെന്നു പ്രതീക്ഷിച്ചു. മലബാറിൽ രശീതി പുസ്തകമെത്താൻ താമസിച്ചു. ഒടുവിൽ അതുംകൊണ്ട്

കേശവമേനോൻ, ടി വി ചാത്തുക്കുട്ടി നായർ—കോഴിപ്പുറവും ഉണ്ടെന്നു തോന്നുന്നു— നമ്മളും ചേർന്ന് കടത്തനാട് കോവിലകത്തേക്ക് പോയി. 1000 ക വലിയ രാജയും, പുറമേരിയിൽ നിന്ന് 500 കയും ഇ കെ ശങ്കര വർമരാജ 250 കയും വാഗ്ദത്തം ചെയ്തു. ഇ കെ ശങ്കരവർമ കേശവ മേനോനോട് കുറെ തർക്കങ്ങൾ ഉതിർത്തു. അതിൽ ബ്രിട്ടീഷ് രാജാവ് ഇന്ത്യമുഴുവൻ ഭരിക്കുന്ന രാജാവെന്ന നിലയിൽ താനും ആ നാട്ടിലെ രാജാവാണെന്നും മറ്റും ജൽപ്പിച്ചു. മത്സ്യത്തിന് കരയിൽ സ്വാതന്ത്ര്യം വേണമെന്ന് പറയുമ്പോലെയാണ് നമുക്ക് സ്വാതന്ത്ര്യം വേണമെന്ന് പറയുന്നതെന്ന് ആ രാജാവ് പറഞ്ഞു. കേശവമേനോൻ ഇതിനു പറഞ്ഞ മറുപടി ഞാൻ ഇന്നും ഓർക്കുന്നു. മത്സ്യത്തിന് വെള്ളത്തിൽ സ്വാതന്ത്ര്യം വേണമെന്നേ നാം പറയുന്നുള്ളു എന്നായിരുന്നു അത്. നേരം രാത്രിയായിരുന്നു. അന്ന് രാത്രി തന്നെ നാം വടകരയ്ക്ക് മടങ്ങി.

എസ് ചിദംബരനാഥ് വടകര വന്നു. കാഷായവസ്ത്രധാരിയായ അദ്ദേഹം ഒരാളെ സഹപ്രവർത്തനത്തിനു ചിറയ്ക്കൽ താലൂക്കിലേക്ക് ആവശ്യപ്പെട്ടു. അങ്ങനെയാണല്ലോ ഞാൻ ഇങ്ങോട്ടുവന്നത്. താലൂക്ക് കമ്മിറ്റി, ഡിസിട്രിക്ട് കമ്മിറ്റി, സംസ്ഥാനക്കമ്മിറ്റി— ഇവയിലെല്ലാം ആദ്യ വസാനം വരെ നാം മെമ്പർമാരും പ്രവർത്തകരും ആയിരുന്നു. ചൗരി ചൗരാ സംഭവത്തിന്റെ പ്രത്യാഘാത ഫലമായി നിയമലംഘനം വേണ്ട ന്നു വെച്ചു. ഇതോടുകൂടി ഒരു നിരുത്സാഹം എങ്ങും പരന്നു. ഏറനാട്ടെ ലഹളയും നമ്മെ തൽക്കാലം വിഷമിപ്പിച്ചു.

1923നുശേഷം പ്രധാന സംഭവങ്ങൾ ഒന്നും കുറെക്കാലത്തേക്ക് ഉണ്ടായില്ല. കോൺഗ്രസിൽ ഇറങ്ങിയ അധികംപേരും മടങ്ങിപ്പോയി. വിദ്യാർഥികളിൽ ചിലർ വീണ്ടും വിദ്യാലയത്തിൽ ചേർന്നു. ചിലർ ഉദ്യോഗം നോക്കി. വക്കീലന്മാരും അങ്ങനെ തന്നെ. ഇവർ തിരികെ ബാറിലേക്ക് പോയതിനെപ്പറ്റി *മാതൃഭൂമി* ശോചനീയം എന്നെഴുതി. ഒടുവിൽ കേശവമേനോനും പോയി. ഈ കാലത്തിനൽപ്പം മുമ്പാണല്ലോ നിങ്ങൾ *കേരളകേസരി* പുറപ്പെടുവിച്ചത്. ഈ പത്രം വൈക്കം സത്യാഗ്രഹകാലത്തുണ്ട്. മൂർക്കോത്തിന് ചില ചുട്ടമറുപടി നിങ്ങൾ ഇതിൽ എഴുതി. നിങ്ങളുടെ ലേഖനത്തെപ്പറ്റി പാരമ്പത്ത് (പ്രസിദ്ധ സംസ്കൃതപണ്ഡിതനായ പാരമ്പത്ത് രൈരുഗുരുക്കൾ) എന്നോട് നന്നായി പറഞ്ഞു. അദ്ദേഹം മരുമകനെ കാണാൻ പയ്യന്നൂരിൽ വന്നിരുന്നു. അവിടത്തെ പ്രധാന പ്രവർത്തകരായ എസ് ചിദംബരനാഥ്, കോമ്പ്രബെയിൽ എന്നിവരും കേരളം വിട്ടു.

1930ലെ ഉപ്പുസത്യാഗ്രഹം. വടകരവെച്ച് കൂടിയ സംസ്ഥാനക്കമ്മിറ്റി പ്രത്യേകം പ്രസ്താവ്യം. നിങ്ങളുടെ വക കഞ്ഞിയും ചക്കയും ഓർമയുണ്ട്. *കേസരി* ആപ്പീസിലെ യോഗവും.

വേദാരണ്യത്തിലേക്ക് പോകയാണ് വേണ്ടതെന്നും കേരളത്തിൽ സത്യാഗ്രഹം ആവില്ലെന്നും ഒരു കക്ഷി. നമ്മൾ കുറച്ചുപേർ ഇവിട

ത്തന്നെ വേണമെന്ന് ഒടുവിൽ തീർച്ചപ്പെടുത്തി. കേളപ്പന്റെ നേതൃത്വത്തിൽ ജാഥ കോഴിക്കോട്ടും കുറുമ്പ്രനാട്ടും നിങ്ങൾ കാര്യപരിപാടി തയാറാക്കി. അതിനുള്ള ഒരുക്കങ്ങളും ചെയ്തു. കോട്ടയവും ചിറയ്ക്കലും ഞാൻതന്നെ ഏറ്റെടുത്തു. നിങ്ങൾ എന്നെ തമാശയായി ഡിസ്ട്രിക്ട് സെക്രട്ടറി എന്നുമാത്രം സംബോധന ചെയ്യാറുണ്ടായിരുന്നു. കോഴിക്കോട്ട് മുതലായ ദിക്കിൽ അന്തരീക്ഷം വളരെ മോശമായിരുന്നു. വടക്കോട്ട് വരുംതോറും ഉണർവും ഉഷാറും കൂടി. പയ്യന്നൂരിലെ സ്വീകരണവും മറ്റും നിങ്ങൾ ഓർക്കുമല്ലോ. ഇതിന്റെ മാറ്റൊലി കേരളം മുഴുവൻ എത്തി. ഈ ജാഥയിലാണ് നമുക്ക് കൃഷ്ണപിള്ളയെ കിട്ടിയത്.

കേളപ്പന്റെ അറസ്റ്റിനുശേഷം നിങ്ങൾ സത്യാഗ്രഹനായകനായി. ഒടുവിൽ നാം എട്ടുപേർ ജയിലിൽ പോയി. നിങ്ങളും ഞാനും, ടി എസ് തിരുമുമ്പ്, എ കെ വാര്യർ, ഭാരതീയൻ, എ എൽ ഷേണായി, മാക്കുനി, പി സി കെ അടിയോടി എന്നിവർ. ഇതാണ് നിങ്ങളുടെ ഒന്നാമത്തെ ജയിൽവാസം.

സി എച്ച് ഗോവിന്ദൻനമ്പ്യാർ

ഗ്രന്ഥശാല പ്രവർത്തനം

കേരളത്തിൽ ഏറ്റവും കൂടുതൽ ഗ്രന്ഥാലയങ്ങളുള്ളത് കണ്ണൂർ, കാസർകോട് ജില്ലകളിലാണ്. കമ്യൂണിസ്റ്റ് ദർശനത്തിനുണ്ടായ വളർച്ച ഇതിനു കാരണമായിട്ടുണ്ട്. 1901 ലാണ് ജില്ലയിലെ ആദ്യ ഗ്രന്ഥാലയം തുടങ്ങുന്നത്; തലശ്ശേരിയിൽ വിക്ടോറിയ മെമ്മോറിയൽ ലൈബ്രറി എന്ന പേരിൽ. ഇന്നത് ആസാദ് സ്മാരക ലൈബ്രറി എന്ന പേരിലാണറിയപ്പെടുന്നത്.

കൃഷ്ണപിള്ള, എ കെ ജി, കെ പി ആർ ഗോപാലൻ കേരളീയൻ, മൊയാരത്ത് ശങ്കരൻ, ഇ കെ നായനാർ തുടങ്ങി പഴയകാല നേതാക്കന്മാരെല്ലാം തന്നെ വായനാശാലകളും ഗ്രന്ഥശാലകളും സ്ഥാപിക്കാൻ മുൻകൈയെടുത്തിരുന്നു. കല്യാശ്ശേരിയിലാണ് ശ്രീഹർഷൻ വായനശാല തുടങ്ങിയത്. തലശ്ശേരി ഇല്ലിക്കുന്ന് സ്വദേശിയായ ശ്രീഹർഷൻ സിവിൽ നിയമ ലംഘന പ്രസ്ഥാനത്തിൽ പങ്കെടുത്ത് തടവുശിക്ഷ അനുഭവിച്ച ആളാണ്. ജയിലിലെ ഭീകര മർദനത്തിന്റെ ഫലമായി ആരോഗ്യം നഷ്ടപ്പെട്ട ശ്രീഹർഷൻ പയ്യന്നൂർ ശ്രീനാരായണ ആശ്രമത്തിൽവച്ച് അന്ത്യശ്വാസം വലിക്കുകയായിരുന്നു.

ബക്കളം സമ്മേളന നേതൃത്വം

കോൺഗ്രസിൽ ഇടത്–വലത് വിഭാഗങ്ങൾ തമ്മിൽ സംഘർഷം നിലനിൽക്കേയാണ് 10–ാം കേരള സംസ്ഥാന രാഷ്ട്രീയ സമ്മേളനം 1939 ൽ ധർമശാലക്കു തൊട്ടുള്ള മാങ്ങാട്ടുപറമ്പിൽ ചേർന്നത്. കെ പി ആർ

ഗോപാലനും ടി സി നാരായണൻ നമ്പ്യാരുമായിരുന്നു സ്വാഗത സംഘം സെക്രട്ടറിമാർ. വലതുപക്ഷക്കാർ ഈ സമ്മേളനത്തോട് നിസ്സഹകരണ മനോഭാവമാണ് പുലർത്തിയത്. സ്വാഗതസംഘം പ്രസിഡന്റ് പി എം കുഞ്ഞിരാമൻ നമ്പ്യാരായിരുന്നു. സമ്മേളനം അതിന്റെ സംഘാടകത്വം കൊണ്ടും ജനപങ്കാളിത്തംകൊണ്ടും ഏറെ ശ്രദ്ധേയമായിരുന്നു. കൃഷ്ണ പിള്ള, കേരളീയൻ, കെ പി ഗോപാലൻ, എ കെ ജി, മൊയാരത്ത് ശങ്കരൻ, കടയപ്രത്ത് നാരായണൻ നമ്പ്യാർ, കെ വി നാരായണൻ നമ്പ്യാർ, ഇ കെ നായനാർ, ചന്ദ്രോത്ത് കുഞ്ഞിരാമൻ നായർ എന്നിവരുടെ കഠിന പരിശ്രമങ്ങളാണ് സമ്മേളനത്തെ വിജയിപ്പിച്ചത്.

കോൺഗ്രസ് സമ്മേളനം ഇതുവരെ കണ്ടിട്ടില്ലാത്തവിധം തൊഴിലാളി–കർഷക സഹകരണം ഈ സമ്മേളനത്തിന്റെ പ്രത്യേകതയായിരുന്നു. ഈ സമ്മേളനകാലത്തും കെ പി സി സി പ്രസിഡന്റ് മുഹമ്മദ് അബ്ദുൾ റഹ്മാൻ സാഹേബും സെക്രട്ടറി ഇ എം എസ് നമ്പൂതിരിപ്പാടുമായിരുന്നു.

കോൺഗ്രസ് സോഷ്യലിസ്റ്റ് പാർട്ടിയോടൊപ്പം

1934 മെയ് 12നാണ് കോഴിക്കോട്ട് ടൗൺഹാളിൽ കോൺഗ്രസ് സോഷ്യലിസ്റ്റ് പാർട്ടിയുടെ ആദ്യയോഗം നടക്കുന്നത്. അന്ന് കേരളത്തിലെ കോൺഗ്രസുകാരിൽ മഹാഭൂരിപക്ഷവും സോഷ്യലിസം നല്ലതാണെന്നും സോഷ്യലിസമാണ് മോചനത്തിന്റെ മാർഗമെന്നും കരുതുന്നവരായിരുന്നു. പരിപൂർണ സ്വാതന്ത്ര്യം, ജനപ്രാതിനിധ്യമുള്ള നിയമനിർമാണം, സോഷ്യലിസം, ജനാധിപത്യപരമായ പാർട്ടിഘടന എന്നിവയെല്ലാം വിവിധ പ്രവർത്തകരേയും നേതാക്കളേയും സി എസ് പി യിലേക്കാകർഷിച്ച ഘടകങ്ങളായിരുന്നു.

കേരളത്തിലെ പ്രവർത്തകരെ സ്വാധീനിച്ച വേറൊരു ഘടകമുണ്ട്. പല ഘട്ടങ്ങളിലായുള്ള ജയിൽവാസം വഴി ഇന്ത്യയിലെ വിവിധദേശങ്ങളിൽ നിന്നുള്ള ദേശീയ നേതാക്കന്മാരുമായി അവർക്ക് ബന്ധപ്പെടാൻകഴിഞ്ഞു. കൃഷ്ണപിള്ളയെയും ഭാരതീയനെയും മൊയാരത്തിനെയും പോലുള്ള നേതാക്കൾ ദേശീയ മുന്നേറ്റത്തിലെ വിവിധ ധാരകളിലുള്ള പ്രവർത്തകരുമായി ബന്ധംവച്ചിരുന്നു. മൊയാരം തന്റെ വിപുലവും അഗാധവുമായ രാഷ്ട്രീയബന്ധങ്ങളിലൂടെ കേരളത്തിലെ പ്രസ്ഥാനത്തിന് ദിശാബോധം നൽകി. ഭീകരപ്രവർത്തകരുമായി അദ്ദേഹം ഒരിക്കലും യോജിച്ചില്ല.

സി കെ ഗോവിന്ദൻനായർ പ്രസിഡന്റും കൃഷ്ണപിള്ള സെക്രട്ടറിയുമായി ഒരു കേരളസംസ്ഥാനസമിതി രൂപീകരിച്ചു. പാർട്ടിയുടെ ആവശ്യകതയെപ്പറ്റി ഒരു പ്രമേയം അവതരിപ്പിച്ച് സംസാരിച്ചത് ചന്ദ്രോത്ത് കുഞ്ഞിരാമൻ നായരായിരുന്നു. സാഹിത്യകാരനായ പി കേശവദേവ്

തയാറാക്കിയ പ്രമേയം വഴിയാണ് കോൺഗ്രസ് സോഷ്യലിസ്റ്റ് പാർട്ടി നിലവിൽ വന്നത്. ഇ എം എസ് പാട്നാ കൺവെൻഷനിലേക്കുള്ള പ്രതിനിധിയായി തെരെഞ്ഞെടുക്കപ്പെട്ടു. കണ്ണൂരിൽനിന്ന് സഖാക്കൾ എ കെ ജി, കെ പി ഗോപാലൻ, ചന്ദ്രോത്ത് കുഞ്ഞിരാമൻ നായർ, എ സി കണ്ണൻനായർ, മൊയാരത്ത് ശങ്കരൻ, വിഷ്ണുഭാരതീയൻ, കേരളീയൻ, കെ പി ആർഗോപാലൻ, വി കുഞ്ഞമ്പു, ടി എസ് തിരുമുമ്പ്, സുബ്രഹ്മണ്യ ഷേണായി, സി എച്ച് കണാരൻ, എൻ ഇ ബലറാം, കാന്തലോട്ട് കുഞ്ഞമ്പു, ടി സി നാരായണൻ നമ്പ്യാർ, കെ മാധവൻ തുടങ്ങി അനേകം സഖാക്കൾ സമ്മേളനത്തിൽ പങ്കെടുത്തു.

(കണ്ണൂർ ജില്ലാ കമ്യൂണിസ്റ്റ് പാർട്ടി ചരിത്രം)

സി എസ് പി യുടെ പ്രചാരണജാഥകൾ

കോൺഗ്രസ് സോഷ്യലിസ്റ്റ് പാർട്ടിയുടെ ഉദ്ദേശ്യലക്ഷ്യങ്ങൾ വിവരിച്ചുകൊണ്ട് 1936 ഫെബ്രുവരി – മാർച്ച് മാസങ്ങളിൽ പ്രചാരണജാഥകൾ സംഘടിപ്പിക്കാൻ പാർട്ടി തീരുമാനിച്ചു. വ്യാപകമായി പല സ്ഥലങ്ങളിലും പരിപാടികൾ സംഘടിപ്പിച്ചു. ഫെബ്രുവരി 26 ന് വൈകുന്നേരം 4 മണിക്ക് കൃഷ്ണപിള്ളയുടെ നേതൃത്വത്തിലുള്ള പ്രചാരണസംഘം തലശ്ശേരിയിലെ തലായിൽ എത്തിച്ചേർന്നു. പൊതുയോഗത്തിൽ എ കെ ഗോപാലൻ അധ്യക്ഷം വഹിച്ചു. പി കൃഷ്ണപിള്ള 'ഇന്നത്തെ കോൺഗ്രസിന്റെ ലക്ഷ്യം' എന്ന വിഷയത്തെക്കുറിച്ച് പ്രസംഗിച്ചു. 'കോൺഗ്രസും മന്ത്രിപദ സ്വീകരണവും', 'പുതിയ ഭരണഘടനയുടെ സ്വീകാര്യത' എന്നീ വിഷയങ്ങളെക്കുറിച്ച് മൊയാരത്ത് ശങ്കരൻ, കെ പി ഗോപാലൻ എന്നിവരും പ്രസംഗിക്കുകയുണ്ടായി. മന്ത്രിപദം സ്വീകരിക്കുക എന്നതിന്റെ അർഥം ഗവൺമെന്റിന്റെ ഒരു ഭാഗമായി നിന്നുകൊണ്ട് രാജ്യത്തിന് ദ്രോഹകരമായ പുതിയ ഭരണഘടനയെ നടപ്പിൽ വരുത്തുകയാണെന്നും കൂടാതെ മന്ത്രിമാർക്ക് രാജ്യത്തിനു ഗുണകരമായ നിലയിൽ പ്രവൃത്തിയെടുക്കാൻ സാധിക്കാത്ത നിലയിലാണ് ഭരണഘടനയുടെ നിലയെന്നും മൊയാരത്ത് ശങ്കരൻ വ്യക്തമാക്കി. അധ്യക്ഷൻ സോഷ്യലിസ്റ്റ് പാർട്ടിയുടെ ആദർശത്തെയും കാര്യപരിപാടിയെയും കോൺഗ്രസിൽ തൊഴിലാളികളും കർഷകരും ചേരേണ്ട ആവശ്യകതയെയും കുറിച്ച് സുദീർഘമായി പ്രസംഗിച്ചു. സി എച്ച് കണാരൻ സ്വാഗതം പറഞ്ഞു.

പ്രചാരണസംഘം 27ന് ചൊക്ലിയിൽ എത്തി. വിജ്ഞാനപ്രദം സംസ്കൃതപാഠശാലക്കടുത്ത് വെച്ച് കൂടിയ യോഗത്തിൽ പി കൃഷ്ണപിള്ള അധ്യക്ഷത വഹിച്ചു. 'ഇന്നത്തെ കോൺഗ്രസിന്റെ ലക്ഷ്യം', 'കോൺഗ്രസും മന്ത്രിപദ സ്വീകരണവും', 'സോഷ്യലിസം എന്തിന്', 'ഇന്ത്യയിലെ കൃഷിക്കാർ 'എന്നീ വിഷയങ്ങളെക്കുറിച്ച് മൊയാരത്ത് ശങ്കരൻ, എ കെ ഗോപാലൻ, കെ പി ഗോപാലൻ, കെ എ കേരളീയൻ എന്നിവർ പ്രസംഗിച്ചു.

ഫെബ്രുവരി 28നു ജാഥ കതിരൂരിൽ എത്തി ഭജാറിനടുത്ത മൈതാനിയിൽ പി കൃഷ്ണപിള്ളയുടെ അധ്യക്ഷതയിൽ പൊതുയോഗം കൂടി. വിദ്യാർഥികളും നാട്ടുകാരുമായി ഒട്ടേറെ ആളുകൾ അവിടെ കൂടിയിരുന്നു. മറ്റു സ്ഥലങ്ങളിൽ സംസാരിച്ച വിഷയങ്ങളെക്കുറിച്ച് മൊയാരത്തു ശങ്കരൻ, എ കെ ഗോപാലൻ, കെ എ കേരളീയൻ എന്നിവർ പ്രസംഗിച്ചു. മാർച്ച് 4ന് പ്രചാരണസംഘം പാറപ്പുറത്തെത്തി. വൈകുന്നേരം 5 മണിക്ക് കോൺഗ്രസ് ജൂബിലി മെമ്മോറിയൽ ഹാളിന്റെ മുൻവശത്തുള്ള മൈതാനിയിൽ വെച്ച് കെ എ കേരളീയന്റെ അധ്യക്ഷതയിൽ ഒരു യോഗം കൂടി. ഭരണഘടനയുടെ അസ്വീകാര്യതയെക്കുറിച്ച് പി കൃഷ്ണപിള്ളയും കാർഷിക ഘടനയെക്കുറിച്ച് മൊയാരത്ത് ശങ്കരനും പ്രസംഗിച്ചു.

(ഡോ. ചന്തവിള മുരളിയുടെ
സഖാവ് പി കൃഷ്ണപിള്ള എന്ന പുസ്തകത്തിൽ)

സി എസ് പിയുടെ മൂന്നാം സംസ്ഥാന സമ്മേളനം

സി എസ് പിയുടെ മൂന്നാം സംസ്ഥാന സമ്മേളനം 1936 ജൂൺ 14 ന് തലശ്ശേരി വിക്ടറി ഹാളിൽ നടന്നു. സമ്മേളനാധ്യക്ഷനായ ഡോ. സമ്പൂർണാനന്ദിന്റെ സൗകര്യാർഥം മെയ് 31ന് നിശ്ചയിച്ച സമ്മേളനം ജൂൺ 14ലേക്ക് മാറ്റുകയാണുണ്ടായത്. സമ്മേളനത്തിന്റെ പ്രചാരണത്തിനായി വലിയ സന്നാഹങ്ങളാണ് ചെയ്തിരുന്നത്. മെയ് 11 മുതൽ തുടർച്ചയായി പ്രചാരണ പരിപാടികളായിരുന്നു. അന്ന് ചിറക്കൽ താലൂക്കിലെ വിളക്കുംതറ മൈതാനം, 12ന് രാവിലെ പള്ളിക്കുളം ശിവാനന്ദ വായനശാല, വൈകുന്നേരം പുതിയാപ്പറമ്പിൽ ചിറക്കൽ ഗെയ്റ്റിനടുത്ത്, 13 ന് രാവിലെ കല്യാശ്ശേരി ശ്രീ ഹർഷൻ വായനശാല, വൈകുന്നേരം പറശ്ശിനിക്കടവ് വി കെ എം വായനശാല എന്നിവിടങ്ങളിൽ പ്രചാരണ പൊതുയോഗങ്ങളും ജാഥകളും നടന്നു കോട്ടയം താലൂക്കിൽ മാത്രമായി 30 ൽ അധികം യോഗങ്ങൾ നടന്നു. ചിറക്കൽ താലൂക്കിലെ പ്രവർത്തകരും അഹോരാത്രം പ്രവർത്തിച്ചു. എല്ലാ പ്രചാരണ പൊതുയോഗങ്ങളിലും വമ്പിച്ച ജനപങ്കാളിത്തമാണുണ്ടായത്. സഖാക്കൾ കൃഷ്ണപിള്ള, ഇ എം എസ്, സി എച്ച് കണാരൻ, മൊയാരം, കേരളീയൻ തുടങ്ങിയ നേതാക്കളെല്ലാം പ്രചാരണ പരിപാടികളിൽ പങ്കെടുത്തു.

സി എസ് പി യുടെ നാലാം സമ്മേളനം

സി എസ് പിയുടെ നാലാം സംസ്ഥാന സമ്മേളനം 1937 ജൂൺ 20ന് കണ്ണൂരിൽ ചേരാൻ തീരുമാനിച്ചു. സമ്മേളനം വിജയിപ്പിക്കുന്നതിനുവേണ്ടി ചിറക്കൽ, കോട്ടയം, കുറുമ്പ്രനാട് താലൂക്കുകളിലെ പാർട്ടി മെമ്പർമാരുടെയോഗം എരഞ്ഞോളിയിൽ ചേർന്നു. കെ പി ആർ പ്രസിഡന്റായും ഉണ്ണികൃഷ്ണമേനോൻ, കൃഷ്ണപിള്ള എന്നിവർ സെക്രട്ടറി

മാരായും സ്വാഗതസംഘം രൂപീകരിച്ചു. പാർട്ടിയുടെ പ്രാദേശിക ഗ്രൂപ്പുകൾ രൂപീകരിക്കുവാനും തീരുമാനമായി.

മെയ് അവസാനത്തോടെ പ്രചാരണ പരിപാടികൾ വലിയൊരു സംഭവത്തിന്റെ അന്തരീക്ഷം സൃഷ്ടിച്ചു. മെയ് 31ന് ചെറുകുന്നിൽ ചേർന്ന പൊതുയോഗത്തിൽ കൃഷ്ണപിള്ള, വിഷ്ണുഭാരതീയൻ, കെ പി ആർ എന്നിവർ പ്രസംഗിച്ചു. ജൂൺ 2ന് കരിവെള്ളൂർ, കണ്ണൂർ, വളപട്ടണം, അഴീക്കോട് എന്നിവിടങ്ങളിൽ പ്രചാരണയോഗങ്ങൾ നടന്നു. കരിവെള്ളൂരിൽ കൃഷ്ണപിള്ള, ഭാരതീയൻ, കെ പി ആർ എന്നിവർ സംസാരിച്ചു. കരിവെള്ളൂരിൽ നിന്ന് പ്രചാരണ ജാഥ കാഞ്ഞങ്ങാട്ടേക്കു പോയി. കാഞ്ഞങ്ങാടങ്ങാടിയിൽ കെ ടി കുഞ്ഞിരാമൻ നമ്പ്യാരുടെ അധ്യക്ഷതയിൽ യോഗം ചേർന്നു. സ. കൃഷ്ണപിള്ള വിശദമായി സംസാരിച്ചു.

ജൂൺ 3ന് നണിയൂർ, എടക്കാട് എന്നിവിടങ്ങളിലും ജൂൺ 8 ന് വടകരയും ജാഥ എത്തിച്ചേർന്നു. മൊയാരത്ത് ശങ്കരൻ, കൃഷ്ണപിള്ള എന്നിവർ മിക്ക പരിപാടികളിലും പങ്കെടുത്തു.

(*കണ്ണൂർ ജില്ലാ കമ്യൂണിസ്റ്റ് പാർട്ടി ചരിത്രം*)

പ്രഭാതം വാരിക

ഷൊർണൂർ ബസ്സ്റ്റാന്റിനു സമീപം രണ്ടു മുറികളുള്ള പഴയ ലൈൻ വീട്. ഒരു മുറിയൽ ഹാന്റ് പ്രസ്. തട്ടും മട്ടും തിരിക്കലും നടത്തുന്ന പ്രസ് ജീവനക്കാരായ പുഷ്കരനും പൊറിഞ്ചുവും. വരാന്തയിൽ അക്ഷമരായി നിൽക്കുന്ന ഇ എം എസ്, കെ ദാമോദരൻ, മൊയാരത്ത് ശങ്കരൻ, രാമചന്ദ്രൻ നെടുങ്ങാടി, ഐ സി പി നമ്പൂതിരി, കെ പി ദാമോദരൻ എന്നിവർ. ഉൽക്കണ്ഠയുടെ നിമിഷങ്ങൾ. ഇടക്ക് ഐ സി പി ഒരു ഫലിതം പൊട്ടിച്ചു. "ഭാര്യയുടെ പ്രസവമുറിക്ക് പുറത്ത് കാത്തുനിൽക്കുന്ന അതെ ഉൽക്കണ്ഠ... അല്ലേ?" അതേ എന്നർഥത്തിൽ ചിരിച്ചുകൊണ്ട് ഇ എം എസ് തലയാട്ടി. പ്രസവം നടന്നു. ഡമ്മി അരസൈസിൽ ബ്രൗൺ നിറത്തിൽ *പ്രഭാതം* ഉദയഭാനു പ്രസിൽ നിന്ന് പുറത്തുചാടിയപ്പോൾ, വരാന്തയിൽ കാത്തുനിന്നവർക്ക് കടിഞ്ഞൂൽക്കനിയെ കണ്ട അനുഭൂതി. കേരളത്തിലെ ഒന്നാമത്തെ ഇടതുപക്ഷപത്രത്തിന്റെ ജനനം.

....ആ നിലക്ക് കെ പി സി സി യുടെയും മുഖപത്രമായിത്തീർന്നു പ്രഭാതം. പത്രത്തിന്റെ മുഴുവൻ നടത്തിപ്പും കോൺഗ്രസ് സോഷ്യലിസ്റ്റ് പാർട്ടിയുടെ നിയന്ത്രണത്തിലായിരുന്നു. *പ്രഭാതം* ഒന്നാന്തരം ഒരു പ്രസിദ്ധീകരണമാക്കാൻ കൃഷ്ണപിള്ള നടത്തിയ പരിശ്രമം ശ്രദ്ധേയമായിരുന്നു. അദ്ദേഹം തന്നെ പത്രത്തിൽ ലേഖനങ്ങൾ എഴുതുക, മറ്റുള്ളവരെക്കൊണ്ട് എഴുതിക്കുക, പത്രത്തിന് ആവശ്യമായ സാമ്പത്തികം കണ്ടെത്തുക, പത്രം കൂടുതലും പ്രചരിപ്പിക്കുന്നതിനുള്ള പ്രവർത്തനങ്ങൾ

സംഘടിപ്പിക്കുക മുതലായവയ്ക്കെല്ലാം നേതൃത്വം കൊടുത്തിരുന്നു. കൃഷ്ണപിള്ളയുടെ പ്രവർത്തനത്തെക്കുറിച്ച് ഐ സി പി നമ്പൂതിരി പറയുന്നത് നോക്കുക: "സഖാവ് കൃഷ്ണപിള്ള ആവശ്യമായ നിർദേശം തരുമായിരുന്നു. അദ്ദേഹം തുടർച്ചയായി പത്രത്തിൽ എഴുതി. കൃഷ്ണപിള്ളയുടെ ലേഖനം ശരിപ്പെടുത്തുക എന്നത് കഠിനമായ ജോലിയാണ്. പലപ്പോഴും ഒരുവാചകമായിരിക്കും നീണ്ട ഖണ്ഡിക. ഇത് ചെറിയ വാചകമാക്കി മാറ്റുക എന്ന ചുമതല എനിക്കായിരുന്നു. പത്രപ്രവർത്തന രംഗത്തെ വലിയ പരിശീലനം തന്നെയായിരുന്നു അത്. കൃഷ്ണപിള്ളയെക്കൂടാതെ ഇ എം എസ്, കെ ദാമോദരൻ, മൊയാരത്ത് ശങ്കരൻ, രാമചന്ദ്രൻ നെടുങ്ങാടി മുതലായവരും പത്രത്തിൽ സ്ഥിരമായി ലേഖനങ്ങൾ എഴുതിയിരുന്നു."

(ഡോ. ചന്തവിള മുരളിയുടെ
സഖാവ് പി കൃഷ്ണപിള്ള എന്ന പുസ്തകത്തിൽ)

വേങ്ങയിൽ നായനാർക്കെതിരെ

കുറ്റൂർ, പാണപ്പുഴ, പെരിങ്ങോം, കാനായി, മണിയറ, മുത്തത്തി, കടന്നപ്പള്ളി, മാതമംഗലം, വെള്ളൂർ, പയ്യന്നൂർ എന്നീ പ്രദേശങ്ങൾ നായനാർ അടക്കിവാണിരുന്നു. കുടിയാന്മാരുടെ അവകാശങ്ങൾ അനുവദിച്ചു കിട്ടണമെന്ന മെമ്മോറാണ്ടം സമർപ്പിക്കാൻ മൊയാരം, കേരളീയൻ, കെ, പി ആർ, ടി സി തുടങ്ങയവരുടെ നേതൃത്വത്തിൽ ഒരു ജാഥ വേങ്ങയിൽ തറവാട്ടിലേക്ക് പോവുകയുണ്ടായി. അന്ന് ബാരിസ്റ്റർ രാഘവൻ നായരായിരുന്നു തറവാട് ഭരിച്ചിരുന്നത്. അദ്ദേഹം നിവേദനം സ്വീകരിക്കുകയും മറുപടി നൽകുകയും ചെയ്തു.

അഖില മലബാർ കർഷക സംഘം

കോൺഗ്രസ് സോഷ്യലിസ്റ്റ് പാർട്ടിയുടെ നിർദേശപ്രകാരം മലബാറിലെ കർഷക പ്രവർത്തകരുടെ ഒരു യോഗം 1936 മാർച്ച് 22ന് കതിരൂർ പൊതുജന വായനശാലയിൽ ചേർന്നു. ആ യോഗം അഖില മലബാർ കാർഷിക സമ്മേളനം വിളിച്ചുചേർക്കാൻ തീരുമാനിച്ചു. ഇ എം എസ്, പി കൃഷ്ണപിള്ള, കേരളീയൻ, എ കെ പിള്ള, ചന്ത്രോത്ത്, എൻ സി ശേഖർ, വിഷ്ണുഭാരതീയൻ മുതലായവർ യോഗത്തിൽ പങ്കെടുത്തു. വിശദമായ ചർച്ചകൾക്കുശേഷം വ്യാപകമായ പ്രചാരണം നടത്തുന്നതിനും സമ്മേളനം വിളിച്ചുകൂട്ടുന്നതിനുമായി മൊയാരത്ത് ശങ്കരൻ കൺവീനറായി ഒരു കമ്മിറ്റിയെ തെരഞ്ഞെടുത്തു. വിഷ്ണുഭാരതീയൻ, കെ കുഞ്ഞിരാമൻ, എ കെ ജി, പി എം കൃഷ്ണമേനോൻ, കെ ശങ്കരനാരായണൻ, ഇ പി ഗോപാലൻ, കെ എ കേരളീയൻ, വി കെ കുഞ്ഞിരാമൻ, ഇ സി കുഞ്ഞിക്കണ്ണൻ നമ്പ്യാർ എന്നിവർ കമ്മിറ്റിയിൽ. കാര്യപരി

പാടിയും തയാറാക്കാനായി ഒരു സംഘത്തെ ചുമതലപ്പെടുത്തി. പി നാരായണൻ നായർ, കേരളീയൻ, കുഞ്ഞികൃഷ്ണൻ നമ്പ്യാർ, ഇ എം എസ് (കൺവീനർ) എന്നിവരായിരുന്നു അംഗങ്ങൾ

ബ്ലാത്തൂർ സമ്മേളനം

കരക്കാട്ടിടം, കല്യാട്ട് എന്നീ ജന്മിമാരുടെ അധീനതയിലായിരുന്നു കിഴക്കൻ മലബാർ പ്രദേശങ്ങൾ. ജന്മിത്വത്തിന്റെ എല്ലാ ക്രൂരതകളും ഇവർക്കുണ്ടായിരുന്നു. ശിക്ഷിക്കാനും വധിക്കാനുമുള്ള അലിഖിത അവകാശവും അവർക്കുണ്ടായിരുന്നു. കല്യാട്ട് യശമാനൻ ഇഷ്ടമില്ലാത്തവരെ കൊന്നുതള്ളിയിരുന്നത് പഴശ്ശായിക്കുണ്ടിലും കരക്കാട്ടിടം നായനാർ ഓടത്തുപാലത്തിനടുത്തുമാണ്. കർഷക സംഘത്തിന്റെ പ്രവർത്തനം കൃഷിക്കാരെ ഉണർത്തി. കൃഷിക്കാർ ഒത്തുചേരുന്നതു കണ്ടപ്പോൾ ജന്മിമാർക്ക് ഹാലിളകി. അതിനാൽ കർഷകർക്ക് നേരെയുള്ള ആക്രമണം അവർ ശക്തിപ്പെടുത്തി. നേതാക്കളെയും പ്രവർത്തകരെയും ഉൾപ്പെടുത്തി ഒന്നിന് പിറകെ ഒന്നായി ക്രിമിനൽ കേസുകളുടെ പ്രവാഹമായി.

എ കെ ജിയും മറ്റ് നേതാക്കളും കൃഷിക്കാരെ ആശ്വസിപ്പിക്കാനുണ്ടായിരുന്നു. ഈ ഘട്ടത്തിൽ ബ്ലാത്തൂരിലെ സമ്മേളനം പരാജയപ്പെടുത്താൻ കഴിയാവുന്നതെല്ലാം അവർ ചെയ്തു. ബ്ലാത്തൂരിലേക്ക് വന്ന ഭാരതീയനെയും കൂടെയുണ്ടായിരുന്നവരെയും ജന്മിഗുണ്ടകൾ ആക്രമിച്ചു. ഇത് ജനങ്ങളെ വല്ലാതെ പ്രകോപിപ്പിച്ചു. ബ്ലാത്തൂരിൽ ചേർന്ന സമ്മേളനത്തിൽ 7000 ത്തോളം ആളുകൾ പങ്കെടുത്തു. ഭാരതീയൻ, കേരളീയൻ, കെ പി ആർ ഗോപാലൻ, പി എം, ഗോപാലൻ, പാട്ടത്തിൽ പത്മനാഭൻ തുടങ്ങിയ നേതാക്കളെല്ലാം അവിടെ പ്രസംഗിച്ചു. കല്യാട്ട് നമ്പ്യാരുടെ നടപടിയിൽ ക്ഷുഭിതരായ ജനക്കൂട്ടത്തെ നിയന്ത്രിക്കാൻ നേതാക്കൾ പാടുപെട്ടു. പിറ്റേദിവസം നമ്പ്യാരുടെ വീടിനു മുമ്പിൽ വമ്പിച്ച പ്രതിഷേധയോഗം ചേർന്നു. ബ്ലാത്തൂർ സമ്മേളനത്തിൽ പങ്കെടുത്ത നേതാക്കൾക്കു പുറമെ മൊയാരത്ത് ശങ്കരനും ഈ യോഗത്തിൽ പ്രസംഗിച്ചു. അവരുടെയും പ്രസംഗങ്ങൾ നമ്പ്യാർക്കുള്ള കനത്ത താക്കീതായിരുന്നു. അതുമൂലം കുറേക്കാലത്തേക്ക് ജന്മി പത്തിമടക്കി.

ബീഡിത്തൊഴിലാളി സമരരംഗത്ത്

1937ൽ വീണ്ടും തലശ്ശേരിയിൽ ബീഡിത്തൊഴിലാളികൾ സമരരംഗത്തിറങ്ങേണ്ടി വന്നു. ന്യൂ ഡർബാർ ബീഡി പ്രധാനപ്പെട്ട ഒന്നായിരുന്നു. യൂണിയൻ പ്രവർത്തനത്തിലുള്ള ഇഷ്ടക്കേടു കാരണം രണ്ടു തൊഴിലാളികളെ പിരിച്ചു വിടുകയും കൂലി കുറയ്ക്കുകയും ചെയ്തു. ഇതിനെതിരെ 1937 നവംബർ 19 മുതൽ ന്യൂ ഡർബാർ കമ്പനിയിലെ തൊഴിലാളികൾ പണിമുടക്കി. മുതലാളി പ്രശ്നം തീർക്കാൻ തയാറാകാതിരു

ന്നതിനാൽ സമരം നീണ്ടു. പി കൃഷ്ണപിള്ളയും എ കെ ജിയും സി എച്ച് കണാരനുമെത്തി. ഇരു വിഭാഗം തൊഴിലാളികളും ഐക്യദാർഢ്യം പ്രകടിപ്പിച്ച് പ്രകടനങ്ങളും പൊതുയോഗങ്ങളും നടത്തി. അന്നത്തെ ജില്ലാ കോൺഗ്രസ് പ്രസിഡന്റ് മൊയാരത്തു ശങ്കരൻ പണിമുടക്ക് ഒത്തു തീർക്കാൻ ആവശ്യപ്പെട്ടു. എന്നിട്ടും മുതലാളി വിട്ടുവീഴ്ചയ്ക്കു തയാറായില്ല. അതിനാൽ ഡിസംബർ 9 മുതൽ കമ്പനിപ്പടിക്കൽ പിക്കറ്റിങ് ആരംഭിച്ചു. സംഘർഷഭരിതമായ ഒരു അവസ്ഥയാണ് സംജാതമായത്. അതിനാൽ അന്നത്തെ തലശ്ശേരി സബ് കലക്ടർ എൽ വുഡ്സ് പ്രശ്നത്തിലിടപെട്ടു. പിരിച്ചുവിട്ടവരെ തിരിച്ചെടുക്കാനും വെട്ടിക്കുറച്ച വേതനം പുനഃസ്ഥാപിക്കാമെന്നും ഒത്തുതീർപ്പുണ്ടായി

നെയ്ത്ത് തൊഴിലാളി യൂണിയനോടൊപ്പം

കക്കാട്, ചൊവ്വ, അലവിൽ, പുതിയ തെരു, ചിറക്കൽ തുടങ്ങിയ സ്ഥലങ്ങളിൽ പ്രാദേശിക യൂണിറ്റുകൾ രൂപീകരിച്ചതിനെ തുടർന്ന് നെയ്ത്തു തൊഴിലാളിയൂണിയൻ രൂപീകരിച്ചു. പി കൃഷ്ണപിള്ളയാണ് ഇതിന്റെ സൂത്രധാരൻ. കെ പി ഗോപാലൻ പ്രസിഡന്റും പി വി ചാത്തു നായർ സെക്രട്ടറിയുമായി താലൂക്ക് കമ്മിറ്റി നിലവിൽ വന്നു. മലബാറിലെ മറ്റ് ഭാഗങ്ങളിലേക്ക് സംഘടന വ്യാപിക്കുന്നതിന് കെ പി ഗോപാലനും മറ്റ് സഖാക്കളും പിന്നീട് കേന്ദ്രീകരിച്ചു.

യൂണിയൻ സജീവമായതോടുകൂടി തൊഴിലാളികൾ തങ്ങളുടെ ആവശ്യങ്ങൾ ശക്തമായി ഉന്നയിക്കാൻ തുടങ്ങി. ഇത് വിശദീകരിക്കുന്നതിനുവേണ്ടി ഒട്ടേറെ പൊതുയോഗങ്ങൾ സംഘടിപ്പിച്ചു. പി കൃഷ്ണപിള്ള, എ കെ ജി, മൊയാരത്ത് ശങ്കരൻ. കെ പി ഗോപാലൻ എന്നിവരായിരുന്നു പ്രാസംഗികർ.

പിണറായി–പാറപ്രം സമ്മേളനത്തിൽ

ഈ സമ്മേളനത്തിൽ പങ്കെടുത്തവരുടെ പേർ വിവരങ്ങൾ രേഖകളുടെ അടിസ്ഥാനത്തിൽ ലഭ്യമല്ല. എന്നാൽ ആത്മകഥകളുടെയും ഓർമക്കുറിപ്പുകളുടെയും പശ്ചാത്തലത്തിൽ താഴെ പറയുന്നവർ സമ്മേളനത്തിൽ പങ്കെടുത്തവരാണെന്ന് കരുതുന്നു.

പി കൃഷ്ണപിള്ള, കെ ദാമോദരൻ, ഇ എം എസ് നമ്പൂതിരിപ്പാട്, പി നാരായണൻ നായർ, കെ കെ വാര്യർ, എ കെ ഗോപാലൻ, വിഷ്ണുഭാരതീയൻ, ഇ പി ഗോപാലൻ, പി എസ് നമ്പൂതിരി, സി എച്ച് കണാരൻ, കെ എ കേരളീയൻ, സുബ്രഹ്മണ്യൻ തിരുമുമ്പ്, കെ പി ഗോപാലൻ, ചന്ത്രോത്ത് കുഞ്ഞിരാമൻ നായർ, എം കെ കേളു, സുബ്രഹ്മണ്യ ഷേണായി, വി വി കുഞ്ഞമ്പു, കെ കുഞ്ഞിരാമൻ മാസ്റ്റർ, പി എം കൃഷ്ണമേനോൻ, കെ കൃഷ്ണൻ നായർ, വടവതി കൃഷ്ണൻ, എൻ ഇ ബലറാം,

പിണറായി കൃഷ്ണൻ നായർ, കെ എൻ ചാത്തുക്കുട്ടി, മഞ്ചുനാഥറാവു, കൊങ്ങശ്ശേരി കൃഷ്ണൻ, കെ പി ആർ ഗോപാലൻ, പി വി കുഞ്ഞുണ്ണി നായർ, മൊയാരത്ത് ശങ്കരൻ, പി കെ ബാലകൃഷ്ണൻ, ജനാർദന ഷേണായി, ജോർജ് ചടയംമുറി, പി ഗംഗാധരൻ, ടി കെ രാജു, ഐ സി പി നമ്പൂതിരി, പി പി അച്യുതൻ മാസ്റ്റർ, എം പത്മനാഭൻ, ടി വി അച്യുതൻ നായർ, കെ ദാമു.

(കണ്ണൂർ ജില്ലാ കമ്യൂണിസ്റ്റ് പാർട്ടി ചരിത്രം)

കെ പി സി സി യോഗത്തിൽ ഒരു തർക്കവിഷയം

ഈ സംഭവത്തെക്കുറിച്ച് കൃഷ്ണപിള്ള എഴുതി: സംസ്ഥാനക്കമ്മിറ്റിയുടെ മാർച്ച് 29ന് കൂടിയ യോഗത്തിൽ ജില്ലാക്കമ്മിറ്റിക്ക് 200ക. കൊടുക്കേണമെന്ന പ്രമേയത്തെ എതിർത്തുകൊണ്ട് മിസ്റ്റർ രാമൻ മേനോൻ ശക്തിയായി വാദിച്ചു. സംസ്ഥാനക്കമ്മിറ്റി പക്ഷേ 200ക കൊടുക്കുവാൻ തന്നെ തീരുമാനിച്ചു. പ്രമേയം പാസാകും എന്ന് മിസ്റ്റർ രാമൻ മേനോന് തോന്നിയപ്പോൾ അദ്ദേഹം അന്ന് അധ്യക്ഷനായിരുന്ന മിസ്റ്റർ കൃഷ്ണപ്പണിക്കരോട് “നിങ്ങൾ പാസാക്കിയാലും ഞാൻ പണം കൊടുക്കുകയില്ല” എന്നു പറഞ്ഞു. പ്രമേയം പാസാക്കുന്നതിനു മുമ്പ് തന്നെ മിസ്റ്റർ മൊയാരത്തു ശങ്കരൻ സംസ്ഥാന കമ്മിറ്റിയിൽ പണം എത്ര കയ്യിരിപ്പുണ്ടാകുമെന്നു ചോദിച്ചതിനു സെക്രട്ടറി 400ക.യോളം ഉണ്ടാകുമെന്നു പറഞ്ഞിരുന്നു. അതിനുശേഷമാണ് പ്രമേയം പാസാക്കിയത്.

ഈ വിവരങ്ങളെല്ലാം ജില്ലാ പ്രവർത്തക കമ്മിറ്റിയുടെ അടുത്ത യോഗത്തിൽ ഞങ്ങൾ പറഞ്ഞിരുന്നു. അന്നത്തെ യോഗത്തിൽ സംസ്ഥാനക്കമ്മിറ്റി സെക്രട്ടറിയുടെ മറുപടി കത്ത് ആലോചനയ്ക്കു വന്നു. മിസ്റ്റർ രാമൻ മേനോന്റെ സംസ്ഥാനക്കമ്മിറ്റി യോഗത്തിലെ വാദവും “പാസാക്കിയാലും പണം ഞാൻ കൊടുക്കില്ല”എന്ന വാക്കും മറുപടി കത്തിന്റെ ഉത്തരാർധവും (അതായത് പുറമെ, സംസ്ഥാനക്കമ്മിറ്റിയുടെ ആ പ്രമേയം റദ്ദ് ചെയ്തു കിട്ടുന്നതിലേക്ക് ഒരു കമ്മിറ്റി യോഗം വിളിച്ചു കൂട്ടേണമെന്ന് ഒരു മെമ്പർ എന്നെ അറിയിച്ചിട്ടുണ്ട്) ഇതുകളാണ് സംസ്ഥാന സെക്രട്ടറി ഒഴികഴിവ് പറയുന്നുവെന്നും അനുവദിച്ചിട്ടുള്ള സംഖ്യ അടിയന്തരമായ പ്രവൃത്തികൾക്ക് അത്യാവശ്യമാകയാൽ ഉടനെ തരുവിക്കണം എന്നും സംസ്ഥാനക്കമ്മിറ്റിയോടപേക്ഷിച്ചുകൊണ്ടുള്ള ഒരു പ്രമേയം ജില്ലാ പ്രവർത്തക കമ്മിറ്റി പാസാക്കുവാൻ സംഗതിയാക്കിയത്...

ഈ വിവാദത്തോടനുബന്ധിച്ചു നടന്ന മറ്റൊരു സംഭവമാണ് കെ പി സി സി അംഗമായ എ കെ പിള്ളയുടെ സസ്പെൻഷൻ. കെ പി സി സി യിൽ നിന്ന് ഡി സി സിക്ക് നീതി കിട്ടണമെന്ന ആവശ്യത്തിനു വേണ്ടി പോരാടിയതാണ് അദ്ദേഹത്തിന്റെ പേരിലുള്ള കുറ്റം. ഈ പ്രക്ഷുബ്ധമായ അവസ്ഥയിലായിരുന്നു 1936 ആഗസ്റ്റ് 2 നു കോഴിക്കോട്ടു വെച്ച്

കെ പി സി സി ചേർന്നത്. മലബാർ ജില്ലാ കോൺഗ്രസ് കമ്മിറ്റിയുടെ നേരേ കേരള സംസ്ഥാനക്കമ്മിറ്റി അനുവർത്തിക്കേണ്ട നയം, കേരള സംസ്ഥാന കോൺഗ്രസ് കമ്മിറ്റി ജനറൽ സെക്രട്ടറിയുടെ പേരിലുള്ള അവിശ്വാസപ്രമേയം, കണ്ണൂരിലെ ടൗൺ കോൺഗ്രസ് കമ്മിറ്റികളെ സംബന്ധിച്ച് അന്വേഷണം നടത്തുന്നതിനു നിയമിച്ച കമ്മിറ്റിയുടെ റിപ്പോർട്ട് എന്നിവയായിരുന്നു 9 മണിക്കൂർ നേരത്തേ യോഗത്തിന്റെ ആലോചനക്കു വന്ന പ്രധാന വിഷയങ്ങൾ.......

കെ പി സി സി ജനറൽ സെക്രട്ടറി കെ രാമൻ മേനോൻ കഴിഞ്ഞ യോഗ (ജൂൺ 27 ലെ) ത്തിന്റെ ഒരു ദീർഘമായ റിപ്പോർട്ട് ആദ്യമായി അവതരിപ്പിച്ചു. റിപ്പോർട്ട് പാസ്സാക്കുന്നതിന് വിരോധമുണ്ടോ എന്ന് അധ്യക്ഷൻ ചോദിച്ചപ്പോൾ മൊയാരത്ത് ശങ്കരൻ റിപ്പോർട്ടിൽ പല അവാസ്തവ പ്രസ്താവങ്ങളും അടങ്ങിയിട്ടുണ്ടെന്നും റിപ്പോർട്ട് അപ്പടി പാസാക്കുവാൻ പാടില്ലെന്നും പറയുകയുണ്ടായി. അധ്യക്ഷന്റെ ആവശ്യമനുസരിച്ചു തനിക്കുള്ള ആക്ഷേപങ്ങളെ ശങ്കരൻ വിവരിച്ചു. "കെ പി സി സി ജനറൽ സെക്രട്ടറിയെ സംബന്ധിച്ചു ഡിസ്ട്രിക് കോൺഗ്രസ് കമ്മിറ്റി പാസാക്കിയ പ്രമേയത്തെപ്പറ്റി കഴിഞ്ഞ യോഗത്തിൽ ആലോചന വന്നപ്പോൾ ഡിസ്ട്രിക് കോൺഗ്രസ് കമ്മിറ്റിക്ക് ഒരവസരവും കൂടി നൽകുന്നതിനു അഭിപ്രായപ്പെട്ടുകൊണ്ടുള്ള ഒരു പ്രമേയം എ കെ പിള്ള അവതരിപ്പിക്കുകയുണ്ടായല്ലോ. ഈ സംഭവത്തെ വിവരിക്കുന്ന റിപ്പോർട്ട് ഭാഗത്തിൽ ഡിസ്ട്രിക് കോൺഗ്രസ് കമ്മിറ്റിക്ക് ഒരവസരവും കൂടി കൊടുക്കുന്നതിനു വിരോധമില്ലെന്നും പക്ഷെ 'ഒഴികഴിവ്' എന്ന പദം മാത്രം പിൻവലിക്കപ്പെട്ടതു പോരാ എന്നും മിസ്റ്റർ രാമൻ മേനോൻ അഭിപ്രായപ്പെട്ടു എന്ന അർഥം വരുന്ന ഒരു ഭാഗം റിപ്പോർട്ടിലുണ്ടായിരുന്നു." ഇതിനെ മൊയാരത്ത് ശങ്കരൻ എതിർത്തു. 'ഒഴികഴിവ്' എന്ന പദം എടുത്തുകളയണമെന്നല്ല 'ഒഴികഴിവ്' എന്ന പ്രസ്താവന എടുത്തുകളയണമെന്നായിരുന്നു എ കെ പിള്ള പറഞ്ഞിരുന്നതെന്ന് അദ്ദേഹം യോഗത്തെ അറിയിച്ചു. ആ വാക്ക് മാത്രം എടുത്തു കളയുന്നതായാൽ പ്രമേയം നിരർഥകമായി പരിണമിക്കുമെന്നും അദ്ദേഹം പറഞ്ഞു.

"എ കെ പിള്ളയുടെ ഭേദഗതി പ്രമേയം മേയ് 15 നു കൂടിയ സംസ്ഥാനക്കമ്മിറ്റി പ്രമേയത്തിന് യോജിച്ചതല്ലെന്ന് തനിക്കിപ്പോൾ ബോധ്യമായിരിക്കുന്നുവെന്നും അതിനാൽ ഡിസ്ട്രിക്ട് കോൺഗ്രസ് കമ്മിറ്റിയുടെ പ്രമേയത്തെ പിൻവലിക്കേണ്ടതാണെന്നും 'ഒഴികേഴിവ്' എന്ന വാക്ക് മാത്രം പിൻവലിക്കാനുള്ള പ്രമേയം ശരിയായിട്ടുള്ളതല്ലെന്നും പ്രസ്താവിക്കുകയും എ കെ പിള്ളയോടു ഭേദഗതി വരുത്താനായി ആവശ്യപ്പെടുകയും ചെയ്തിരുന്നു. എ കെ പിള്ള താൻ അതിനൊന്നും ഒരുക്കമില്ലെന്നു പറഞ്ഞ് പ്രമേയം അധ്യക്ഷന്റെ മേശപ്പുറത്തുനിന്നും എടുത്ത് ചീന്തി മുമ്പിലിടുകയും ചെയ്തു" എന്ന റിപ്പോർട്ട് ഭാഗത്തെ സംബന്ധിച്ചായി

രുന്നു മറ്റൊരാക്ഷേപം. മേശപ്പുറത്തുനിന്നും പിള്ള എടുത്തു എന്നുള്ളത് വാസ്തവമല്ലെന്നും, മി. രാമൻമേനോൻ അഭിപ്രായപ്പെട്ടപ്രകാരം ഭേദഗതി ചെയ്തുകൂടെ എന്നു പറഞ്ഞ യോഗാധ്യക്ഷനാണ് പ്രമേയം എ കെ പിള്ളയുടെ വശം കൊടുത്തിരുന്നതെന്നും മൊയാരത്ത് ശങ്കരൻ പ്രസ്താവിച്ചു.

"അന്നത്തെ യോഗാധ്യക്ഷനായിരുന്ന കെ മാധവമേനോനോട് ഇതിനെപ്പറ്റി, യോഗാധ്യക്ഷൻ അന്വേഷിച്ചപ്പോൾ താൻ മി. പിള്ളയ്ക്ക് പ്രമേയം കൊടുത്തിട്ടില്ലെന്ന് അദ്ദേഹം പറഞ്ഞു. മി. പിള്ള ചെയ്തതും പറഞ്ഞതും റിക്കാർഡാക്കണമെന്ന് ഒരു മെമ്പർ ആവശ്യപ്പെട്ട പ്രകാരം അധ്യക്ഷൻ സംഭവം റിക്കാർഡാക്കി വായിക്കുകയും അത് ശരിയല്ലേ എന്ന് മെമ്പർമാരോട് ചോദിക്കുകയും ചെയ്തു എന്ന് അർഥം വരുന്ന ഒരു ഭാഗവും, അധ്യക്ഷൻ റിക്കാർഡാക്കിയ വിവരവും റിപ്പോർട്ടിലുണ്ടായിരുന്നു." ഇതിനെപ്പറ്റിയുള്ളതാണ് മൂന്നാമത്തെ ആക്ഷേപം. രാമൻ മേനോൻ പ്രമേയം എഴുതുകയും, അധ്യക്ഷൻ അത് വായിക്കുകയുമാണ് യഥാർഥത്തിൽ ഉണ്ടായതെന്നു മി. ശങ്കരൻ പ്രസ്താവിച്ചു.

പി കെ കുഞ്ഞിശങ്കരമേനോൻ: "ഒരു മെമ്പർ ആവശ്യപ്പെട്ടതായി ഞാൻ ഓർക്കുന്നുണ്ട്."

അധ്യക്ഷന്റെ അന്വേഷണത്തിനു ഉത്തരമായി താൻ സംഭവം റിക്കാർഡാക്കി വായിച്ചിട്ടുണ്ടെന്ന് അന്നത്തെ യോഗാധ്യക്ഷനായിരുന്ന മാധവമേനോൻ പറഞ്ഞു. താൻ ചൂണ്ടിക്കാണിച്ച മേൽച്ചേർത്ത ഭാഗങ്ങൾ റിപ്പോർട്ടിൽ നിന്നും നീക്കം ചെയ്യേണ്ടതാണെന്ന് അഭിപ്രായപ്പെട്ടുകൊണ്ട് മൊയാരത്ത് ശങ്കരൻ അദ്ദേഹത്തിന്റെ പ്രസംഗം ഉപസംഹരിച്ചു. കെ എ കേരളീയൻ ഇതിനെ അനുകൂലിച്ചു. "അധ്യക്ഷൻ വായിക്കുകയും റിക്കാർഡാക്കുകയും ചെയ്തു." എന്ന ഭാഗം നടന്ന സംഭവങ്ങൾക്ക് വിരുദ്ധമായിട്ടുള്ളതാണെന്ന് അദ്ദേഹം പറഞ്ഞു. പി കൃഷ്ണപിള്ളയും ഈ അഭിപ്രായത്തോട് യോജിപ്പ് പ്രകടിപ്പിച്ചു. അന്നത്തെ യോഗത്തിനു തനിക്ക് ഹാജരാവാൻ സാധിച്ചിട്ടില്ലെങ്കിലും അന്ന് സന്നിഹിതരായിരുന്ന മെമ്പർമാരോട് നടത്തിയ അന്വേഷണത്തിൽ നിന്നും, യോഗത്തിൽ വെച്ചുണ്ടായ രണ്ട് മെമ്പർമാരുടെ പ്രസംഗങ്ങളിൽ നിന്നും, യോഗത്തിൽ ഹാജരാക്കിയ റിപ്പോർട്ടിൽ പല അവാസ്തവപ്രസ്താവങ്ങളും അടങ്ങിയിട്ടുണ്ടെന്ന് തനിക്ക് ബോധ്യപ്പെട്ടിരിക്കുന്നുവെന്ന് അദ്ദേഹം പറഞ്ഞു. ഒരു മെമ്പർ ആവശ്യപ്പെട്ടപ്രകാരം അധ്യക്ഷൻ വായിച്ചു റിക്കാർഡാക്കി എന്നു പറയുന്നു. എന്നാൽ രാമൻമേനോൻ മാതൃഭൂമിയിൽ പ്രസിദ്ധപ്പെടുത്തിയ ഔദ്യോഗിക റിപ്പോർട്ടിൽ അതിനെപ്പറ്റി യാതൊന്നും പറഞ്ഞുകാണുന്നില്ല."

രാമൻ മേനോൻ: "ഞാൻ അങ്ങനെ ഒരു ഔദ്യോഗിക റിപ്പോർട്ട് പ്രസിദ്ധപ്പെടുത്തിയിട്ടില്ല. *മാതൃഭൂമി*യിൽ പ്രസിദ്ധപ്പെടുത്തിയ റിപ്പോർട്ട് അങ്ങനെയുള്ളതല്ലെന്ന് കാണാവുന്നതാണ്."

കൃഷ്ണപിള്ള തുടർന്നു: "മി. കോബ്രബെയിൽ ഇതുസംബന്ധിച്ച് പ്രസിദ്ധപ്പെടുത്തിയ ഒരു ലേഖനത്തിലും ഇതിനെപ്പറ്റി യാതൊന്നും കാണുന്നില്ല. ഇതിൽ നിന്നും ഇങ്ങനെ ഒരു സംഭവം ഉണ്ടായിട്ടില്ലെന്നു ള്ളത് വ്യക്തമാണ്. റിപ്പോർട്ടിൽ അവാസ്തവ പ്രസ്താവങ്ങൾ കടന്നു കൂടിയത് ഒരിക്കലും അനുവദിക്കരുത്." എന്റെ ലേഖനം സംഭവത്തിന്റെ ആകെ റിപ്പോർട്ടല്ലെന്നും, അന്നു നടന്ന കാര്യങ്ങൾ മുഴുവൻ അതിലട ങ്ങിയിട്ടുള്ളതായി പ്രതീക്ഷിച്ചുകൂടെന്നും തന്റെ നില വ്യക്തമാക്കുന്നതി നാണ് ആ ലേഖനം എഴുതുയിട്ടുള്ളതെന്നും എസ് കെ കോബ്രബെ യിൽ പ്രസ്താവിച്ചു. ഈ സംഭവം റിക്കാർഡാക്കി വായിച്ചിട്ടുള്ളത് വാസ്തവമാണെന്ന് കെ മാധവമേനോൻ ഒരിക്കൽക്കൂടി പറയുകയുണ്ടാ യി. അതിന് ഒരാൾ ആവശ്യപ്പെട്ടിരുന്നുവെന്നുള്ളതിനോട് മൊയാരത്ത് ശങ്കരൻ അനുകൂലിക്കുന്നു. കെ എ കേരളീയൻ അതിനെ പ്രതികൂലി ക്കുന്നു.

ഡോ. എം കെ മേനോൻ: "അത് ആവശ്യപ്പെട്ടത് ഞാനാണ്."

മൊയാരത്ത് ശങ്കരന്റെ പ്രമേയം ഇതിനിടയിൽ വോട്ടിനിട്ടു. 7 പേർ അനുകൂലിച്ചും 14 പേർ പ്രതികൂലമായും വോട്ട് ചെയ്തതനുസരിച്ച് പ്രമേയം തള്ളിപ്പോയി.

(ഡോ. ചന്തവിള മുരളിയുടെ
സഖാവ് പി കൃഷ്ണപിള്ള എന്ന പുസ്തകത്തിൽ)

ഒളിവിലിരിക്കുമ്പോൾ ഡിസ്ട്രിക്ട് ബോർഡ് യോഗത്തിൽ പങ്കെടുത്തു

മലബാറിലെ തദ്ദേശഭരണം നടന്നിരുന്നത് ഡിസ്ട്രിക്ട് ബോർഡ് മുഖേനയായിരുന്നു. ബോർഡിന്റെ പ്രവർത്തനങ്ങൾ മുമ്പു തന്നെ തുട ങ്ങിയിരുന്നെങ്കിലും 1930 കളിലാണ് അതിലേക്കുള്ള തെരഞ്ഞെടുപ്പ് നട ന്നിരുന്നത്. 1940 ഫെബ്രുവരിയിൽ കെ വി നൂറുദ്ദീൻ പ്രസിഡന്റായി രൂപം കൊണ്ട ബോർഡിൽ മൊയാരത്ത് ശങ്കരനും തെരഞ്ഞെടുക്കപ്പെട്ടിരുന്നു. ഒളിവിലുള്ള മൊയാരം ബോർഡ് യോഗത്തിൽ പങ്കെടുത്തില്ലെങ്കിൽ അംഗ ത്വം നഷ്ടപ്പെടുമെന്ന നില വന്നു. രഹസ്യമായി ആലോചിച്ചതിന്റെ പശ്ചാ ത്തലത്തിൽ ബോർഡ് യോഗം കുഴൽമന്ദത്തിനടുത്ത് ചെങ്ങന്നിയൂർ എന്ന കുഗ്രാമത്തിൽ നടത്താൻ തിരുമാനിച്ചു. അവിടെ പൊലീസിന് പെട്ടെന്ന് എത്തിപ്പെടാൻ ആവില്ല.

ഡിസ്ട്രിക്ട് ബോർഡ് സ്കൂളിൽ വെച്ചാണ് യോഗം. അതാരംഭിച്ച് കുറച്ച്കഴിയുമ്പോഴേക്കും മൊയാരം എത്തി, ഹാജർ പുസ്തകത്തിൽ ഒപ്പു വച്ചു. ഏതാനുംദിവസം വടക്കേ ഇന്ത്യയിലായിരുന്നതുകൊണ്ടാണ് കഴിഞ്ഞയോഗങ്ങളിൽ പങ്കെടുക്കാൻകഴിയാതിരുന്നതെന്ന കാരണം കാണിച്ച് ഒരുകത്ത് പ്രസിഡന്റിനെ ഏൽപ്പിച്ചു. എല്ലാവരും മിഴിച്ചു നിൽക്കേ പ്രസിഡന്റിന് ഹസ്തദാനം നൽകി മൊയാരം ഇറങ്ങിപ്പോവു കയുംചെയ്തു. രാജ്യരക്ഷാനിയമപ്രകാരം വാറണ്ട് നിലവിലുള്ള ഒരു

പ്രതിയെ ഉൾപ്പെടുത്തിക്കൊണ്ട് ഡിസ്ട്രിക്ട് ബോർഡ് യോഗം നടത്തിയതിന് ഗവൺമെന്റ് നടപടികൾ ആരംഭിച്ചു. മൂന്നാഴ്ചക്കുള്ളിൽ ഇതിനുകാരണം ബോധിപ്പിക്കാൻ ആവശ്യപ്പെട്ടുകൊണ്ട് മലബാർ കലക്ടർ വില്ല്യംസ് ബോർഡ് പ്രസിഡന്റിന് നോട്ടീസയച്ചു. പ്രതിക്ക് ഹാജരാകാൻ സൗകര്യപ്പെടുന്ന സ്ഥലത്ത് മന:പൂർവം യോഗം വെച്ച പ്രസിഡന്റ് കെ വി നൂറുദ്ദീന്റെ പേരിൽ മറ്റൊരുകേസും ചാർജ്ജു ചെയ്തു. ഏതാനും ദിവസങ്ങൾക്കുള്ളിൽ ഡിസ്ട്രിക്ട് ബോർഡ് പിരിച്ചുവിട്ടുകൊണ്ട് ഗവൺമെന്റ് ഉത്തരവായി.

(കവിയൂർ രാജഗോപാലന്റെ
മൊയാരത്ത് ശങ്കരൻ എന്ന പുസ്തകത്തിൽ)

മലബാർ ജീവൽ സാഹിത്യസംഘം

ജൂൺ 12 (1937) മലബാറിലെ ജീവൽ സാഹിത്യകാരന്മാരുടെ ഒരു യോഗം പി നാരായണൻനായരുടെ അധ്യക്ഷതയിൽ ചേർന്നു. അധ്യക്ഷൻ തന്റെ പ്രാരംഭ പ്രസംഗത്തിൽ ജീവൽസാഹിത്യപ്രസ്ഥാനം ഇന്ന് അജയ്യമായ ഒരു ശക്തിയായിത്തീർന്നിട്ടുണ്ടെന്നു പറഞ്ഞു. കേരളജീവൽസാഹിത്യസംഘത്തിന്റെ ഉപശാഖയായി 'മലബാർ ജീവൽ സാഹിത്യ സംഘം' എന്നപേരിൽ ഒരുസംഘം ഈ സമ്മേളനത്തിന്റെ തീരുമാനപ്രകാരം സ്ഥാപിച്ചു. സംഘത്തിന്റെ ഭാരവാഹികളായി കൂടുതൽ അംഗങ്ങളെ ചേർക്കാനുള്ള അധികാരത്തോടുകൂടി താഴെ പറയുന്നവരെ നിശ്ചയിച്ചു. കെ ദാമോദരൻ (സെക്രട്ടറി), മധുരവനം കൃഷ്ണക്കുറുപ്പ്, മൊയാരത്ത് ശങ്കരൻ, ഇ നാരായണൻ നായർ, കെ കുഞ്ഞിരാമൻ നായർ, കുഞ്ഞിക്കണ്ണൻ നമ്പ്യാർ, എ കെ കുഞ്ഞികൃഷ്ണൻനമ്പ്യാർ, എസ് കെ ബാലകൃഷ്ണൻ, വി രാമുണ്ണി, ഇ എം ശങ്കരൻ നമ്പൂതിരിപ്പാട്.

കലയും സാഹിത്യവും പുതിയ സമൂഹത്തിന്റെ നിർമിതിക്കുവേണ്ടി എന്നായിരുന്നു പുതിയ സംഘടനയുടെ മുദ്രാവാക്യം. ഇന്ത്യയുടെ സ്വാതന്ത്ര്യത്തിനുവേണ്ടിയും ഇന്ത്യയുടെ ഫ്യൂഡൽ വിരുദ്ധ വിപ്ലവത്തിനുവേണ്ടിയും ജാതി മുതലായ അനാചാരങ്ങൾക്കെതിരെയും പടവെട്ടുന്ന ഒരു പുത്തൻ സാഹിത്യം, പുത്തൻ സംസ്കാരം രൂപം കൊള്ളണമെന്നതായിരുന്നു അവരുടെ ലക്ഷ്യം. ഈ സംഘടനയുടെ രൂപീകരണം സാഹിത്യരംഗത്തും രാഷ്ട്രീയ രംഗത്തും വമ്പിച്ച ഒരു കോളിളക്കം തന്നെ സൃഷ്ടിച്ചു.

(*സഖാവ് പി കൃഷ്ണപിള്ള* എന്ന പുസ്തകത്തിൽ)

കോൺഗ്രസിൽ നിന്ന് രാജി വെക്കുന്നു

കമ്യൂണിസ്റ്റ് ചിന്താഗതിക്കാർ കോൺഗ്രസിൽ നിന്ന് രാജിവെച്ച് ജനകീയ പ്രക്ഷോഭത്തിന്റെ മാർഗത്തിലേക്ക് നിങ്ങി. മൊയാരം കോൺഗ്ര

സിലുള്ള സ്ഥാനങ്ങൾ രാജിവെച്ചു. നീണ്ട 13 വർഷം കോൺഗ്രസിന്റെ കുറുമ്പ്രനാട് താലൂക്ക് സെക്രട്ടറി, അത്രയും കാലം തുടർച്ചയായി കെ പി സി സി അംഗം, ഏതാനും വർഷമായി എ ഐ സി സി അംഗം ഈ നിലയിലെല്ലാം സേവനമനുഷ്ഠിച്ച അദ്ദേഹം കോൺഗ്രസിലെ സ്ഥാനങ്ങൾ വലിച്ചെറിഞ്ഞു. 1940 ജൂൺ 2 ന്റെ *മാതൃഭൂമി*യിൽ വന്ന വാർത്ത ഇങ്ങനെയായിരുന്നു: "ടി സുബ്രഹ്മണ്യൻ തിരുമുമ്പ്, പി എം കൃഷ്ണ മേനോൻ, കെ കുഞ്ഞിരാമൻ, മൊയാരത്ത് ശങ്കരൻ, എ വി കുഞ്ഞമ്പു എന്നിവർ ഗാന്ധിജിയുടെ നേതൃത്വത്തിൽ വിശ്വാസമില്ലാത്തതിനാലും തൊഴിലാളികളുടേയും കർഷകരുടേയും വിദ്യാർഥികളുടേയും സമരങ്ങളെ നയിക്കേണ്ടതുള്ളതിനാലും കോൺഗ്രസ് കമ്മിറ്റിക്കുള്ളിൽ തങ്ങൾക്കുള്ള സ്ഥാനങ്ങൾ രാജി വെച്ചിരിക്കുന്നു."

(കവിയൂർ രാജഗോപാലന്റെ
മൊയാരത്ത് ശങ്കരൻ എന്ന പുസ്തകത്തിൽ)

കമ്യൂണിസ്റ്റ് പാർട്ടി നേതാവ്

കമ്യൂണിസ്റ്റുകാർക്കെതിരെയുള്ള വിമർശനങ്ങൾക്ക് മറുപടി പറയുന്നതിന് വേണ്ടി നവംബർ 27ലെ യോഗത്തിന്റെ തുടർച്ചയായി ഡിസംബർ 1 മുതൽ 16-ാംതീയതി വരെ കൃഷ്ണപിള്ള വടക്കേ മലബാറിലും കാസർകോഡ് താലൂക്കിലും പര്യടനം നടത്തി. പട്ടണങ്ങളിലും ഉൾനാടുകളിലുമായി നിരവധി പൊതുയോഗങ്ങൾ കൂടി. ഏതാണ്ട് എല്ലായിടത്തും കൃഷ്ണപിള്ള താഴെ പറയുന്ന സംഗതികൾ ഊന്നിപറഞ്ഞു...... മലബാറിൽ കോൺഗ്രസിന്റെ പേരിൽ നശീകരണം ഏറ്റവുമധികം നടത്തിയിട്ടുള്ള കുറുമ്പ്രനാട് താലൂക്കിലേക്കാണ് കൃഷ്ണപിള്ള ആദ്യം ചെന്നത്. ഡിസംബർ 1ന് (1944) കൊയിലാണ്ടിയിലും 2 ന് വടകരയിലും 4 ന് മേപ്പയ്യൂരും പിന്നീടും മൊകേരിയിലും പൊതുയോഗങ്ങൾ നടന്നു. കൊയിലാണ്ടി പൊതുയോഗത്തിൽ മൊയാരത്ത് ശങ്കരൻ അധ്യക്ഷത വഹിച്ചു. കൃഷ്ണപിള്ള പ്രസംഗിച്ചു. കമ്യൂണിസ്റ്റ് നയത്തിനെതിരെയുള്ള ഓരോ വിമർശനത്തിനും കൃഷ്ണപിള്ള മറുപടി പറഞ്ഞു.......

ഡിസംബർ 10 ന് മുന്നൂറിൽപ്പരം പേർ പങ്കെടുത്ത പെരളശ്ശേരി യോഗത്തിൽ മൊയാരത്ത് ശങ്കരൻ അധ്യക്ഷത വഹിച്ചു. യുദ്ധത്തിനു ശേഷം സമരമല്ല, ഇന്നു തന്നെ ദേശീയ ഗവൺമെന്റിനുവേണ്ടി ഐക്യമെന്നതാണ് കമ്യൂണിസ്റ്റുനയമെന്ന് കൃഷ്ണപിള്ള വിവരിച്ചു. കമ്യൂണിസ്റ്റുകാരല്ല ബ്രിട്ടീഷ് മേധാവികളാണ് ഇന്ത്യ വിഭജിക്കാൻ പോകുന്നത്. കുപ്ലണ്ട് പ്ലാനിനെ അദ്ദേഹം വിമർശിച്ചു.

(*സഖാവ് പി കൃഷ്ണപിള്ള* എന്ന പുസ്തകത്തിൽ)

അക്രമത്തിന് പ്രേരിപ്പിച്ചെന്ന കുറ്റത്തിന് 2 കൊല്ലം കഠിന തടവും 300 ക പിഴയും

*മാതൃഭൂമി*യുടെ മഞ്ചേരിലേഖകൻ 1941 ജനുവരി 19ന് ഇങ്ങനെ റിപ്പോർട്ട് ചെയ്തു: "ചെർപ്പളശ്ശേരിയിൽ വെച്ച് അക്രമം പ്രസംഗിച്ചു

വെന്നും, യുദ്ധത്തിനെതിരായി പ്രസംഗിച്ചുവെന്നും ഉള്ള കാരണത്തിന്മേൽ അറസ്റ്റ് ചെയ്ത് സ്ഥലം സബ്ജയിലിൽ റിമാന്റിലുണ്ടായിരുന്ന ശ്രീ മൊയാരത്ത് ശങ്കരന്റെ പേരിലെ കേസിൽ, പ്രതിക്ക് രാജ്യരക്ഷാനിയമം സെക്ഷൻ 2-38 (1) പ്രകാരം 18 മാസത്തെ കഠിന തടവും രാജ്യരക്ഷാനി യമം സെക്ഷൻ 34 (6) പ്രകാരം 2 കൊല്ലം കഠിന തടവും 300 ക പിഴയും 6 മാസം കൂടുതൽ തടവും ശിക്ഷിച്ചുകൊണ്ട് ഇന്ന് വൈകുന്നേരം 4 മണിക്ക് മലപ്പുറംജോയിന്റ് മജിസ്ട്രേട്ട് മി. ക്രോമ്പി ഐ സി എസ് വിധി പ്രസ്താവിച്ചിരിക്കുന്നു. രണ്ടുശിക്ഷകളും ഒന്നായി അനുഭവിച്ചാൽമതി." അദ്ദേഹത്തെ ബല്ലാരിയിലേക്കും അവിടെനിന്ന് അലിപുരം ക്യാമ്പ് ജയി ലിലേക്കും കൊണ്ടുപോയി.

(കവിയൂർ രാജഗോപാലന്റെ
മൊയാരത്ത് ശങ്കരൻ എന്ന പുസ്തകത്തിൽ)

മൊയാരത്തിന്റെ ഗൃഹസന്ദർശനം കൃഷ്ണപിള്ളയും തങ്കമ്മയും വിഷമിച്ചു

ആയിരത്തിതൊള്ളായിരത്തി നാൽപ്പത്തിയാറിൽ കൃഷ്ണപിള്ളയും ഭാര്യയും കണ്ണൂരിനടുത്തുള്ള തെക്കി ബസാറിലേക്ക് താമസം മാറ്റി. അതിന് ഒരുകാരണവുമുണ്ടായിരുന്നു. തങ്കമ്മയുടെ ആരോഗ്യനില വളരെ മോശമായിരുന്നു. അക്കാലത്ത് ഗർഭലക്ഷണങ്ങളും കണ്ടു തുടങ്ങി. ഏതായാലും കുറേക്കാലത്തേക്ക് പണിയൊന്നുമെടുക്കേണ്ട എന്നു തീരുമാനിച്ചു. കണ്ണൂരിൽ താമസിക്കുന്നതിനിടയിൽ തങ്കമ്മയുടെ ജിവിതത്തിലുണ്ടായ വേദനിപ്പിക്കുന്ന ചില സംഭവങ്ങളെക്കുറിച്ച് അവർ എഴുതി.. ''കണ്ണൂരിലെ താമസത്തിനിടയിൽ ഒരു സംഭവമുണ്ടായി അതോർക്കുമ്പോൾ ഇന്നും വേദനതോന്നുന്നു. എനിക്ക് ദേഹത്തിനൊട്ടും സുഖമില്ല. സഖാവ് വരുമ്പോൾ എന്നും കൂടെ ആരെങ്കിലും ഉണ്ടാവും. അവർക്ക് ഭക്ഷണം കൊടുക്കണം എന്ന് പറയും. ഞാൻ ഒന്നും മിണ്ടാതെയനുസരിക്കും. ഒരു ദിവസം സഖാവും ടി വി കെ യും ഉണ്ണാൻ വന്നപ്പോൾ പുറത്തൊരാൾകിടക്കുന്നു. ഞാൻ നേരത്തേ കണ്ടതാണ്. എന്നോടൊന്നും ചോദിക്കാത്തതുകൊണ്ട് ഞാനും ഒന്നും മിണ്ടിയില്ലെന്നു മാത്രം. വന്നതാരാണെന്ന് അറിയില്ല. പടികടന്നപാടെ സഖാവ് ചിരിച്ചുകൊണ്ട് "അല്ല, മൊയാരമല്ലേ, എപ്പോൾ വന്നു?" എന്ന് ചോദിച്ചു.

"കുറച്ചുനേരമായി വന്നിട്ട്. സഖാവിനെ കണ്ട് പോകാമെന്നു കരുതി. ഉച്ചവെയിലത്ത് നടക്കാൻ പ്രായാധിക്യം സമ്മതിക്കുന്നില്ല. അല്ലെങ്കിൽ പാർട്ടി ഓഫീസിൽ വന്നേനേ." മൊയാരം വിശദീകരിച്ചു. പാവം മൊയാരം ഞങ്ങൾക്ക് അരിയും തേങ്ങയും പച്ചക്കറിയുമായിട്ടാണ് വന്നിരിക്കുന്നത് സഖാവ് മൂന്നു പേർക്കു ചോറുവിളമ്പാൻ പറഞ്ഞു. "സഖാവിനും ടി വി കെ ക്കുമുള്ള ചോറേ ഇരിപ്പുള്ളൂ. സമയത്തിനുവന്ന് മൂന്നുപേരുണ്ടെന്ന് പറഞ്ഞാൽ എന്തുചെയ്യും" ഞാനത് ചോദിച്ചു. സഖാവിന് ശുണ്ഠി വന്നു.

പക്ഷേ ഒന്നും പറഞ്ഞില്ല, സ്വയം അകത്തു കയറി ഉണ്ടായിരുന്ന ചോറ് മൂന്ന് പാത്രത്തിലാക്കി എല്ലാവരും കഴിച്ചു. കറികളൊക്കെ എന്റെ അനുജത്തി കൊണ്ടുക്കൊടുത്തു. മൊയാരത്തിന്റെ വിഷമം മാറ്റാൻ സഖാവ് പറഞ്ഞു: "തങ്കമ്മയ്ക്ക് അൽപ്പം ശുണ്ഠി കൂടിയ സമയമാണ്. തങ്കമ്മ ഒരമ്മയാവാൻ പോകുന്നു." സഖാവിന്റെ വാക്കുകളിൽ എന്തെന്നില്ലാത്ത ആഹ്ലാദം തുടികൊട്ടിയിരുന്നു.

"ഉച്ചയ്ക്കുണ്ടായ സംഭവത്തെപ്പറ്റി പറഞ്ഞ് അന്ന് രാത്രി ഞങ്ങൾപിണങ്ങി. ആളെ മനസിലായില്ലെന്ന എന്റെ വാദം സഖാവ് അംഗീകരിച്ചില്ല. മൊയാരത്തിനെ അറിയാൻ കൃഷ്ണപിള്ളയുടെ ഭാര്യ ബാധ്യസ്ഥയാണെന്നാണ് വാദം. സഖാവിന്റെ പരുഷവാക്കുകൾ എന്നെ കരയിച്ചു. ഉടനെ സഖാവിന്റെ ഭാവം മാറി. എന്നെ ആശ്വസിപ്പിച്ചു. മൊയാരം 1930 ൽ ഉപ്പു സത്യാഗ്രഹ ജാഥയുടെ പൈലറ്റായി വന്നതുമുതലുള്ള സ്നേഹബന്ധം വിശദീകരിച്ചു. ഈ സംഭവത്തിനുശേഷം ആരു വന്നാലും ഞാൻ പോയി കുശലം പറയും. ആഹാരം വേണമെങ്കിൽ നൽകും. കൃഷ്ണപിള്ളയുടെ ഭാര്യ ആയിരിക്കാൻ എത്ര കടമ്പകൾ കൂടി കടക്കണമെന്നെനിക്കറിയില്ലായിരുന്നു. ഞാൻ കണ്ണു തുറന്നു തന്നെയിരുന്നു ചെവിയോർത്തു കൊണ്ടു തന്നെയിരുന്നു."

(ഡോ. ചന്തവിള മുരളിയുടെ
സഖാവ് പി കൃഷ്ണപിള്ള എന്ന പുസ്തകത്തിൽ)

ജാഥാംഗങ്ങളുടെ വിഴുപ്പ് അലക്കിയ മൊയാരം

കെ മാധവൻ

ഏപ്രിൽ 14ന് ഉപ്പുസത്യാഗ്രഹ ജാഥ പുറപ്പെട്ടു. കെ മാധവൻ നായർ ആശംസ നേർന്നുകൊണ്ട് പ്രസംഗിച്ചു. ജാഥയുടെ പൈലറ്റ് കാർ മൊയാരത്ത് ശങ്കരന്റെയും വക്കീൽ കുഞ്ഞിശങ്കരമേനോന്റെയും പി കുമാരന്റെയും നേതൃത്വത്തിൽ മുന്നിൽ നീങ്ങിത്തുടങ്ങി. കോഴിക്കോട് നഗരാതിർത്തിയിൽ വെച്ച് കെ മാധവൻ നായർ, യു ഗോപാല മേനോൻ, കൃഷ്ണസ്വാമി അയ്യർ, അബ്ദുൽ റഹിമാൻ സാഹിബ് തുടങ്ങിയവർ ജാഥാംഗങ്ങളോട് യാത്രചോദിച്ചു പിരിഞ്ഞു. കൃഷ്ണസ്വാമി അയ്യർ എന്റെ തല പിടിച്ച് കുലുക്കിക്കൊണ്ട് നമുക്ക് പിന്നെ കാണാം എന്ന് പറഞ്ഞു പിരിഞ്ഞ രംഗം ഇന്നും ഓർക്കുന്നു. കുട്ടിയായതുകൊണ്ട് പലരുടെയും ശ്രദ്ധ പിടിച്ചുപറ്റിയിരുന്നു.

വാഴ്ക വാഴ്ക ഭാരത സമുദായം വാഴ്ക വാഴ്കവെ
വീഴ്ക വീഴ്ക ബ്രിട്ടീഷ് ഭരണം

സുബ്രഹ്മണ്യ ഭാരതിയുടെ വരികൾ കൃഷ്ണപിള്ള ഘനഗംഭീര ശബ്ദത്തിൽ നീട്ടിപ്പാടി. ഉച്ചത്തിൽ തളരാതെ പതറാതെ ഞങ്ങളത് ഏറ്റു പാടിക്കൊണ്ടിരുന്നു രാവിലെ ആറുമണിക്ക് തുടങ്ങിയ യാത്ര ഭക്ഷണത്തെപ്പറ്റി വലിയ പ്രതീക്ഷ ഇല്ലാതെ മുന്നോട്ടു പോയിക്കൊണ്ടിരുന്നു. പക്ഷേ ഞങ്ങൾ ഭക്ഷണംകിട്ടുന്ന സ്ഥലത്ത് വിശ്രമിച്ചു. ജാഥ 19–ാം തീയതി പയ്യന്നൂരിലെത്തണം. 21–ാം തീയതി ഉപ്പ് എടുക്കണം. ഇതായിരുന്നു തീരുമാനം. ഞങ്ങൾ ചോമ്പാലിൽ എത്തിയപ്പോൾ തങ്ങളെ സ്വീകരിക്കാൻ വന്നവരിൽ സ്യൂട്ട് ധരിച്ച ഒരാൾ എന്റെ ശ്രദ്ധ പിടിച്ചുപറ്റി. പ്രമുഖ വ്യവസായിയായ സാമുവൽ ആറോൺ ആണതെന്ന് അന്വേഷണത്തിൽ അറിഞ്ഞു. അദ്ദേഹത്തിന്റെ ചോമ്പാലിലുള്ള ബംഗ്ലാവിൽവെച്ചായിരുന്നു ഉച്ചഭക്ഷണം.

രാത്രി തലശ്ശേരിയിൽ സി എച്ച് ഗോവിന്ദൻ നമ്പ്യാരുടെ വീട്ടിലായിരുന്നു തങ്ങിയത്. അവിടെവെച്ച് ഹൃദയസ്പർശിയായ ഒരനുഭവമുണ്ടായി. പദയാത്രക്കാരുടെ ഉടുപ്പെല്ലാം നന്നെ മുഷിഞ്ഞിരുന്നു. രാത്രി പ്രാർഥന കഴിഞ്ഞ് കിടക്കാൻ നേരത്ത് മൊയാരത്ത് പറഞ്ഞു, ധോബി വന്നിട്ടുണ്ട് എല്ലാവരും അവരവരുടെ മുഷിഞ്ഞ വസ്ത്രങ്ങൾ അലക്കാനായി തരണം. ഞങ്ങൾ വളരെ സന്തോഷത്തോടെ മുഷിഞ്ഞ വസ്ത്രങ്ങൾ അലക്കാനായി കൊടുത്തു. രാവിലെ പുറപ്പെടാൻ നേരത്ത് എല്ലാ വസ്ത്രങ്ങളും ഉണക്കി വെച്ചിരിക്കുന്നു. പിന്നീട് മനസിലായി ആ മുഷിഞ്ഞ തുണികളെല്ലാം മൊയാരവും കുടുംബാംഗങ്ങളും അലക്കി തയാറാക്കിയതാണെന്ന്. ഇതറിഞ്ഞപ്പോൾ ഞങ്ങൾ ശരിക്കും തരിച്ചുപോയി. മൊയാരത്തിനോട് പ്രതിഷേധിച്ചു. അപ്പോൾ അദ്ദേഹം പറഞ്ഞു, "സ്വാതന്ത്ര്യസമരസേനാനികളുടെ വിഴുപ്പ് അലക്കാൻ കഴിഞ്ഞത് തന്നെ ഞാനും കുടുംബവും ഒരു ഭാഗ്യമായി കരുതുന്നു."

മൊയാരത്തിന്റെ യുക്തി

കോൺഗ്രസ് സോഷ്യലിസ്റ്റുകാരുടെ ആഭിമുഖ്യത്തിൽ പ്രാദേശിക സംഘങ്ങൾ പ്രവർത്തിക്കുന്നുണ്ടായിരുന്നെങ്കിലും താലൂക്ക് കമ്മിറ്റി ഉണ്ടായിരുന്നില്ല. ജനങ്ങളിൽ സംഘടനാബോധം ഉണ്ടാക്കാനായി ഒരു ജാഥ പുറപ്പെടാനും ഗ്രാമങ്ങൾതോറും കമ്മിറ്റി രൂപീകരിച്ച് മെമ്പർഷിപ്പ് പ്രവർത്തനം ഊർജിതമാക്കാനും തീരുമാനിച്ചു. ജാഥ സുബ്രഹ്മണ്യൻ തിരുമുമ്പിന്റെ നേതൃത്വത്തിൽ തൃക്കരിപ്പൂരിൽ നിന്നും പുറപ്പെട്ടു. സ. എ വിയുടെ നേതൃത്വത്തിലുള്ള അഭിനവ ഭാരത് യുവക് സംഘടനയുള്ളതിനാൽ കാര്യങ്കോട് പുഴവരെ ഞങ്ങൾക്ക് ആവേശകരമായ സ്വീകരണമായിരുന്നു. തുടർന്ന് കാസർഗോഡ് വരെയുള്ള സ്വീകരണം കോൺഗ്രസ് കമ്മിറ്റിയുടെ വകയായിരുന്നു. കോൺഗ്രസ്കമ്മിറ്റി ഇല്ലാത്തഗ്രാമങ്ങളിൽ പട്ടിണികിടക്കേണ്ടി വന്നിട്ടുണ്ട്. പനയാൽ തച്ചങ്ങാട് ഭാഗത്തേക്ക് സന്ധ്യയോടെയാണു ജാഥ എത്തിയത്. അന്ന് ഉച്ചഭക്ഷണം കിട്ടിയില്ല. 'പെരിയ'കഴിഞ്ഞ ശേഷമുള്ള ദിവസങ്ങളിൽ ഭക്ഷണമെല്ലാം അവതാളത്തിലായിരുന്നു. സഖാക്കൾ മൊയാരത്ത് ശങ്കരനും ഭാരതീയനും പ്രാസംഗികന്മാരായി ഞങ്ങളുടെ കൂടെയുണ്ടായിരുന്നു. തച്ചങ്ങാട്ടേക്ക് എത്തുമ്പോഴേക്കും ഭാരതീയൻ നന്നായി ക്ഷീണിച്ചിരുന്നു. നടക്കാൻപോലും കഴിയാത്ത അവസ്ഥ. ഭാരതീയനെ വണ്ടികയറ്റി നാട്ടിലേക്ക് വിട്ടു.

'ജന്മിത്വം നശിക്കട്ടെ'എന്ന ഞങ്ങളുടെ മുദ്രാവാക്യം നാട്ടുകാരെ ഭയപ്പെടുത്തിയിരുന്നു. കൃഷിക്കാർ ഞങ്ങളോട് അടുക്കാൻ അത്ര ധൈര്യം കാണിച്ചില്ല. തച്ചങ്ങാട് ഒരു ഹോട്ടൽപോലും ഉണ്ടായിരുന്നില്ല. 21 പേർക്ക് ഭക്ഷണം വേണം, കിടക്കാനിടം വേണം. നാട്ടുകാർ ആരും ഞങ്ങളെ സമീപിച്ചില്ല. ഞങ്ങൾ വല്ലതും വല്ലവരോടും പറഞ്ഞാൽ അവർ ഒഴിഞ്ഞു

മാറുന്നു. നാട്ടിൽ അനർഥമുണ്ടാക്കുന്നവരാണു ഞങ്ങൾ എന്ന തോന്നൽ അവരിലുള്ളതുപോലെ ആകെ വിഷമത്തിലായി.

മൊയാരത്തിന് ഒരു യുക്തി തോന്നി. ആ യുക്തി പ്രകാരം ഞങ്ങളെല്ലാം തൊട്ടടുത്ത അരയാൽത്തറയിൽ കയറിനിന്നു. ഉറക്കെ മുദ്രാവാക്യം മുഴക്കി. അപ്പോൾ ഞങ്ങൾക്ക് വിശപ്പോ ദാഹമോ തോന്നിയില്ല. ആകാശം ഭേദിക്കുമാറുള്ള ഞങ്ങളുടെ ശബ്ദതരംഗത്തിൽപ്പെട്ട നാട്ടുകാർക്ക് സ്വസ്ഥാനത്ത് ഇരുത്തം ഉറച്ചില്ല. അവർ കൂട്ടമായി ഞങ്ങളുടെ അടുത്തേക്കു വന്നു. അവരോടു ജാഥയെ പരിചയപ്പെടുത്തിക്കൊണ്ട് മൊയാരത്ത് ശങ്കരൻ ഒരു ഉശിരൻ പ്രസംഗം ചെയ്തു. തിരുമുമ്പും നന്നായി പ്രസംഗിച്ചു. തായക്കോട്ട് മനയിലെ തിരുമേനിയാണ് പ്രസംഗിക്കുന്നതെന്നറിഞ്ഞപ്പോൾ നാട്ടുകാർ ഭയഭക്തി ബഹുമാനത്തോടെ നിന്നു. നായൻമാർപോലും തിരുമുമ്പിനെ കണ്ടാൽ ചുമലിൽനിന്നും മുണ്ടെടുത്തു പറിച്ചുകൂട്ടി തൊഴുന്നകാലമായിരുന്നു. തിരുമുമ്പിന്റെയും മൊയാരത്തിന്റെയും പ്രസംഗം അവരുടെയിടയിൽ വലിയ ചലനമുണ്ടാക്കി. അതോടെ ഞങ്ങൾക്ക് ഭക്ഷണവും ഉറങ്ങാനുള്ള ഇടവും കിട്ടി.

(*ഒരു ഗാന്ധിയൻ കമ്യൂണിസ്റ്റിന്റെ ഓർമകൾ*
എന്ന പുസ്തകത്തിൽ)

മൊയാരത്തിന്റെ അന്ത്യനാൾ

സുബ്രഹ്മണ്യ ഷേണായ്

ഉപ്പുസത്യാഗ്രഹത്തിൽ പങ്കെടുക്കാൻ 1930ൽ പയ്യന്നൂരിലെത്തിയപ്പോഴാണ് മൊയാരത്തു ശങ്കരനുമായി എനിക്ക് പരിചയപ്പെടാൻ കഴിഞ്ഞത്.

ഡോക്ടർ ബിരുദം നേടാൻ കൽക്കത്ത മെഡിക്കൽകോളേജിൽ പഠിക്കാൻപോയ ശങ്കരൻ അവിടെ മൂന്നാം വർഷ വിദ്യാർഥിയായിരിക്കെയാണ് സ്വാതന്ത്ര്യസമരത്തിലേക്ക് എടുത്തുചാടിയത്. 1930ൽ കെ കേളപ്പന്റെ നേതൃത്വത്തിൽ ഉപ്പ് നിയമലംഘനത്തിന് കോഴിക്കോട്ടുനിന്ന് പയ്യന്നൂരിലെത്തിയ സംഘത്തിൽ ശങ്കരനുമുണ്ടായിരുന്നു. അന്ന് ശങ്കരൻ, സി എച്ച് ഗോവിന്ദൻനമ്പ്യാർ, പി സി കെ അടിയോടി, ലക്ഷ്മണ ഷേണായി എന്നിവരെ ബ്രിട്ടീഷുകാർ അറസ്റ്റ് ചെയ്ത് ഒൻപതുമാസം കണ്ണൂർ ജയിലിൽ തടവിലാക്കി. ശിക്ഷക്കു ശേഷം ഇടയ്ക്കിടെ സി എച്ച് ഗോവിന്ദൻ നമ്പ്യാരെക്കാണാൻ ശങ്കരൻ പയ്യന്നൂരിലെത്താറുണ്ടായിരുന്നു. അപ്പോഴാണ് ഞാൻ ശങ്കരനുമായി അടുത്ത ബന്ധം സ്ഥാപിക്കുന്നത്. ശങ്കരന്റെ മൂർച്ചയേറിയ, ആരെയും കൂസാത്ത സ്വഭാവം ബ്രിട്ടീഷ് ഉദ്യോഗസ്ഥർക്ക് എന്നും തലവേദനയായിരുന്നു. കോൺഗ്രസിലും പിന്നീട് കോൺഗ്രസ് സോഷ്യലിസ്റ്റ് പാർട്ടിയിലും 1938 ൽ കമ്യൂണിസ്റ്റ് പാർട്ടിയിലും പ്രവർത്തിച്ച ശങ്കരൻ എന്നും ഖദർധാരിയായിരുന്നു. കെ കേളപ്പന്റെ ഏറ്റവും അടുത്ത കൂട്ടുകാരനായിരുന്നു ശങ്കരൻ. 1948 ൽ വീട്ടിൽനിന്നു ഭാര്യവീട്ടിലേക്കു പുറപ്പെട്ട ശങ്കരനെ വഴിയിൽ ഗുണ്ടകളും എം എസ് പികാരും ചേർന്ന് പിടികൂടി. കണ്ണൂർ സബ്ജയിലിൽ കൊണ്ടുവന്നു ഭീകരമായി മർദിച്ചു. അവശനായ ശങ്കരനെ സെൻട്രൽ ജയിലിലേക്കു മാറ്റാൻ ശ്രമിച്ചുവെങ്കിലും ജയിൽ അധികൃതർ തയാറാകാത്തതിനാൽ വീണ്ടും സബ്ജയിലിൽത്തന്നെ തുടർന്നു. ആ മുറിയിൽ വച്ച്

മരിക്കുകയും ചെയ്തു. അതിനു തൊട്ടടുത്ത ദിവസം എന്നെയും അറസ്റ്റ് ചെയ്ത് ലോക്കപ്പിലാക്കി. ഞാൻ ചെല്ലുമ്പോൾ അവിടെ ഭയാനകമായ നിശ്ശബ്ദതയായിരുന്നു. ചോദിച്ചാലും ആരും ഒന്നും പറയുന്നില്ല. ഒടുവിൽ എന്റെ സ്നേഹിതനായ ഒരു പൊലീസുകാരൻ പറഞ്ഞു: "മൊയാരത്ത് ശങ്കരനെ ഇന്നലെ ഈ മുറിയിലിട്ട് മർദിച്ചുകൊന്നു" എന്ന്. മൃതദേഹം പൊലീസ് തന്നെ മറവുചെയ്തു. നിർഭയനായ, അനീതിക്കെതിരെ നെഞ്ചുവിരിച്ചു പ്രതികരിച്ച ആ പ്രതിയോഗിയെ, എന്റെ പ്രിയ സുഹൃത്തിനെ മർദിച്ചുകൊന്നുവെന്ന വാർത്ത ഒരു പൊലീസുകാരനിൽനിന്നു തന്നെ കേട്ട് ഞാൻ സ്തബ്ധനായി.

അന്ത്യം ആ ജീവിതത്തിന് യോജിച്ചതുതന്നെ

കെ കേളപ്പൻ

മൊയാരത്ത് ശങ്കരൻ നമ്പ്യാർ ജയിലിൽ വെച്ചു മരിച്ചതായ വിവരം എന്നെ അത്യധികം വ്യസനിപ്പിക്കുന്നു. ശങ്കരൻ നമ്പ്യാർ 1920 ൽ പൊതു ജീവിതം ആരംഭിച്ചു. അദ്ദേഹം കുറുമ്പ്രനാടുതാലൂക്കിലെ പ്രമുഖ കോൺഗ്രസ് പ്രവർത്തകനായിരുന്നു. കുറുമ്പ്രനാടുതാലൂക്കിലെ രാഷ്ട്രീയഗുരുവായിരുന്നു ശങ്കരനെന്നു പറയാം. നല്ലൊരു സാഹിത്യകാരനും വാസനാകവിയും ആദർശശാലിയും ആയിരുന്ന ശങ്കരൻ പലരുടേയും സാഹിത്യ വാസനയും സേവനാതൽപ്പരതയും കണ്ടറിഞ്ഞു പ്രോത്സാഹിപ്പിച്ചിട്ടുണ്ട്. എന്റെയൊരു ഉറ്റ സ്നേഹിതനായിരുന്നു ശങ്കരൻ. അദ്ദേഹം ഒരു കമ്യൂണിസ്റ്റായതിനുശേഷവും ആ സ്നേഹബന്ധത്തിന്നു വലിയ ഉടവു സംഭവിച്ചിട്ടില്ലെന്നാണ് എന്റെ വിശ്വാസം. ഞങ്ങൾ തമ്മിൽ വളരെയധികം പിന്നീടു കണ്ടിട്ടും സംസാരിച്ചിട്ടും ഇല്ല. അദ്ദേഹം എങ്ങനെ ഒരു കമ്യൂണിസ്റ്റായി മാറി എന്ന് എനിക്കു മനസിലാക്കുവാൻ സാധിച്ചിട്ടില്ല.

അനീതി പൊറുക്കുന്ന സ്വഭാവം അദ്ദേഹത്തിന്നില്ല. അദ്ദേഹത്തിന്റെ പത്രാധിപത്യത്തിൽ നടത്തിയ *കേരളകേസരി* അദ്ദേഹത്തിന്റെ നീതിബോധത്തിനും ദേശഭക്തിക്കും സാക്ഷ്യം വഹിക്കുന്നു. കുറുമ്പ്രനാടുതാലൂക്കിൽ അദ്ദേഹം എത്താത്ത ഗ്രാമമില്ല. ശങ്കരനു ഒരുകാലത്ത് അവിടെയുണ്ടായിരുന്ന സ്വാധീനശക്തി സൃഷ്ടിച്ചവരാണ് കുറുമ്പ്രനാട്ടിലെ കോൺഗ്രസ് ഭക്തന്മാർ. ശങ്കരൻമാത്രം കോൺഗ്രസിൽ നിന്ന് പിന്മാറി. കമ്യൂണിസ്റ്റ് കക്ഷിയിൽ അദ്ദേഹത്തിന്നു വലിയ സ്ഥാനമുണ്ടായിരുന്നില്ല. ഒരുപക്ഷേ അത് സാധ്യവുമായിരുന്നില്ല. ഭാരതീയ സംസ്കാരവും കമ്യൂണിസവും തമ്മിൽ പൊരുത്തമില്ലല്ലോ.

ഐത്തോച്ചാടനത്തിനുവേണ്ടി അങ്ങേയറ്റംവരെ അദ്ദേഹം പൊരു

തീട്ടുണ്ട്. സ്വന്തം വീട്ടിൽ അയിത്തജാതിക്കാരെ പ്രവേശിപ്പിക്കാൻവേണ്ടി അദ്ദേഹം ആരംഭിച്ച നിരാഹാരവ്രതം വീട്ടുകാരുടെ കഠിനമായ വെറുപ്പിന് അദ്ദേഹത്തെ പാത്രമാക്കി. കാലദേശാവസ്ഥകൾ നോക്കാതെയും അതിന്റെ പ്രത്യാഘാതങ്ങൾ വിചാരിക്കാതെയും ഏതനീതിയേയും നേരിടുന്നത് ചിലപ്പോൾ നിഷ്പ്രയോജനം എന്നുമാത്രമല്ല കാര്യസാധ്യത്തിനു വിഘാതവുമാവാം. കോൺഗ്രസ് വൃത്തങ്ങളിൽ എന്നല്ല പൊതുജീവിതത്തിൽതന്നെയും അദ്ദേഹത്തിന്റെ സ്വാധീനശക്തി ക്ഷയിച്ചുവന്നു. അടുത്തകാലത്തായി അദ്ദേഹത്തെപ്പറ്റി ഒന്നുംതന്നെ കേട്ടിരുന്നില്ല.

ധീരതയോടും വലിയ ക്ലേശങ്ങൾ സഹിച്ചും അനീതിയോടു പൊരുതിയ ഒരു സ്വാതന്ത്ര്യഭടന്റെ ഈ അവസാനം ആ ജീവിതത്തിനു യോജിച്ചതുതന്നെ എന്ന് സമാശ്വസിക്കാനെ വഴികാണുന്നുള്ളൂ. എന്റെ സുഹൃത്തിന്റെ ആത്മശാന്തിക്കായി ഞാൻ പ്രാർഥിക്കുന്നു.

പിതാവിനെ തല്ലിക്കൊന്ന കൃത്യം

തായാട്ട് ശങ്കരൻ

മൊയാരത്ത് ശങ്കരൻ രക്തസാക്ഷിയായിട്ട് ഇന്നേക്ക് മുപ്പത്തിയെട്ട് വർഷമായി. അദ്ദേഹം മരിച്ചതിനുശേഷം ജനിച്ചവരാണ് കേരളത്തിലെ കോൺഗ്രസ് നേതൃത്വത്തിൽ മിക്ക തലങ്ങളിലും ഇന്നുള്ളവർ. മൊയാരത്തിനെക്കുറിച്ച് ഒന്നും അറിയില്ല. അറിയാൻ താൽപ്പര്യവുമില്ല. മൊയാരത്തിനെ ഉൾക്കൊണ്ട വിപ്ലവപ്രസ്ഥാനത്തിന്റെ കാര്യത്തിലാണെങ്കിൽ, അദ്ദേഹം സ്മരിക്കപ്പെടേണ്ട ഒരു വിപ്ലവകാരിയാണെന്ന് പിൻതലമുറക്കാരും ഓർക്കുന്നു. അവരിൽ കൂടുതൽ അദ്ദേഹത്തെ പരിചയപ്പെടാൻ അവർക്കും സന്ദർഭം ലഭിച്ചിട്ടില്ല. എന്നാൽ പഴയ തലമുറയിൽപ്പെട്ടവരുടെ നില അതല്ല. അവർക്ക് അദ്ദേഹം ഇന്നും വിലപ്പെട്ട ഒരു സ്മരണയും പ്രചോദനവും തന്നെ. ഞങ്ങൾക്കെല്ലാം അദ്ദേഹം പൊതുജീവിതത്തിലെ ഒരു വലിയ കാരണവർ ആയിരുന്നു.

1920–21 കാലത്തെ കോൺഗ്രസിന് ഇന്നത്തെ കോൺഗ്രസുമായി ഘടനയിലും സ്വഭാവത്തിലും ഒരു ബന്ധവുമില്ലായിരുന്നു. നിവേദനങ്ങളുടെയും അഭ്യർഥനകളുടെയും സ്വരം വിട്ട് സമരത്തിന്റെ സ്വരത്തിൽ സംസാരിക്കാൻ കോൺഗ്രസിനെ അദ്ദേഹം പഠിപ്പിച്ചു തുടങ്ങിയിരുന്നു. കോളേജിൽ പഠിക്കുന്ന വിദ്യാർഥികളോട് പഠനം ഉപേക്ഷിച്ച് സമരരംഗത്തിലേക്ക് വരാൻ അദ്ദേഹം ആഹ്വാനം ചെയ്തു. കോടതികളിൽ പ്രാക്ടീസ് ചെയ്യുന്ന വക്കീലന്മാരോട് അതുപേക്ഷിക്കാനും ഗവൺമെന്റിൽ ഉദ്യോഗം ഭരിക്കുന്നവരോട് രാജി വെച്ച് പോരാനും അദ്ദേഹം നിർദേശിച്ചു. അതിനുമുമ്പ് ഇത്തരം ഒരു ആഹ്വാനം നൽകുന്നതിന് ഇന്ത്യയിൽ ആരും ധൈര്യപ്പെട്ടിരുന്നില്ല. ഈ ആഹ്വാനത്തിന്റെ ഫലമായി ബോംബെയിൽ നിയമപഠനംനടത്തുന്ന കേളപ്പൻ അതുപേക്ഷിച്ച് നാട്ടിലേക്ക് തിരിച്ചു. ലണ്ടനിൽ ബാരിസ്റ്റർ പഠനം നടത്തുന്ന എ കെ പിള്ള

അത് പൂർത്തിയാക്കാതെ തിരിച്ചു പോന്നു. അക്കാലത്ത് കൽക്കത്തയിൽ മെഡിക്കൽ വിദ്യാഭ്യാസത്തിന് ചേർന്ന മൊയാരത്ത് ശങ്കരൻ ആ പഠനവും ഉപേക്ഷിച്ച് നാട്ടിലേക്ക് ഇറങ്ങിപ്പോന്നു. അന്നു മുതൽ മരണം വരെ കേരളത്തിലെ പൊതു ജീവിതത്തിലെ വിട്ടുവീഴ്ചയില്ലാത്ത പോരാളിയായിരുന്നു അദ്ദേഹം.

ഒരു ഇടത്തരം നായർ കുടുംബത്തിൽ ജനിച്ചു വളർന്ന മൊയാരത്തിന് വീട്ടിൽ ആഹാരത്തിന് മുട്ടില്ല. അതുകൊണ്ടായില്ലല്ലോ. മറ്റു കാര്യങ്ങളിൽ അദ്ദേഹം നന്നേ ബുദ്ധിമുട്ടി. എത്രക്ക് യാഥാസ്ഥിതികമാവുന്നുവോ അത്രക്ക് ആഭിജാത്യം കൂടും എന്ന വിശ്വാസക്കാരായിരുന്നു കുടുംബക്കാർ. തന്റെ സഹപ്രവർത്തകരായ വല്ലവരെയും വീട്ടിൽ കൊണ്ടുപോയാൽ അവർ അവിടെ സ്വാഗതം ചെയ്യപ്പെടുമെന്നതിന് ഒരു ഉറപ്പും ഉണ്ടായിരുന്നുമില്ല. സവർണ യാഥാസ്ഥിതികത്വത്തിന്റെ ഈ ജാതിപ്പിശാചിനെതിരെ സ്വന്തം വീട്ടിൽ അദ്ദേഹത്തിന്ന് പലവട്ടം പൊരുതേണ്ടി വന്നിട്ടുണ്ട്. ഒടുവിൽ ഒരു ഘട്ടത്തിൽ വീട്ടുകാർക്കെതിരെ ഉപവസിക്കേണ്ടി വന്നിട്ടുമുണ്ട്.

പഠിപ്പുപേക്ഷിച്ചു കൽക്കത്തയിൽനിന്നും തിരിച്ചെത്തിയ മൊയാരമാണ് ഉത്തരമലബാറിൽ കോൺഗ്രസ് സംഘടനക്ക് വിത്തുപാകിയത് എന്നു പറയാം. അന്നത്തെ കോൺഗ്രസ് ഭരണഘടനയനുസരിച്ച് കേരളത്തെ സംഘടനാപ്രവർത്തനത്തിന് അഞ്ച് ജില്ലകളായി തിരിച്ചിരുന്നു. അതിൽ ഒന്നായ തലശ്ശേരിജില്ലയിൽ കോഴിക്കോട്ടുമുതൽ വടക്കോട്ടുള്ള പ്രദേശങ്ങൾ എല്ലാം പെടും. അതിന്റെ ചുമതല ഏറിയ പങ്കും ആദ്യഘട്ടത്തിൽ ഏറ്റെടുത്തത് മൊയാരമായിരുന്നു. ഒട്ടേറെ നിർമാണപ്രവർത്തനങ്ങളിലൂടെ ജനസമ്പർക്കം വളർത്തിയെടുക്കുക, അത് സ്വാതന്ത്ര്യ സമരത്തിന് മൂലധനമായി ഉപയോഗിക്കുക ഇതായിരുന്നു അന്നത്തെ കോൺഗ്രസ് പ്രവർത്തന ശൈലി. യുവജന സമാജങ്ങൾ, മഹിളാസംഘങ്ങൾ, വായനശാലകൾ, അയിത്ത വിരുദ്ധപ്രചരണം, ഹിന്ദി പ്രചരണം, നൂൽ നൂൽപ്പ്, നിരത്തുകൾ ഉണ്ടാക്കൽ ഇതെല്ലാം അന്നത്തെ കോൺഗ്രസ് പരിപാടികളായിരുന്നു. എങ്ങുനിന്നും ഒരു സാമ്പത്തിക സഹായവും പ്രതീക്ഷിക്കാനില്ലാതെ, കെട്ടുറപ്പുള്ള ഒരു സംഘടനയുടെ പോലും സഹായമില്ലാതെ, ഇത്തരം പരിപാടികൾ ഏറ്റെടുത്തു നടത്തുക എളുപ്പമായിരുന്നില്ല.

ബംഗാളിന്റെ സ്വാധീനം കൊണ്ടാവണം മൊയാരത്തിനെ ആദ്യഘട്ടത്തിൽ ആവേശം കൊള്ളിച്ചത് സ്വാമി വിവേകാനന്ദനായിരുന്നു. കഴിവുറ്റ ഒരു ഗദ്യക്കാരനായ അദ്ദേഹം ആ ആവേശതള്ളിച്ചയിൽ സ്വാമി വിവേകാനന്ദന്റെ കത്തുകൾ തർജമ ചെയ്ത് പുസ്തകരൂപത്തിൽ പ്രസാധനം ചെയ്തു. അദ്ദേഹത്തിലെ സാഹിത്യകാരൻ ഉണർന്നു തന്നെ ഇരുന്നു. അക്കാലത്തെ സാഹിത്യ സമ്മേളനങ്ങളിൽ സ്ഥിരം പ്രാസംഗികനായിരുന്നു. ഏതോ ഒരു ഇംഗ്ലീഷ് നോവലിന്റെ ഛായ പിടിച്ചുകൊണ്ട് *പെൺകിടാവിന്റെ തന്റേടം* എന്ന ഒരു നോവൽ അദ്ദേഹം എഴുതിയിരു

ന്നു. അതിന്റെ ഒന്നാം ഭാഗം അച്ചടിച്ച് പ്രസിദ്ധംചെയ്യുകയുണ്ടായി. രണ്ടാം ഭാഗം അദ്ദേഹം എഴുതി മുഴുവിച്ചുവോ എന്ന് ഉറപ്പില്ല. അത് കണ്ടെത്തുകയുമുണ്ടായില്ല. അപൂർണമായ ഒരു ആത്മകഥയുടെ ഏതാനും താളുകൾ കണ്ടെത്തി പ്രസിദ്ധം ചെയ്തിട്ടുണ്ട്.

പഴയ കുറുമ്പ്രനാട് താലൂക്കിലാണ് കോൺഗ്രസ് നേതാവെന്ന നിലയ്ക്ക് മൊയാരം അധികകാലം പ്രവർത്തിച്ചത്. ഏതെങ്കിലും തരത്തിൽ കഴിവുള്ള ഒരാളെ കണ്ടെത്തിയാൽ ആ കഴിവ് പരമാവധി വളർത്തിയെടുക്കുന്നതിൽ അദ്ദേഹം താൽപ്പര്യം കാണിച്ചു. അന്നത്തെ കോട്ടയം–കുറുമ്പ്രനാട് ജില്ലകളിൽ ഒട്ടനവധി യുവാക്കളെ രാഷ്ട്രീയരംഗത്തേക്കും സാമൂഹ്യപരീക്ഷണവേദിയിലേക്കും എത്തിച്ചത് മൊയാരത്തിന്റെ നേതൃത്വമായിരുന്നു. തന്നെ ഒരു സാഹിത്യകാരിയാക്കി വളർത്തിയതിൽ മൊയാരം വലിയ പങ്കുവഹിച്ചിട്ടുണ്ടെന്ന് പ്രസിദ്ധ കവിയായ കടത്തനാട്ട് മാധവിയമ്മ ഒരു ഗുരുവിനോടുള്ള ആദരവോടെ അനുസ്മരിച്ചിട്ടുണ്ട്. അവരുടെ ആദ്യകൃതിയായ *തച്ചോളി ഒതേനന്റെ* രചനയിലും ഭാഷാശുദ്ധിയിലും മൊയാരത്തിന്റെ ഉദാരമായ സഹായവും നേതൃത്വവും ലഭിക്കുകയുണ്ടായി.

കോൺഗ്രസിന്റെ സുവർണജൂബിലി ആഘോഷത്തോടനുബന്ധിച്ച് ആ സംഘടനയുടെ ഒരു ഔദ്യോഗിക ചരിത്രവും കോൺഗ്രസും കേരളവും തമ്മിലുള്ള ബന്ധത്തെപ്പറ്റി മറ്റൊരു ചരിത്രവും തയാറാക്കണമെന്ന് 1934 ൽ ചേർന്ന കേരള സംസ്ഥാന കോൺഗ്രസ് കമ്മിറ്റി തീരുമാനിച്ചു. കോൺഗ്രസിന്റെ സമഗ്ര ചരിത്രം എഴുതുന്നതിന് മൊയാരത്തിനെയാണ് കെ പി സി സി ഭാരമേൽപ്പിച്ചത്. കേരളത്തിലെ കോൺഗ്രസ് പ്രവർത്തനത്തെ സംബന്ധിച്ച് ഗ്രന്ഥം തയാറാക്കുന്നതിന് ബാരിസ്റ്റർ എ കെ പിള്ളയെയും നിയമിച്ചു. മൊയാരമെഴുതിയ സാമാന്യം ബൃഹത്തായ, കോൺഗ്രസ് ചരിത്രമാണ് അന്നും ഇന്നും മലയാള ഭാഷയിൽ പ്രസിദ്ധം ചെയ്ത കോൺഗ്രസ് ചരിത്രഗ്രന്ഥം. എ ബാലകൃഷ്ണപിള്ള അതിന് സുദീർഘമായ ഒരു അവതാരികയും എഴുതുകയുണ്ടായി. കോൺഗ്രസിന്റെ ഈ ഔദ്യേഗിക ചരിത്രകാരന് കോൺഗ്രസ് അധികാരത്തിൽ വന്ന് ഒരു വർഷത്തിനിടയിൽ ലോക്കപ്പിൽവച്ച് പൊലീസ് മർദനംമൂലം മരണം സംഭവിച്ചതെന്നത് കേരളത്തിലെ ഏറ്റവും വലിയ ദുരന്ത കഥയാണ്.

മൊയാരം അനേകംതവണ ജയിലിൽ പോയിട്ടുണ്ട്. ജയിലിലും പുറത്തും പലതവണ ലാത്തിത്തല്ലിന് വിധേയനായിട്ടുണ്ട്. സമരരംഗത്തിൽ ഏറ്റവും തീവ്രമായ മർദനം നടക്കുന്നത് എവിടെയോ അവിടെ മൊയാരത്തിനെ കാണാം. ഉപ്പ് ഉണ്ടാക്കുന്നതും വിൽക്കുന്നതും നിയമവിരുദ്ധമാണെന്ന് ഗവൺമെന്റും ദേശാഭിമാനപരമായ കാര്യമാണെന്നു കോൺഗ്രസും കരുതിയിരുന്ന കാലമായിരുന്നു. അന്ന് ഉപ്പ് കുറുക്കിയതിന് തല്ലേറ്റുവീഴുക സാധാരണയായിരുന്നു. അങ്ങനെ തല്ലിപ്പിരിഞ്ഞശേഷം അറസ്റ്റ്ചെയ്യാതെ വിട്ടാൽ, നിയമവിരുദ്ധമായി കുറുക്കിയ ഉപ്പിന്റെ

ഒരു പൊതി, തന്നെ മർദിച്ച പൊലീസ് ഉദ്യോഗസ്ഥന്റെ വീട്ടിൽ വിൽക്കുന്നതിന് കൊണ്ടുപോകുകയും തുടർന്ന് അവിടെ നിന്ന് വീണ്ടും മർദനം ഏറ്റുവാങ്ങുകയും മൊയാരത്തിന്റെ സമ്പ്രദായമായിരുന്നു.

കോൺഗ്രസിൽ സോഷ്യലിസ്റ്റ് ഗ്രൂപ്പ് രൂപംകൊണ്ടപ്പോൾ മൊയാരം അക്കൂട്ടത്തിൽ ചേർന്നു. കമ്യൂണിസ്റ്റ് പാർട്ടി രൂപവൽക്കരിക്കപ്പെട്ടപ്പോൾ അതിൽ ചേർന്നു. കെ പി സി സി യിൽ ഇടതുപക്ഷക്കാർക്ക് ഭൂരിപക്ഷം കിട്ടിയപ്പോൾ 1940 ലെ മലബാർ ഡിസ്ട്രിക്ട് ബോർഡിലെ ഒരംഗമായി അദ്ദേഹവും തിരഞ്ഞെടുക്കപ്പെട്ടു. കെ വി നൂറുദ്ദീൻ ആയിരുന്നു ബോർഡ് പ്രസിഡന്റ്. രണ്ടാം ലോക മഹായുദ്ധത്തിന്റെ കരിനിഴലിൽ നാട്ടിലെങ്ങും മർദനമുറകൾ ആരംഭിച്ചിരുന്നു. മൊയാരത്തിന്റെ പേരിൽ അറസ്റ്റ് വാറണ്ട് ഉണ്ടായിരുന്നതുകൊണ്ട് രണ്ട് മീറ്റിങ്ങിൽ അദ്ദേഹം പങ്കെടുത്തിരുന്നില്ല. മൂന്നാമത്തേതിനുകൂടി പങ്കെടുക്കുവാൻ സാധിച്ചില്ലെങ്കിൽ ബോർഡ് അംഗത്വം നഷ്ടപ്പെടും. അന്നത്തെ ഇടതുപക്ഷ ഗ്രൂപ്പിന് അംഗത്വം നഷ്ടവും. തുടർന്ന് ബോർഡിന്റെ ഒരു പ്രത്യേക മീറ്റിംഗ് ഗുരുവായൂരിനടുത്ത് ചാവക്കാട് ചേരാൻ നിശ്ചയിച്ചു. പെട്ടെന്ന്, എവിടെനിന്നെന്നറിഞ്ഞില്ല, സമ്മേളനത്തിൽ മൊയാരം കടന്നുവന്നു. ഹാജർ പട്ടികയിൽ ഒപ്പ് വച്ചു. തന്റെ സാന്നിധ്യം അറിയിക്കുന്നതിനെന്നോണം പ്രസിഡന്റിനോട് ഒരുചോദ്യവും ചോദിച്ചു. അമ്പരന്നുനിന്ന പ്രതിപക്ഷത്തിന്റെ അമ്പരപ്പ് മാറും മുമ്പ് അദ്ദേഹം അപ്രത്യക്ഷനാകുകയും ചെയ്തു. മലബാർ ഡിസ്ട്രിക്ട് ബോർഡ് പിന്നീട് കളക്ടർപിരിച്ചുവിട്ടു. അതിനുള്ള കാരണങ്ങളിൽ ഒന്ന് മൊയാരത്തിന്റെ ഈ വരവിനും പോക്കിനും ബോർഡ് നേതൃത്വം കൂട്ടുനിന്നുവെന്നതായിരുന്നു. കർഷക പ്രശ്നങ്ങളുമായിട്ടാണ് മൊയാരം അടുത്ത് ഇടപഴകിയത്. വാശി, നുരി തുടങ്ങിയ അക്രമപ്പിരിവുകൾക്കെതിരായി ഉത്തരകേരളത്തിൽ ആരംഭിച്ച പ്രക്ഷോഭങ്ങളുടെ നേതൃത്വനിരയിൽ അദ്ദേഹം ഉണ്ടായിരുന്നു.

പിന്നെപ്പിന്നെ ആരോഗ്യം ക്ഷയിച്ച് കണ്ണിന് കാഴ്ച മങ്ങി ശാരീരികമായ അവശതമൂലം സജീവമായ ദൈനംദിന പ്രവർത്തനങ്ങളിൽ നിന്ന് അദ്ദേഹം ഒഴിഞ്ഞുനിന്നിരുന്നു. എന്നാൽ ഊർജസ്വലമായ മനസ്സ് അന്നും സമരരംഗത്തുതന്നെയുണ്ടായിരുന്നു. അദ്ദേഹം സ്വന്തം വീട്ടിൽ നിന്ന് ഭാര്യവീട്ടിലേക്ക് പോകുന്ന വഴിക്കിടയിൽ കമ്യൂണിസ്റ്റുകാരെ വേട്ടയാടിക്കൊണ്ടിരുന്ന ഒരുസംഘം കോൺഗ്രസുകാരുടെ കൈയ്യിൽപ്പെട്ടു. പൊലീസിനെ ഏൽപ്പിക്കുംമുമ്പ് ഈ സംഘം അദ്ദേഹത്തെ മർദിച്ചു എന്നാണറിഞ്ഞത്. തുടർന്ന് പൊലിസിന്റെ മർദനവും. ഭാര്യവീട്ടിൽ എത്തുന്നതിനു പകരം അദ്ദേഹം അവശനായി ജീവച്ഛവമായി കണ്ണൂർ ജയിലിൽ എത്തി. അവിടെ ആയിരുന്നു അന്ത്യം. ആ മരണം പലരേയും അന്ന് ഞെട്ടിക്കുകയും ചെയ്തു. മരണവാർത്ത പുറത്തുവരുമ്പോൾ കെ പി സി സി പ്രസിഡന്റ് ആയിരുന്ന കേളപ്പൻ മദ്രാസിലായിരുന്നു. അദ്ദേഹം മദിരാശി പരിപാടികൾ റദ്ദ് ചെയ്ത് അന്ന് വൈകുന്നേരംതന്നെ തിരിച്ചുവന്നു. വിപുലമായ അന്വേഷണങ്ങൾക്കുശേഷം ഈ ക്രൂരതയെ അപലപിച്ചുകൊണ്ട്

ശക്തിയായ ഭാഷയിൽ ഒരു പ്രസ്താവന ചെയ്തു. മൊയാരത്തിന്റെകൊലയെ മുൻനിർത്തി കടത്തനാട്ട്മാധവിയമ്മ കേളപ്പന് അയച്ച ഹൃദയസ്പൃക്കായ ഒരു കത്ത് ഈ ലേഖകൻ കാണുകയുണ്ടായി. അവരുടെ ഹൃദയവിക്ഷോപം മുഴുവൻ പകർന്നുവെച്ച ഒരു കവിതയും *മാതൃഭൂമി വാരിക*യിൽ പിന്നീട് പ്രസിദ്ധം ചെയ്തിരുന്നു.

മൊയാരത്തിന്റെ അന്ത്യം കേരളത്തിലെ കോൺഗ്രസിന്റെ പിൽക്കാല പാതകങ്ങളിൽ ഏറ്റവും ക്രൂരമാണ്. സ്വന്തം പിതാവിനെ തല്ലിക്കൊന്നപോലുള്ള കൃത്യമായിരുന്നു അത്. മൊയാരം എഴുതിയ കോൺഗ്രസിന്റെ ചരിത്രം അദ്ദേഹത്തെ കൊലചെയ്തതിന്റെ ചരിത്രംകൂടി എഴുതിച്ചേർത്തുകൊണ്ടാണ് ഭാവിയിലെ ചരിത്രകാരൻ പൂർത്തീകരിക്കുക.

കണ്ണുനീർ

കടത്തനാട്ട് മാധവിഅമ്മ

അന്ധകാരത്തിൻശൂന്യശൂന്യമാംകയത്തിങ്കൽ
ബന്ധുരസ്മരണയായ് മാഞ്ഞുപോയല്ലോ ഭവാൻ
പശ്ചിമാകാശത്തിന്റെ വക്കത്തു രക്താംബരം
ചുറ്റിയ വെൺമേഘങ്ങൾതൻ മധ്യത്തിൽ നിൽക്കുമ്പോഴും
മാഞ്ഞീലാ, ഭവൻ മുഖത്തൂറിയ മന്ദസ്മിതം
ചാഞ്ഞീല തവാശയം കൂരിരുൾകൂത്താട്ടത്തിൽ
നിങ്കൽ നിന്നടർന്നെത്തി മാമരത്തുഞ്ചംതോറും

തങ്ങിനിൽക്കുമീ സൂക്ഷ്മ സുന്ദര കിരണങ്ങൾ
സ്വീയമാം പ്രകാശത്താലിപ്പൊഴുമെതിർക്കുന്നൂ
കൂരിരുളിനെയെന്നാൽ, നീ ഇരുളടഞ്ഞല്ലോ
സാന്ധ്യഭാസ്കര, കഷ്ടം എന്തിനായ് മൃതിയിങ്ക-
ലുന്തിവീഴ്ത്തി ഹാ നിന്നെ ക്രൂരയാം പ്രകൃത്യംബ
ചൂഴവും നിണം ചിന്നുമാരക്ത സന്ധ്യാംബരം
കൂരിരുൾ കൂട്ടം നുഴഞ്ഞേറുന്ന ദിഗന്തരം
അകലെക്കണ്ണീർ തുള്ളിത്തുളുമ്പും താരാപഥം
അറിയാൻമേലാ കാലത്തിന്റെ യീപ്പരാക്രമം.

(മൊയാരത്ത് ശങ്കരന്റെ രക്തസാക്ഷിത്വത്തോടുള്ള പ്രതികരണം)

മൊയാരം എന്നെ കമ്യൂണിസ്റ്റാക്കി

ഐ വി ദാസ്

ഗാന്ധിജിയെപ്പോലുള്ള മഹാന്മാരായ നേതാക്കൾ അഹിംസയെക്കുറിച്ച് ധാരാളം പ്രസംഗിക്കുകയും എഴുതുകയും ചെയ്തിട്ടുണ്ട്. എന്നാൽ സ്വാതന്ത്ര്യസമരകാലത്തും സ്വാതന്ത്ര്യലബ്ധിയെത്തുടർന്നുള്ള നാളുകളിലും ഉണ്ടായ നിരവധി കഥകളും അനുഭവങ്ങളും പരിശോധിച്ചാൽ ഒരുവിഭാഗം കോൺഗ്രസുകാർ അക്രമാസക്തരും ഹിംസാവാദികളുമായിരുന്നു എന്ന് കാണാം. കോൺഗ്രസിനകത്ത് ആദ്യകാലം മുതൽ വലതു-ഇടതുപക്ഷങ്ങൾ തമ്മിലുള്ള ചേരിതിരിവും അതിനെത്തുടർന്ന് ആശയപരമായ ഭിന്നതകളും പൊട്ടിപ്പുറപ്പെടുകയും ശാരീരികമായ ഏറ്റുമുട്ടലുകൾ ഉണ്ടാവുകയും ചെയ്തിട്ടുണ്ട്. സമ്പത്തിന്റെയും അധികാരശക്തിയുടെയും പിന്തുണ ഉണ്ടായിരുന്ന വലതുപക്ഷ വിഭാഗം എപ്പോഴും നിസ്വവർഗ താൽപ്പര്യം ഉയർത്തിപ്പിടിച്ച ഇടതുപക്ഷക്കാരോട് കടുത്ത അസഹിഷ്ണുതയും വെറുപ്പുമാണ് പ്രകടിപ്പിച്ചുപോന്നത്. കേരളത്തിലെ കമ്യൂണിസ്റ്റ് പ്രസ്ഥാനത്തിന്റെ സംഘാടകനായിരുന്ന പി കൃഷ്ണപിള്ളയെ കണ്ണൂർ നഗരത്തിൽ വെച്ച് കോൺഗ്രസുകാരായി അറിയപ്പെട്ട റൗഡികൾ ഭീകരമായി ആക്രമിച്ച് അവശനാക്കിയ കഥ പഴയതലമുറക്കാരിൽ ഇന്നും ജീവിച്ചിരിക്കുന്ന പലരും ഓർക്കുന്നു. എ കെ ജിയെപ്പോലുള്ള സമുന്നതരായ നേതാക്കൾ പ്രസംഗിക്കുന്ന പൊതുയോഗങ്ങൾ കലക്കിയ കഥകളും കേട്ടിട്ടുണ്ട്. സി എച്ച് കണാരൻ, എൻ ഇ ബാലറാം തുടങ്ങിയ നേതാക്കൾ റോഡിലൂടെ നടന്നുപോകുമ്പോൾ ക്രൂരമായി ആക്രമിക്കപ്പെട്ട സംഭവങ്ങളും ഉണ്ടായിട്ടുണ്ട് കമ്യൂണിസ്റ്റ് വിരുദ്ധ മർദന പരമ്പരകൾ അസഹ്യമായ അവസ്ഥയിലെത്തിയപ്പോൾ കമ്യൂണിസ്റ്റ് പാർട്ടിയുടെ ആദ്യകാല സെക്രട്ടറിയായിരുന്ന പി സി ജോഷി തലശ്ശേരിയിൽ നടന്നൊരു പൊതുയോഗത്തിൽ ഇങ്ങനെ പ്രഖ്യാപിച്ചു: "ഒരടിക്ക്

പത്തടിയെന്ന്" എന്നുവെച്ചാൽ കമ്യൂണിസ്റ്റുകാർക്ക് ഒരടികിട്ടിയാൽ അതിന് തിരിച്ച് പത്തടി നൽകുമെന്ന്. ഇതോടെ കോൺഗ്രസുകാരുടെ അടി പരിപാടി കുറഞ്ഞു.

സ്വാതന്ത്ര്യലബ്ധിയെ തുടർന്നുള്ള കാലത്ത് പൊതുവെ കോൺഗ്രസുകാർ വല്ലാത്ത അക്രമാസക്തിയാണ് പ്രകടിപ്പിച്ചുപോന്നത്. ഭരണം ലഭിച്ചതിനെ തുടർന്നുണ്ടായ ഹുങ്കും ഭരണകൂടത്തിന്റെ പിന്തുണയും ചേർന്നുണ്ടായ മാനസികാവസ്ഥ എന്തും ചെയ്യാൻ മടിക്കാത്ത ഭ്രാന്തമായ നിലയിലേക്ക് ഒരുവലിയ വിഭാഗം കോൺഗ്രസുകാരെ എത്തിച്ചു. പൊലീസിന്റെ പിന്തുണയോടെ മറക്കാനും പൊറുക്കാനും കഴിയാത്ത എത്രയെത്ര ഭീകര സംഭവങ്ങളാണ് കോൺഗ്രസുകാർ സംഘടിപ്പിച്ചത്. അക്കൂട്ടത്തിൽപ്പെടുന്ന ഒരു ദുരന്ത സംഭവമായിരുന്നു ധീരനായ സ്വാതന്ത്ര്യസമരനായകനും ഇന്ത്യൻ നാഷണൽ കോൺഗ്രസിന്റെ ചരിത്രകാരനും ഗ്രന്ഥകാരനും പത്രപ്രവർത്തകനുമായിരുന്ന മഹാനായ മൊയാരത്ത് ശങ്കരന്റെ അരുംകൊല.

മൊയാരത്ത് ശങ്കരനെ ജനങ്ങൾ മൊയാരം എന്നാണ് വിളിച്ചുപോന്നത്. മൊയാരം തന്റെ ജന്മദേശമായ നിടുമ്പ്രത്തുനിന്നും തന്റെ ഭാര്യാഗൃഹം സ്ഥിതിചെയ്യപ്പെടുന്ന കണ്ണൂർ താലൂക്കിലെ കോയ്യോട്ടേക്ക് പോകുകയായിരുന്നു. 1948 മെയ് 13. കോൺഗ്രസുകാരുടെയും ഭരണകൂടത്തിന്റെയും കമ്യൂണിസ്റ്റ് വിരുദ്ധ നരനായാട്ട് മൂർധന്യത്തിൽ എത്തിനിൽക്കുന്ന കാലം. ഇന്നത്തെപ്പോലെ യാത്രചെയ്യാൻ അക്കാലത്ത് മോട്ടോർ വാഹനങ്ങൾ ഇല്ലായിരുന്നു. മൊയാരം എടക്കാട് പൊലീസ് സ്റ്റേഷനടുത്തെത്തിയപ്പോൾ അദ്ദേഹത്തെ തിരിച്ചറിഞ്ഞ ഒരുകൂട്ടം കോൺഗ്രസ് കശ്മലൻമാർ ആ ധീരപുരുഷനെ തടഞ്ഞുവെക്കുകയും അടിച്ചുവീഴ്ത്തുകയും ചെയ്തു. വിവരമറിഞ്ഞ് ഓടിയെത്തിയ പൊലീസ് നരാധമന്മാരും അവരുടെതായ പങ്കുവഹിച്ചു. അടിച്ചും ഇടിച്ചും മൊയാരത്തിനെ ജീവച്ഛവമാക്കിക്കൊന്നു. മലബാറിന്റെ മുക്കിലും മൂലയിലും കോൺഗ്രസിന്റെ സന്ദേശം എത്തിച്ചു. ദേശീയ സ്വാതന്ത്ര്യസമരത്തെ ഊർജസ്വലമാക്കിയ ആ ധീര ദേശാഭിമാനിയെ ഓർത്ത് പലരും വിലപിച്ചു. കമ്യൂണിസ്റ്റുകാരെ നായാടാൻ കോൺഗ്രസുകാരുടെ ശാന്തിസേന സംഘടിപ്പിച്ച് നേതൃത്വം നൽകിയ കേരളഗാന്ധി കേളപ്പൻ മൊയാരത്തിന്റെ കൊലയിൽ കടുത്തരോഷം പ്രകടിപ്പിക്കുകയും ഈ കൊടും പാതകത്തിൽ ശക്തിയായി പ്രതിഷേധിച്ച് പ്രസ്താവന പുറപ്പെടുവിക്കുകയും ചെയ്തു. കേരളത്തിൽ പൊതുവെയും മലബാറിൽ പ്രത്യേകിച്ചും കോൺഗ്രസിന്റെ അടിത്തറ ഇളക്കിയ ഒരു സംഭവമായിരുന്നു മൊയാരം കൊല. ഒരുകാലത്ത് മലബാറിൽ അജയ്യമായി വർത്തിച്ച കോൺഗ്രസ് ഇതോടെ വളരെയേറെ ദുർബലമായി. കേരളത്തിൽ കോൺഗ്രസിന്റെ അവരോഹണഘട്ടം ഇതോടെ തുടങ്ങി എന്നുപറയാം.

പഠിക്കുന്ന കാലത്ത് എന്റെ മനസ്സ് കോൺഗ്രസിന്റെ കൂടെയായിരുന്നു. ഗാന്ധിജി, ജവഹർലാൽ നെഹ്റു, നേതാജി സുഭാഷ് ചന്ദ്രബോസ്

മുതലായ ദേശീയനേതാക്കൾ എന്റെ ആരാധനാപാത്രങ്ങളായിരുന്നു. കൂത്തുപറമ്പ് ഹൈസ്കൂളിൽ സ്റ്റുഡന്റ്സ് കോൺഗ്രസ് സംഘടിപ്പിക്കുന്നതിൽ എനിക്കും നേതൃത്വപരമായ പങ്കുണ്ടായിരുന്നു. ഇതെല്ലാം കഴിഞ്ഞ് ചുറ്റും കണ്ണ് തുറന്നുനോക്കുമ്പോഴാണ് ഭരണലബ്ധിയെ തുടർന്ന് കോൺഗ്രസ് നേതൃത്വം ചീഞ്ഞുനാറാൻ തുടങ്ങിയ കഥകളും കാര്യങ്ങളും കണ്ടുതുടങ്ങിയത്. കോൺഗ്രസിനെ ബാധിച്ച മാരകമായ മൂല്യച്യുതിയുടെ സ്പഷ്ടമായ ദൃഷ്ടാന്തങ്ങളിൽ ഒന്നായിരുന്നു മൊയാരം വധം.

മൊയാരത്തിന്റെ ദാരുണമായ അന്ത്യം പലരെയുമെന്നപോലെ എന്നെയും പിടിച്ചുലച്ചു. വല്ലാത്തൊരു മാനസികാവസ്ഥയിലായിരുന്നു ഞാൻ അക്കാലത്ത്. ഈ ഘട്ടത്തിലാണ് *കമ്യൂണിസ്റ്റ് മാനിഫെസ്റ്റോ* വായിക്കാൻ എനിക്ക് കഴിഞ്ഞത്. അക്കൂട്ടത്തിൽ *ഭരണകൂടവും വിപ്ലവവും* എന്ന ലെനിന്റെ കൃതിയും വായിക്കാൻ കഴിഞ്ഞു. മൊയാരത്തിന്റെ ദു:ഖകരമായ മരണവും *കമ്യൂണിസ്റ്റ് മാനിഫെസ്റ്റോ*വിലൂടെ നേടിയ ആശയപരമായ അവബോധവും ചേർന്നൊരുക്കിയ രാസപരിണാമ പ്രക്രിയയുടെ ഉൽപ്പന്നമാണ് എന്റെ കമ്യൂണിസ്റ്റ് ബോധം. ഞാൻ അങ്ങനെ ഒരു കമ്യൂണിസ്റ്റായി! അതിനുള്ള ആദ്യ പ്രേരണ മൊയാരത്തിന്റെ കൊലതന്നെയാണ്. അതുകൊണ്ടാണ് 'മൊയാരം എന്നെ കമ്യൂണിസ്റ്റാക്കി' എന്ന തലക്കെട്ട് ഈ ലേഖനത്തിന് നൽകിയത്.

"എന്റെ മരണം ഇനി പിടിക്കപ്പെടുന്നവരുടെ ജീവൻ രക്ഷിക്കും"

കെ കെ നായർ

ആയിരത്തിത്തൊള്ളായിരത്തി നാൽപ്പത്തിയെട്ടിൽ മെയ്മാസം ആദ്യം 200–ൽപ്പരം കോൺഗ്രസ് രാജ്യരക്ഷാവളണ്ടിയർമാർ പകൽസമയം രണ്ടുമണിക്ക് എന്റെ വീട്ടിന്റെ മുമ്പിലെ വയലിൽക്കൂടി നടന്നുവരികയായിരുന്ന എന്നെ വളഞ്ഞുനിർത്തി 'അറസ്റ്റു' ചെയ്തു. അവർ എന്നെ പൊലീസിൽ ഏൽപ്പിച്ചു. എന്നെ കഠിനമായി മർദിക്കാൻ നിർദേശവും കൊടുത്തു. അന്നുരാത്രി താലൂക്കിന്റെ നാനാഭാഗത്തുനിന്നുമായി പൊലീസും 'വളണ്ടിയർ'മാരും അറസ്റ്റുചെയ്തു കൊണ്ടുവന്ന 24 കമ്യൂണിസ്റ്റ് പ്രവർത്തകരുടെ നേതാവായി എന്നെ സങ്കൽപ്പിച്ച് ബാങ്ക് കൊള്ള ചെയ്യാൻ തയാറെടുത്തു നിൽക്കെ കണ്ണൂർ നഗരത്തിൽ വെച്ച് എസ് ഐ സുവർണ അർധരാത്രി എല്ലാവരെയും നിർദയം മർദിച്ചവശരാക്കി. പിറ്റേദിവസം 10 മണിക്ക് കണ്ണൂർ സെൻട്രൽ ജയിലിൽ റിമാന്റിൽ വെക്കാൻ നടപടികളെടുത്തു, 'അണ്ടർ ട്രയൽ' തടവുകാരായി.

അപ്പോൾ കണ്ണൂർ ജയിൽ സൂപ്രണ്ട് ജോലിയിൽനിന്ന് വിരമിക്കാറായ രാമുണ്ണിനായരായിരുന്നു. അദ്ദേഹം അനുഭാവപൂർവം എന്നോട് പറഞ്ഞു: "മൊയാരത്തെ ഈ ജയിലിൽ കൊണ്ടുവന്നിട്ടുണ്ട്, തല്ലിച്ചതച്ചു മരിക്കാറായനിലയിൽ. ഞങ്ങൾ അങ്ങേയറ്റം ശ്രദ്ധയോടെ ശങ്കരൻനമ്പ്യാരെ രക്ഷിക്കാൻ ശ്രമിക്കുകയാണ്. പക്ഷേ, രക്ഷയില്ല. വാരിയെല്ലുകളെല്ലാം ഇടിച്ചുതകർത്തിരിക്കുന്നു. ഹൃദയത്തിനും ശ്വാസകോശത്തിനും കേടുപറ്റിയിട്ടുണ്ട്. നമ്പ്യാരെ എനിക്ക് നേരത്തെ അറിയാം, ജയിലിൽ വച്ചുതന്നെ. ഒരുനല്ല മനുഷ്യൻ. എന്തുപറയാൻ? ആരോടുപറയാൻ? അദ്ദേഹം വേദനകൊണ്ട് വിഷമിക്കുകയാണ്.

ഞാൻ സൂപ്രണ്ടിനോട് അപേക്ഷിച്ചു: "മൊയാരത്തിനെ ഒരുനോക്ക്, കാണാൻ എന്നെ ദയവായി അനുവദിക്കണം." അദ്ദേഹം എന്റെ

അപേക്ഷ സ്വീകരിച്ചില്ല. "നിയമം അനുവദിക്കുന്നില്ല. എന്നെ തെറ്റിദ്ധരിക്കരുത്." സൂപ്രണ്ട് നിസ്സഹായത പ്രകടമാക്കി. പിറ്റേന്ന് ഉച്ചയ്ക്കുശേഷം സൂപ്രണ്ട് വീണ്ടും എന്നെ വന്ന് കണ്ടു. കണ്ണിൽ വെള്ളം നിറച്ചുകൊണ്ട് അദ്ദേഹം പറഞ്ഞു: "മൊയാരം അന്തരിച്ചു." ആ ഉദ്യോഗസ്ഥന്റെ അനുശോചനം ആത്മാർഥമായിരുന്നു.

ജയിൽ ബ്ളോക്കുകളിൽ 'ബാങ്കുകൊള്ളക്കാരായ' കമ്യൂണിസ്റ്റുകാർ നിറഞ്ഞുനിൽക്കുകയായിരുന്നു. എന്നെയും അനുയായികളെയും ജയിലിൽ എത്തിച്ചദിവസം മാവിച്ചേരി കൊലക്കേസിലെ പ്രതികളെയും മറ്റു മൂന്നു നാലു സംഘം കമ്യൂണിസ്റ്റുകാരെയും ജയിലിൽ അടച്ചിരുന്നു. ഒരുപക്ഷേ, മൊയാരത്തിനെ റിമാന്റുചെയ്തതും ഒരു സംഘം ബാങ്കുകൊള്ളക്കാരുടെ തലവനായി രേഖപ്പെടുത്തിയായിരിക്കണം. ജയിലിൽ നിറഞ്ഞുനിൽക്കുകയായിരുന്ന 'കമ്യൂണിസ്റ്റ് ചെന്നായ്ക്കൾ'(കേളപ്പന്റെ ഭാഷയിൽ) മൊയാരത്തിന്റെ നിര്യാണത്തിൽ പ്രതിഷേധിക്കാൻ എന്തു പരിപാടി സ്വീകരിക്കും എന്ന് സ്വാഭാവികമായും സൂപ്രണ്ട് ഭയന്നിരിക്കണം. അദ്ദേഹം എന്നോടുകാണിച്ച അനുനയം ആ ഭയം കാരണമായിരിക്കാം.

കെ പി സി സി പ്രസിഡണ്ട് എന്നനിലയ്ക്ക് കേളപ്പൻ തൊട്ടുമുമ്പു ഒരു ദിവസം പുറപ്പെടുവിച്ച ഒരു പ്രസ്താവനയിൽ 'കമ്യൂണിസ്റ്റുകളെ ചെന്നായ്ക്കളെപ്പോലെ വേട്ടയാടണം' എന്ന് ആഹ്വാനം ചെയ്തിരുന്നു..

കോൺഗ്രസിന്റെ 'രാജ്യരക്ഷാവളണ്ടിയർമാർ' കാടിളക്കി നടത്തിയ ചെന്നായവേട്ടയുടെ വലയിൽ നിർഭാഗ്യവശാൽ ആദ്യം ചെന്നുചാടിയതു മൊയാരമായിരുന്നു. അതെ, കോൺഗ്രസ് നായാട്ടുകാരുടെ ക്രൂരവേട്ടക്ക് ആദ്യം ശരവ്യനായത്, ദേശീയപ്രസ്ഥാനത്തിൽ കേളപ്പനെക്കാൾ പാരമ്പര്യവും മഹത്വവും ആർജിച്ച മൊയാരത്ത് ശങ്കരനായിരുന്നു.

കേളപ്പനെ എൻ എസ് എസിൽനിന്നും കോൺഗ്രസിലേക്ക് തിരികെ കൊണ്ടുവന്നത് മൊയാരമായിരുന്നു എന്ന പരമാർഥം കേളപ്പൻ അപ്പോൾ മറന്നിരിക്കാം. മൊയാരം തന്റെ പ്രസ്താവനയുടെ ആദ്യത്തെ ഇരയാകും എന്ന് അദ്ദേഹം പ്രതീക്ഷിച്ചിരുന്നില്ലെന്നും വരാം. മൊയാരം തീർച്ചയായും താൻ അങ്ങനെ വേട്ടയാടപ്പെടും എന്നും കരുതിയിരിക്കില്ല. അദ്ദേഹം ഒളിവിൽ പോയിരുന്നില്ല. കമ്യൂണിസ്റ്റ് പാർട്ടിയുടെ കൽക്കത്താകോൺഗ്രസിന്റെ നിഗമനങ്ങളോട് മൊയാരത്തിനുണ്ടായിരുന്ന പ്രതികരണം എന്തായിരുന്നുവെന്ന് എനിക്ക് പറയാൻ വയ്യ. ഒരു പ്രബന്ധത്തെയും ഒരിക്കലും ഭയപ്പെടാതെ ജീവിതകാലം മുഴുവൻ ദേശീയപ്രസ്ഥാനത്തിലും ബഹുജനപ്രസ്ഥാനങ്ങളിലും മുൻനിരയിൽനിന്ന് പോരാടിയ മൊയാരം സമരധീരനായ മൊയാരത്ത് ശങ്കരൻ ഏകനായി പൊതുനിരത്തിൽക്കൂടി നടന്നുപോകുമ്പോഴാണ് 'രാജ്യരക്ഷ' സംഘത്തിന്റെ പിടിയിൽ അകപ്പെട്ടത്. 'നായാട്ടുകൂളൻ'മാരും പൊലീസുംചേർന്ന് പൊതുനിരത്തിൽവെച്ചും പൊലീസ് സ്റ്റേഷനുകളിൽവെച്ചും മാറിമാറി മൊയാരത്തിനെ തലങ്ങും വിലങ്ങും തിരിച്ചും മറിച്ചും ഇടിച്ചും അടിച്ചും നിലത്തിട്ടു ചവിട്ടിയുരു

ട്ടിയും പാടെ അവശനാക്കി. വാരിയെല്ലുകളും കൈമുട്ടിന്റെയും കാൽമുട്ടിന്റെയും അസ്ഥികളും പൊട്ടിച്ചും മൊയാരത്തിന്റെ ശരീരഘടനയെ ആകെ 'മെഴുപ്പാക'ത്തിലാക്കി ജയിലിലേക്കയച്ചു. മൊയാരത്തിന്റെ അവശനില മനസിലാക്കിയ ജയിലധികൃതർ അമ്പരന്നു.

മൊയാരത്തിന്റെ നിര്യാണം ജയിലിലെ രാഷ്ട്രീയ തടവുകാരെ രോഷാകുലരാക്കും എന്ന് സൂപ്രണ്ടിന് അറിയാമായിരുന്നു. അദ്ദേഹം എന്നെ ബോധ്യപ്പെടുത്തുവാൻ ശ്രമിച്ചു. "ഈ പാപത്തിൽ ഞങ്ങൾക്ക് പങ്കില്ല. എത്ര ശ്രമിച്ചിട്ടും അദ്ദേഹത്തെ രക്ഷിക്കാൻ ഞങ്ങൾക്ക് കഴിഞ്ഞില്ല" അദ്ദേഹം വ്യക്തമാക്കി. അത് സത്യവുമായിരുന്നു. ഞങ്ങൾ തടവുകാർ കൂടിയാലോചിച്ചു, ഒരു ദിവസത്തെ നിരാഹാരവ്രതം അനുഷ്ഠിക്കാൻ. മർദനമേറ്റ് അവശരായി വന്ന തടവുകാർ ഒരു നീണ്ടസമരത്തിന് തയാറാവാൻ പറ്റാത്ത പരുവത്തിലായിരുന്നു. തടവുകാരുടെ നിശ്ചയം അലങ്കോലപ്പെടുത്താൻ തങ്ങൾ ശ്രമിക്കുകയില്ലെന്ന് സൂപ്രണ്ട് ഏറ്റു. കുഴപ്പങ്ങൾക്കിടവെക്കാതെ ഞങ്ങളുടെ ദുഃഖപ്രകടനം നടന്നു.

മൊയാരം കോൺഗ്രസുകാരുടെ പിടിയിൽപ്പെട്ട ആദ്യത്തെ കമ്യൂണിസ്റ്റ് നേതാവായത് മറ്റു കമ്യൂണിസ്റ്റുനേതാക്കൾക്ക് ചതച്ചുകൊല്ലലിൽനിന്നും രക്ഷപ്പെടാൻ സഹായകമായി. പിടികിട്ടിയ നേതാക്കളെ എല്ലാം വകവരുത്താനുള്ള തീരുമാനം അവതാളത്തിലായി. മൊയാരത്തിന്റെ രക്തസാക്ഷിത്വം അടുത്ത ആഴ്ചയിൽ 'രക്ഷാസമിതി' പിടികൂടിയ കെ പി ആറിന്റെയും കാന്തലോട്ടിന്റെയും ചന്ദ്രോത്തിന്റെയും ജീവൻരക്ഷിച്ചു. കഠിനമായ മർദനങ്ങൾക്കുശേഷവും അവരുടെ ജീവൻ പോകാതെ നോക്കാൻ രക്ഷാഭടൻമാരും പൊലീസും ശ്രദ്ധിച്ചു.

മൊയാരം അവശനായി കിടക്കെ ഒപ്പമുണ്ടായിരുന്ന മറ്റു 'ചെന്നായ്ക്കളോട്' പറഞ്ഞു: "ഞാൻ മരിച്ചുപോകും നിങ്ങളാരും അത് വിചാരിച്ച് ദുഃഖിക്കരുത്. എന്റെ മരണം ഇനി പിടിക്കപ്പെടുന്ന സഖാക്കളുടെ ജീവൻ രക്ഷിക്കും." ആ പ്രവചനം അന്വർഥമായി. നേരത്തെ കൽക്കത്താ മെഡിക്കൽകോളേജിലെ വൈദ്യപഠനം പൂർത്തിയാക്കാൻ പറ്റാതെ നാട്ടിൽ തിരികെ വന്നപ്പോഴും മൊയാരം പറഞ്ഞിരുന്നുവത്രെ: "രോഗികളെ ചികിത്സിച്ചുകൊണ്ടുള്ള ജനസേവനം സാധ്യമായില്ല. സാരമില്ല, രാഷ്ട്രീയരംഗത്ത് സേവനമനുഷ്ഠിച്ചും രാജ്യത്തിനും ജനങ്ങൾക്കും വേണ്ടി പ്രവർത്തിച്ച് ജീവിതം അവസാനിപ്പിക്കാൻ കഴിഞ്ഞാൽ ഞാൻ ചാരിതാർഥ്യനാകും." മൊയാരത്തിന്റെ ആഗ്രഹവും പ്രതീക്ഷയും ഫലിച്ചു.

സ്വാതന്ത്ര്യപ്രസ്ഥാനത്തിൽ സജീവമായി പങ്കെടുക്കുവാനും കോൺഗ്രസിന്റെ പ്രചാരകനായി പ്രവർത്തിക്കാനുമുള്ള തന്റെ തീരുമാനം ശങ്കരൻ അക്ഷരംപ്രതി നിറവേറ്റി. എന്നാൽ 1947 ൽ രാജ്യം കൈവരിച്ച രാഷ്ട്രീയാധികാരം ശങ്കരനെ കൊലപ്പെടുത്തി. മൊയാരത്തിന്റെ നിര്യാണം നാട്ടുകാരെ അമ്പരപ്പിച്ചു. ശങ്കരന്റെ നിര്യാണത്തെക്കുറിച്ച് അന്വേഷിക്കണമെന്ന് ആവശ്യപ്പെട്ടുകൊണ്ട് *മാതൃഭൂമി* പത്രാ

ധിപക്കുറിപ്പെഴുതി. ജയിൽ ശ്മശാനത്തിൽ മറവുചെയ്ത മൃതദേഹം മാന്തിയെടുത്ത് 'പോസ്റ്റുമോർട്ടം' നടത്തി. പ്രത്യക്ഷത്തിൽ അതൊരു പ്രഹസനമായിരുന്നു. സ്വാഭാവിക മരണമായിരുന്നു എന്നു റിപ്പോർട്ട് ചെയ്യപ്പെട്ടുവത്രെ. പത്രാധിപക്കുറിപ്പിന്റെ സമ്മർദത്തിൽ നടന്ന അന്വേണത്തിന്റെ റിപ്പോർട്ട് പരമരഹസ്യമായ ഒരു രേഖയായി അവശേഷിച്ചു. അങ്ങനെ 'അഹിംസയും സത്യവും' വിജയിച്ചു.

1921–നുശേഷം മൊയാരം മുഴുവൻസമയ കോൺഗ്രസുകാരനായി പ്രവർത്തിക്കുകയായിരുന്നു. പഴയതലമുറയിലെ മിക്ക നേതാക്കളും മൊയാരത്തിന്റെ സ്വാധീനംവഴി കോൺഗ്രസിലേക്ക് ആകർഷിക്കപ്പെട്ട വരുമായിരുന്നു. പത്രപ്രവർത്തനവും കോൺഗ്രസ് പ്രവർത്തനവും ആയിരുന്നു മൊയാരത്തിന്റെ അപ്പോഴത്തെ ജീവിതം. വടകര കേന്ദ്രമാക്കി മൊയാരം തന്റെ പ്രവർത്തനങ്ങൾ ആസൂത്രണം ചെയ്തു. മലബാറിലുടനീളം സഞ്ചരിച്ചു. പല പ്രധാന വ്യക്തികളെയും കോൺഗ്രസുകാരാക്കി. കമ്യൂണിസ്റ്റുകാരാക്കുന്നതിനുമുമ്പും കമ്യൂണിസ്റ്റുകാരനായതിനുശേഷവും മൊയാരം നടത്തിയ അത്ര കോൺഗ്രസ് പ്രവർത്തനം താനും നടത്തി എന്നവകാശപ്പെടാൻ കേരളത്തിലെ ഒരു കോൺഗ്രസ് നേതാവിനും സാധ്യമല്ല.

1921 ലെ നിസ്സഹകരണ പ്രസ്ഥാനം പിൻവലിക്കപ്പെടുകയും കോൺഗ്രസ്–ഖിലാഫത്ത് സഖ്യം ഛിന്നഭിന്നമാകുകയും ചെയ്തപ്പോൾ മലബാർ കോൺഗ്രസ് നേതാക്കളിൽ പലരും പഴയ ലാവണങ്ങളിലേക്ക് തിരിച്ചുപോയി. മറ്റു ചിലർ പുതിയ മേച്ചിൽ സ്ഥലങ്ങൾ അന്വേഷിച്ചു പോയി. ഏറനാട് കലാപത്തിന്റെ ഉത്തരവാദിത്വത്തിൽനിന്നും ഒളിച്ചോടുന്നതിൽ പലർക്കും മനസ്സാക്ഷിക്കുത്ത് അനുഭവപ്പെട്ടില്ല. മൊയാരം അൽപ്പവും പതറാതെ കൂടുതൽ ഊർജസ്വലനായി കോൺഗ്രസ് പ്രവർത്തനം തുടർന്നു. വടകര പ്രദേശത്ത് ഹിന്ദു–മുസ്ലീം ഐക്യം അഭംഗുരം നിലനിർത്താൻ പരിശ്രമിച്ചു. നിരാശനാകാൻ മൊയാരം തയാറായില്ല. മൊയാരത്തിന്റെ ഉറച്ചനില കുറച്ചൊന്നുമല്ല കോൺഗ്രസിനെ പുനരുജ്ജീവിപ്പിക്കുന്നതിൽ സഹായകമായത്. അദ്ദേഹത്തിന്റെ ത്യാഗം വിഫലമായിപ്പോയതുമില്ല. 1930–32 കാലത്തെ എല്ലാ സമരപരിപാടികളുടെയും നിർവഹണം സുഗമമാക്കുന്നതിൽ മൊയാരം സ്തുത്യർഹമായ പങ്ക് വഹിച്ചു.

മൊയാരത്തെ സോഷ്യലിസ്റ്റും കമ്യൂണിസ്റ്റും ആക്കി മാറ്റുന്നതിൽ സുപ്രധാനമായ സ്വാധീനം ചെലുത്തിയത് കൃഷ്ണപിള്ളയാണ്. സത്യഗ്രഹപ്രസ്ഥാനത്തെ പിന്താങ്ങിക്കൊണ്ടുള്ള മുദ്രാവാക്യങ്ങളിൽ പ്രധാനം ഭൂരിപക്ഷ ഭൂരിസുഖത്ത് കീ ജയ് എന്നായിരുന്നു. വരാനിരിക്കുന്ന സ്വാതന്ത്ര്യത്തിന്റെ സാമ്പത്തിക പരിപ്രേക്ഷ്യം സോഷ്യലിസമാണ് എന്ന ഈ മുദ്രാവാക്യം സാധാരണക്കാരെ സന്തോഷിപ്പിച്ചു.

ഏതു ഭാഗത്തുനിന്നും എങ്ങനെയെല്ലാം സമ്മർദങ്ങൾ തുരുതുരെ വന്നിട്ടും മൊയാരം കുലുങ്ങിയില്ല. അദ്ദേഹം രാഷ്ട്രീയ പ്രവർത്തനം

സ്വന്തം കാര്യലാഭത്തെ കണാക്കാക്കിയല്ല രൂപപ്പെടുത്തിയത്, രാജ്യത്തിന്റെയും ജനങ്ങളുടെയും ക്ഷേമൈശ്വര്യങ്ങളെ ലക്ഷ്യമാക്കിയായിരുന്നു. പ്രശസ്തിക്കും പ്രശംസയ്ക്കും അദ്ദേഹം ആഗ്രഹിച്ചില്ല. മൊയാരം രാജ്യസ്നേഹിയായിരുന്നു. ത്യാഗിയായിരുന്നു. എല്ലാകാര്യങ്ങളിലും സ്ഥിരപ്രജ്ഞനും ആയിരുന്നു.

സോഷ്യലിസ്റ്റ് കമ്യൂണിസ്റ്റ് പ്രസ്ഥാനങ്ങൾക്ക് മൊയാരത്തിന്റെ സാന്നിധ്യം ഒന്നാന്തരം ഒരു മുതൽക്കൂട്ടായിത്തീർന്നു. കൃഷ്ണപിള്ളയായിരുന്നു മൊയാരത്തെ എനിക്ക് പരിചയപ്പെടുത്തിത്തന്നത്. അളവറ്റ സ്നേഹവും വാത്സല്യവും അദ്ദേഹം എനിക്ക് നൽകിയിരുന്നു. അവസാന നിമിഷം ജയിലിൽ അടുത്ത ബ്ലോക്കിൽ ഞാനുണ്ടായിരുന്നിട്ടും എന്റെ ബഹുമാന്യനായ ആ നേതാവിനെ ഒരു നോക്ക് കാണാൻ സാധിക്കാതെ പോയതിൽ ഞാൻ ഇന്നും ദു:ഖിക്കുന്നു.

ജനാധിപത്യത്തിന്റെയും സോഷ്യലിസത്തിന്റെയും യുഗത്തിൽ സ്വാതന്ത്ര്യപ്രസ്ഥാനത്തിൽ ഏത് രാജ്യത്തായാലും, സോഷ്യലിസത്തിന്റെ വീക്ഷണം നിസ്വാർഥികളായ ദേശപ്രേമികളിൽ അവശ്യം വളർന്നുവരും. ഇന്ത്യയിലെ ദേശീയപ്രസ്ഥാനത്തിൽ സംഭവിച്ചതും അതുതന്നെയാണ്. കോൺഗ്രസിനുള്ളിൽ കോൺഗ്രസ് സോഷ്യലിസ്റ്റ് പാർട്ടി രൂപം കൊണ്ടത് അങ്ങനെയാണ്. കമ്യൂണിസ്റ്റുകാർ കോൺഗ്രസ് പ്രവർത്തകരുടെ മുൻനിരയിൽ കടന്നുകയറിയതും അങ്ങനെ തന്നെ. കേരളത്തിൽ കോൺഗ്രസ് സോഷ്യലിസ്റ്റ് ഘടകം രൂപംകൊണ്ടപ്പോൾ സി കെ ഗോവിന്ദൻ നായരടക്കമുള്ള നേതാക്കളിൽ ചിലർ ചുരുങ്ങിയകാലം സോഷ്യലിസ്റ്റ് പാർട്ടിയുമായി ബന്ധംവെച്ചു. പിന്നെ അവർ പിന്നോക്കം പോയി. മൊയാരമാകട്ടെ സോഷ്യലിസത്തിന്റെയും കമ്യൂണിസത്തിന്റെയും പാതയിൽ മുന്നോട്ടുപോയി. കേളപ്പനെ കെ എം പി കമ്യൂണിസ്റ്റ് സഹകരണം എം പി യാക്കി 1952 ൽ ഉയർത്തി. 1948 ൽ മൊയാരത്ത് ശങ്കരൻ കമ്യൂണിസ്റ്റ് പാർട്ടിയുടെ രക്തസാക്ഷിയാവുകയും ചെയ്തു. കമ്യൂണിസ്റ്റ് ചെന്നായ്ക്കളുടെ വോട്ട് കേളപ്പനെ ജയിപ്പിച്ചു. കേളപ്പന്റെ ആഹ്വാനം ശിരസ്സാവഹിച്ച കോൺഗ്രസിന്റെ ദേശരക്ഷാ വളണ്ടിയർമാരും പൊലീസുകാരും 1948 ൽ മൊയാരത്തെ അക്ഷരാർഥത്തിൽത്തന്നെ വേട്ടയാടി കൊന്നു. പ്രായാധിക്യവും അനാരോഗ്യവും മറ്റുതരത്തിലുള്ള പരാധീനതകളും മൊയാരത്തിൽ ഒരു മാറ്റവും വരുത്തിയില്ല. മൊയാരത്തിന്റെ രക്തസാക്ഷിത്വം തന്റെ പ്രസ്ഥാനത്തിലെ മറ്റു നേതാക്കളെ നായാട്ടിൽ കൊലചെയ്യപ്പെടാതെ രക്ഷിച്ചു. അവശനിലയിലും മരണത്തിന്റെ കരാളവക്ത്രത്തിൽ പിടഞ്ഞുകൊണ്ടിരിക്കെ മൊയാരം തന്റെ സഖാക്കളെയും തന്റെ പാർട്ടിയായ കമ്യൂണിസ്റ്റ് പാർട്ടിയെയും ഓർമിച്ചു.

(*വെളിച്ചത്തിന് ചാലുകീറിയവർ* എന്ന പുസ്തകത്തിൽ)

സാഹസികതയുടെ ആൾരൂപം

വാണിദാസ് എളയാവൂര്

പിറന്നത് പ്രശസ്തവും സമ്പന്നവുമായ ഒരു കുലീനകുടുംബത്തിലായിരുന്നുവെങ്കിലും പിതാവിന്റെ പരിചരണത്തിനും വാത്സല്യത്തിനും പ്രോത്സാഹനത്തിനും സൗഭാഗ്യം ലഭിക്കാതെ പോയ ഒരു ജീവിതകഥയാണ് ശങ്കരന്റേത്. അച്ഛനില്ലാതെ വളർന്ന ശങ്കരന് താങ്ങായും തണലായും വർത്തിച്ചത് അമ്മാമന്റെ മസൃണമായ സാന്നിധ്യമായിരുന്നു. പഴയ മരുമക്കത്തായ വ്യവസ്ഥയനുസരിച്ച് രക്ഷാകർത്തൃത്വം നിർവഹിച്ചുപോന്ന അമ്മാമൻ ഭാഗ്യോദയം കൊണ്ടെന്നുതന്നെപ്പറയട്ടെ, ഹൃദയാലുവും സമ്പന്നനുമായിരുന്നു. അതുകൊണ്ട് ശങ്കരന്റെ അമ്മയും ഉടപ്പിറന്നവരും അമ്മാമന്റെ സ്നേഹവാത്സല്യങ്ങളനുഭവിച്ചുതന്നെ വളർന്നു.

പാനൂർ മിഡിൽസ്കൂളിലെ ഏറെ മിടുക്കനായ വിദ്യാർഥി ശങ്കരൻ സതീർഥ്യരുടെ സ്നേഹവും അധ്യാപകരുടെ കണക്കറ്റ വാത്സല്യവും അനുഭവിച്ചുകൊണ്ടുതന്നെ വളർന്നു. സാഹിത്യവാസന ശങ്കരനെ മറ്റു കുട്ടികളുടെ മുന്നിൽ ആരാധനാപാത്രമാക്കി എന്ന് സതീർഥ്യർ ഓർക്കാറുണ്ട്. കെ സി നാരായണക്കവിയുടെ കാലമായിരുന്നു അത്. അദ്ദേഹത്തിന്റെ ചങ്ങാത്തം ശങ്കരന്റെ സാഹിതീയ ശ്രമങ്ങൾക്ക് അത്യന്തം പ്രോത്സാഹജനകമായിരുന്നു. ഒഴിവുനേരമത്രയും നിമിഷകവിയുടെ സഹാചാരിയായിരുന്നു കഥാപുരുഷൻ. കവിതയെഴുത്തും കഥപറച്ചിലും വിദ്യാർഥി സമാജങ്ങളിലെ പ്രസംഗങ്ങളുമായി ശങ്കരൻ അറിയപ്പെടുന്നവനായി മാറി. കവിതകൾ നോക്കി ശുദ്ധിവരുത്തുവാനും അളവറ്റ പ്രോത്സാഹനം നൽകാനും അതീവ താൽപ്പര്യം കാണിച്ച രാമൻ ഗുരുക്കളെ ശങ്കരൻ എന്നും നന്ദിപൂർവം സ്മരിക്കാറുണ്ട്.

ഉയർന്ന ക്ലാസുകളിലേക്കുള്ള ഗതിക്രമത്തിൽ ജീവിതപ്രയാസങ്ങ

ളുടെ കടമ്പകളേറെ തടസങ്ങളുണ്ടാക്കി. വിദ്യാഥിജീവിതത്തിലെ പ്രാഥമികാവശ്യങ്ങൾക്കുപോലും ശങ്കരൻ വിഷമിച്ചു. ഭാഗ്യവിപര്യയംകൊണ്ട് സ്കൂൾഫൈനൽ പരീക്ഷയ്ക്കിരിക്കാൻ കഴിയാത്ത ദുരവസ്ഥപോലുമനുഭവപ്പെട്ടു. നീതീകരണമില്ലാത്ത ഹൃദയശൂന്യമായ സർക്കാരിന്റെ നയസമീപനങ്ങൾക്കുനേരെ ശങ്കരൻ എന്ന വിദ്യാർഥിയുടെ കരുണഹൃദയം ധർമരോഷം കൊണ്ടു. ചുറ്റുപാടുകൾക്കെതിരെ പൊട്ടിത്തെറിക്കാൻ തുടങ്ങിയ ശങ്കരനെ ആത്മബന്ധുക്കളായി താൻ കരുതിപോന്ന അഡ്വ. കെ എം കെ നായരും അഡ്വ. എൽ എസ് പ്രഭുവും സമൂഹത്തിൽ ശ്രദ്ധേയനായ ടി പി കുഞ്ഞിക്കണ്ണൻ നമ്പ്യാരുമെല്ലാം നിരന്തരം അനുനയിച്ചുപോന്നു എന്നതായിരുന്നു സത്യം.

പഠിത്തം തുടരാൻ കഴിയാത്ത സാഹചര്യമനുഭവപ്പെട്ടു. തുടർന്ന് സാമൂഹിക-സാഹിത്യരംഗങ്ങളിൽ ശങ്കരന്റെ ശബ്ദം ഉയർന്ന് കേൾക്കാൻ തുടങ്ങി. അക്കാലത്താണ് അദ്ദേഹം ശ്രീനാരായണഗുരുവിനെയും കുമാരനാശാനെയും ചെന്നുകണ്ട് ആത്മബന്ധമുണ്ടാക്കിയത്. ശങ്കരനിലെ പ്രതിഭാശാലിയായ സാഹിത്യകാരനെക്കുറിച്ച് അവർക്ക് ഏറെ മതിപ്പുണ്ടായി.

കുറച്ചുകാലം അധ്യാപകവൃത്തിയിൽ കഴിഞ്ഞ ശങ്കരൻ നല്ലൊരു വായനക്കാരനായി മാറി. ആംഗലേയ വിദ്യാഭ്യാസം നിർബാധം തുടരാൻ കഴിയാതെപോയ ശങ്കരൻ തന്റെ ജീവിതവിധിക്കെതിരെ ആത്മരോഷം വളർത്തി. നേടാൻ കഴിയാത്തത് പിടിച്ചുവാങ്ങുമെന്ന മനസോടെ പുസ്തകപാരായണത്തിൽ ആത്മരോഷത്തോടെന്നോണം താൽപ്പര്യംകൊള്ളുകയും ഏറെയേറെ ആംഗലേയ ഗ്രന്ഥങ്ങൾ തന്നെ വായിച്ച് ഭാഷാസിദ്ധിയെ സ്വന്തം വരുതിയിൽ കൊണ്ടുവരാൻ ശ്രമിക്കുകയും ചെയ്തു. കൗതുകത്തിന് ചില പുസ്തകങ്ങൾ മലയാളത്തിലേക്ക് പരിവർത്തനം ചെയ്യുകയുമുണ്ടായി. അതിലൊന്നാണ് *Basket of Flowers.*

നഷ്ടപ്പെട്ടതെല്ലാം വീണ്ടെടുക്കണമെന്ന ദൃഢവ്രതത്തോടെ ഔപചാരികപഠനരംഗത്ത് ശക്തമായി, ധീരമായി, സാഹസികമായി തുടരാൻതന്നെ ശങ്കരൻ മനസ്സ് പാകപ്പെടുത്തി. കൽക്കത്തയിൽ പോയി മെഡിക്കൽകോളേജിൽ ചേർന്ന് പഠിക്കാൻ തുടങ്ങിയത് കുടുംബനാഥന്റെ സഹായവും മറ്റും പ്രതീക്ഷിച്ചാണ്. എന്നാൽ ഭാഗ്യവിപര്യയം കൊണ്ട് പഠനം തുടരാൻ കഴിയാതെ പോയി. സാമൂഹിക-രാഷ്ട്രീയ രംഗങ്ങളിലെ അതികായത്വത്തിനുള്ള പ്രയാണ വീഥിയിലാണ് നാം പിന്നെ മൊയാരത്ത് ശങ്കരനെ കാണുന്നത്. ബംഗാൾ വിഭജനം, വിദേശവസ്ത്ര ബഹിഷ്ക്കരണം, വന്ദേമാതരപ്രക്ഷോഭം തുടങ്ങിയ വൈവിധ്യമായ പ്രക്ഷോഭണപഥങ്ങളിൽ ശങ്കരൻ ഏറെ ശ്രദ്ധിക്കപ്പെട്ടു. സമൂഹരംഗത്തെയാകെ വികൃതവും മലിനവുമാക്കിമാറ്റിയ ജാതീയതയ്ക്കെതിരെ സന്ധിയില്ലാസമരം പ്രഖ്യാപിച്ചുനീങ്ങിയ ശങ്കരനെ മറ്റേതിലുമുപരി ഒരു

സാമൂഹികപരിഷ്കർത്താവായി വിശേഷിപ്പിക്കുന്നതാണ് സംഗതമെന്ന് ചരിത്രകാരൻമാർ സൂചിപ്പിച്ചിട്ടുണ്ട്. തന്റെ യാഥാസ്ഥിതിക കുടുംബത്തിന്റെ തറവാട്ട് വസതിക്കുമുന്നിൽ വെച്ച് 1931 ൽ കാലം മറക്കാനിടയില്ലാത്ത ജാതിക്കെതിരെയുള്ള ഒരു മഹാസമ്മേളനം സംഘടിപ്പിക്കുവാൻ ശങ്കരൻ കാണിച്ച തന്റേടവും ആർജവവും ശ്രദ്ധേയമായിരുന്നു. ഐക്യകേരളപ്രസ്ഥാനത്തിന്റെ സമരജ്വാല പ്രബുദ്ധ സമൂഹത്തെയാകെ സംത്രസിപ്പിച്ച കാലമായിരുന്നു അത്. ദേശാഭിമാനിയായ സെൻഗുപ്തയും പത്രപ്രവർത്തനരംഗത്തെ അതികായനായ നരിമാനും സ്വാതന്ത്ര്യസമരസേനാനിയായ ടി പ്രകാശവും സംബന്ധിച്ച വടകരമഹാസമ്മേളനത്തിന്റെ പ്രശസ്തി മുഴുവൻ മൊയാരത്തിനുള്ളതായിരുന്നു. ഇന്ത്യൻ നാഷണൽ കോൺഗ്രസിന്റെ കർമ്മമണ്ഡലത്തിൽ, അന്നത്തെ അതികായന്മാരുടെ പെരുനിരയിൽ അപ്രധാനമല്ലാത്ത ഒരുസ്ഥാനം മൊയാരത്തിനുണ്ടായിരുന്നു. പൊതുപ്രവർത്തനരംഗത്ത് യഥേഷ്ടം വിഹരിക്കാൻ മൊയാരത്തിനെ വിടുന്നത് വിപൽക്കരമായിരിക്കുമെന്ന് മനസിലാക്കിയ ഭരണകൂടം ഒരുനാൾ വടകരകോട്ടപ്പറമ്പിൽ വെച്ചുചേർന്ന രാഷ്ട്രീയ സമ്മേളനത്തെത്തുടർന്ന് അദ്ദേഹത്തെ അറസ്റ്റുചെയ്യുകയും രാജ്യദ്രോഹകുറ്റമാരോപിച്ച് രണ്ടുവർഷത്തേക്ക് ജയിലിലടയ്ക്കുകയും ചെയ്തു. എവിടെയായാലും അനീതിക്കെതിരെയുള്ള പോരാട്ടത്തിൽ നിരങ്കുശസമീപനം സൂക്ഷിക്കാറുള്ള ശങ്കരൻ, ഒരു തടവുകാരനെ അന്യായമായി മർദിച്ചവശനാക്കിയ ഉദ്യോഗസ്ഥ പ്രഭൃതികൾക്കെതിരെ ജയിലിൽ നിരാഹാരസമരത്തിനാഹ്വാനം ചെയ്തു. മൊയാരമാണ് അപകടകാരിയെന്നു മനസിലാക്കിയ ജയിൽ സൂപ്രണ്ട് ഒരു ഘട്ടത്തിൽ രോഷാകുലനായി മൊയാരത്തിനുനേരെ കാഞ്ചിവലിക്കാനൊരുങ്ങി. നിറതോക്കിനുനേരെ നെഞ്ചുകാട്ടിയ മൊയാരത്തിനുമുന്നിൽ അധികാരികൾ അസ്തവീര്യരായി പിന്മാറി.

വീരപൗരുഷത്തിന്റെ ധീരസാഹസികതയ്ക്ക് തെളിവാർന്ന ഉദാഹരണമായി അധികാരികൾ ജയിൽരേഖകളിൽ മൊയാരത്തിനെ വിശേഷിപ്പിച്ചിട്ടുണ്ട്. അനീതിക്കെതിരെ സടകുടയാറുള്ള മൊയാരമെന്ന പുരുഷസിംഹത്തെ നീതിനിഷ്ഠയാൽ താൽപ്പര്യംകൊണ്ട ഉദ്യോഗസ്ഥൻമാർ മനസുകൊണ്ടാദരിച്ചു. തങ്ങളുടെ ചെയ്തികളെ ചോദ്യം ചെയ്തുപോന്ന മൊയാരത്തിനെ നിത്യശത്രുവായി കണ്ട കുടിലബുദ്ധികളും ജയിലധികാരികളിലുണ്ടായിരുന്നു.

ഒരു നാൾ 1948 മെയ് 11, മൊയാരത്ത് ശങ്കരൻ വീട്ടിൽനിന്നിറങ്ങിയപ്പോൾ പൊലീസുകാരുടെ കെണിയിൽപ്പെട്ടു. പൊലീസുകാർ തങ്ങളുടെ പഴയകണക്കുതീർക്കാൻ അകാരണമായി ശങ്കരനോടേറ്റുമുട്ടുകയും പൊലീസ് സ്റ്റേഷനിൽ കൊണ്ടുപോവുകയും തുടർന്ന് ജയിലിലടയ്ക്കപ്പെടുകയും ചെയ്ത മൊയാരത്ത് വൈകാതെ അകാലചരമമടഞ്ഞു.

ഇടക്കാലത്ത്, ചെറിയൊരുകാലയളവിൽ കമ്യൂണിസ്റ്റ് പാർട്ടിയുമായി അഭിപ്രായൈക്യമുണ്ടായിരുന്നുവെങ്കിലും മലബാർ പ്രദേശത്തെ കോൺഗ്രസിനെ വളർത്തിയെടുക്കുന്നതിൽ ഊർജസ്വലവും നിർണായകവുമായ പങ്കുവഹിച്ച ദേശീയതയുടെ അന്യാദൃശസാഹസികനായിരുന്നു മൊയാരത്ത് ശങ്കരൻ. ചരിത്രത്തിനും കാലത്തിനും അവഗണിക്കാൻ കഴിയാത്ത ആദർശോജ്വലമായ ഇതിഹാസസുന്ദരമായ ഒരു കഥാപ്രപഞ്ചം മൊയാരത്ത് ശങ്കരനുണ്ട്. മൊയാരത്ത് 1935 വരെയുള്ള കോൺഗ്രസിന്റെ ചരിത്രഗ്രന്ഥമെഴുതിയിട്ടുണ്ടെങ്കിലും അദ്ദേഹത്തിന് സമുചിത സ്മാരകമൊന്നുണ്ടാക്കാൻ സമൂഹത്തിന് സന്മനസുണ്ടായില്ല. കൃതഘ്നത മലയാളിയുടെ കുലപ്രകൃതമാണല്ലോ!

എഴുത്തുകാരനായ മൊയാരം

കവിയൂർ രാജഗോപാലൻ

മൊയാരത്തിന്റെ പത്നി ചിന്നമ്മു അമ്മയും മകൻ ജനാർദനനും അദ്ദേഹത്തിന്റെ ഒരു ഡയറിയും ഏതാനും കത്തുകളും ജീവചരിത്രരചനയ്ക്കിടയിൽ എനിക്ക് നൽകുകയുണ്ടായി. മൊയാരം എഴുതിയ ആത്മകഥയുടെ കയ്യെഴുത്ത് പ്രതിയുടെ ഒരുഭാഗവും അക്കൂട്ടത്തിൽ ഉണ്ടായിരിന്നു. അത് ഞാൻ പിന്നീട് കോഴിക്കോട്ടുള്ള റീജണൽ ആർക്കൈവ്സിലേക്ക് കൈമാറി. അവിടെ അത് ഭദ്രമായി പ്രദർശിക്കപ്പെട്ടത് ഇതിനിടെ കാണുകയുണ്ടായി. മറ്റു രേഖകളെല്ലാം മകൻ ജനാർദനന്റെ അനുമതിയോടെ തിരുവനന്തപുരത്തുള്ള എ കെ ജി സെന്ററിൽ ഏൽപ്പിക്കുകയാണുണ്ടായത്. അക്കൂട്ടത്തിൽ മൊയാരം വെല്ലൂർ ജയിലിൽ നിന്നെഴുതിയ ഒരു ഇംഗ്ലീഷ് കുറിപ്പിന്റെ മേലെ കാണുന്ന നാലുവരി കവിത ഇങ്ങനെയാണ്.

"അദ്ദേഹം ഉറങ്ങുന്നു; വിധി എന്തായീടിലും
ജീവിപ്പൂ പൂമാനിവൻ, മരിച്ചു ജീവൻ പോകെ
പിന്നെയോ സാധാരണമായതു സംഭവിച്ചു
പകൽ പോയെന്നാലപ്പോൾ രാത്രിവന്നീടും വണ്ണം"

ആരുടെ മരണത്തെപ്പറ്റിയാണ് മൊയാരം ഇതെഴുതിയതെന്ന് വ്യക്തമല്ല. മരണത്തെ നിസ്സാരവൽക്കരിക്കുന്ന ഈ നാലു വരികൾ അറംപറ്റുന്നതുപോലെ അദ്ദേഹത്തിനും സംഭവിച്ചു. "എനിക്ക് ജീവിതത്തിൽ ഒരാശയേ ഉണ്ടായിരുന്നുള്ളൂ; ഡോക്ടറാവാൻ. അതുപോലെ അന്യർക്ക് ഉപകരിക്കാൻ–കഷ്ടപ്പെടുന്ന മനുഷ്യരെ ശുശ്രൂഷിക്കാൻ സാധിക്കുന്ന ഒരു പ്രവൃത്തി വേറെയില്ലല്ലോ എന്നാണ് ആ ആഗ്രഹത്തിന്റെ അടിസ്ഥാനം. പിന്നീട് ഒരാശകൂടി; ഇന്ത്യയിലെ ബ്രിട്ടീഷ് ഭരണത്തെ നശിപ്പിക്കണം. അത് കഴിഞ്ഞില്ലെങ്കിൽ അതിനുള്ള പരിശ്രമത്തിൽ ഞാൻ നശിച്ച് മറ്റുള്ളവർക്ക് മാതൃകയാവണം." മുഴക്കമുള്ള ഈ വാക്കുകൾ അദ്ദേഹം

ആത്മകഥയിൽ എഴുതിയതാണ്. സ്വതന്ത്ര ഇന്ത്യയിൽവെച്ച് രാഷ്ട്രീയ വൈരികളാൽ ഇഞ്ചിഞ്ചായി കൊല്ലപ്പട്ട വൈപരീത്യമാണ് അദ്ദേഹത്തിന് നേരിടേണ്ടിവന്നത്. എന്തിനേറെ; അദ്ദേഹത്തിന്റെ മൃതദേഹംപോലും കുടുംബാംഗങ്ങൾക്ക് വിട്ടുകൊടുക്കാതെ മറവുചെയ്യുകയാണ് ഭരണാധികാരികൾ ചെയ്തത്. മഹാനായ ആ സ്വാതന്ത്ര്യസമരഭടന്റെ ശവകുടീരം പോലും നമുക്കില്ല എന്നതാണ് ചരിത്രാന്വേഷകരെ നൊമ്പരപ്പെടുത്തുന്നത്.

അദ്ദേഹത്തിന്റെ *എന്റെ ജീവിതകഥയും ഇന്ത്യൻ നാഷണൽ കോൺഗ്രസും* മലയാളത്തിലെ ക്ലാസിക്ക് കൃതികളാണ്. വടക്കെ മലബാറിന്റെ സാമൂഹ്യജീവിതം കഴിഞ്ഞ നൂറ്റാണ്ടിൽ എങ്ങനെയായിരുന്നുവെന്നതിന്റെ യഥാർഥചിത്രം അന്വേഷിക്കുന്നവർക്ക് അശ്രയിക്കാവുന്ന ഒരു മഹാ ഗ്രന്ഥമാണ്, *എന്റെ ജീവിതകഥ.* ശ്രീനാരായണഗുരുവും വാഗ്ഭടാനന്ദനും സൃഷ്ടിച്ച സാമൂഹികപരിഷ്കരണപ്രസ്ഥാനം എങ്ങനെയാണ് ആധുനിക സോഷ്യലിസത്തിന്റെ ആശയതലത്തിലേക്ക് മലയാളിയെ നയിച്ചത് എന്ന് ആ ഗ്രന്ഥം വ്യക്തമാക്കുന്നു. 1934 ലെ സംഭവങ്ങൾ വിവരിക്കുന്നിടത്ത് ആ ആത്മകഥ അപൂർണമായി നിൽക്കുന്നു. വസ്തുതകളുടെ ബാഹുല്യംകൊണ്ട് *ഇന്ത്യൻ നാഷണൽ കോൺഗ്രസ്* എന്ന ഗ്രന്ഥത്തിന് ശ്വാസംമുട്ടുന്നുണ്ടെന്ന് കേസരി ബാലകൃഷ്ണപിള്ള പറയുകയുണ്ടായി. ഒരർഥത്തിൽ അത് ശരിയാണ്. ഏതെല്ലാം ഗ്രന്ഥകാരന്മാരെയാണ് അദ്ദേഹം അതിൽ ഉദ്ധരിക്കുന്നത്! എവിടെനിന്നൊക്കെയാണ് കണക്കുകൾ ശേഖരിക്കുന്നത് എന്നു തിരിഞ്ഞുനോക്കുമ്പോൾ അത്ഭുതപ്പെടാനേ വകയുള്ളൂ. ഒരു കൗതുകത്തിനുവേണ്ടി അദ്ദേഹം ഉദ്ധരിച്ച കൃതികളുടെയും ഗ്രന്ഥകാരന്മാരുടെയും പട്ടിക താഴെ ചേർക്കുന്നു.

Law of Civilisation and Decay - Brooks Adams
Notes on Indian Affairs - Frederick Shaur
Ruin of Indian Trade and Industry - B D Basu
Bank ruptcy of India - Hynclmoun
India Nation - Annie Basant
Indian Crisis - Fenner Brakeway
Consideration of Indian Affairs, Indian Encyclopaedia, Speeches of Macaulay.

വിൻസെന്റ് സ്മിത്ത്, ചേമ്പർലേൻ, എ ഒ ഹ്യൂം, ജസ്റ്റിസ് റാനഡെ, തിലകൻ, ഗോഖലെ, ശ്രീനിവാസയ്യങ്കാർ എന്നിവരെ പല സ്ഥലത്തും അദ്ദേഹം ആ ഗ്രന്ഥത്തിൽ ഉദ്ധരിക്കുന്നുണ്ട്. ബംഗാളിലെ താമസവും പഠനവുമാണ് കുമാരനാശാന് മലയാള ഭാഷയിൽ പരിവർത്തനങ്ങളുടെ കൊടുങ്കാറ്റഴിച്ച് വിടാൻ പ്രചോദനം നൽകിയത്. രാഷ്ട്രീയബന്ധങ്ങൾ മൊയാരത്ത് ശങ്കരനും പ്രചോദനം നൽകിയതായി കണക്കാക്കാം. കണ്ണൂർ ജയിലിലുണ്ടായിരുന്ന ബംഗാളികളായ രാഷ്ട്രീയത്തടവുകാരും ഇവിടെയുള്ള ഇടതുപക്ഷ നേതൃത്വത്തെ ഏറെ സ്വാധീനിക്കുകയുണ്ടായി.

ജയിലിൽനിന്നാണ് *മേവാഡ് പതനം* എന്ന നാടകം മലയാളത്തിലേക്ക് തർജമ ചെയ്യാൻ മൊയാരം ആരംഭിച്ചത്. പിൽക്കാലത്ത് മലബാറിൽ പല സ്ഥലത്തും ആ നാടകം അവതരിപ്പിച്ചുവെങ്കിലും അച്ചടിച്ചില്ല എന്നാണ് അറിയാൻ കഴിഞ്ഞത്. കൃഷിശാസ്ത്രം പഠിക്കാൻ ഇംഗ്ലണ്ടിലേക്ക് പോയ ദ്വിജേന്ദ്രലാൽ റായ് ബ്രിട്ടീഷ് നാടകവേദിയുടെ സവിശേഷതകൾ മന സിലാക്കുകയും മികച്ച ഒരു നാടകപ്രപഞ്ചം തന്നെ സൃഷ്ടിക്കുകയും ചെയ്തു. അക്കൂട്ടത്തിൽ *മേവാഡ് പതനം*, *വീർദുർഗാദാസ്*, *ചന്ദ്രഗുപ്ത* എന്നിവ ഏറെ പ്രസിദ്ധമാണ്. *മേവാഡ്പതന*ത്തിന്റെ ഇംഗ്ലീഷ് പരിഭാഷ ജയിലിൽനിന്ന് മൊയാരം വായിച്ചിരിക്കണം. ദ്വിജേന്ദ്രലാൽ റായ്യുടെ പുത്രൻ ദിലീപ്കുമാർ റായ് ആയിരുന്നു അതിന്റെ തർജമ നിർവഹിച്ച ത്. അതിനുവേണ്ടി അദ്ദേഹം ടാഗോറിന്റെ കവിതകൾ ഇംഗ്ലീഷിലേക്ക് തർജമ ചെയ്യാൻ സഹായിച്ച ഏണസ്റ്റ്റൈസിന്റെയും ബ്രിയാൻ റൈസി ന്റെയും സഹായം തേടിയതായി കേട്ടിട്ടുണ്ട്. കോടിയേരിയിലെ കേരള ചന്ദ്രിക വായനശാലയുടെ വാർഷികാഘോഷവേളയിൽ ഈ നാടകം അവതരിപ്പിച്ചിട്ടുണ്ട്. മയ്യഴിയിൽ വെച്ച് ഈ നാടകം അരങ്ങേറിയത് കാണാ നിടയായ മഹാകവി വള്ളത്തോൾ മൊയാരത്തിനെ പ്രത്യേകം പ്രശം സിക്കുകയുണ്ടായി.

1935 ൽ കെ ടി ചന്തു നമ്പ്യാരുടെ നേതൃത്വത്തിൽ നടന്ന തലശ്ശേരി യുവജന സാഹിത്യ സമ്മേളനത്തിന്റെ നടത്തിപ്പുകാരിൽ പ്രമുഖനായി രുന്നു മൊയാരത്ത് ശങ്കരൻ. ആ സമ്മേളനത്തിൽ വെച്ച് പി കേശവദേവ് നടത്തിയ പ്രസംഗം നമ്മുടെ യാഥാസ്ഥിതികവിഭാഗത്തെ കിടിലം കൊള്ളിച്ചു. വിദ്യാർഥിയായിരിക്കുമ്പോൾ താൻ എഴുതിയ ശ്ലോകങ്ങൾ കുമാരനാശനെ കേൾപ്പിച്ചപ്പോൾ അദ്ദേഹം മൊയാരത്തിനെ അഭിനന്ദിച്ച തായി *എന്റെ ജീവിതകഥ*യിൽ ശങ്കരൻ തന്നെ എഴുതിയിട്ടുണ്ട്. കേരള വർമ വലിയകോയിത്തമ്പുരാന്റെ ഉദ്ധതമായ ശൈലി ഉപേക്ഷിച്ച് ശുദ്ധമായ മലയാളത്തിന്റെ തനിമയും ശക്തിയും താൻ എടുത്തു പ്രയോ ഗിക്കാൻ തുടങ്ങിയതിനെപ്പെറ്റിയും ആ ഗ്രന്ഥത്തിൽ തന്നെ പറയുന്നുണ്ട്. സ്വാതന്ത്ര്യസമരത്തിന്റെ തീക്കുണ്ഡത്തിലേക്ക് വലിച്ചെറിയപ്പെട്ടിരുന്നില്ലെ ങ്കിൽ മൊയാരത്ത് ശങ്കരനിൽനിന്ന് മലയാളഭാഷയ്ക്കുണ്ടാകുമായിരുന്ന ഉപലബ്ധികൾ ഇന്നത്തേതിന്റെ എത്രയോ മടങ്ങായിരിക്കുമെന്നതിന് സംശയമില്ല.

മഹാത്മജിയുടെ സന്ദേശം

മൊയാരത്ത് ശങ്കരൻ

"നാം അയിത്തം നശിപ്പിച്ചില്ലെങ്കിൽ അയിത്തം നമ്മെ നശിപ്പിക്കും." മഹാത്മാഗാന്ധി അദ്ദേഹത്തിന്റെ പുണ്യപാദ പാംസുക്കളെക്കൊണ്ട് ഇതിനുമുമ്പു രണ്ടുതവണ കേരളത്തെ പവിത്രമാക്കിയിട്ടുണ്ടായിരുന്നുവല്ലൊ. ഒന്നാമത്തെ പ്രാവശ്യം ആ ഭാഗ്യം കേരളത്തിന് സിദ്ധിച്ചത് ഒരു വ്യാഴവട്ടത്തിന് മുമ്പായിരുന്നു. അന്ന് മദിരാശിയിൽനിന്ന് മംഗലാപുരത്തേക്ക് പോകുന്നവഴി കോഴിക്കോട് മാത്രം ഒരുനാൾ ഇറങ്ങി താമസിച്ചതേയുള്ളൂ. നമ്മുടെ രാജ്യത്ത് നമ്മുടെ ഇച്ഛയ്ക്കൊത്തവിധം നമ്മുടെ ശ്രേയസിനെ പുരസ്കരിച്ച് നാംതന്നെ ഭരിക്കണം എന്നൊരു ബോധം ജനതയിലങ്കുരിപ്പിക്കുകയായിരുന്നു ആ രാഷ്ട്രീയ മഹാഗുരുവിന്റെ അന്നത്തെ ആഗമനോദ്ദേശ്യം. അന്ന് പക്ഷേ അതിന് രണ്ടഭിപ്രായക്കാരുണ്ടായിരുന്നു. എന്നാൽ അന്നത്തെ ഭിന്നാഭിപ്രായക്കാർക്കുകൂടി ഇന്ന് മഹാത്മജിയെ സ്വന്തം വീട്ടിൽ ക്ഷണിപ്പാനും സൽക്കരിപ്പാനും വിരുന്നൂട്ടുവാനും തുടങ്ങിയിരിക്കുന്നു. തലശ്ശേരിയിൽ ദിവാൻ ബഹുദൂർ ടി സി നാരായണക്കുറുപ്പവർകളുടെ 'മനോഹര'മന്ദിരത്തിൽ മഹാത്മജിയെ കൊണ്ടുപോയി അതിഥിപൂജ ചെയ്യുന്നു. *ഗാന്ധിജിയും അരാജകത്വവും* എന്ന പുസ്തകം എഴുതിയ രാജഭക്തശിരോമണിയുടെ സീമന്ത പുത്രൻകൂടിയും മഹാത്മജിയെ വീട്ടിൽ വിരുന്നിന് ക്ഷണിക്കുന്നു. എത്രലക്ഷം ജനങ്ങളാണ് എത്ര ദൂരദിക്കിൽ നിന്നൊക്കെയാണ് മഹാത്മജിയെ ഒരുനോക്ക് കാണുന്നതിനായി വന്നത്! എത്രായിരം ജനങ്ങളാണ് ജനത്തിരക്ക് നിമിത്തവും കൃത്യസമയത്ത് എത്തിച്ചേരാൻ സാധിക്കായ്കയാലും ഇച്ഛാഭംഗപ്പെട്ടു മടങ്ങിയത്! കോൺഗ്രസുകാരല്ല ഇത്തവണ മഹാത്മജിയെ കേരളത്തിൽ സ്വീകരിക്കയും വിരുന്നു നൽകുകയും ജയാഘോഷം മുഴക്കുകയും ചെയ്യുന്നതായി കണ്ടത്.

ഹരിജനങ്ങളുടെ ഉദ്ധാരണാർഥം മാത്രമായിവന്ന മഹാത്മജിയെ ഇന്ന് കേരളത്തിൽ സ്വാഗതംചെയ്തത് ഹരിജനങ്ങളല്ല. മിതവാദിനേതാക്കൻമാരും പ്രഭുക്കൻമാരും ജന്മികളുമാണ്, സവർണരെന്നും അവർണരെന്നുമുള്ള ഭേദമില്ലാതെ ആദരിച്ച മഹാത്മജിയെ നിലം തൊടാൻ വിടാതെ എഴുന്നള്ളിച്ചുകൊണ്ടുനടന്നത്. മഹാത്മജിയുടെ ഈ പുതിയ ഭക്തൻമാർ മഹാത്മജിയുടെ താമസസ്ഥലത്തുനിന്നും യോഗസ്ഥലത്തുനിന്നും കോൺഗ്രസുകാരെ ഇത്തവണ ഒരുവിധം അസൂയയോടുകൂടി അകറ്റിനിർത്തിയോ എന്ന് പലപ്പോഴും ശങ്കിക്കേണ്ടിവന്നിട്ടുണ്ട്. ഈ പുതിയ ഉത്സാഹത്തിനുകാരണം ഗാന്ധിജിയുടെ ഇപ്പോഴത്തെ യാത്രോദ്ദേശ്യം രാഷ്ട്രീയമല്ലായ്കയാലാണെന്ന് ഇവർ പറയുമായിരിക്കാം. ഗവൺമെന്റും അങ്ങനെ സമാശ്വസിക്കുമായിരിക്കാം. എന്നാൽ മഹാത്മജിയിൽ–അദ്ദേഹത്തിൽ, അദ്ദേഹത്തിന്റെ അഗാധമായ ബുദ്ധിശക്തിയിൽ, അദ്ദേഹത്തിന്റെ പ്രവചനത്തിൽ, ഇന്ന് ജനങ്ങൾക്ക് മുമ്പിലെത്തേക്കാൾ വിശ്വാസം വന്നുതുടങ്ങിയതാണ് ഇത്തരം പുതിയ ഭക്തൻമാരുടെ ആവിർഭാവകാരണമെന്ന് ഏവരും സമ്മതിക്കും.

രണ്ടാം പ്രാവശ്യം മഹാത്മാഗാന്ധി കേരളം സന്ദർശിച്ചത് ദരിദ്ര ഇന്ത്യയുടെ ബന്ധുവായി ചർക്കാസന്ദേശത്തെ വഹിച്ചുകൊണ്ടാണ്. വിദേശവസ്ത്രങ്ങൾ വർജ്യമാണെന്ന് ആറുകൊല്ലംമുമ്പ് ഖദർപ്രചരണത്തിനായി വന്നപ്പോൾ പറഞ്ഞവാക്കിനെ കേരളീയർ ഭക്തിപൂർവം സ്വീകരിച്ചിട്ടുണ്ട്. ഇന്ന് ഖദറിനും സ്വദേശിക്കും ഗണനീയമായ പ്രചാരം കേരളത്തിൽ ഉണ്ടായിക്കഴിഞ്ഞിട്ടുണ്ടെന്നുതന്നെ കരുതാം. ആ വരവിന്റെ ഉദ്ദേശ്യം കേരളീയരുടെ ഇടയിൽ സഫലമായിട്ടുണ്ട്. മഹാത്മജിയുടെ വാക്കിനെ പുരസ്കരിച്ച് നമ്മുടെ നാട്ടുകാർ വിദേശവസ്ത്രത്തെ ബഹിഷ്കരിച്ച് ഖദറും സ്വദേശിയും സ്വീകരിച്ച് നാട്ടിന്റെ വ്യവസായികവും സാമ്പത്തികവുമായ അഭിവൃദ്ധിക്കുവേണ്ടി വളരെ നഷ്ടം സഹിച്ചിട്ടുണ്ട്. സാധുജനങ്ങൾകൂടി ഗണ്യമായ ത്യാഗംചെയ്തിട്ടുണ്ട്. ഇത്തരം വിചിന്തകൻമാരായ, രാജ്യത്തിന്റെ നേതാക്കൻമാരുടെ അഭിപ്രായങ്ങളെ അംഗീകരിച്ച് നടപ്പിൽ വരുത്തുന്നതിനായി എന്തു ത്യാഗങ്ങൾ ചെയ്താലും അധികമായിപ്പോവുന്നതല്ല.

ഈ പ്രാവശ്യം മഹാത്മജി മുമ്പിലത്തെപ്പോലെ ഒന്ന് കോഴിക്കോട്ടിറങ്ങി ഒരു പ്രസംഗം ചെയ്ത് റയിൽമാർഗമായി മലയാളനാട്ടിൽക്കൂടി കടന്നു മംഗലാപുരത്തേക്ക് പോവുകയല്ല ചെയതത്. അശാസ്ത്രീയങ്ങളായ അനാചാരങ്ങൾക്കും ദുരാചാരങ്ങൾക്കും പ്രസിദ്ധപ്പെട്ട 'ഭ്രാന്തശാലയായ' ഈ നാട്ടിൽ 10 ദിവസം താമസിച്ച് പലദിക്കിലും സഞ്ചരിച്ച് അനേകം പ്രസംഗങ്ങളും അഭിമുഖ സംഭാഷണങ്ങളും മറ്റും നടത്തി, ഓരോദിക്കിലും വിഭിന്നങ്ങളായ സമുദായാചാരങ്ങളെയെല്ലാം നേരിട്ടറിഞ്ഞ് അവിടവിടെ ഉചിതമായ ഉപദേശങ്ങൾ നൽകിയിരിക്കുന്നു. പരന്ത്രീസ്ഗവൺമെന്റിന്റെ കീഴിലുള്ള മയ്യഴിക്കു നൽകിയ ഉപദേശങ്ങളും വടക്കേമലയാളത്തിൽ യാഥാസ്ഥിതികൻമാരുടെ ഒരു വലിയ കേന്ദ്രമായ

കടത്തനാട്ടിന്റെ തലസ്ഥാനമായ വടകര ചെയ്ത പ്രസംഗവും പദംപ്രതി അർഥവത്തുക്കളായിരുന്നു. വടകരയിൽവെച്ച് ചെയ്തതായ ആ ചെറു പ്രസംഗത്തിൽ സബർമതിയിലെ അർധനഗ്നനായ ആ സന്യാസിവര്യൻ തന്റെ സ്വതഃസിദ്ധമായ ഫലിതത്തോടുകൂടി ഇപ്രകാരം പറയുകയു ണ്ടായി.

> ഇപ്പോൾ ഞാനെത്താൻ കുറെ താമസിച്ചുപോയി. എന്നാൽ ഞാൻ വൈകി വന്നാലും നിങ്ങൾക്ക് കുറെയധികം കാത്തുനിൽക്കേണ്ടി വന്നാലും വളരെ തരക്കേടില്ലായിരിക്കാം. പക്ഷേ, ഈശ്വരൻ എനിക്കും നിങ്ങൾക്കുംവേണ്ടി കാത്തിരിക്കയില്ല. അയിത്തജാതി ക്കാരെന്നും പറഞ്ഞ് ഹരിജനങ്ങളോട് ചെയ്യുന്ന ആക്രമങ്ങൾക്ക് പ്രതിവിധി ചെയ്ത് അവരെ ഉയർത്തുവാൻ വേണ്ടുന്നത് ചെയ്യു ന്നതിന് ഈശ്വരൻ കുറച്ച് സമയം കൂടി അനുവദിച്ചിരിക്കയാണ്. അതിനിടയ്ക്ക് നാം ഈ കടമ നിർവഹിച്ചില്ലെങ്കിൽ–അയിത്തത്തെ നാം നശിപ്പിച്ചില്ലെങ്കിൽ –അയിത്തം നമ്മെ നശിപ്പിക്കും. ഇതിൽ ഏതാണ് നല്ലതെന്ന് നിങ്ങൾ ഇപ്പോൾത്തന്നെ തീർച്ചപ്പെടുത്തി കൊള്ളുവിൻ. അങ്ങനെ ആസന്നമായ വിനാശത്തിൽനിന്നും ഈശ്വരൻ നമ്മെ രക്ഷിക്കട്ടെ. അഗ്നിപരീക്ഷയിൽക്കൂടികടന്ന് നമ്മെ ശുദ്ധിവരുത്താൻ ഈശ്വരൻ നമുക്ക് ശക്തിനൽകട്ടെ.

ഇത് കേരളത്തിൽ അടുത്തുവരുവാൻ പോകുന്ന ഒരു സമുദായ വിപ്ലവത്തെയും അതിന്റെ മഹാനദിയായി നടന്ന ഗുരുവായൂർ സത്യഗ്ര ഹത്തെയും അത് നിമിത്തം സവർണരുടെയും അവർണരുടെയും ഇട യിൽ ഉണ്ടായിത്തീരുന്ന ക്ഷോഭത്തെയും ഉൽക്കണ്ഠാപൂർവം അനുസ്മ രിപ്പിക്കുന്നു. അതിൽ തന്നെ അയിത്തത്തെ നാം നശിപ്പിച്ചില്ലെങ്കിൽ അയിത്തം നമ്മെ നശിപ്പിക്കുമെന്ന് കേരളത്തിന് നൽകിയ ആ ഗൗരവമേ റിയ സന്ദേശത്തെ കേരളീയർ–വിശിഷ്യ സവർണൻമാരായ കേരളീ യർ–ഒന്ന് ചെവിതുറന്ന് കേൾക്കേണ്ടതുണ്ട്.

'.......വാസ്തവത്തിൽ അയിത്തം നിമിത്തം അവർണരെക്കാൾ അധ: പതിച്ചു നിൽക്കുന്നവർ സവർണരാണ്. മനുഷ്യനോട് മനുഷ്യനെന്ന നില യിൽ അടുത്ത് പെരുമാറുവാൻ മനസില്ലാത്തവർ നശിക്കുന്നതിൽ ആശ്ച ര്യമില്ല.'

അവരെ ദൈവം നശിപ്പിക്കും. അവർ നശിക്കുകതന്നെ വേണം. ഹിന്ദുവെ ഹിന്ദുവെന്നനിലയിൽ ഹിന്ദുക്ഷേത്രത്തിൽ പ്രവേശനം അനു വദിക്കാത്ത ഹിന്ദുവായവർ നശിക്കും. അവരുടെ അഹങ്കാരത്തെ അധി കാരദുർമദത്തെ ഈശ്വരൻ ശിക്ഷിക്കും. അവരെ മനുഷ്യനും ശിക്ഷി ക്കും. അവർക്ക് പൊതുസ്ഥാപനങ്ങളിലൊന്നിലും സ്ഥാനമില്ല. ഇതാണ് അയിത്തത്തെ നിങ്ങൾ നശിപ്പിച്ചില്ലെങ്കിൽ അയിത്തം നിങ്ങളെ നശിപ്പി ക്കുമെന്ന് ആ കർമ സന്യാസി പ്രവചിച്ചതിന്റെ അർഥം. ഈ സന്ദേശത്തെ നല്ലപോലെ ചെവിക്കൊണ്ട് ഉടനെ ഉണർന്നു പ്രവർത്തിക്കട്ടെ.

(1934 ജനുവരി ലക്കം *കൈരളി*യിൽ മൊയാരത്ത് എഴുതിയ ലേഖനം)

കല്യാട്ടെ കൃഷിക്കാരുടെ ഉൽക്കണ്ഠ

മൊയാരത്ത് ശങ്കരൻ

ബ്ലാത്തൂരിലെ കൃഷിക്കാർ ചരിത്രം നിർമിക്കുകയാണ്. അവരുടെ പുതിയ ഉണർവും ഉദ്ബുദ്ധതയും അന്യാദൃശമാണ്. അഞ്ച് ദിവസം കൊണ്ടാണവർ പതിനായിരം ആളുകൾക്ക് ഭക്ഷണത്തോടുകൂടിയ, ഒരുക്കത്തോടുകൂടിയ, പ്രത്യേകം വിശാലവും മനോഹരവുമായി കെട്ടിയുണ്ടാക്കിയ പന്തലിൽവെച്ച് ഒരു വമ്പിച്ച കർഷക മഹാസമ്മേളനം കഴിച്ചത്. വാസ്തവത്തിൽ ആയിരത്തിൽപ്പരം കർഷക സ്ത്രീകളടക്കം പതിനയ്യായിരം ജനങ്ങൾ അവിടെ സമ്മേളിച്ചിരുന്നു. അനാവശ്യമായ ആഡംബരങ്ങളില്ല; അധികം പ്രമേയങ്ങളില്ല; ദീർഘമായ പ്രസംഗങ്ങളില്ല: സമ്മേളനാധ്യക്ഷനായ പ്രൊഫ. രങ്കയും മഹിളാസമ്മേളനാധ്യക്ഷയായ ശ്രീമതി ഒണ്ടേൻ തായമ്മയും ചെയ്ത പ്രസംഗങ്ങൾ രണ്ടും ചെറുതായിരുന്നു. എങ്കിലും സ്ത്രീജനങ്ങളടക്കം കർഷകൻമാരുടെ വിഷമപ്രശ്നങ്ങളെ സവിശേഷം സ്പർശിച്ചിരുന്നു

കൃഷിക്കാരന്റെ ജന്മപറമ്പായാലും മാളികവീടായാലും വള്ളിപ്പറമ്പായാലും പണപ്പെട്ടിയായാലും നെല്ലറയായാലും നല്ല പെണ്ണായാലും ബ്രാഹ്മണന്റെതായാലും ശ്വപചന്റെതായാലും ഇന്നാട്ടിലെ പ്രമാണികൾ യഥേഷ്ടം കടന്ന് കൈവെക്കും. യാതൊരു കുടിയാനും യാതൊരു വസ്തുവും രജിസ്ട്രാധാരപ്രകാരം ചാർത്തിക്കൊടുക്കുക പതിവില്ലെന്നുള്ളതാണ് ഇവർക്ക് ഈ അക്രമങ്ങളെല്ലാം ചെയ്യാനുള്ള കഴിവിന്റെ രഹസ്യം. കല്യാട്ടേക്ക് വാരം–പാട്ടം പിരിക്കുവാൻ ഒരു നിയമകോടതിയുടെ സഹായം ഇതുവരെ നേരിട്ടിട്ടില്ല. വാരം, പാട്ടം, വാശി, നുരി, ശീലക്കാശ് എന്നുള്ളതൊന്നുമല്ല കല്യാട്ടേക്ക് വലിയ വരവ്. നാട്ടുകാരിൽനിന്ന് ഇടതടവില്ലാതെ അവർ പിരിപ്പിച്ചെടുക്കുന്ന പിഴ, പണം, പൊലിക്കേസുകൾ ഇതെല്ലാമാണ് ഇവരുടെ വലിയ മുതലെടുപ്പ്. ഇതെല്ലാം ഇപ്പോൾ നശി

ച്ചിരിക്കുന്നു എന്നതാണ് ഇവരുടെ വെറളിയെടുക്കലിന്റെ രഹസ്യം. കർഷകസംഘത്തിന്റെ ആവിർഭാവത്തോടുകൂടി ഇതുവരെ ദുരുപയോഗപ്പെടുത്തിയിരുന്ന ജനസ്വാധീനശക്തി നിശ്ശേഷം നശിച്ചു. അന്യായമായ വരവുകളും അക്രമമായ സ്വാതന്ത്ര്യങ്ങളും നശിച്ചു. ഇതുവരെ അടിമകളും അവരുടെ പാവകളുമായിരുന്നു കൃഷിക്കാർ. ഇന്ന് സ്വാതന്ത്ര്യത്തോടുകൂടി തലയുയർത്തി നാവെടുത്തു സംസാരിക്കാൻ തുടങ്ങി. ജന്മിത്വം പരിഭ്രമിച്ചുവശായി.

ഇവിടങ്ങളിൽ ദിവസംപ്രതിയുണ്ടാകുന്ന അറസ്റ്റുകളും ലോക്കപ്പുകളും നിയമപരിപാലകൻമാരുടെ ഉത്സാഹവും ജാഗ്രതയും അത് നിമിത്തം ജനങ്ങളുടെ പരിഭ്രമവും മററും കണ്ടാൽ കല്യാടൻദിക്കിൽ ഏകദേശം പട്ടാളഭരണം പാസായപോലുണ്ട്. കർഷസംഘത്തിൽപ്പെട്ടവർക്ക് ജന്മി പുനംകൊത്തുവാൻ കൊടുക്കുകയില്ലെന്ന ഭയം, സംഘത്തിൽപ്പെട്ടവരോട് പകവീട്ടുവാനായി കൂടുതൽ വാരം ചാർത്തിയത് എങ്ങനെ അളക്കുമെന്നുള്ള പരിതാപം, കുരുമുളകിന്റെ വിലയിടിവ് നിമിത്തം മുമ്പുതന്നെ നികുതിയടയ്ക്കാൻ വിഷമിച്ചുവരുന്ന വള്ളികൃഷികാർക്ക് ഇക്കൊല്ലമുണ്ടായ കുരുമുളക് വിളനാശം, ഈ ദിക്കിലെ കൃഷിക്കാരനെ കഠിനമായ ദാരിദ്ര്യബാധയിലും കടബാധ്യതയിലും ആഴ്ത്തിയിരിക്കുന്നത് ഇദ്ദിക്കിൽ മറ്റൊരാപത്തായിത്തീർന്നിരിക്കുന്നു. ഇക്കൊല്ലം വള്ളിത്തോട്ടം കണ്ടാൽ മുളക് പറിച്ചൊഴിഞ്ഞതുപോലെ തോന്നും. ഇത്തരം ദുസ്സഹമായ ദയനീയാവസ്ഥയിൽനിന്ന് ഒരു പോംവഴി കാണുവാനായിട്ടാണ് ബ്ളാത്തൂരിൽ ഒരു വമ്പിച്ച സമ്മേളനം കഴിച്ചത്. ഇന്നാട്ടിലെ 22 കർഷകസംഘങ്ങൾ കൂട്ടായിനിന്ന് മുഴക്കിയ ആ നിലവിളി മദിരാശികോൺഗ്രസ് മന്ത്രിസഭയുടെ ചെവിയിൽ അടിയന്തിരമായി എത്തിച്ചേരാതിരുന്നാൽ ഇവിടെയുള്ള കൃഷിക്കാരുടെ സ്ഥിതി വളരെ ദയനീയമായിത്തീരും.

(1939 ജനുവരിയിൽ *പ്രഭാതം* വാരികയിൽ
മൊയാരത്ത് എഴുതിയ ലേഖനം)

കടത്തനാട്ട് മാധവി അമ്മ കവയിത്രി മാത്രമല്ല

മൊയാരത്ത് ശങ്കരൻ

തച്ചോളി ഒതേനന്റെ ഒരു ജീവചരിത്രം എഴുതിക്കാണണം എന്നുള്ളത് എന്റെ ആത്യന്തികമായ ആശാകോടിയിൽപ്പെട്ട ഒന്നാണ്. കൂടാതെ, നല്ലൊരു രാജാഭിമാനിയും 'പയ്യർമല നായർ സമാജ' ത്തിന്റെ നിർഭാഗ്യവശാൽ ഈയിടെ അന്തരിച്ചുപോയ ഒരു പ്രശസ്ത സമുദായപ്രവർത്തകനും ആയിരുന്ന ശ്രീമാൻ ടി കെ അപ്പനായരവർകൾ ബി എ എന്നോട് ഈ കഥാനായകന്റെ ഒരു ജീവചരിത്രം എഴുതി പ്രസിദ്ധം ചെയ്യണമെന്ന് ഒന്നിലധികം തവണ ആവശ്യപ്പെട്ടിട്ടുണ്ടായിരുന്നു. എനിക്ക് അതിനു കഴിഞ്ഞില്ലെങ്കിലും അൽപ്പായുസായ ആ സുകൃതിയുടെ ആഗ്രഹം അദ്ദേഹം കഥാശേഷനായ ഉടനെ ഇങ്ങനെ നിർവഹിക്കപ്പെട്ടു കാണുവാനും ആ ഗ്രന്ഥത്തിന് എന്റെ ഒരു ആമുഖോപന്യാസം ചേർക്കുവാനും ഇടയായത് എനിക്ക് എത്രയും സന്തോഷാവഹമായ ഒരു സംഗതിയാണ്. അതിനാൽ, ഈ പുസ്തകത്തിന് ഒരു ആമുഖോപന്യാസമെഴുതുകയെന്നത് എനിക്ക് അനർഹമായ ഒരു ബഹുമതിയാണെങ്കിലും, അതിനു സദയം അനുവദിച്ച ഗ്രന്ഥകർത്ത്രി ശ്രീമതി കെ മാധവി അമ്മയോടു ഞാൻ ആദ്യമായി നന്ദി പറഞ്ഞുകൊള്ളുന്നു.

തച്ചോളി ഒതേനന്റെ മാതിരി ബലപൗരുഷശാലികളായ മഹാപുരുഷന്മാരുടെ ജീവചരിത്രങ്ങളെക്കൊണ്ട് ഈ കാലഘട്ടത്തിൽ കേരളത്തിനും ഭാരതത്തിനും പലതും സാധിക്കേണ്ടതുണ്ട്. ആര്യവർത്തത്തിലെ പുരാതനനിവാസികളായിരുന്ന നമ്മുടെ പ്രപിതാമഹന്മാർ മഹാ അഭ്യാസികളും പോരാളികളുമായിരുന്നു എന്നു നാം അറിയുന്നു. ഭീഷ്മഭീമാർജുനന്മാരുടെ അജയ്യഭുജപരാക്രമത്തെക്കുറിച്ച് *മഹാഭാരതം* ഘോഷിക്കുന്നു. പരശുരാമന്റെയും രഘുരാമന്റെയും ചണ്ഡപരാക്രമത്തെയും യുദ്ധവൈദഗ്ധിയെയും വാൽമീകി കവിമുഖ്യൻ കീർത്തിക്കു

ന്നു. ആ മഹാശക്തികൾക്കെല്ലാം ആധാരമായ ധനുർവേദത്തിന്റെ നാശത്തോടുകൂടിയാണ് ഭാരതഭൂമി ക്ഷീണൈശ്വര്യയായത്. പക്ഷേ ഇന്ന് അതെല്ലാം വെറും പുരാണകഥകളാണ് - അവിശ്വസനീയങ്ങളാണ്, എന്നു നമ്മളാൽ ചിലർക്കു തോന്നത്തക്കവണ്ണം കാലം പകർന്നു നാം അത്ര ഹതവീര്യന്മാരായിരിക്കുന്നു. ധനുർവേദം നശിപ്പിച്ചതിൽപ്പിന്നെ നടുക്കവശേഷിച്ച ശക്തിവിശേഷങ്ങളായിരുന്നു കളരിപ്പയറ്റ്, വാൾപ്രയോഗം, എയ്ത്ത് മുതലായ അഭ്യാസങ്ങൾ. ആയതും ഇക്കാലം നശിച്ചു എന്നു പറയേണ്ട ദിക്കായില്ലേ? മലയാളത്തിലെ നായന്മാരുടെ വിശ്വവിഖ്യാതമായ എയ്ത്തും പയറ്റും കളരി സമ്പ്രദായവും കായികാഭ്യാസവും ഇന്ന് ഏതു നിലയിലുണ്ട്? പയ്യനാടൻ ചിണ്ടൻനമ്പ്യാരെ പരാജയപ്പെടുത്തിയ 'പൂഴിക്കടക നടി' ഇപ്പോൾ എവിടെ? സാമൂതിരിപ്പാട് തമ്പുരാന്റെ നൂറ് പടനായകന്മാരുടെ കഴുത്തിലും ഒരൊറ്റ വാൾച്ചുഴറ്റൽകൊണ്ടു ചുണ്ണാമ്പു വരയിട്ട ആ ഉറുമിപ്രയോഗം ഇന്ന് ആർക്കറിയാം? 1921 ൽ ഏറെ നാട്ടു കലാപം വന്നപ്പോളല്ലേ മലയാളത്തിലെ ഇന്നത്തെ നായകന്മാരുടെ ലജ്ജാവഹമായ നിർവീര്യത അതിന്റെ നഗ്നരൂപത്തിൽ പ്രത്യക്ഷപ്പെട്ടത്!

> "തേടിക്കയർത്തു പടിയിൽ പലർകൂടിവന്നാൽ -
> ക്കൂടി, ക്കരുത്തുടയ കയ്യിതുകൂസുകില്ല;
> മോടിക്കുവേണ്ടിയരവാളിതെടുത്തതല്ല,
> പേടിക്കവേണ്ട, പിടമാന്മിഴി! തെല്ലുപോലും"

എന്നു വീരവാദം ചെയ്ത പാലാട്ടുകോമന്റെ വംശജന്മാരായ മലനാട്ടു നായന്മാർ മാപ്പിളലഹള വരുന്നു എന്നുകേട്ടപ്പോഴെ ഓടിയ വഴിക്ക് പുല്ലു കുരുക്കുന്ന കാലമുണ്ടോ? 'പാർവ്വെന്ന തേനൻ', 'പാലാട്ടുകോമൻ', 'പയ്യം വെള്ളി ചന്തു', 'വെള്ളുവക്കമ്മാർ' മുതലായ പെരുമ്പടനായന്മാരുടെ സന്താനങ്ങൾ ഇന്ന് ഇത്രയും അശക്തന്മാരും ഭീരുക്കളുമായിത്തീരാൻ അവകാശമെന്തെന്നു നാം ആലോചിച്ചിട്ടുണ്ടോ? ഒരു ജാതിക്കാരോ രാജ്യക്കാരോ അവരുടെ പാരമ്പര്യശക്തിയെയും സംസ്കാരശക്തിയെയും അവഗണിച്ച് അന്യരാജ്യക്കാരുടെ സാഹിത്യത്തെയും സംസ്കാരത്തെയും എടുത്തു മൂർദ്ധാഭിഷേകം ചെയ്തു ജീവിക്കുവാൻ കച്ചകെട്ടി പുറപ്പെട്ടാൽ അവരുടെ സകലശക്തികളും ക്ഷയോന്മുഖതയെ പ്രാപിക്കയെ ഗതിയുള്ളൂവെന്നു ലോകചരിത്രം വെളിപ്പെടുത്തുന്നുണ്ട്. അങ്ങനെയാണ് കേരളവും നശിച്ചത്. 'കളരിപ്പയറ്റും കാളപൂട്ടും അറിയാത്ത നായര് നായരല്ല' എന്ന പഴഞ്ചൊല്ലനുസരിച്ച് മലയാളത്തിലെ നായരു മുഴുവൻ അവരുടെ ജാത്യാചാരമെന്നുള്ള നിലയിൽ കളരിയഭ്യാസത്തെ അഭിമാനപൂർവം ശീലിച്ചിരുന്നുവെങ്കിൽ മലയാളത്തിൽ ഇന്ന് എത്ര തച്ചോളി ഒതേനൻമാരും അമ്പാടിക്കുറുപ്പന്മാരും ഉണ്ടാകുമായിരുന്നു! മലയാളത്തിന്റെ കീർത്തിയും ശക്തിയും ഇന്ന് ഏതുനിലയിലും എത്തുമായിരുന്നു! ഇരിക്കട്ടെ 'അതീതകാര്യാനുശയേന കിം സ്യാൽ' എന്നാണല്ലോ അഭിയുക്തവചനം. ഇനിയെങ്കിലും മലയാളികളായ നാം നമ്മുടെ പൂർവികന്മാരുടെ മാതിരി കളരിയിലിറങ്ങി കായികാഭ്യാസങ്ങൾ പരിശീ

ലിക്കുന്നതിനും തന്മൂലം നമ്മുടെ പാരമ്പര്യവാസനാശക്തിയെ ഉജ്ജീവിപ്പിക്കുന്നതിനും ബദ്ധോദ്യമന്മാരാകേണ്ടത് നമ്മുടെ രാജ്യരക്ഷയ്ക്കും സമുദായക്ഷേമത്തിനും അത്യന്താപേക്ഷിതമാണെന്ന് ഓർത്താൽ മതി.

നമ്മുടെ നാട്ടുകാർക്ക് ഇപ്പോൾ അഴക് മാത്രമല്ല ആയുസുകൂടി നഷ്ടമായിത്തുടങ്ങിയിരിക്കുന്നു എന്നു പറയുന്നതിൽ അതിശയോക്തിയില്ല. ഇന്ത്യയിലെ 'ബി എ'ക്കാർക്കു സാമാന്യമായുള്ള ശരാശരിയായുസ്സ് മുപ്പത്തിരണ്ടാണത്രെ. ഉയർന്ന വിദ്യാഭ്യാസം വർധിക്കുന്നതിനനുസരിച്ച് ഇന്ത്യയിലെ വിദ്യാസമ്പന്നന്മാർക്ക് ആയുസ്സ് കുറഞ്ഞുവരികയായിരിക്കുന്നു. ഭാരതീയജനസമൂഹത്തെ സാകല്യേന ബാധിച്ചിട്ടുള്ള ഇത്തരം ദുരവസ്ഥയിൽനിന്നു സമുദ്ധരിക്കുന്നതിനായിട്ടാണ് പ്രൊഫസർ ടി എൽ വാസ്വാനി 'ഭാരതയുവസംഘം' എന്ന പേരിൽ കാലോചിതമായ ഒരു നവീനശക്തി പ്രസ്ഥാനത്തെ പ്രസാധനം ചെയ്തിരിക്കുന്നത്. അദ്ദേഹവും അഭിനവഭീമസേനനായ പ്രൊഫസർ രാമമൂർത്തിയും ശക്തിമന്ത്രോപദേശം ചെയ്തുകൊണ്ട് ഈയിടെ ഇന്ത്യയിൽ പല ഭാഗങ്ങളിലും സഞ്ചരിച്ചിരുന്നു. ഭാരതയുവസംഘത്തിന്റെ ശാഖകളായി കായികാഭ്യാസകേന്ദ്രങ്ങളായ പതിനായിരം ശക്തിമന്ദിരങ്ങൾ ഇന്ത്യയിൽ സ്ഥാപിക്കുവാനാണ് അവർ ഉദ്ദേശിക്കുന്നത്. ഇങ്ങനെ കായികശക്തി പ്രചാരത്തിനായി ഈ നാട്ടിലെ വിചിന്തകന്മാരിൽ പലരും പരിശ്രമിച്ചുവരുന്ന ഇക്കാലം കേരളീയരായ നാം നമ്മുടെ പ്രാചീനകായികാഭ്യാസ സ്തോത്രങ്ങളായ തച്ചോളി ഒതേനൻ, അമ്പാടിക്കുറുപ്പ് മുതലായ വീരയോദ്ധാക്കളുടെ ചരിത്രങ്ങളെകൊണ്ട് ശക്തി സാഹിത്യത്തെ പരിപോഷിപ്പിക്കുവാൻ ചെയ്യുന്ന ശ്രമം എത്രയും സമുചിതവും കാലാനുകൂലവുമാണ്. വിശിഷ്യ, കേരളീയ സമുദായജീവിതത്തെ നിയന്ത്രണംചെയ്യുന്നതിനും ഭാഷയെ സവിശേഷം വളർത്തുന്നതിനും പര്യാപ്തങ്ങളായ ജീവചരിത്രങ്ങൾ മലയാളഭാഷയിൽ ഇപ്പോൾ സുദുർലഭമാണ്. എല്ലാംകൊണ്ടും തച്ചോളി ഒതേനന്റെ ജീവചരിത്രത്തെ മലയാളികളെല്ലാം സകൗതുകം സ്വാഗതം ചെയ്യുമെന്നു നമുക്കു നിസ്സംശയം പ്രതീക്ഷിക്കാവുന്നതാണ്.

തച്ചോളി ഒതേനൻ ഉദ്ദേശം 350 സംവത്സരം മുമ്പ് ജീവിച്ചതായ ഒരു പഴയ നായർ തറവാട്ടുകാരനായിരുന്നുവെങ്കിലും ഇന്നത്തെ ചില നായന്മാരുടെ മാതിരി അശേഷം യാഥാസ്ഥിതികനായിരുന്നില്ല. അദ്ദേഹം ഒരു നല്ല സ്വതന്ത്രനായ സമുദായാഭിമാനിയായിരുന്നു; സ്വസമുദായത്തിന്റെ വളർച്ചയ്ക്കും രക്ഷയ്ക്കും സർവസമുദായമൈത്രി അത്യാവശ്യമാണെന്നു ധരിക്കാത്ത ഒരു സമുദായനേതാവല്ലായിരുന്നു. ഒതേനന്റെ കളരിയിൽ ജോനകൻ, തിയ്യൻ, പുള്ളുവൻ, മലയൻ തുടങ്ങിയിട്ടുള്ള സകലജാതിക്കാർക്കും പ്രവേശന സ്വാതന്ത്ര്യമുണ്ടായിരുന്നു. ഒതേനനെ ഏത് ആപൽഘട്ടത്തിലും സഹായിക്കുവാൻ പ്രാണസ്നേഹവിശ്വാസമുള്ളവരായ അനേകം സതീർഥ്യന്മാരും ചങ്ങാതിമാരായുണ്ടായിരുന്നു. വയനാട്ടിൽ പുന്നോറൻ കേളപ്പന്റെ കോട്ടയിൽ കുടുങ്ങിയ അവസരത്തിൽ കടത്തനാട്ടിൽനിന്നു പടനായകന്മാരുടെ ഇടയിലുണ്ടായിരുന്ന

കോട്ടക്കൽ കുഞ്ഞാലിമരക്കാര്, മേപ്പയിൽ തണ്ടാൻചെക്കു മുതലായ വിഭിന്നമതസ്ഥന്മാർ ഒതേനൻ ഒരു സർവസമുദായബന്ധുവായിരുന്നു എന്നുള്ളതിന് അവിതർക്കിതമായ ചരിത്രസാക്ഷ്യം വഹിക്കുന്നുണ്ട്. അദ്ദേഹത്തിന്റെ ഊരാളി ഒതയോത്തെ സംബന്ധത്തിന് ഊരാളിനായന്മാരുടെ ഇടയിൽ 'കുറുപ്പ്'ന്മാർക്കു സംബന്ധമുണ്ടായിരുന്നില്ല എന്നുള്ള സംഗതി അദ്ദേഹം ഇന്നുള്ള മിക്ക സമുദായപരിഷ്കാരികളെക്കാളും ബുദ്ധിവികാസവും ഹൃദയവിശാലതയും ഉള്ള ആളായിരുന്നു എന്നു തെളിയിക്കുന്നു.

പുറമാല നമ്പിയെ കൊന്നതും ആ ഭവനം കൊള്ളിവെച്ചെരിച്ചതും വയനാട്ടിൽ പുന്നോറൻ കേളപ്പനെ കൊന്നതും അതിരുകവിഞ്ഞ കഠിനകൈയാണെന്നും തന്നിമിത്തം ഒതേനൻ ഒരു വലിയ അക്രമി ആണെന്ന് ഇക്കാലത്തു ചിലർക്കു തോന്നിയേക്കാം. അതുപക്ഷേ, അന്നത്തെ നാട്ടുനടപ്പാണ്. അന്യായത്തെ അമർത്തുക, അക്രമികളെ ശിക്ഷിക്കുക, അഭിമാനത്തിനുവേണ്ടി അടർചെയ്യുക, പടക്കളത്തിലിറങ്ങിയാൽ ഒന്നുകിൽ ജയിക്കുക, അല്ലെങ്കിൽ മരിക്കുക ഇതായിരുന്നു അക്കാലത്തെ ജനങ്ങളുടെ ജീവിതാദർശം. ലോകത്തിൽ രണശൂരന്മാരായ സകലജനങ്ങളും ഈ ആദർശത്തെ കൈക്കൊണ്ടിരുന്നു. തോറ്റവൻ വദ്ധ്യനാണ്, ജീവിക്കുവാൻ അർഹനല്ല എന്നാണ് അക്കാലത്തെ നിശ്ചയം. അതാണ് മലർന്നുവീണ പയ്യനാടൻ ചിണ്ടൻനമ്പ്യാരുടെ മാറത്തുകയറി ഇരുന്ന ഒതേനൻ അയാളുടെ കഴുത്തു വെട്ടുന്നതിന് അവിടെ ചുറ്റും നിൽക്കുന്ന മഹാജനങ്ങളോട് ചോദിച്ചപ്പോൾ 'സമ്മത'മെന്നു ജനങ്ങൾ ആർത്തുവിളിച്ചത്.

നമ്മുടെ ചരിത്രനായകനു ബഹുഭാര്യാത്വമെന്ന ഒരു ദോഷമുണ്ടെന്ന് ഇക്കാലം ചിലർ ആക്ഷേപിക്കാൻ മതി. എന്നാൽ പുരാതനകാലത്ത് ഹിന്ദുക്കൾക്കു പ്രായേണ ഏകഭാര്യാവ്രതം ഉണ്ടായിരുന്നില്ല. ബഹുഭാര്യാത്വം ഇന്നത്തെപ്പോലെ അത്ര ലജ്ജാവഹമായ ഒരു ദുർമര്യാദയായി അന്നു വിചാരിക്കപ്പെട്ടിരുന്നില്ല. കാലഗതിക്കനുസരിച്ച് ആദർശവും മന:സ്ഥിതിയും മാറിക്കൊണ്ടിരിക്കുന്നതു സാധാരണയാണ്. താൽക്കാലികമായ കാലസ്ഥിതിയോ മനഃസ്ഥിതിയോ അടിസ്ഥാനപ്പെടുത്തി ഒരു ആദർശപുരുഷന്റെയോ ഒരു ദേശീയനായകന്റെയോ ഗുണദോഷവിചിന്തനം ചെയ്യുന്നതു യുക്തമല്ല. ഒതേനൻ ജീവിച്ചിരുന്ന കാലവും പരിതഃസ്ഥിതിയുമാണ് ഒന്നാമതായി ആലോചിക്കേണ്ടത്. ഒരുകാലത്ത് അതേ സ്വാതന്ത്ര്യസമരത്തിൽ രക്തപ്പുഴ ഒഴുകിച്ചിരുന്ന രാജ്യം മറ്റൊരു കാലത്ത് അതേ സ്വാതന്ത്ര്യസമരത്തിനായി ക്ഷമയും ശാന്തിയും സ്വീകരിച്ചു എന്നുവരാം. എന്നാൽ പിന്നത്തെ ആദർശത്തെ അടിസ്ഥാനപ്പെടുത്തി പൂർവാദർശത്തെ അപലപിക്കാവുന്നതല്ല. അതിനാൽ ഈ ചരിത്രനായകന്റെ ആദർശത്തിലും സ്വഭാവത്തിലും ഭിന്നാഭിപ്രായത്തിനു വഴിയുണ്ടാകുന്നുവെങ്കിൽ അതിനുത്തരവാദി കാലചക്രഭ്രമണം മാത്രമാണ്. ഒരു പുരുഷന് ഒന്നിലധികം ഭാര്യമാരുണ്ടായിരിക്കുന്നത് യഥാർഥത്തിൽ

ഒരു സ്ത്രീലമ്പടമാണെങ്കിലും അക്കാലം അതൊരു പ്രഭുത്വചിഹ്നമായി കരുതപ്പെട്ടിരുന്നു. അന്നുള്ള ബുദ്ധിമതികളായ സ്ത്രീകൾക്കുകൂടി ഞങ്ങളുടെ ഭർത്താക്കന്മാർ പരാക്രമശാലികളായ ഭടന്മാരായിരിക്കണമെന്നല്ലാതെ അവർക്കു മറ്റു ഭാര്യമാരുണ്ടായിരിക്കുന്നതു വിപ്രിയജനകമായിരുന്നില്ല. കാവിൽ ചാത്തോത്ത് കുങ്കിയെപ്പോലെതന്നെ പുറമാലകുങ്കമ്മയും, ഒതേനനെ ദീനക്കിടക്കയിൽ ശുശ്രൂഷിച്ച ഊരാളി ഒതയോത്ത് വൈദ്യരുടെ മക്കളും വിവാഹത്തിനുമുമ്പുതന്നെ ഒതേനനെ സ്വയംവരം ചെയ്തവരാണ്. അവർ രണ്ടുപേരും ഒതേനന്റെ പ്രസിദ്ധമായ കുങ്കീപരിണയം അറിഞ്ഞിരുന്നില്ലെന്നു വിചാരിക്കാൻ തരമില്ല. പുറമാല കുങ്കമ്മയുടെ വിവാഹം വേഗത്തിൽ നടത്തണമെന്ന് ഒതേനന്റെ പ്രഥമപത്നിയായ കുങ്കിതന്നെ നിർബന്ധിച്ചിരുന്നുവത്രേ. അക്കാലത്തെ സ്ത്രീജനങ്ങൾ സാപത്ന്യദു:ഖത്തെക്കൂടെ ഗൗനിക്കാതെ 'അനഘവീരവധുപദാപ്തി' ഒരുൽക്കൃഷ്ടജീവിതാദർശമായി കരുതിയിരുന്നു എന്നുകൂടി ഒതേനന്റെ ചരിത്രം തെളിയിക്കുന്നുണ്ട്.

ഒതേനനെ കടത്തനാട്ട് തമ്പുരാൻ മാത്രമല്ല സാമൂതിരിപ്പാടു തമ്പുരാൻ, കോട്ടയത്തുതമ്പുരാൻ, കൊടുങ്ങല്ലൂർ തമ്പുരാൻ ഇവരെല്ലാം ബഹുമാനിച്ച് വീരശൃംഖലകളും ചില അവകാശങ്ങളും കൽപ്പിച്ചുകൊടുത്തതായി അറിവുണ്ട്. കൊടുങ്ങല്ലൂർ ഭരണിക്കാലത്ത് ഒരു ചന്തയിലെ പിരിവിനു തച്ചോളിക്കുറുപ്പന്മാർക്ക് എന്നെന്നേക്കും ഒരവകാശം ഒതേനൻ സമ്പാദിച്ചിട്ടുണ്ടായിരുന്നുവത്രെ. വലിയ രാജ്യാഭിമാനിയായ നമ്മുടെ നായകൻ വയനാട്, തിരുനെല്ലി, കൊടുങ്ങല്ലൂർ, കോഴിക്കോട് മുതലായ ദൂരദിക്കുകളിൽക്കൂടി കടത്തനാട്ടിന്റെ അഭിമാനവും ഐശ്വര്യവും പ്രചരിപ്പിച്ചതിനു ചരിത്രലക്ഷ്യങ്ങളുണ്ട്.

ഇതിന്റെ ഗ്രന്ഥകർത്രിയായ ശ്രീമതി കിഴുപ്പള്ളി മാധവിഅമ്മയെ സാഹിത്യലോകത്തിനു പുതുതായി പരിചയപ്പെടുത്തേണ്ട ഭാരം എനിക്കുണ്ടെന്നു ഞാൻ വിചാരിക്കുന്നില്ല. മൂന്നുനാലുകൊല്ലമായി ഇവർ *കവനകൗമുദി, മഹിള, ജനരഞ്ജിനി, സ്വാഭിമാനി, കേരളകേസരി, ബാലാർക്കൻ* മുതലായ പത്രങ്ങളിലും മാസികകളിലും എഴുതി പ്രസിദ്ധംചെയ്ത ഖണ്ഡകൃതികളാലും ലേഖനങ്ങളാലും ഈ കവയിത്രി മലയാളസാഹിത്യലോകത്തിനു സുപരിചിതമായിത്തീർന്നിട്ടുണ്ട്. മാധവിഅമ്മയുടെ അച്ഛനായ ശ്രീമാൻ തിരുവോത്തു കണ്ണക്കുറുപ്പ് ഒരു നല്ല സാഹിത്യമർമജ്ഞനും വാസനാകവിയുമാണ്. മാധവിഅമ്മയുടെ ഉജ്ജ്വലമായ കവിതാവാസനയും ഭാഷാഭിമാനവും അവർക്ക് അച്ഛനിൽനിന്നു സിദ്ധിച്ച സ്വത്താണ്. വിദുഷിയായ ഗ്രന്ഥകർത്രിക്ക് കവിതയ്ക്ക് മാത്രമല്ല ഗദ്യമെഴുത്തിനും ഒരു ജന്മസിദ്ധമായ വാസനയുണ്ടെന്നും ഈ പുസ്തകം നല്ലപോലെ തെളിയിക്കുന്നുണ്ട്. രണ്ടാമധ്യായത്തിലെ വടകരവയൽ, പതിനാലാമധ്യായത്തിലെ സാമൂതിരികോവിലകത്തിന് അടുത്ത് നടക്കാവിലെ ആൽത്തറയിന്മേലുള്ള ഒതേനന്റെ വിശ്രമം, പതിനഞ്ചാമധ്യായത്തിലുള്ള പുറമാലനമ്പിക്കുറുപ്പിന്റെ വീട്ടിലെ സന്ധ്യാസമയം, നമ്പിക്കുറുപ്പിന്റെ

വധാനന്തരം വടക്കിനി വാതിൽ തുറന്നു പ്രത്യക്ഷയായ കുങ്കമ്മ, ഇവയെ സംബന്ധിച്ച പ്രകൃതിപേശലമായ വർണനകൾ മാധവിഅമ്മയുടെ നൈസർഗികമായ ഗദ്യരചനാവാസനയെ സ്ഫുടീകരിക്കുന്ന ഭാഗങ്ങളാണ്.

ഭാഷയുടെ ഗതിക്കും രീതിക്കും ചിലേടങ്ങളിൽ അഭിനവമായ സംസ്കാരം കുറഞ്ഞുകാണുന്നുണ്ടെങ്കിൽ അതിനുത്തരവാദി മൂന്നു ശതാബ്ദത്തിലധികം പഴക്കമുള്ള ഇതിവൃത്തവും ഈ പഴയചരിത്രത്തിന്റെ പ്രധാന മൂലസാഹിത്യമായ തച്ചോളിപ്പാട്ടുകളുമാണ്. ഈ സംഗതിയെ ഉദാഹരിക്കുന്ന

> പുറമാല വീട്ടിലെ മണിയറയിൽ കടഞ്ഞുമിനുക്കിയ കട്ടിലിൽ കുടഞ്ഞുവിരിച്ച പട്ടുകിടക്കയിൽ നാനാഴി നല്ലെണ്ണനിലവിളക്കിന്റെ തെളിഞ്ഞ വെളിച്ചത്തു കിടന്നുറങ്ങി ശീലിച്ചിട്ടുള്ള അവൾ കുട്ടനെ കെട്ടുന്ന കുണ്ടകത്ത് മുണ്ടോലപ്പായും മുറിയണയും ശയ്യോപധാനങ്ങളാക്കി കാക്കവിളക്കും മുറിത്തിരിയുമായി കഴിഞ്ഞുകൂടുന്ന അപ്പഴത്തെ അവസ്ഥ അത്യന്തം ദയനീയമായിരുന്നു.

എന്നീവിധം ഊട്ടിൽ പഴക്കമുള്ള വാചകരീതി ഇടയ്ക്കു ചില ഭാഗങ്ങളിൽ കാണപ്പെടുന്നത് ഭാഷയ്ക്കു വൈജാത്യം കൊടുക്കുന്നുണ്ടെങ്കിലും അത് അശേഷം നീരസജനകമല്ലതന്നെ. പൊയ്ത്തു വർണിക്കാൻ മാധവിഅമ്മയ്ക്ക് ഒരു പ്രത്യേകപാടവമുണ്ട്. ഒമ്പതാം അധ്യായത്തിൽ ചിണ്ടൻനമ്പ്യാരുമായുള്ള പടവെട്ടും പതിമൂന്നാം അധ്യായത്തിൽ പുന്നോറൻ കേളപ്പന്റെ കോട്ടയിലെ സമരവും പതിനാറാം അധ്യായത്തിൽ പൊന്ന്യത്തങ്കക്കളരിയിൽ വെച്ചുള്ള പൊയ്ത്തും വർണിച്ച ഭാഗങ്ങൾ സഹൃദയന്മാർക്കു നെഞ്ചിടിപ്പും രോമാഞ്ചവും ഉണ്ടാക്കത്തക്കതാണ്. ആകപ്പാടെ ഈ പുസ്തകത്തിലെ ഭാഷാരീതി എത്രയും ഹൃദയാവർജകമായിട്ടുണ്ട്.

അങ്ങുമിങ്ങും ചിന്നിച്ചിതറിക്കിടക്കുന്ന ചരിത്രശകലങ്ങളും ഐതീഹ്യങ്ങളും ശേഖരിച്ച് അനുസ്യൂതമായി യഥാക്രമം കോർത്തിക്കെട്ടി ഈ പുസ്തകം ചരിത്രപുസ്തകം ചമയ്ക്കുന്നതിൽ ദേശാഭിമാനവതിയായ നമ്മുടെ ഗ്രന്ഥകർത്രി പ്രദർശിപ്പിച്ചിട്ടുള്ള ബുദ്ധിവിവേകവും രചനാനൈപുണിയും സർവോപരി അഭിനന്ദനീയമാണ്. ശ്രീമതി മാധവിഅമ്മ ഇപ്പോൾ തന്റെ പാവനമായ ജീവിതം ഏതാദൃശസാഹിത്യ പരിശ്രമത്തിനായി ഭാഷാദേവിയുടെ തൃപ്പാദത്തിൽ അർപ്പിച്ചിരിക്കുകയാണ്. വിദുഷിയായ ഗ്രന്ഥകർത്രി ഇനിയും ഇത്തരം വിശിഷ്ട ഗ്രന്ഥങ്ങൾ പ്രസാധനം ചെയ്തുകാണ്മാൻ സംഗതിവരട്ടെ.

(കടത്തനാട്ട് മാധവി അമ്മയുടെ *തച്ചോളി ഒതേനൻ* എന്ന പുസ്തകത്തിന് മൊയാരത്ത് എഴുതിയ മുഖവുര)

വിവേകാനന്ദ സ്വാമികളുടെ മനുഷ്യസ്നേഹം

മൊയാരത്ത് ശങ്കരൻ

മതസംബന്ധമായോ സമുദായസംബന്ധമായോ രാഷ്ട്രീയമായിത്തന്നെയോ സ്വാതന്ത്ര്യത്തിന്റെ പേരിൽ വല്ലതും പ്രവൃത്തിക്കുന്ന ഒരു ഭാരതീയന് ഇക്കാലത്ത് ഒന്നാമത്തെ ആദർശപുരുഷൻ ശ്രീ. വിവേകാനന്ദ സ്വാമിയാണ്. ഹിന്ദുമതത്തിന്റെ മഹിമയെയും, പാശ്ചാത്യന്മാരുടെ തത്വശാസ്ത്രങ്ങളും പൗരസ്ത്യന്മാരുടെ ഉപനിഷത്തുകളും അന്യോന്യവിരുദ്ധമല്ലെന്നുള്ള സംഗതിയെയും, പരദേശീയർക്ക് ബോധ്യപ്പെടുത്തിയതിനു പുറമെ ഈ ഹിന്ദുസന്യാസിവര്യൻ ഇന്ത്യാരാജ്യത്തിന് ഒരു വലിയ ഗുണം ചെയ്തിട്ടുണ്ട്. അത് ഹിന്ദുക്കൾ അന്യമതങ്ങളെ വെറുക്കണമെന്നോ അന്യസമുദായങ്ങളെ പുച്ഛിക്കണമെന്നോ അന്യരാജ്യക്കാരുമായി സ്നേഹിക്കയും സഹവസിക്കയും ചെയ്യരുതെന്നോ ഹിന്ദുമതം ശാസിക്കുന്നില്ല എന്ന് ആദ്യമായി നമുക്ക് പല വിധത്തിലും പ്രസംഗിച്ചും പ്രവർത്തിച്ചും ജീവിച്ചും പഠിപ്പിച്ചുതന്നതാണ്. ഹിന്ദുമതമെന്നു പറയുന്ന സാക്ഷാൽ സനാതനമതം ഭൂലോകസാഹോദര്യത്തെ പുലർത്തുന്നതാണെന്ന് അധുനാതന ഹിന്ദുക്കൾക്ക് ഉപദേശിച്ച ആദ്യമതാചാര്യനാണ് ഈ മഹാപുരുഷൻ. ശങ്കരാചാര്യൻ സ്ഥാപിച്ചതാണെന്നു പറയുന്ന കേരളത്തിലെ ജാത്യാചാരങ്ങളെപ്പറ്റി മുപ്പതുകൊല്ലത്തിനുമുമ്പ് വിവേകാനന്ദസ്വാമികൾ എന്ത് പറഞ്ഞിരിക്കുന്നു എന്ന് സകല കേരളീയനും അറിയേണ്ടതാണ്.

സ്വാമികൾ ഹിന്ദുമതപ്രസംഗം ചെയ്തുകൊണ്ട് അമേരിക്ക, ഇംഗ്ലണ്ട്, ജപ്പാൻ മുതലായ അന്യരാജ്യങ്ങളിലും ഇന്ത്യയിൽത്തന്നെ പലേടങ്ങളിലും ചുറ്റിസഞ്ചരിച്ചുകൊണ്ടിരുന്ന കാലത്ത് അദ്ദേഹം തന്റെ സ്നേഹിതന്മാർക്കും മറ്റും പല കത്തുകൾ അയച്ചിരുന്നു. അവയിൽ ആ രാജ്യങ്ങളിലെ ജനങ്ങളുടെ സ്വഭാവത്തെയും പ്രവൃത്തിയെയും സമുദായ സമ്പ്രദായങ്ങളെയും സംബന്ധിച്ച പല വിശേഷവിവരങ്ങൾ പ്രസ്താവിച്ചിട്ടുണ്ട്.

ആ രാജ്യങ്ങളിലെ സമുദായാചാരങ്ങളും നമ്മുടെ നാട്ടിലെ സമുദായ നടപടികളും സ്വാമികൾ നല്ലപോലെ താരതമ്യപ്പെടുത്തുകയും മറ്റും ചെയ്തിട്ടുണ്ട്. ഭാരതീയസമുദായത്തെ വല്ല വിധേനയും സംസ്കരിക്കണമെന്നാഗ്രഹിക്കുന്ന ഏതൊരാൾക്കും സ്വാമികളുടെ ഈ കത്തുകൾ വലിയ മാർഗദർശികളായിരിക്കും.

ഒരു മനുഷ്യന്റെ യഥാർഥ യോഗ്യത അയാളുടെ കത്തുകൊണ്ട് നിർണയിക്കാമെന്ന് പറയുന്നത് വളരെ ശരിയാണ്. വിവേകാനന്ദസ്വാമികളുടെ ബുദ്ധിശക്തിയും മനപ്പരിഷ്കാരവും ഹൃദയവിശാലതയും മതപ്രതിപത്തിയും സർവോപരിയായ മനുഷ്യസ്നേഹവും വ്യക്തമായി തെളിയിക്കുന്നവയാണ് അദ്ദേഹത്തിന്റെ കത്തുകൾ. അവ ഞാൻ *മനോരമാ* പത്രത്തിൽ പ്രസിദ്ധം ചെയ്യാൻ നിശ്ചയിച്ചിരിക്കയാണ്. പിന്നീട് അവ ഒന്നായി ശേഖരിച്ച് ഒരു പുസ്തകമാക്കി അച്ചടിപ്പിക്കുവാനും ഉദ്ദേശിക്കുന്നുണ്ട്. അതിനായി സദയം അനുവദിച്ച മാന്യ *മനോരമാ* പ്രവർത്തകന്മാർക്ക് എന്റെ കൃതജ്ഞതയെ മുൻകൂട്ടി ഇവിടെ പ്രസ്താവിച്ചുകൊള്ളുന്നു.

(*സ്വാമി വിവേകാനന്ദന്റെ കത്തുകൾ*
എന്ന പുസ്തകത്തിന് മൊയാരം എഴുതിയ മുഖവുര)

'മദ്വചനങ്ങൾക്ക് മാർദവമില്ലെങ്കിൽ ഉദ്ദേശ്യശുദ്ധിക്ക് മാപ്പ് നൽകിൻ'

മൊയാരത്ത് ശങ്കരൻ

ഞാൻ ജയിലിലിരിക്കുമ്പോഴാണ് ഇങ്ങനെയൊരു കോൺഗ്രസ് ചരിത്രമെഴുതിയാൽ കൊള്ളാമെന്ന് ആദ്യമായി ആലോചിച്ചത്. അന്ന് അതിന് കുറെ നോട്ടുകൾ ശേഖരിക്കുവാൻ മാത്രം കഴിഞ്ഞു. പുറത്തു വന്നപ്പോൾ ഓരോ തിരക്കായി. കഴിഞ്ഞകൊല്ലം ഒക്ടോബർ നവംബർ മാസത്തിൽ ഒരു ഏട്ട് അധ്യായം എഴുതി. ഡിസംബർ മാസത്തിൽ എന്റെ മരുമകൻ ബാലൻ, 20 വയസ്സ് പ്രായമുള്ള ഒരു കുട്ടി മരിച്ചു. മനസിന് സുഖമില്ലാതായപ്പോൾ നിടുമ്പ്രം പന്ന്യന്നൂർ നിരത്തിന്റെ പണി തുടങ്ങി. രണ്ടു മാസം അതുകൊണ്ടു പോയി. അതു കഴിഞ്ഞപ്പോൾ യുവജനസാഹിത്യസമ്മേളനമായി. അതിനുശേഷം ഒന്നരമാസം ഇട കിട്ടിയപ്പോൾ പിന്നേയും അഞ്ചെട്ടധ്യായം എഴുതി. അപ്പോഴാണ് കോൺഗ്രസിന്റെ സുവർണജൂബിലി പ്രമാണിച്ച് ഇന്ത്യൻ നാഷണൽ കോൺഗ്രസിന്റെയും കേരളത്തിലെ കോൺഗ്രസിന്റെയും ഓരോ ചരിത്രം പരസ്യം ചെയ്യുവാൻ സെപ്റ്റംബർ മാസാവസാനത്തിൽ കൂടിയ കേരളസംസ്ഥാന കമ്മിറ്റി യോഗം ആലോചിച്ചത്. കേരള കോൺഗ്രസിന്റെ ചരിത്രം എഴുതുവാൻ മി. എ കെ പിള്ളയെ ഏൽപ്പിക്കുന്നുണ്ടെന്നും ഞാൻ എഴുതുന്ന കോൺഗ്രസ് ചരിത്രത്തെപ്പറ്റി ഒരു മെമ്പർ പ്രസ്താവിച്ചപ്പോൾ ചരിത്രം മുഴുമിച്ചശേഷം ജൂബിലികമ്മിറ്റി അംഗീകരിക്കുന്നതായാൽ കമ്മിറ്റിവകയായി പരസ്യം ചെയ്യാമെന്നും കാര്യദർശി പറയുകയുണ്ടായി. അതുപ്രകാരം ഈ പുസ്തകം ബദ്ധപ്പെട്ടെഴുതിത്തീർത്ത് നവംബർ 16 നു കൂടിയ പ്രവർത്തകക്കമ്മിറ്റിയോഗത്തിൽ ഹാജരാക്കി. അച്ചടിച്ചെലവിൽ പകുതി കമ്മിറ്റി വഹിക്കാമെന്ന് നിശ്ചയിച്ചു. പുസ്തകം കമ്മിറ്റിയിലെ അംഗങ്ങൾക്ക് വായിച്ചു പരിശോധിപ്പാൻ കൊടുത്തു. കോൺഗ്രസധ്യക്ഷന്റെ കേരളസന്ദർശനം നിമിത്തം പുസ്തകം പരിശോധന കഴിപ്പാനും

അഡ്വാൻസ് പണം കമ്മിറ്റിയിൽനിന്ന് കിട്ടിക്കഴിവാനും വിചാരിച്ചതില ധികം താമസം നേരിട്ടു. ജൂബിലിക്കു പ്രസിദ്ധം ചെയ്യാൻ തക്കവണ്ണം ഒരാഴ്ചകൊണ്ട് ഇത്രയും വലിയ ഒരു പുസ്തകം അച്ചടിച്ചുതരുന്നതിന് ഒരു പ്രസന്വേഷിച്ചു ഞാൻ തിരുവനന്തപുരംവരെ ഓടേണ്ടിവന്നു. ഒടുവിൽ ഒരാഴ്ചകൊണ്ട് അച്ചടിച്ചു തരാമെന്നുള്ള കരാറിന്മേൽ ഡിസംബർ 17 നു ശാരദാ പ്രിന്റിങ് വർക്ക്സ് അച്ചുക്കൂടത്തിൽ പുസ്തകം ഏൽപ്പിച്ചു. ഒരാഴ്ചക്കകം അച്ചടി കഴിഞ്ഞുവെങ്കിലും കമ്മിറ്റി മുൻനിശ്ചയപ്രകാരം പണം അയക്കായ്കയാൽ കോൺഗ്രസ് ജൂബിലിക്ക് തക്കവണ്ണം ഈ കോൺഗ്രസ് ചരിത്രം പ്രസിദ്ധം ചെയ്യാനുള്ള എന്റെ ആഗ്രഹവും പ്രസുകാരുടെ അധ്വാനവും സഫലമാകാതെ വന്നതിൽ ഞാൻ നിർവ്യാജം വ്യസനിക്കുന്നു. കേരളത്തിലെ ചരിത്ര സാഹിത്യത്തിന്റെ പോഷണത്തിനുവേണ്ടി എന്റെ ശക്തിക്കൊത്തവണ്ണം ഞാൻ ചെയ്ത ഈ പരിശ്രമത്തിൽ 'മദ്വചനങ്ങൾക്ക് മാർദവമില്ലെങ്കിൽ ഉദ്ദേശ്യശുദ്ധിക്കു മാപ്പ് നൽകിൻ' എന്നു മാത്രമേ എനിക്കു സഹൃദയസമക്ഷത്തിൽ അറിയിക്കേണ്ടതായിട്ടുള്ളൂ.

നിശ്ചയപ്രകാരം പുസ്തകത്തിന്റെ അച്ചടി നീക്കുന്നതിൽ 'ശാരദാ പ്രിന്റിങ് വർക്ക്സ്' കാണിച്ച ഉത്സാഹവും കൃത്യനിഷ്ഠയും അഭിനന്ദനീയം തന്നെ. ഈ പുസ്തകത്തിനു ഉൽബോധകജനകമായ ഒരു മുഖവുര എഴുതിത്തന്ന കേസരി പത്രാധിപർ ശ്രീ. ബാലകൃഷ്ണപിള്ളയുടെ നേരേ എനിക്കുള്ള കൃതജ്ഞത അവാച്യമാണ്.

(*ഇന്ത്യൻ നാഷണൽ കോൺഗ്രസ്* എന്ന പുസ്തകത്തിൽ
മൊയാരത്തിന്റെ ആമുഖ പ്രസ്താവന)

മലയാളത്തിലെ ആദ്യ ശാസ്ത്രീയചരിത്രകാരൻ

എൻ ബാലകൃഷ്ണപിള്ള

"ചരിത്രപരമായ പഠനം രാഷ്ട്രീയപുരോഗമനത്തിനും മനഃസംസ്കാരത്തിനും അടിസ്ഥാനമാകുന്നതാണ്. ഒരു ഭരണതന്ത്രജ്ഞൻ പ്രായോഗികമായി പ്രവർത്തിക്കുന്ന ഒരു ചരിത്രകാരനത്രെ" എന്ന് പ്രസിദ്ധ ജർമ്മൻ ചരിത്രകാരനായ ഡ്രോയ്സൺ ചൂണ്ടിക്കാണിച്ചിട്ടുണ്ട്. കേരളീയർ ഈ പരമാർഥം നല്ലപോലെ ഗ്രഹിച്ചിരുന്നു എങ്കിൽ, അവർ തങ്ങളുടെ മാതൃഭാഷയായ മലയാളത്തിൽ ചരിത്രമെന്ന പിരിവിനെ പോഷിപ്പിക്കുവാൻ ഇതിനു മുമ്പുതന്നെ ഭഗീരഥപ്രയത്നം ചെയ്യുമായിരുന്നു. ഇതിന് അവർ ഉദ്യമിക്കാതെയിരിക്കുന്നതു പരിതാപകരമെന്നേ പറയേണ്ടു. അതിനാൽ ഭാഷയുടെ ഈ കുറവ് പരിഹരിക്കുവാനുള്ള ഏതുദ്യമവും–അതിന് എത്രയധികം കുറ്റങ്ങളും കുറവുകളും ഉണ്ടായിരുന്നാലും ശരി – ശ്ലാഘനീയമായിരിക്കുകതന്നെ ചെയ്യും. പുതിയ യുവജനസാഹിത്യസമ്മേളനപ്രസ്ഥാനത്തിന്റെ ഒരു മുഖ്യപ്രവർത്തകനായ ശ്രീമാൻ മൊയാരത്തു ശങ്കരന്റെ ഈ ഗ്രന്ഥം ഇത്തരത്തിലുള്ള ഒരു ഉദ്യമമാണുതാനും.

പാശ്ചാത്യരുടെ ഇടയ്ക്ക് ഇന്ന് ചരിത്രനിർമാണം വളരെ ഉയർന്നപടിയിൽ എത്തിക്കഴിഞ്ഞിരിക്കുന്നു. അതിന്റെ രചനാരീതിയിലും വിഷയത്തിലും കഴിഞ്ഞ ഒരു ശതാബ്ദംകൊണ്ട് വലുതായ പരിവർത്തനങ്ങൾ ഉണ്ടായിട്ടുണ്ട്. മിഷ്‌ലേയുടെയും മക്കാളെയുടെയും 'റൊമാന്റിക്' ചരിത്രമെഴുത്തുരീതിയുടെ അസ്തമയവും, റങ്കേയുടെയും ഗാർഡിനറുടെയും ശാസ്ത്രീയ ചരിത്രമെഴുത്തുരീതിയുടെ ഉദയവും ഈ ശതാബ്ദം കണ്ടുകഴിഞ്ഞിരിക്കുന്നു. ഇന്നത്തെ ചരിത്രകാരന്മാർ സംഭവങ്ങൾക്കും ഭരണാധികാരികളുടെ പ്രവൃത്തികൾക്കും പഴയ ചരിത്രകാരന്മാരെപ്പോലെ പ്രാധാന്യം നൽകാതെ സ്ഥാപനങ്ങളുടെയും ആശയങ്ങളുടെയും സാമാ

ന്യജനങ്ങളുടെയും വളർച്ചയ്ക്കു കൂടുതൽ പ്രാമുഖ്യം കൊടുത്തുവരുന്നു. "സർവലോക ചരിത്രമല്ലാതെ മറ്റൊരു ചരിത്രവും എഴുതുവാൻ സാധിക്കുന്നതല്ല" എന്ന് ആധുനികലോകത്തിലെ ചരിത്രകാരന്മാരിൽ അഗ്രഗണ്യനായി പ്രശോഭിച്ചിരുന്ന റാങ്കേ എന്ന ജർമൻ ചരിത്രകാരൻ പത്തൊൻപതാം ശതാബ്ദത്തിന്റെ പ്രഥമാർധത്തിൽ പ്രഖ്യാപനം ചെയ്യുകയും പ്രവൃത്തിയിൽ കൊണ്ടുവരാൻ ശ്രമിക്കുകയും ചെയ്തിരുന്ന തത്വത്തെ എച്ച് ജി വെത്സിനെപ്പോലെയുള്ള ചരിത്രകാരന്മാർ മുറുകെപ്പിടിക്കുകയും ചെയ്തിരിക്കുന്നു.

ശ്രീമാൻ ശങ്കരന്റെ കോൺഗ്രസ് ചരിത്രം ശാസ്ത്രീയരീതിയിൽ ഒരു സ്ഥാപനത്തിന്റെ ചരിത്രമെഴുതുവാനുള്ള ഒരു ഉദ്യമമാകുന്നു. സത്യത്തെ ബലികഴിച്ചിട്ടും ഭംഗിപിടിപ്പിക്കുവാൻ ശ്രമിക്കുന്ന 'റൊമാന്റിക്' ചരിത്രരചനാരീതിയല്ല, സത്യത്തിനും യഥാർഥസംഭവങ്ങൾക്കും സർവപ്രാധാന്യം നൽകി സാഹിത്യപരമായ ഭംഗിയെ ബലികഴിക്കാൻ സന്നദ്ധമാകുന്ന 'ശാസ്ത്രീയ' ചരിത്രമെഴുത്തുരീതിയാണ് ശ്രീമാൻ ശങ്കരൻ ഇതിൽ ഏറെക്കുറെ സ്വീകരിച്ചിരിക്കുന്നത്. വസ്തുതകളുടെ (Facts) ബാഹുല്യം കൊണ്ട് ഈ ഗ്രന്ഥത്തിനു ശ്വാസം മുട്ടുന്നുണ്ടെന്നു പറഞ്ഞേതീരൂ. ആ വസ്തുതകളെപ്പറ്റി ഗ്രന്ഥകർത്താവ് ഏറിയകൂറും സ്വന്തം അഭിപ്രായം പുറപ്പെടുവിക്കാതെ പ്രധാന രാഷ്ട്രീയപ്രവർത്തകരുടെയും മറ്റും അഭിപ്രായങ്ങളെയാണ് സവിസ്തരം ഉദ്ധരിച്ചിരിക്കുന്നത്. ഈ രീതി ഗുണദോഷസമ്മിശ്രമാണെന്നും പറയാതെ ഗത്യന്തരമില്ല.

പ്രായേണ സംഭാഷണഭാഷയാണ് ശ്രീമാൻ ശങ്കരൻ ഈ ഗ്രന്ഥത്തിൽ സ്വീകരിച്ചിട്ടുള്ളത്. സാമാന്യജനതയ്ക്ക് അനായാസേന ഗ്രഹിക്കുവാൻ സാധിക്കണമെന്നുള്ള വിചാരത്തിലായിരിക്കും അദ്ദേഹം ഇങ്ങനെ ചെയ്തത്. അവരാണല്ലോ ഇത് എത്രയും വേഗത്തിൽ വായിച്ചു മനസിലാക്കേണ്ടതും. ഈ ഉദ്ദേശ്യം സഫലമായിത്തീരുമാറാകട്ടെ!

(*ഇന്ത്യൻ നാഷണൽ കോൺഗ്രസ്* എന്ന മൊയാരത്തിന്റെ
പുസ്തകത്തിന് എ ബാലകൃഷ്ണപിള്ള എഴുതിയ മുഖവുര)

അഭിനന്ദിക്കേണ്ട പരിശ്രമം

കെ കേളപ്പൻ

മഹാപുരുഷൻമാരുടെ ജീവചരിത്രങ്ങൾ ഒരു രാജ്യക്കാരുടെ ഉയർച്ചക്ക് അത്യാവശ്യമാണ്. ജീവചരിത്രങ്ങൾ ഏത് ഭാഷയുടെയും സാഹിത്യഗ്രന്ഥകോടിയിൽ പ്രധാനമായ ഒരിനമാണ്. മലയാളഭാഷക്ക് ഇത്തരം ഗ്രന്ഥങ്ങളുടെ ദൗർലഭ്യം ഒരു വലിയ ന്യൂനതയായിട്ടുണ്ടെന്നുള്ളതിനും സംശയമില്ല. ഈ നിലക്ക് ഇക്കാലത്തെ വിശ്വവിഖ്യാതനായ സി ആർ ദാസിന്റെ ഈ ജീവചരിത്രത്തെ മലയാളികൾ സ്വാഗതപൂർവം സ്വീകരിക്കുമെന്ന് ഞാൻ വിശ്വസിക്കുന്നു. വിശേഷിച്ച് ഓരോ രാജ്യക്കാരുടെ ഗതിക്കും നിലക്കും മഹാമാറ്റങ്ങൾ സംഭവിച്ചുക്കൊണ്ടിരിക്കുമ്പോൾ അവരുടെ ഭാഷയിൽ അതിനെ രേഖപ്പെടുത്തുന്ന ഗ്രന്ഥങ്ങളും അത്യാവശ്യമാണ്. ഇതെല്ലാം ഈ ഗ്രന്ഥം വഴിപോലെ സാധിപ്പിക്കുന്നുണ്ട്.

ഒരു ജീവചരിത്രത്തിന്റെ വിശേഷം ആ മനുഷ്യന്റെ പൂർണരൂപം ഛായപ്പടം പോലെ വായനക്കാരുടെ മുമ്പിൽ തെളിയിച്ച് കാട്ടിക്കൊടുക്കുകയാണ്. ഒരു നല്ലചരിത്രം ദൂരെനിന്ന് നോക്കിയാൽ അകൃത്രിമമായ ആൾരൂപം തന്നെ എന്ന് തോന്നിപ്പോകും. ഈ പുസ്തകം ആകെ വായിച്ചാൽ മനഃശക്തി, ത്യാഗം, ദീനാനുകമ്പ, ദേശഭക്തി തുടങ്ങി അവർണനീയവും അതിശയനീയവും ആയ ഗുണപരമ്പരകളാൽ പരിശോധിക്കുന്ന സാക്ഷാൽ ദാസിനെ എന്റെ മനോദൃഷ്ടിയിൽ ഞാൻ കാണുകയായി. അതെ, ആ ഭാഷാഭിമാനിയും മാതൃഭൂമിക്കുവേണ്ടി എന്ത് സങ്കടങ്ങളും സസന്തോഷം സഹിക്കുന്ന ധീരോദാത്തനുമായ ബംഗാളത്തിലെ ചിത്തരഞ്ജനദാസിനെ എന്റെ മുമ്പാകെ ഈ പുസ്തകം അവതരിപ്പിച്ചതായി തോന്നിയിരുന്നു.

ഇതിന്റെ ഗ്രന്ഥകർത്താവ് ഒരു വാസനാകവിയും ഒരു നല്ല ഗദ്യമെഴുത്തുകാരൻ എന്ന ഖ്യാതി സമ്പാദിച്ചിട്ടുള്ള ആളുമാണ്. ഇദ്ദേഹത്തിന്റെ

വാചകരീതിക്ക് സന്ദർഭാനുസരണം പ്രൗഢിയും ഒരു പ്രത്യേക ജീവനും ലാളിത്യവുമുണ്ട്. ഗ്രന്ഥകർത്താവ് പുസ്തകം ഒന്ന് നിഷ്കർഷതയോടെ പരിശോധിച്ചിരുന്നുവെങ്കിൽ ദുർലഭം ചില വാക്കുകളും കുറയ്ക്കാൻ കഴിയുമായിരുന്നു. പക്ഷേ, ഗ്രന്ഥകർത്താവിന് ഈ പുസ്തകം എഴുതിക്കഴിഞ്ഞശേഷം, ഒരു പ്രാവശ്യം വായിച്ചുനോക്കുന്നതിനോ ക്രമമായി പ്രൂഫ്നോക്കുന്നതിനോ അദ്ദേഹം ദീനം പിടിച്ച് കിടപ്പിലായതിനാൽ സാധിച്ചിട്ടില്ലെന്ന് എനിക്കറിയാം. അതുകൊണ്ടുതന്നെയാണ് ദാസ് ഗയാ കോൺഗ്രസിൽവെച്ച് ചെയ്ത അധ്യക്ഷപ്രസംഗം ഈ പുസ്തകത്തിൽ ചേർക്കാൻ കഴിയാതെവന്നതും. ദേശാഭിമാനികളെന്നല്ല, ഭാഷാഭിമാനികളും മിസ്റ്റർ നമ്പ്യാരുടെ ഈ ഉദ്യമം അഭിനന്ദിച്ച് ഇപ്രകാരമുള്ള ഗ്രന്ഥങ്ങൾ ഇനിയും എഴുതുവാൻ ഇദ്ദേഹത്തെ പ്രോൽസാഹിപ്പിക്കുമെന്ന് ഞാൻ പൂർണമായി വിശ്വസിക്കുന്നു.

(മൊയാരം എഴുതിയ *ദേശബന്ധുദാസ്*
എന്ന കൃതിക്ക് കെ കേളപ്പൻ എഴുതിയ മുഖവുര)

കുടിലിലും കൊട്ടാരത്തിലും ഉപയോഗപ്പെടുന്ന ഗ്രന്ഥം

എം കാർത്ത്യായനി അമ്മ

ഗ്രന്ഥകർത്താവ് ഈ വന്ദ്യനേതാവിന്റെ ജീവിതരീതിയെയും അതിൽ ഓരോരോ സന്ദർഭങ്ങളിലും ഉണ്ടായ ആശ്ചര്യജനകമായ മഹാത്യാഗങ്ങളെയും പറ്റി ഏതുനിലയിലുള്ള ജനങ്ങളുടെ മനസിനെയും ആകർഷിക്കത്തക്കവിധത്തിൽ വളരെ വിശദമായി എഴുതിയിട്ടുണ്ട്. ഈ പുണ്യപുരുഷന്റെ ശക്തി, ധൈര്യം, പ്രാപ്തി, മഹാമനസ്കത രാഷ്ട്രീയവീഥിയിൽ പ്രദർശിപ്പിച്ച നയം, നിപുണത എന്നീ സ്തുത്യർഹമായ ഉത്തമഗുണങ്ങളെ, വായനക്കാരുടെ ഹൃദയത്തിൽ ശിലയിൽ കൊത്തിയ ലിപികളെപ്പോലെ എന്നെന്നേക്കും മായാതിരിക്കത്തക്ക വിധത്തിൽ അതിഹൃദയംഗമമായിത്തന്നെ വർണിച്ചിട്ടുണ്ട്. ഭാഷയോ അതിലളിതം. എത്രയോ സ്ഫുടം; കുടിലിലും കൊട്ടാരത്തിലും ഒന്നുപോലെ ഉപയോഗപ്പെടുന്ന ഒരു ഗ്രന്ഥം!

ഭാരതത്തിന്റെ വടക്കേ അറ്റത്ത് ജനിച്ചുവളർന്ന് മാതാവിനുവേണ്ടി തന്റെ സർവസ്വവും–ജീവനും കൂടി–ബലികഴിച്ച ഈ പുരുഷകേസരിയുടെ സർവഗുണ സമ്പൂർണമായ രൂപം തെക്കേ അറ്റത്ത് താമസിക്കുന്നതായ കേരളീയർക്കുകൂടി ഈ പുസ്തകം വായിക്കുമ്പോൾ, എത്രയോ പ്രത്യക്ഷമായി വിളയാടുന്നുണ്ട്. കേരളീയരായ നാമെല്ലാവരും ഈ ഗ്രന്ഥകർത്താവിന് എത്രത്തോളം കടപ്പെട്ടിട്ടുണ്ടെന്ന് പറയേണ്ടതില്ലല്ലോ. അതുകൊണ്ട് കേരളീയരെല്ലാം ഗ്രന്ഥകർത്താവിന്റെ ഈ ഉദ്യമത്തെ അഭിനന്ദിച്ച് ഏവംവിധമായ പുസ്തകങ്ങൾ ഇനിയും എഴുതി പ്രസിദ്ധം ചെയ്യുവാൻ അദ്ദേഹത്തെ ഉത്സാഹിപ്പിക്കുമെന്ന് ഞാൻ ദൃഢമായി വിശ്വസിക്കുന്നു.

(*മോത്തിലാൽ നെഹ്റു* എന്ന മൊയാരത്തിന്റെ
കൃതിക്ക് എം കാർത്ത്യായനിഅമ്മ എഴുതിയ അവതാരിക)

കരയുകയല്ല പ്രതികാരം ചെയ്യുകയാണ് വേണ്ടത്

ഡോ. എം എസ് മേനോൻ

ഭൂതകാലത്തെ നിഷേധിക്കുകയും തള്ളിപ്പറയുകയും ചെയ്യുന്നതിലാണ് വിപ്ലവവും ധീരതയും കുടികൊള്ളുന്നതെന്ന ഒരു ധാരണ നമ്മുടെ ചില യുവാക്കളിലുണ്ട്. ചരിത്രപഠനത്തിൽ അവർ വിമുഖരാണ്. മുൻതലമുറയിലെ ധീരരും ദേശാഭിമാനികളും ത്യാഗികളും സാഹസികരുമായ വീരപുരുഷൻമാരെക്കുറിച്ച് പഠിക്കുന്നതിലും അവർക്ക് താൽപ്പര്യം കുറവാണ്. നമ്മുടെ വിദ്യാഭ്യാസപദ്ധതി ഈ പ്രവണതക്ക് പ്രത്യക്ഷമായും പരോക്ഷമായും പ്രോത്സാഹനവും നൽകുന്നുണ്ട്. നമ്മുടെ ഭാഷയിൽ ചരിത്രഗ്രന്ഥങ്ങളും ജീവചരിത്രങ്ങളും കുറഞ്ഞുവരുന്നതിന്റെ പല കാരണങ്ങളിലൊന്ന് ഈ പ്രവണതയാണെന്നു തോന്നുന്നു.

വിദ്യാഭ്യാസകാലം മുതൽ മരണം വരെ കർമനിരതനും ദേശാഭിമാനിയും ഉൽപ്പതിഷ്ണുവും സാഹസികനുമായിരുന്ന ഒരു സ്വാതന്ത്ര്യസമരസേനാനിയുടെ ചരിത്രമാണ് കവിയും രാഷ്ട്രീയപ്രവർത്തകനും അധ്യാപകനുമായ കവിയൂർ രാജഗോപാലൻ നമ്മുടെ മുന്നിൽ സമർപ്പിക്കുന്നത്. കേരളത്തിലെ ദേശീയപ്രസ്ഥാനത്തിന്റെ ആദ്യകാലത്തെ അനിഷേധ്യനേതാവായിരുന്ന മൊയാരത്ത്ശങ്കരനാണ് ഈ ഗ്രന്ഥത്തിൽ സ്മരിക്കപ്പെടുന്ന മഹനീയവ്യക്തി. കേരളത്തിലെ കോൺഗ്രസിന്റെ ആദ്യകാലചരിത്രം രചിച്ച മൊയാരത്ത് ആ പ്രസ്ഥാനം പടുത്തുയർത്തുന്നതിനും വളർത്തുന്നതിനുംവേണ്ടി അനുഷ്ഠിച്ച ത്യാഗത്തെ അദ്ദേഹത്തിന്റെ സമകാലികരും അവരുടെ അനുയായികളും അർഹിക്കുന്നവിധം ആദരിക്കുകയുണ്ടായില്ല. ഒടുവിൽ ഏതൊരാദർശത്തിനുവേണ്ടി മൊയാരത്ത് ധീരമായി പൊരുതിയോ അതിന്റെ വക്താക്കളും പ്രവാചകൻമാരുമെന്ന് സ്വയമുദ്ഘോഷിച്ചവരുടെ അതിനിഷ്ഠുരമായ പീഡനങ്ങൾക്ക് ഇരയായി അദ്ദേഹത്തിന് ജീവനുപേക്ഷിക്കേണ്ടിവന്നു. ദയനീയമായ ആ

സംഭവത്തെക്കുറിച്ച് ഒരു കോൺഗ്രസ്നേതാവ് ഉദ്ഘോഷിച്ചത് ഇങ്ങനെയാണ്.

> കുതിച്ചുപായുന്ന തീവണ്ടിക്കടിയിൽപ്പെട്ട് നീർക്കോലിമരിച്ചാൽ ആരും കരയാറില്ല; രാഷ്ട്രമാകുന്ന ശകടത്തിന്റെ പ്രയാണത്തിൽ ഇത്തരം ഒറ്റപ്പെട്ട സംഭവങ്ങളുണ്ടായാൽ ആരും കരഞ്ഞിട്ട് കാര്യമില്ല.

കരയുകയല്ലവേണ്ടത്, ഇതിനൊക്കെ പ്രതികാരം ചെയ്യുകയാണ് വേണ്ടത് എന്ന് നമുക്ക് ബോധ്യപ്പെട്ടിരിക്കുന്നു. ആ പ്രതികാരം ആയുധം കൊണ്ടല്ല നിർവഹിക്കേണ്ടത്, രാക്ഷസീയമായ കൊലപാതകങ്ങൾക്ക് ഇരയാകേണ്ടിവന്ന രക്തസാക്ഷികളുടെ വീരചരിതം ഇന്നത്തെ തലമുറക്ക് മനസിലാക്കിക്കൊടുക്കുന്നതിലൂടെയാണ്. ആ യുഗധർമമാണ് കവിയൂർ രാജഗോപാലൻ ഇവിടെ അനുഷ്ഠിക്കുന്നത്. അഭിനന്ദനീയമായ ഈ ഉദ്യമത്തെ ഞാനാദരിക്കുന്നു.

മൊയാരത്തിന്റെ ആത്മകഥ-എന്റെ ജീവിതകഥ-യും ഇന്ന് പ്രചാരത്തിലില്ലാതായിരിക്കുന്നു. ആ ഗ്രന്ഥത്തെയും മൊയാരത്തിനെക്കുറിച്ച് കുറെനാളത്തെ പ്രയത്നത്തിന്റെ ഫലമായി താൻ ശേഖരിച്ച വസ്തുതകളെയും നേടിയ അറിവിനെയും അടിസ്ഥാനപ്പെടുത്തിയാണ് ഈ ലഘുജീവചരിത്രം രാജഗോപാലൻ രചിച്ചിട്ടുള്ളത്. ദേശാഭിമാനവും ദേശചരിത്രജിജ്ഞാസയും ദേശീയസംസ്കാരബോധവും ഉദ്ദീപിക്കുന്നമട്ടിലെഴുതപ്പെട്ടിട്ടുള്ള ഈ ഗ്രന്ഥം പഴയതും പുതിയതുമായ തലമുറകളുടെ പൗരുഷത്തെയും കർത്തവ്യബോധത്തെയും ആദർശനിഷ്ഠയെയും ഉണർത്താൻ സഹായകമാവട്ടെ എന്ന് ഞാൻ ആശംസിക്കുന്നു.

(കവിയൂർ രാജഗോപാലൻ എഴുതിയ *മൊയാരത്ത് ശങ്കരൻ* എന്ന പുസ്തകത്തിൽ ഡോ എം എസ് മേനോൻ എഴുതിയ മുഖവുര

എന്റെ ജീവിതകഥ എന്ന പുസ്തകത്തെപ്പറ്റി

പവനൻ

മൊയാരത്ത് ശങ്കരന്റെ ജീവിതത്തെക്കുറിച്ചല്ലെങ്കിൽ, മരണത്തെക്കുറിച്ചെങ്കിലും അറിയാത്ത കേരളീയർ ചുരുക്കമായിരിക്കും; എന്നാൽ ആ ധീരദേശാഭിമാനിക്ക് ഇന്നും കേരളത്തിന്റെ സ്വാതന്ത്ര്യസമരചരിത്രത്തിൽ അർഹിക്കുന്ന സ്ഥാനം നൽകപ്പെട്ടു കഴിഞ്ഞിട്ടില്ല. അദ്ദേഹത്തിന്റെ സഹപ്രവർത്തകന്മാരും നേതാക്കന്മാരും അനുയായികളും ആയിരുന്ന അനേകശതം പേർ ഇന്നു ജീവിച്ചിരിപ്പുണ്ട്. എന്നിട്ടും അദ്ദേഹത്തിന്നുള്ള സ്മാരകം അദ്ദേഹത്തിന്റെ കൃതികൾ മാത്രമാണ്. അത്തരം കൃതികളിലൊന്നാണ് ഇവിടെ നിരൂപണവിധേയമായിട്ടുള്ളത്.

പക്ഷേ, ഈ കൃതിക്ക് മറ്റുകൃതികളിൽനിന്ന് വ്യത്യസ്തമായ ഒരു നിലനിൽപ്പുണ്ട്. കാരണം ഇതദ്ദേഹത്തിന്റെ ജീവിതകഥയാണ്; അപൂർണമായ ജീവിതകഥ. ഈ അപൂർണ ജീവിതകഥ തന്നെ അച്ചടിയിലൂടെ വെളിച്ചം കാണാൻ അദ്ദേഹം മരിച്ചിട്ട് അനേകം വർഷങ്ങൾ കഴിയേണ്ടി വന്നുവെന്നത് നമ്മുടെ കൃതഘ്നതയുടെ ആഴത്തെയാണ് കാണിക്കുന്നത്. മറ്റേതെങ്കിലും രാജ്യത്താണ് ഇത്രയും ധീരനും ദേശാഭിമാനിയുമായ ഒരു വിപ്ലവകാരി ജനിച്ചിരുന്നതെങ്കിൽ അദ്ദേഹത്തിന്റെ കൃതികൾ യഥാകാലം പ്രസിദ്ധീകരിക്കുക മാത്രമല്ല, അദ്ദേഹത്തിനുചിതമായ സ്മാരകം പണിയിക്കപ്പെടുകയും അദ്ദേഹത്തിന്റെ കുടുംബത്തെ കരാളദാരിദ്ര്യത്തിന്റെ പിടിയിൽനിന്ന് മോചിപ്പിക്കുകയും ചെയ്യുമായിരുന്നു. മൊയാരത്ത് ശങ്കരൻ തനിക്കും തന്റെ കുടുംബത്തിനും വേണ്ടി ഒന്നും സമ്പാദിച്ചില്ല; ആരോഗ്യവും ആയുസും രാജ്യത്തിനുവേണ്ടി ബലിയർപ്പിക്കുകയും ചെയ്തു.

മൊയാരത്ത് ശങ്കരനെപ്പോലുള്ള ഒരാൾ ജീവിതകഥ എഴുതുന്നത് സ്വന്തം നേട്ടങ്ങളെ പ്രകീർത്തിക്കാനല്ല. പിന്നെയോ, തന്നെയും താൻ

ജീവിച്ച കാലഘട്ടത്തെയും കുറിച്ചുള്ള അഭിപ്രായങ്ങൾ രേഖപ്പെടുത്തുവാനാണ്. സമുദായത്തിലും രാജ്യത്തിലുമുണ്ടായ സൂക്ഷ്മമായ ചലനങ്ങൾപോലും ഒരു റഡാർ യന്ത്രത്തിന്റെ ലാഘവത്തോടെ ഗ്രഹിച്ചുകൊണ്ടാണ് മൊയാരത്ത് ഈ ജീവിതകഥ എഴുതിയിട്ടുള്ളത്. താൻ ജനിച്ച ഗ്രാമം, വളർന്നുവന്ന ചുറ്റുപാട്, പങ്കെടുത്ത പ്രസ്ഥാനം, രാജ്യത്തിലുണ്ടായ മാറ്റം, അതിൽ തനിക്കുള്ള പങ്ക് എന്നിവയാണ് ഈ പുസ്തകത്തിൽ രേഖപ്പെടുത്തപ്പെട്ടിട്ടുള്ളത്. മൊയാരത്ത് കേരളരാഷ്ട്രീയത്തിൽ വന്ന കാലത്ത്, അതുമായിബന്ധപ്പെട്ട മിക്കവാറും എല്ലാവരുടെയും പേരുകൾ ഈ പുസ്തകത്തിൽ സ്പർശിക്കപ്പെട്ടിട്ടുണ്ട്. അവരിൽ പലരുടെയും വളർച്ച ഈ പുസ്തകത്തിന്റെ താളുകളിൽക്കൂടി നമുക്കു കാണാൻ കഴിയും. ഒരു ചരിത്ര ലേഖകന്റെ സൂക്ഷ്മദൃഷ്ടിയോടെയാണ് അക്കാലത്തെ രാഷ്ട്രീയസംഭവങ്ങൾ ഇതിൽ പകർത്തപ്പെട്ടിട്ടുള്ളത്. ഗ്രന്ഥകാരൻ കോൺഗ്രസിൽനിന്ന് വിടുകയും കമ്യൂണിസ്റ്റനുഭാവിയായിത്തീരുകയും ചെയ്യുന്നതിനു മുമ്പുള്ള കാലഘട്ടത്തിന്റെ വിവരണമാണ് ഇതിലുള്ളതെന്നുംകൂടി പറഞ്ഞുകൊള്ളട്ടെ.

"എന്റെ ചെറുപ്പത്തിൽ ഞാൻ കണ്ട ഇരുവനാട്" എന്ന പ്രഥമാധ്യായം അന്നത്തെ വടക്കെ മലബാറിന്റെ ഒരു ത്രിമാന ചിത്രം വായനക്കാർക്ക് സമ്മാനിക്കുന്നുണ്ട്. നായർ തറവാടുകളുടെ തകർച്ച, ഇംഗ്ലീഷു വിദ്യാഭ്യാസത്തിന്റെ പ്രചാരം, മാറിയ കാലവുമായി പൊരുത്തപ്പെടാത്ത യാഥാസ്ഥിതികത്വത്തിന്റെ കലിതുള്ളൽ എന്നിവയെല്ലാം ഈ അധ്യായത്തിൽ സരസമായി വർണിച്ചിരിക്കുന്നു. ഇതൊക്കെത്തന്നെ, എങ്ങനെ സാധിച്ചു എന്ന് ഗ്രന്ഥകാരൻ പറയുന്നുണ്ട്:

ചുരുക്കിപ്പറയാമെന്നു വച്ചാൽ, ഞാൻ ജനിച്ച നാടും സമുദായവും പല വഴിക്കും സാമ്പത്തികമായി അധഃപതിക്കാൻ തുടങ്ങിയ പശ്ചാത്തലത്തിലാണ് എന്റെ ജീവിതം ആരംഭിച്ചത്. അങ്ങനെത്തന്നെ എന്റെ വാസനയ്ക്കും വളർച്ചയ്ക്കും എതിരായിരുന്ന വീടിന്റെയും വീട്ടുകാരുടെയും യാഥാസ്ഥിതികത്വത്തോട് എന്റെ ജീവിതത്തിൽ ആദ്യം മുതൽക്കുതന്നെ എനിക്ക് മല്ലിടേണ്ടി വന്നിട്ടുണ്ടെന്നും അടുത്ത അധ്യായങ്ങൾ തെളിയിക്കുന്നതായിരിക്കും.

മൊയാരത്ത് ശങ്കരൻ ജനിച്ചത് 76 കൊല്ലങ്ങൾക്കുമുമ്പായിരുന്നു. അദ്ദേഹം ആദ്യം പാനൂരിലും പിന്നീട് തലശ്ശേരി മിഷൻ ഹൈസ്കൂളിലുമാണ് വിദ്യാഭ്യാസം നടത്തിയത്. ഇന്നത്തെപ്പോലെ അന്നും വിദ്യാഭ്യാസസ്ഥാപനങ്ങൾ മേലധികാരത്തിൽനിന്നു മാറിവരുന്ന കൽപ്പനകൾക്കു വിധേയമായിരുന്നതിനാൽ അദ്ദേഹത്തിന് സെക്കണ്ടറിവിദ്യാഭ്യാസം പൂർത്തിയാക്കാൻ കഴിഞ്ഞില്ല. അതിനകംതന്നെ അദ്ദേഹം ഇംഗ്ലീഷു നന്നായഭ്യസിക്കുകയും മലയാളത്തിൽ കവിത എഴുതിത്തുടങ്ങുകയും ചെയ്തു. നാരായണഗുരുസ്വാമി, കുമാരനാശാൻ മുതലായവരുമായി സമ്പർക്കത്തിലേർപ്പെട്ടിരുന്ന അദ്ദേഹം അനേകം സാഹിത്യസമാജങ്ങളിലും സഭകളിലും അക്കാലത്തുതന്നെ പങ്കെടുത്തു തുടങ്ങിയിരുന്നു.

ജാതിക്കും അയിത്തത്തിനും മറ്റനാചാരങ്ങൾക്കുമെതിരായി അദ്ദേഹം ഒരു സ്വകാര്യസമരം അക്കാലത്തുതന്നെ ആരംഭിച്ചുകഴിഞ്ഞു. എന്നാൽ സാഹിത്യത്തിലോ മതത്തിലോ ശ്രദ്ധ അധികം തങ്ങി നിന്നില്ല. ബംഗാൾ വിഭജനം, ബോയ്ക്കോട്ട്, വന്ദേമാതരം, സ്വദേശി മുതലായ അന്നത്തെ രാഷ്ട്രീയപ്രക്ഷോഭങ്ങളെപ്പറ്റി പഠിക്കാനായിരുന്നു കൂടുതൽ ശ്രദ്ധ. ദാദാ ഭായിനവറോജി, ഡോ. രാസ്ബിഹാരിഘോഷ്, ബിപിൻചന്ദ്രപാൽ, സുരേന്ദ്രനാഥ്ബാനർജി മുതലായവരുടെ പ്രസംഗങ്ങൾ എനിക്കു തലയ്ക്കു പിടിച്ചു എന്നു ഗ്രന്ഥകർത്താവു പറയുന്നു. അദ്ദേഹം ബംഗാളിൽപോയത് എൽ എം പി ബിരുദം നേടാനാണെന്നു പുറമേക്കു പറഞ്ഞിരുന്നുവെങ്കിലും പ്രധാന ഉദ്ദേശ്യം അന്നു ദേശീയ സ്വാതന്ത്ര്യസമരത്തിന്റെ യാഗശാലയായിരുന്ന ബംഗാളിൽപ്പോയി അവിടുത്തെ സമരച്ചൂട് ആവാഹിച്ചെടുക്കുകയായിരുന്നു. പരീക്ഷ പാസാകാതെതന്നെ അദ്ദേഹത്തിന് കേരളത്തിലേക്കു തിരിച്ചുവരേണ്ടതായും വന്നു. "എന്റെ ബാലാരിഷ്ട്, എന്റെ രാജ്യസഞ്ചാരം" എന്നീ അധ്യായങ്ങളിൽ മൊയാരത്ത് ഈ കഥയെല്ലാം വിവരിക്കുന്നുണ്ട്. ഒന്നാം ലോകമഹായുദ്ധത്തിന്റെ അവസാനത്തോടുകൂടി ലോകത്തിനുണ്ടായ മാറ്റങ്ങൾ മറ്റു രാജ്യങ്ങളെ എന്നപോലെ ഇന്ത്യയെയും പിടിച്ചുകുലുക്കി. യുദ്ധകാലത്തു ബ്രിട്ടനെ സഹായിച്ച ഇന്ത്യയുടെ ദേശീയപ്രസ്ഥാനത്തെ ചോരയിൽമുക്കിക്കൊല്ലാനാണ് യുദ്ധത്തിനുശേഷം ബ്രിട്ടൻ ശ്രമിച്ചത്. സ്വാതന്ത്ര്യപ്രസ്ഥാനത്തിന്റെ നേതൃത്വം ഗാന്ധിജി നേരിട്ടേറ്റെടുത്ത കാലമായിരുന്നു അത്. 1919 ഡിസംബർ മാസത്തിൽ വീരന്മാരുടെ നഗരമായ അമൃതസരസിൽ മോത്തിലാൽനെഹ്റുവിന്റെ അധ്യക്ഷതയിൽ ചേർന്ന കോൺഗ്രസ് സമ്മേളനം 'സഹകരണത്യാഗം' അതിന്റെ മുദ്രാവാക്യമായി അംഗീകരിച്ചു. കേരളത്തിലാണെങ്കിൽ കോൺഗ്രസിന്റെ മഞ്ചേരി സമ്മേളനം ഈ സംസ്ഥാനത്തിന്റെ ചരിത്രത്തിൽ ഒരു പുതിയ അധ്യായം കുറിച്ചു എന്നു തന്നെ പറയാം. ഈ സാഹചര്യത്തിലാണ് മൊയാരത്ത് ശങ്കരൻ രാഷ്ട്രീയത്തിന്റെ സമുദ്രത്തിലേക്കു മുതലക്കൂപ്പു കുത്തിയത്. അവിടുന്നങ്ങോട്ട് ഒരു ഇരുപത് ഇരുപത്തഞ്ച് കൊല്ലക്കാലം അദ്ദേഹത്തിന്റെ ശ്രദ്ധയും ശ്രമവുമെല്ലാം ഈ രംഗത്തായിരുന്നു. കെ മാധവൻ നായർ, കെ പി കേശവമേനോൻ, കെ മാധവമേനോൻ, കേളപ്പൻ മുതലായവരായിരുന്നു അക്കാലത്ത് അദ്ദേഹത്തിന്റെ സഹപ്രവർത്തകർ.

സഹകരണത്യാഗം, വിദേശവസ്ത്ര ബഹിഷ്ക്കരണം, മദ്യവർജനം തുടങ്ങിയ പ്രസ്ഥാനങ്ങളുടെ മുമ്പന്തിയിലായിരുന്നു മൊയാരത്തിന്റെ സ്ഥാനം. പട്ടിണി, ദാരിദ്ര്യം, അടികൊള്ളൽ, ജയിൽജീവിതം, എന്നിവയെല്ലാം തുടരെത്തുടരെ അദ്ദേഹം അനുഭവിച്ചു. ജയിലിനകത്തും അദ്ദേഹം സമരക്കാരനായിരുന്നു. പക്ഷേ, കോൺഗ്രസ് സമരഭീരുക്കളുടെ ഒരു സംഘടനയായി വരികയാണോ എന്ന സംശയം അദ്ദേഹത്തിലങ്കുരിച്ചു കഴിഞ്ഞിരുന്നു. ഇതദ്ദേഹം ഒരു രൂപത്തിലും എടുത്തുപറയുന്നില്ല. എന്നാൽ ജനങ്ങളുടെ സമരവീര്യം കൊടുമ്പിരിക്കൊള്ളുന്ന അവസര

ത്തിൽ സമരം പിൻവലിക്കുന്ന പതിവ് മഹാത്മാഗാന്ധി രണ്ടുതവണ ആവർത്തിച്ചപ്പോൾ അടിയും വെടിയും കൊണ്ടു സർവവും ത്യജിച്ചു സമരത്തിനിറങ്ങിയ സാധാരണക്കാരോടു 'ഞാനെന്തു പറയും' എന്നദ്ദേഹം ഖേദിക്കുന്നുണ്ട്. ഉപ്പുസത്യഗ്രഹവും അതിനെത്തുടർന്നുണ്ടായ സമരങ്ങളും വിജയത്തിൽനിന്നും വിജയത്തിലേക്കു കുതിച്ചുകയറുകയായിരുന്ന സന്ദർഭത്തിൽ ഇർവിനുമായി സന്ധിയുണ്ടാക്കി സമരമുഖത്തു വെള്ളം കോരിയിട്ട ഗാന്ധിജിയോട് മൊയാരത്തെപ്പോലുള്ള ഒരു പോരാളിക്ക് വിപത്തിയുണ്ടായെങ്കിൽ മനസിലാക്കാവുന്നതേയുള്ളൂ.

ജയിലിനകത്തും നേതാക്കന്മാരുടെ പെരുമാറ്റം മൊയാരത്തിന്റെ ആക്ഷേപത്തിനു വിഷയീഭവിക്കുന്നുണ്ട്. ബി ക്ലാസു നേടിയ നേതാക്കന്മാർ, അതിന്റേതായ സുഖസൗകര്യങ്ങളനുഭവിച്ചുകൊണ്ട് സി ക്ലാസുകാരായ സാധാരണത്തടവുകാരോട് ജയിൽ ജീവിതത്തിന്റെ അച്ചടക്കം പാലിക്കാൻ പറയുന്നതിനെ അദ്ദേഹം ഭംഗിയായി കളിയാക്കിയിരിക്കുന്നു. ജയിലിൽവെച്ചു സമരം ചെയ്തുവെന്ന കാരണത്താൽ കണ്ണൂർ ജയിലിൽ നിന്നു ബല്ലാരി ജയിലിലേക്കു അദ്ദേഹത്തെ മാറ്റാനുള്ള ശ്രമത്തിന്റെ ചിത്രീകരണത്തോടെയാണ് ജീവിതകഥ അവസാനിപ്പിക്കുന്നത്.

അതിനിടയിൽ ഏറനാട്ടിലെ മാപ്പിളലഹളയെപ്പറ്റി സവിസ്തരമായ പ്രതിപാദനം അടങ്ങുന്ന ഒരധ്യായംകൂടി ഇതിലെഴുതിച്ചേർത്തിട്ടുണ്ട്. ഈ കലാപം കേരളരാഷ്ട്രീയത്തിലും ഇന്ത്യൻ രാഷ്ട്രീയത്തിലും ഉണ്ടാക്കിയ പ്രത്യാഘാതങ്ങളെന്താണെന്നും വിവരിച്ചിട്ടുണ്ട്. കലാപം പരാജയപ്പെടാനുള്ള കാരണം അത് അടിച്ചമർത്തുവാൻ അത്യധ്വാനം ചെയ്ത ഡി എസ് പി ആമുസാഹിബിന്റെ വാചകങ്ങൾ ഉദ്ധരിച്ചുകൊണ്ട് ഗ്രന്ഥകർത്താവു സമർഥമായി വിവരിച്ചിരിക്കുന്നു.

ഈ പുസ്തകത്തിൽ പേരെടുത്തു പറയപ്പെടുന്ന നൂറു കണക്കായ നേതാക്കന്മാരുടെയും പ്രവർത്തകന്മാരുടെയും കൂട്ടത്തിൽ ഒരാളെയെങ്കിലും കരുതിക്കൂട്ടി ചീത്തയാക്കുവാനോ കരുതിക്കൂട്ടി നന്നാക്കുവാനോ ഗ്രന്ഥകർത്താവു തുനിഞ്ഞിട്ടില്ല. അവരുടെ പ്രവർത്തനത്തെ അതേ രൂപത്തിൽ ചിത്രീകരിക്കുകയാണ് ചെയ്തിട്ടുള്ളത്. അക്കൂട്ടത്തിൽ ഏറ്റവും തെളിഞ്ഞു വരുന്ന ചിത്രങ്ങൾ മാധവൻ നായർ, കെ പി കേശവമനോൻ, കെ മാധവമേനോൻ, സി എച്ച് ഗോവിന്ദൻ നമ്പ്യാർ, പി കൃഷ്ണപിള്ള, എന്നിവരുടേതാണ്. ഏറ്റവുമധികം സ്പർശിക്കപ്പെടുന്ന മറ്റൊരുപേര് കെ കേളപ്പന്റേതാണ്. എന്നാൽ കേളപ്പന്റെ നേതൃത്വം ചിലേടങ്ങളിൽ വിമർശിക്കപ്പെട്ടിട്ടുണ്ട്. ഇന്നു കേരളരാഷ്ട്രീയത്തിൽ സജീവമായി പ്രവർത്തിക്കുന്ന എ കെ ഗോപാലനും ഇ എം എസും മറ്റും അക്കാലത്ത് രാഷ്ട്രീയരംഗത്തിലെ സജീവ കഥാപാത്രങ്ങളായി കഴിഞ്ഞിരുന്നില്ല. ഗുരുവായൂർ സത്യഗ്രഹത്തിൽ എ കെ ഗോപാലൻ വഹിച്ച പങ്ക് സ്പർശിക്കപ്പെട്ടിട്ടുണ്ട്. ഏറ്റവും കൗതുകകരമായിത്തോന്നുന്നത് ഇ എം എസിനെക്കുറിച്ച് ഇതിലടങ്ങിയിട്ടുള്ള ഒരു വാചകമാണ്:

> അതിനിടയിലാണ് ഒരു ദിവസം ഞാൻ കോങ്ങാട്ടിന്റെ വീട്ടിൽ പോയപ്പോൾ നിയമലംഘനത്തിന് ഒരുങ്ങിവന്ന ഇ എം എസ് നമ്പൂതിരിപ്പാടിനെ ആദ്യമായി കണ്ടു പരിചയപ്പെട്ടത്. അയാളെ ജയിലിൽ പോകാൻ ഇടയാകാതെ മടക്കി കൂട്ടിക്കൊണ്ടു പോകാൻ വക്കീലായിരുന്ന നമ്പൂതിരി മുൻസീഫ് അവിടെ വന്നിരുന്നു. (പേജ് 293)

ഇതേ വാചകങ്ങൾ തന്നെ 299–ാം പേജിൽ 3–ാം ഖണ്ഡികയിൽ അക്ഷരവ്യത്യാസമില്ലാതെ ആവർത്തിച്ചത് ഗ്രന്ഥകർത്താവോ, പ്രസാധകരോ എന്നറിഞ്ഞുകൂടാ.

ഗ്രന്ഥത്തിലുടനീളം കാണുന്ന വടക്കേ മലബാർ ഭാഷ ദാക്ഷിണാത്യരിൽ നീരസം ജനിപ്പിച്ചേക്കും. എന്നാൽ ഒരു സാഹിത്യകാരനും കൂടിയായ മൊയാരത്തിന്റെ ഭാഷാപ്രയോഗം ചിലേടങ്ങളിൽ അതിസുന്ദരമായിട്ടുണ്ട്.

> നാളിൽ നാളിൽ പെരുകി വരുന്ന കടത്തിലും കഷ്ടപ്പാടിലും കഴിഞ്ഞുകൂടുന്ന മലയാളത്തിലെ കൃഷിക്കാരുടെ സാമ്പത്തിക നിലവാരം ഉയർത്തുന്നതിനായി മലബാറിൽ കുടിയാൻ പ്രക്ഷോഭവും പ്രകടനങ്ങളും സംഘടിപ്പിക്കുന്നതിൽ എനിക്കും, അക്കാലം ഞാനും കെ വി കൃഷ്ണനും നടത്തിയ കേരളകേസരിക്കും പ്രധാന പങ്കുണ്ടായിരുന്നു. (പേജ് 205)
>
> ഇത്ര നല്ല മലയാളമെഴുതാൻ കഴിയുന്ന മൊയാരത്ത് ചിലേടങ്ങളിൽ" അധഃകൃതന്മാരെപ്പോലെ അയിത്താചാരവും ജന്മിമർദനവും അസഹ്യമായി അഭിമാനക്ഷതം പറ്റി ഹിന്ദുമതത്തിൽ തങ്ങൾക്കു രക്ഷയില്ലെന്നു കരുതി അന്യമതങ്ങളെ പലരും കുടുംബത്തോടെ അഭയം പ്രാപിക്കുകയുണ്ടായി (പേജ് 252) എന്നും മറ്റുമുള്ള ദുർഗ്രാഹ്യങ്ങളായ വാചകങ്ങളെഴുതിയത് അത്ഭുതം തന്നെ.

ഇത് ഒരു ജീവിതകഥ മാത്രമല്ല, രാഷ്ട്രീയചരിത്രം കൂടിയാണ്. കേരളത്തിന്റെ പ്രത്യേകിച്ച് മലബാറിന്റെ സ്വാതന്ത്ര്യസമരചരിത്രത്തിൽ ഒരു ഘട്ടത്തിന്റെ വസ്തുനിഷ്ഠമായ വിവരണം ഇതിലടങ്ങിയിരിക്കുന്നു. ആ ഒരു കാരണംകൊണ്ടുതന്നെ കേരളത്തിലെ എല്ലാഗ്രന്ഥപ്പുരകളിലും ഇതിനു സ്ഥാനമുണ്ടായിരിക്കേണ്ടതാണ്.

(മാതൃഭൂമി ആഴ്ചപ്പതിപ്പ് 1965 നവമ്പർ 7)

നോവലിസ്റ്റായ മൊയാരത്ത് ശങ്കരൻ

കടത്തനാട്ട് നാരായണൻ

രാഷ്ട്രീയ പ്രവർത്തകനെന്നനിലയിൽ വീരേതിഹാസം രചിച്ച വിപ്ലവകാരിയാണ് മൊയാരത്ത് ശങ്കരൻ. അനുപമമായ നിശ്ചയദാർഢ്യമാണ് പ്രതിബന്ധങ്ങളുടെ മുമ്പിൽ അചഞ്ചലനാവാൻ അദ്ദേഹത്തെ സഹായിച്ചത്. അടിമത്തത്തിനും അധാർമികതയ്ക്കുമെതിരായി പോരാടിക്കൊണ്ട് അദ്ദേഹം രക്തസാക്ഷിത്വം വരിച്ചു. ബ്രിട്ടീഷ് സാമ്രാജ്യത്വത്തിന്റേതുപോലെ തന്നെ, ദേശീയ ബൂർഷ്വാസിയുടെയും അനീതി അദ്ദേഹത്തിന് അസഹനീയമായിരുന്നു. മൊയാരത്തിന്റെ സാഹസികതയിലും സഹനശക്തിയിലും പുൽക്കൊടികൾപോലും പുളകമണിഞ്ഞകാലമാണത്. കഷ്ടപ്പെടുന്നവർക്ക് മൊയാരത്ത് ശങ്കരൻ കണ്ണിലുണ്ണിയായിരുന്നുവെങ്കിൽ, രാഷ്ട്രീയകാപട്യത്തിന്റെ മുഖംമൂടി അണിഞ്ഞവർക്ക് അദ്ദേഹം കണ്ണിലെ കരടായിരുന്നു. ആശയരംഗത്ത് മൊയാരത്തിനെ നേരിടാനാവാത്ത ഭീരുക്കൾ ആയുധംകൊണ്ട് അദ്ദേഹത്തെ കീഴടക്കുകയാണുണ്ടായത്. ഒരാളെ നശിപ്പിക്കാനാവുമെങ്കിലും തോൽപ്പിക്കാനാവില്ലെന്ന ഹെമിങ്വെയുടെ വാക്കുകൾ 1948 മെയ് പതിമൂന്നാംതിയതി ഒരിക്കൽക്കൂടി അങ്ങനെ അന്വർഥമായിത്തീർന്നു.

ഒരെഴുത്തുകാരൻ എന്ന നിലയിലും മൊയാരത്ത് ശങ്കരൻ പ്രസിദ്ധനായിരുന്നു. *ഇന്ത്യൻനാഷണൽ കോൺഗ്രസ്, ദേശബന്ധുദാസ്, സ്വാമി വിവേകാനന്ദന്റെ കത്തുകൾ, എന്റെ ജീവിതകഥ* എന്നിവ അദ്ദേഹത്തിന്റെ കൃതികളാണ്. 1930കളിൽ രൂപംകൊണ്ട ജീവൽസാഹിത്യ സംഘടനയുടെ ഭാരവാഹികളിലൊരാളായിരുന്ന മൊയാരത്തിന് സാഹിത്യത്തെക്കുറിച്ച് സമഗ്രമായ ദർശനവും ജീവിതവീക്ഷണവുമുണ്ടായിരുന്നു. എഴുത്തുകാരന്റെ പ്രതിജ്ഞാബദ്ധതയെക്കുറിച്ചും സാഹിത്യത്തിന്റെ പ്രയോജനപരതയെക്കുറിച്ചും ഒരിക്കലുമദ്ദേഹം സംശയാലുവായിരുന്നില്ല. സാഹസികരാഷ്ട്രീയ പ്രവർത്തനത്തിന്റെ അഗ്നിപരീക്ഷണങ്ങളിലേർപ്പെട്ട

പ്പോഴും സാഹിത്യപ്രവർത്തനങ്ങൾക്കുവേണ്ടി സ്വജീവിതത്തിലെ കുറേ നിമിഷങ്ങൾ കടംകൊള്ളാൻ മൊയാരത്തിനുകഴിഞ്ഞു. ഒരെഴുത്തുകാരനെന്ന നിലയിൽ പ്രശസ്തനെങ്കിലും ഒരു നോവലിസ്റ്റെന്ന നിലയിൽ മൊയാരത്തിനെ അധികമാരും അറിയുമെന്ന് തോന്നുന്നില്ല. മൊയാരത്ത്ശങ്കരൻ ഒരു നോവലിസ്റ്റുമായിരുന്നു. അദ്ദേഹത്തിന്റെ ഒരേയൊരു നോവലാണ് *ഒരു പെൺകിടാവിന്റെ തന്റേടം.* പി കെ ബ്രദേർസ് പ്രസാധനം ചെയ്ത ഈ നോവലിന്റെ രണ്ടാം പതിപ്പ് പുറത്തിറങ്ങിയത് 1968 ലാണ്. രണ്ടാം പതിപ്പിറക്കുന്നതിൽ പ്രസാധകന്മാർക്കുള്ള ചാരിതാർഥ്യം 'പ്രസ്താവന'യിൽ വ്യക്തമാക്കുന്നുണ്ട്. മുന്നൂറിലേറെ പേജുകളുള്ള ഈ കൃതി മലയാളത്തിലെ ആദ്യകാല നോവലുകളിലൊന്നാണ്.

ഒരു പെൺകിടാവിന്റെ തന്റേടം തികച്ചും സാമൂഹികനോവലാണ്. നോവലിസ്റ്റിന് എത്രയേറെ രാഷ്ട്രീയോൽബുദ്ധത ഉണ്ടായിരുന്നുവെങ്കിലും ആ കാലഘട്ടത്തിലെ രാഷ്ട്രീയ ചലനങ്ങൾ നോവലിൽ ഉൾക്കൊള്ളിച്ചിട്ടില്ല. എന്നാൽ സാമൂഹികജീവിതസംബന്ധമായ പല കാര്യങ്ങളും ഈ നോവലിലുണ്ടുതാനും. മക്കത്തായം,മരുമക്കത്തായം, ബ്രഹ്മസമാജം, നായർതറവാടുകളിലെ കുടുംബബന്ധം എന്നിവയെല്ലാം നോവലിൽ പലേടത്തായി പരമാർശിക്കപ്പെടുന്നുണ്ട്. ഒരു മുഴുവൻസമയ രാഷ്ട്രീയപ്രവർത്തകനായിട്ടും എന്തുകൊണ്ടായിരിക്കാം മൊയാരത്ത് സമകാലീന രാഷ്ട്രീയപശ്ചാത്തലത്തിൽ ഒരു നോവലെഴുതാൻ വൈമനസ്യം പ്രകടിപ്പിച്ചത്? ജീവൽസാഹിത്യപ്രസ്ഥാനത്തിന്റെയും പുരോഗമനസാഹിത്യപ്രസ്ഥാനത്തിന്റെയും ആശയങ്ങൾ നിലവിൽവന്നകാലത്ത്, ഇവയോട് ആഭിമുഖ്യമുണ്ടായിരുന്നവരിൽ രണ്ടു ചിന്താഗതികളുണ്ടായിരുന്നു. കാലികപ്രധാനങ്ങളായ സമരങ്ങൾക്കും, പ്രക്ഷോഭങ്ങൾക്കും ആവേശംനൽകുന്ന കൃതികളാണ് കമ്യൂണിസ്റ്റു സാഹിത്യകാരന്മാരിൽ നിന്നുണ്ടാകേണ്ടത് എന്നായിരുന്നു ഒരഭിപ്രായം. ദീർഘവീക്ഷണമുള്ളതും ജീവിതത്തിന്റെ സമഗ്രപ്രതിപാദനമടങ്ങിയതുമായ കൃതികളാണ് ആവശ്യം എന്നതായിരുന്നു, മൊയാരത്ത്ശങ്കരൻ എന്ന കമ്യൂണിസ്റ്റുസാഹിത്യകാരൻ രണ്ടാമത് പറഞ്ഞ അഭിപ്രായത്തെ ആദരിച്ചിരിക്കാം. അതുകൊണ്ടാണ് ബാഹ്യതല യാഥാർഥ്യങ്ങളുടെ ചിത്രീകരണത്തെക്കാൾ, സാമൂഹികജീവിതത്തിന്റെ ആഴങ്ങളിലേക്ക് കടന്നുചെല്ലാൻ അദ്ദേഹം കൗതുകം കാണിക്കുന്നത്.

പേര് സൂചിപ്പിക്കുന്നതുപോലെ ഒരു സ്ത്രീയുടെ തന്റേടം വ്യക്തമാക്കുകയാണ് നോവലിസ്റ്റിന്റെ പ്രധാന ഉദ്ദേശ്യം. ഒന്നൊന്നായി വന്ന പ്രതിബന്ധങ്ങളൊന്നും തന്നെ ഇരുവനാട് നാട്ടിലെ ഉദയങ്ങേരി മാടത്തെ ചിന്നമ്മുവെന്ന ഭാരതിയെ അൽപ്പംപോലും അധീരയാക്കിയില്ല. പഴയതും പ്രതാപൈശ്വര്യങ്ങളുടെ പാരമ്പര്യമുള്ളതുമായ തറവാട്ടിലെ സന്തതിയാണവൾ. ഉദയവർമ്മൻനമ്പ്യാരുടെ ഏകപുത്രി. അച്ഛന്റെ മരണശേഷം കണ്ടെടുക്കപ്പെട്ട ഒസ്യത്ത് പ്രകാരം സ്വത്ത് മുഴുവൻ മരുമകനായ ശ്രീധരൻനമ്പ്യാർക്കാണ് കിട്ടുക എന്നറിഞ്ഞപ്പോഴും അവൾ കുലുങ്ങിയില്ല.

ഇങ്ങനെ ധീരതയുടെ പര്യായമായ ഒരു സ്ത്രീകഥാപാത്രത്തെയാണ് നോവലിസ്റ്റ് അവതരിപ്പിക്കുന്നത്. തന്റെ സ്വത്വത്തിന്റെ പ്രതീകവൽക്കരണമെന്നതിലുപരി, തന്നെപ്പോലുള്ള ധീരസാഹസികരായ വിപ്ലവകാരികളുടെപേരിൽ ദു:ഖിച്ചിരിക്കത്തക്കവണ്ണം മന:സാന്നിധ്യമുള്ള ഭാര്യാസഹോദരിമാരെക്കുറിച്ചുള്ള ഉദാത്ത സങ്കൽപ്പമായിരിക്കാം ഭാരതിയിലൂടെ സാക്ഷാത്കരിക്കപ്പെടുന്നത്.

ഭാരതി നായികയായുള്ള കഥയിലെ നായകൻ ശ്രീധരൻനമ്പ്യാരാണ്. നായികാനായകന്മാരെ വേണ്ടതിലധികം ആദർശവൽക്കരിക്കുകയെന്ന ആദ്യകാല കൃതികളിലെ കാവ്യദോഷം മൊയാരത്തിന്റെ നോവലിലുമുണ്ട്. എങ്കിലും ഈ നോവൽ മലയാള നോവൽ സാഹിത്യത്തിന്റെ വളർച്ചയിലെ ഒരു കണ്ണിയാണെന്ന് നിസ്സംശയം പറയാവുന്നതാണ്. നോവലിന്റെ ഭാവരൂപങ്ങളെക്കുറിച്ചും മൊയാരത്തിന് വ്യക്തമായ ധാരണയുണ്ടായിരുന്നു. പൂർണമായും സർഗാത്മകരചനയുടെ മാർഗത്തിലേക്ക് വന്നിരുന്നുവെങ്കിൽ, ഇതിലും വിലപ്പെട്ട സംഭാവനകൾ അദ്ദേഹത്തിൽനിന്ന് ലഭിക്കുമായിരുന്നു. മൗ സെ ദോങ്ങും ഇ എം എസും വ്യക്തമാക്കിയ ഒരുകാര്യത്തിലേക്കുതന്നെയാണ് മൊയാരത്തിന്റെ ജീവിതനിമിഷങ്ങളും ചെന്നെത്തുന്നത്. മനുഷ്യപുരോഗതി നിർണയിക്കുന്ന രണ്ടു തുല്യ ശക്തികളാണ് രാഷ്ട്രീയവും സംസ്കാരവും. സാംസ്കാരികരംഗത്തെ ശക്തിപ്പെടുത്താനാണ് മൊയാരത്ത് സർഗാത്മക രചനയിലേർപ്പെട്ടത്. മാത്രമല്ല, സാഹിത്യകാരൻമാരെ പ്രോത്സാഹിപ്പിക്കുന്നതിലും അദ്ദേഹം ബദ്ധശ്രദ്ധനായിരുന്നു. 1930 കളിൽ മൊയാരത്ത് രാഷ്ട്രീയ പ്രവർത്തനം നടത്തിയത് വടകരയിലായിരുന്നു. കടത്തനാട്ട് മാധവി അമ്മയുടെ ഭർത്താവ് എ കെ കുഞ്ഞികൃഷ്ണൻ നമ്പ്യാർ അദ്ദേഹത്തിന്റെ സുഹൃത്തുക്കളിൽ ഒരാളാണ്. നമ്പ്യാരും സ്വാതന്ത്ര്യ സമരസേനാനിയും സാംസ്കാരികകാര്യങ്ങളിൽ താൽപ്പര്യമുള്ളവരുമായിരുന്നു. മാധവിഅമ്മയുടെ *തച്ചോളി ഒതേനൻ* എന്ന ചരിത്രാഖ്യായിക പ്രസിദ്ധീകരിക്കാൻ പ്രേരണയും പ്രചോദനവും നൽകിയത് മൊയാരത്താണ്. *ഒരു പെൺകിടാവിന്റെ തന്റേടം* എന്ന നോവലിന്റെ പേരിൽ മൊയാരത്ത് ശങ്കരൻ സാഹിത്യലോകത്തും എന്നും അറിയപ്പെടുമെന്നത് തീർച്ചയാണ്.

കമ്യൂണിസ്റ്റ് ആയതുകൊണ്ട് അടിച്ചുകൊല്ലുകയോ?

കെ എ ദാമോദരമേനോൻ

ഇന്ത്യൻ സ്വാതന്ത്ര്യത്തിന്റെ ബൃഹത്തായ ഒരു ചരിത്രം മൊയാരത്ത് ശങ്കരൻ എഴുതിത്തീർക്കുകയും അത് തിരുവനന്തപുരത്ത് എ ബാലകൃഷണപിള്ളയുടെ കേസരി പ്രസിൽ കൊടുത്ത് അച്ചടിപ്പിക്കുകയും ചെയതിരുന്നു. ലോ കോളേജ് വിദ്യാർഥി എന്ന നിലയിൽ ഞാൻ തിരുവനന്തപുരത്ത് താമസിക്കുന്ന കാലത്താണ് അത്. ഞാൻ മുഖാന്തിരമാണ് ശങ്കരൻ ബാലകൃഷണപിള്ളയെ സമീപിച്ചത്. ബാലകൃഷ്ണപിള്ള പുസ്തകം മുഴുവൻ വായിച്ചുനോക്കി, അച്ചടിച്ചുകൊടുക്കാമെന്ന് സമ്മതിച്ചു. വളരെ പ്രയാസപ്പെട്ടാണ് ബാലകൃഷ്ണപിള്ള ആ ഭാരിച്ച കർത്തവ്യം നിറവേറ്റിയത്. അച്ചടിച്ച് തീർന്നപ്പോൾ പുസ്തകം 650 പേജുണ്ടായിരുന്നു എന്നാണ് എന്റെ ഓർമ. അച്ചടിക്കൂലിയും കടലാസ് വിലയും കൊടുക്കുവാൻ ശങ്കരന് കഴിഞ്ഞിരുന്നില്ല. ഗ്രന്ഥകർത്താവും പ്രസാധകനും ഒരുപോലെ ദരിദ്രരായിരുന്നു എന്നതാണ് ഇതിലെ ദയനീയവശം. കുറെ മാസങ്ങൾ കഴിഞ്ഞ് പുസ്തകത്തിന്റെ അച്ചടിക്കൂലി കൊടുക്കുവാനും പുസ്തകക്കെട്ട് എടുത്തുകൊണ്ടുപോവാനും ശങ്കരനോട് പറയാൻ ബാലകൃഷ്ണപിള്ള എന്നോടാവശ്യപ്പെട്ടു. ഞാൻ പിന്നീട് ശങ്കരനെ കണ്ടപ്പോൾ ബാലകൃഷ്ണപിള്ളയുടെ ആവശ്യം അറിയിച്ചു. കണ്ടപ്പോൾത്തന്നെ ശങ്കരൻ തുലോം കഷ്ടസ്ഥിതിയിലാണെന്ന് എനിക്ക് മനസിലായിരുന്നു. എങ്കിലും ബാലകൃഷ്ണപിള്ളയുടെ അപേക്ഷയനുസരിച്ച് പുസ്തകത്തിന്റെ അച്ചടിക്കൂലി കൊടുക്കുന്ന കാര്യം ഞാൻ ചോദിച്ചുപോയി. “എടോ താനെന്തറിഞ്ഞുകൊണ്ടാണ് എന്നോട് ഇങ്ങനെ ചോദിക്കുന്നത്? ഒരു ഊണ് കഴിക്കുവാൻപോലും കയ്യിൽ പണമില്ലാതെ ഞാൻ നരകിക്കുകയാണ്. എന്റെ മുണ്ടൊന്നുനോക്കൂ. കീറിത്തുടങ്ങിയ മുഷിഞ്ഞ ഈ വസ്ത്രങ്ങളുമായി ഞാൻ എങ്ങനെയാണ് വഴിയിൽക്കൂടി

നടക്കുന്നത്? കൊടുക്കാൻ പണംവേണ്ടേ എന്റെ കൈയ്യിൽ? താൻ ഇനി മിണ്ടിയാൽ എനിക്ക് ഭ്രാന്ത് പിടിക്കും"– ഞാൻ പിന്നെ ഒന്നും പറഞ്ഞില്ല. തിരുവനന്തപുരത്തു ചെന്ന് ബാലകൃഷ്ണപിള്ളയോട് വിവരം പറയുക മാത്രം ചെയ്തു. അപ്പോൾ അദ്ദേഹം ഒന്ന് മന്ദഹസിച്ചു.

ഇങ്ങനെയുള്ള മൊയാരത്ത് ശങ്കരനെ അദ്ദേഹത്തിന്റെ വീട്ടിനടുത്തുവെച്ച് പൊലീസുകാർ പിടിച്ച് സ്റ്റേഷനിൽ കൊണ്ടുപോയി പൊതിരെ തല്ലി എല്ലൊടിച്ച് അവശനാക്കി. എന്നിട്ട് അദ്ദേഹത്തെ കണ്ണൂർ സെൻട്രൽ ജയിലിൽ കൊണ്ടുപോയി അടച്ചു. പിറ്റെ ദിവസം അദ്ദേഹം മരിക്കുകയും ചെയതു. ഈ വാർത്ത കേട്ടപ്പോൾ ഞങ്ങളെല്ലാം നടുങ്ങിപ്പോയി. പ്രത്യേകിച്ച് അസുഖമൊന്നുമില്ലാതിരുന്ന ഒരു പൊതുപ്രവർത്തകനെ, അദ്ദേഹം കമ്യൂണിസ്റ്റായിപ്പോയി എന്നുവെച്ച് യാതൊരു കാരണവും കൂടാതെ വിചാരണയും ശിക്ഷയുമൊന്നുമില്ലാതെ അടിച്ചുകൊല്ലുകയോ? പൂർണസ്വാതന്ത്ര്യത്തിനുവേണ്ടി മുന്നോട്ടു കുതിച്ചുകൊണ്ടിരിക്കുന്ന ഈ മഹാരാജ്യത്തിലെ ഒരു പൗരന്റെ സ്ഥിതി– ജനകീയഭരണം നിലനിൽക്കുന്ന ഒരു രാജ്യത്തിലെ സ്ഥിതി– ഇതാണെങ്കിൽ പിന്നെ നാം മൗലികാവകാശങ്ങൾക്കുവേണ്ടി മുറവിളി കൂട്ടിയിട്ടും പൂർണസ്വാതന്ത്ര്യത്തിനുവേണ്ടി അവകാശവാദം പുറപ്പെടുവിച്ചിട്ടും വല്ല ഫലവുമുണ്ടോ?

(*തിരിഞ്ഞുനോക്കുമ്പോൾ* എന്ന ഗ്രന്ഥത്തിൽ)

മലബാറിന്റെ പടനായകൻ

കെ എ കേരളീയൻ

ആ ആദ്യകാല കോൺഗ്രസ് പ്രവർത്തകന് മലബാറിൽ പരിചയമില്ലാത്ത വില്ലേജുകളില്ല, ഊടുവഴികളില്ല. സ്വാതന്ത്ര്യം ലക്ഷ്യമാക്കിയ കോൺഗ്രസിനെക്കുറിച്ച് അദ്ദേഹം കയറിയിറങ്ങി ഉരിയിടാത്ത ഭവനങ്ങൾ മലബാറിൽ–വടക്കെ മലബാറിൽ– വിരളമാണ്. വിദേശവസ്ത്ര ബഹിഷ്കരണം, മദ്യവർജനം, കുടിൽവ്യവസായം, ഖദർപ്രചരണം, ഹരിജനോദ്ധാരണം, തുടങ്ങിയ കോൺഗ്രസ് പരിപാടികൾ നടപ്പാക്കുന്നതിൽ മൊയാരത്തിന്റെ ശൈലിയും ശീലും ഒന്ന് വേറെ തന്നെയാണ്. സ. മൊയാരത്ത് ശങ്കരന്റെ ചരിത്രം മലബാറിലെ സാമ്രാജ്യ വിരുദ്ധ പ്രസ്ഥാനത്തിന്റെ ചരിത്രമാണ്. *ഇന്ത്യൻ നാഷണൽ കോൺഗ്രസ്* എന്ന അദ്ദേഹത്തിന്റെ ചരിത്രഗ്രന്ഥം കൂപ്പുകൈയോടെ മാത്രമേ കയ്യിലെടുക്കാൻ തോന്നൂ. അസംഘടിതരായ തൊഴിലാളി കർഷകവിഭാഗങ്ങളെ സംഘടിപ്പിച്ച ആദ്യകാല നേതാക്കളിൽ ഒരാളായ മൊയാരം അവരുടെ പടനായകനായിരുന്നു. കോൺഗ്രസിന്റെ അധികാരമദം ആ വീരദേശാഭിമാനിയെ തല്ലിക്കൊന്നുകൊണ്ട് അതിന്റെ യഥാർഥ നിറം കാണിക്കാനാരംഭിച്ചു.

(നവജീവൻ, 1966 മെയ് 13)

പ്രക്ഷോഭനായകൻ

എം കെ കേളു

ഹരിജനോദ്ധാരണം, വിദേശവസ്ത്രബഹിഷ്കരണം, ഖാദിപ്രചരണം, ഉപ്പുസത്യഗ്രഹം, നിയമലംഘനം, മദ്യഷാപ്പ് പിക്കറ്റിങ് എന്നിങ്ങനെ കോൺഗ്രസിന്റെ പ്രക്ഷോഭപ്രവർത്തനങ്ങളിലും നിർമാണപ്രവർത്തനങ്ങളിലുമൊക്കെ മൊയാരം മുമ്പിലുണ്ടായിരുന്നു. പയ്യോളിയിൽ ഹരിജനോദ്ധാരണ പ്രവർത്തനങ്ങളുടെ ഭാഗമായി കേളപ്പൻ സ്ഥാപിച്ച ശ്രദ്ധാനന്ദ വിദ്യാലയത്തിന്റെ പ്രധാന പ്രവർത്തകനും അധ്യാപകനും മൊയാരമായിരുന്നു.

ഏറ്റവും വിഷമംപിടിച്ച അവസ്ഥയിലാണ് അന്ന് സാമൂഹികപ്രവർത്തനം നടത്തിവന്നത്. പട്ടിണിയും ദാരിദ്ര്യവുമാണ് എപ്പോഴും. കാലണയ്ക്ക് ചായ കിട്ടും. പക്ഷേ, കാലയണയില്ലാത്ത അവസ്ഥ. മൊയാരത്തിന്റെ ഏകവിനോദം പൊടിവലിയായിരുന്നു. പൊടി വാങ്ങാൻ ഒരു പൈ. അതുപോലും കിട്ടാതെ നന്നെ വിഷമിച്ച കാലമാണത്.

അക്കാലത്ത് കുറ്റ്യാടിച്ചന്തയിൽ മൊയാരവും ഞാനും ഒരു പൊതുയോഗത്തിൽ പ്രസംഗിച്ച കഥയും ഓർമവരുന്നു. മൈക്കൊന്നുമില്ല. മൂന്നു മണിക്കൂറോളം ഇരുവരും തൊണ്ടകാറി പ്രസംഗിച്ചു. കേൾവിക്കാർ ആകെ അഞ്ചുപേർമാത്രം. അവർതന്നെ പേടിച്ച് ദൂരെ അങ്ങിങ്ങ് മാറി നിൽക്കുകയായിരുന്നു. അടുത്തു വരാൻ പേടിക്കുംവിധം ഭീകരമായിരുന്നു ബ്രിട്ടീഷ്മർദനഭരണം.

അത്തരം അനുഭവങ്ങൾ ഒട്ടേറയുണ്ട്. 1930 ൽ ഒരിക്കൽ വടകര താഴെ അങ്ങാടിയിൽ കോൺഗ്രസ് മീറ്റിങ്ങിന് പോയി. കോൺഗ്രസിന്റെ എതിരാളികൾ തലയിൽ പൂഴി വാരിയിട്ടാണ് മൊയാരത്തിനെയും കൂട്ടുകാരെയും സ്വീകരിച്ചത്.

1932 ലെ ഒരു രാത്രി–പഴയ കുറുമ്പ്രനാട് താലൂക്കിലെ ഏതോ ഒരു

ഭാഗത്ത് വെച്ച് കോൺഗ്രസ് സോഷ്യലിസ്റ്റ് പാർട്ടിയോട് അനുഭാവമുള്ള വരുടെ രഹസ്യയോഗം ചേരാനുള്ള തയാറെടുപ്പാണ്. എനിക്ക് പുറമേ മൊയാരത്ത് ശങ്കരൻ തുടങ്ങി അഞ്ചോ ആറോപേർ മാത്രമേ യോഗത്തി നുള്ളൂ. യോഗം തുടങ്ങുന്നതിന് ഒരൽപ്പംമുമ്പ് പി കൃഷ്ണപിള്ളയോ ടൊപ്പം ഒരു കാക്കി ട്രൗസറും ഷർട്ടും ധരിച്ച ഒരാളും അവിടെ എത്തി. പിന്നീടാണ് കാക്കി ട്രൗസറും ഷർട്ടും ധരിച്ച് അവിടെയെത്തിയത് ഞങ്ങൾ ആകാംക്ഷയോടെ കാത്തിരുന്ന സുന്ദരയ്യയാണെന്ന് മനസിലായത്.

സ്വാതന്ത്ര്യസമരത്തിനായുള്ള സമർപ്പിത ജീവിതം

പയ്യന്നൂർ കുഞ്ഞിരാമൻ

"**അ**ന്ധകാരത്തിൽ ശൂന്യശൂന്യമാം കയത്തിങ്കൽ
ബന്ധുരസ്മരണയായ് മാഞ്ഞുപോയല്ലോ ഭവാൻ
പശ്ചിമാകാശത്തിൻ വക്കത്ത് രക്താംബരം
ചുറ്റിയ വെൺമേഘങ്ങൾ തൻ മധ്യത്തിൽ നിൽക്കുമ്പോഴും
മാഞ്ഞീലാ ഭവൽമുഖത്തൂറിയ മന്ദസ്മിതം
ചാഞ്ഞീലാ തവാശയം കൂരിരുൾ കൂത്താട്ടത്തിൽ...
നിങ്കൽ നിന്നടർന്നെത്തി മാമരത്തുച്ചം തോറും
തങ്കിനിൽക്കുമീ സൂക്ഷ്മ സുന്ദരകിരണങ്ങൾ
സ്വീയമാം പ്രകാശത്താലിപ്പോഴുമെതിർക്കുന്നു
കൂരിരുളിനെയെന്നാൽ നീ ഇരുളടഞ്ഞല്ലോ!"

കടത്തനാട്ടു മാധവിയമ്മ മൊയാരത്തു ശങ്കരന്റെ രക്തസാക്ഷിത്വത്തെ തുടർന്നെഴുതിയ കവിതയാണിത്. ഇരുളിലാണ്ടവർക്കെല്ലാം വെളിച്ചത്തിന്റെ ചീളുകളായി പ്രസരിച്ചതാണ് ആ ജീവിതം. മരണത്തിലും മായാതെ കിടക്കുന്ന ആ മന്ദസ്മേരം പിൽക്കാല രാഷ്ട്രീയ പ്രവർത്തകർക്കെല്ലാം മാർഗദർശകമാണ്. സമൂഹത്തിലെ കൂരിരുട്ടിനെ ചെറുക്കാൻ തുനിഞ്ഞിറങ്ങുന്നവർക്ക് ഇന്നും മൊയാരത്തെ പോലുള്ളവർ തന്നെ മാതൃക. അസമത്വങ്ങളും അനീതികളും കൊടികുത്തിവാണുപോയകാലത്ത് പ്രതിരോധത്തിന്റെ വൻമതിലായി മൊയാരത്തു ശങ്കരൻ വളർന്നു നിന്നു. ജന്മി–മുതലാളി–അധികാരി–തുടങ്ങിയ വിഭാഗങ്ങൾ സാമാന്യജനതയെ മനുഷ്യരായി കാണാൻ മടികാട്ടിയിരുന്നു. ഇരുകാലിമാടുകൾ എന്നേ കരുതിയുള്ളൂ. വളഞ്ഞ നട്ടെല്ലും കുനിഞ്ഞ ശിരസ്സും നിവർത്തിപ്പിടിച്ച് സ്വാതന്ത്ര്യത്തിലേക്ക് ജനതയെ നയിച്ചവരുടെ മുന്നണിയിൽ മൊയാരവുമുണ്ടായിരുന്നു.

'മൊയാരം' എന്ന മൂന്നക്ഷരത്തിലറിയപ്പെടുന്ന സ്വാതന്ത്ര്യസമരപ്പോരാളിയുടെ ചടുലമായ ജീവിതം, അജയ്യമായ മനക്കരുത്തിന്റെ രേഖാചിത്രം അന്തസ്സിന്റെയും അർപ്പണമനസിന്റെയും ആൾരൂപം. ജാഗ്രതയുടെയും ധീരോദാത്തതയുടെയും അചഞ്ചലമായ ചുവടുവയ്പ്പ്. തടവുമുറിയെയും കോരിത്തരിപ്പിച്ച സാഹസികത. സ്വാതന്ത്ര്യം എന്നതിന് മൊയാരത്തു ശങ്കരൻ എന്നും അർഥമുണ്ടെന്ന് നാമെല്ലാം തിരിച്ചറിഞ്ഞുകൊണ്ടേയിരിക്കുന്നു.

മൊയാരത്ത് ശങ്കരൻ ഒരിക്കലും തോൽക്കാത്ത വിദ്യാർഥിയായിരുന്നു. തീണ്ടലിലും ജാതിയിലും ദൈവത്തിൽ തന്നെയും അദ്ദേഹത്തിന് വിശ്വാസമുണ്ടായിരുന്നില്ല. പഴകിയ ജീവിത സമ്പ്രദായങ്ങളെല്ലാം കുടഞ്ഞുകളയണമെന്നൊരു തോന്നലുണ്ടായി. ചെറുപ്പത്തിലേ സത്യം പറയണമെന്ന തോന്നലും ഉണ്ടായി. കള്ളം പറയുന്നത് ഭീരുത്വവും വിഡ്ഢിത്തവുമാണ്. ക്ലാസിൽ നന്നായി പഠിക്കുന്ന കുട്ടിയായിരുന്നു മൊയാരം. ഇംഗ്ലീഷും മലയാളവും കണക്കും ഇഷ്ടവിഷയം. വ്യാകരണത്തിൽ അൽപ്പം പിന്നോട്ടായിരുന്നു. ഒഴിവുസമയത്തെല്ലാം പുസ്തകവായനയിൽ മുഴുകും. കവിതകളോടായിരുന്നു കമ്പം. ഇംഗ്ലീഷ് കവിതകളെപ്പറ്റി കൂട്ടുകാരോട് ചർച്ച നടത്തും. യുക്തിവാദവും വിഗ്രഹാരാധനാ വിരോധവും കുട്ടിക്കാലത്തേ ജീവിതത്തിന്റെ ഭാഗമാക്കി. പഠിക്കുന്ന കാലത്ത് കവിതകളും ലേഖനങ്ങളും എഴുതിയിരുന്നു. അന്ന് സ്കൂളിലെ കായികാധ്യാപകനായിരുന്ന കീലേരികുഞ്ഞിക്കണ്ണൻ യുക്തിവാദിയായിരുന്നു. മൊയാരത്തിന്റെ ക്ഷേത്രവിശ്വാസത്തിന് ഇളക്കംതട്ടാൻ കാരണം അദ്ദേഹത്തിന്റെ സഹവാസമാണ്. അന്ന് ഇരുവനാട് ദേശത്ത് കൊട്ടിയൂർ ക്ഷേത്രത്തിൽപ്പോയി തൊഴാത്ത ഒരാളേ ഉണ്ടായിരുന്നുള്ളൂ– മൊയാരത്ത് ശങ്കരൻ.

ജീവിതത്തിൽ മൊയാരം ഏറ്റവുമധികം കൊതിച്ചത് ഒരു ഡോക്ടറാകാനാണ്. ഡോക്ടറാകുന്നത് പണം സമ്പാദിക്കാനല്ല. കഷ്ടപ്പെടുന്നവരെ ശുശ്രൂഷിക്കാനാണ്. അന്യരെ സേവിക്കാൻ പറ്റിയ ഏറ്റവും നല്ല പണി ഡോക്ടറാവുകയാണ്. മറ്റൊരാശകൂടി അദ്ദേഹത്തിനുണ്ടായിരുന്നു. ഇന്ത്യയിലെ ബ്രിട്ടീഷ് ഭരണത്തെ കെട്ടുകെട്ടിക്കണം. അത് സാധിച്ചില്ലെങ്കിൽ അതിനുള്ള സമരത്തിൽ മരിച്ച് മറ്റുള്ളവർക്ക് മാതൃകയാകണം. ബംഗാളിൽ ചെന്ന് പഠിച്ച് ഡോക്ടറാകാമെന്നാണ് അദ്ദേഹം ചിന്തിച്ചത്. പഠിക്കണമെങ്കിൽ പണം വേണം. അതിനുള്ള വഴിയന്വേഷണമായി. അങ്ങനെ പയ്യോളിയിലെ പുറക്കാട് സ്കൂളിൽ അധ്യാപകനായി. ശമ്പളം 15 രൂപ. ഒരുകൊല്ലം ജോലി ചെയ്തശേഷം സ്വരൂപിച്ച പണവും കൊണ്ട് കൽക്കത്തയിൽ പഠിക്കുവാൻ പോയി. എങ്കിലും മോഹം പൂവണിയാതെ ഒരുവർഷം കഴിഞ്ഞ് തിരിച്ചുവരേണ്ടിവന്നു. ഒരു മോഹം അങ്ങനെ നടക്കാതെ പോയി. അതുകൊണ്ട് മുഴുവൻ സമയവും രണ്ടാമത്തെ ആഗ്രഹം പൂർത്തീകരിക്കാൻ വിനിയോഗിച്ചു.

കൽക്കത്തയിൽനിന്ന് തിരിച്ചെത്തിയ മൊയാരം കോഴിക്കോട് കേന്ദ്രീകരിച്ച് പ്രവർത്തിച്ചു. ഇന്ത്യൻ നാഷണൽ കോൺഗ്രസിന്റെ

പ്രവർത്തനങ്ങളിൽ അദ്ദേഹം സജീവമായി പങ്കെടുത്തു. 1917 ൽ കോൺഗ്രസ് മലബാർ സമ്മേളനം കോഴിക്കോട് നടന്നപ്പോൾ അതിന്റെ വിജയത്തിന് അദ്ദേഹം ആദ്യാവസാനം പ്രയത്നിച്ചു.

1920 കാലത്ത് വടകരയിൽനിന്നും പുറത്തിറങ്ങിയ പത്രമാണ് *കേരള കേസരി.* ഇതിന് മുൻകയ്യെടുത്തത് മൊയാരമാണ്. കൽക്കത്തയിലെ താമസക്കാലത്ത് മൊയാരം പത്രത്തിൽ ജോലി ചെയ്തിരുന്നു. അക്കാലത്തെ പത്രങ്ങളെല്ലാം സാമ്രാജ്യത്വദാസന്മാരായിരുന്നു. മലബാർ കലാപം പൊട്ടിപ്പുറപ്പെട്ടപ്പോൾ കോൺഗ്രസിനെതിരെയും കുപ്രചാരണങ്ങൾ നടന്നു. *ഗജകേസരി* എന്ന പത്രത്തിലൂടെ മൂർക്കോത്ത് കുമാരനെപോലുള്ളവർ ബ്രിട്ടീഷുകാരെ പുകഴ്ത്തുന്ന കാലവുമാണത്. കോൺഗ്രസിനുവേണ്ടി ഇത്തരം കള്ളപ്രചരണങ്ങളെ ചെറുക്കുന്നതിനാണ് 1924 ജനുവരിയിൽ വടകരയിൽനിന്ന് *കേരള കേസരി* പത്രം തുടങ്ങിയത്. അന്ന് മൊയാരം കുറുമ്പ്രനാട് താലൂക്ക് കോൺഗ്രസ് കമ്മിറ്റി സെക്രട്ടറിയായിരുന്നു. രണ്ടു വർഷത്തെ ആയുസ്സേ ആ പത്രത്തിനുണ്ടായുള്ളൂ. പത്രം ആദ്യം അച്ചടിച്ചത് കോഴിക്കോട്ടെ *മനോരമ* പ്രസിലാണ്. പിന്നീട് കണ്ണൂരിലെ പ്രിൻസ് പ്രസിലും അച്ചടിച്ചു. നാടിനെ വിഴുങ്ങുന്ന ചൂഷണം, മർദനം, അഴിമതി, അയിത്തം തുടങ്ങിയവയ്ക്കെല്ലാമെതിരായി ജനതയെ അണിനിരത്താൻ *കേരള കേസരി* പത്രം ശ്രമിച്ചിരുന്നു.

1930 ൽ ഗാന്ധിജി ദണ്ഡി കടപ്പുറത്ത് ഉപ്പുസത്യഗ്രഹജാഥ നടത്തി. കേരളത്തിലും ഉപ്പുസമരം നടത്തുവാൻ കെ പി സി സി തീരുമാനിച്ചു. ഇതിന്റെ ചുമതല കേളപ്പനായിരുന്നു. 1930 ഏപ്രിൽ 13ന് കോഴിക്കോട്ടുനിന്നു പുറപ്പെട്ട ഉപ്പുസത്യഗ്രഹജാഥയുടെ പൈലറ്റായത് മൊയാരത്തു ശങ്കരനാണ്. മൊയാരത്തോടൊപ്പം സി എച്ച് ഗോവിന്ദൻനമ്പ്യാരും മുന്നിൽ സഞ്ചരിച്ച് ഉപ്പുസമരജാഥയുടെ സ്വീകരണത്തിനുവേണ്ട സജ്ജീകരണങ്ങളൊരുക്കി. ജാഥയുടെ മുന്നിൽ പതാക ഉയർത്തിപ്പിടിച്ച് പാടിക്കൊണ്ട് നീങ്ങിയത് കൃഷ്ണപിള്ളയാണ്. പയ്യന്നൂരിലെ ഉളിയത്തുകടപ്പുറത്തുവച്ചാണ് ഉപ്പുനിയമം ലംഘിച്ചത്. നിയമം ലംഘിച്ച് കേളപ്പൻ അറസ്റ്റിലായപ്പോൾ സത്യാഗ്രഹത്തിന്റെ നേതൃത്വം മൊയാരം ഏറ്റെടുത്തു. കണ്ണൂർ, വടകര, കോഴിക്കോട്, കൊയിലാണ്ടി, കാഞ്ഞങ്ങാട് തുടങ്ങിയ പ്രദേശങ്ങളിലെല്ലാം ഉപ്പുസത്യഗ്രഹം നടന്നു. മൊയാരത്തിനും ജാഥാംഗങ്ങൾക്കും അടിയും ഇടിയും ഏൽക്കേണ്ടിവന്നു. മൊയാരത്തെ ഒടുവിൽ അറസ്റ്റ് ചെയ്ത് കണ്ണൂർ സെൻട്രൽ ജയിലിലടച്ചു.

മൊയാരം കർഷകസംഘത്തിന്റെയും കമ്യൂണിസ്റ്റുപാർട്ടിയുടെയും നേതാവായതോടെ പൊലീസിന്റെ നോട്ടപ്പുള്ളിയായി. സർക്കാർ വിരുദ്ധ പ്രവർത്തനങ്ങൾ നടത്തുന്നു എന്നുപറഞ്ഞ് പലതവണ അദ്ദേഹത്തെ അറസ്റ്റ് ചെയ്തിട്ടുണ്ട്. 1940 സെപ്തംബർ 15ന് കേരളത്തിൽ മർദനപ്രതിഷേധദിനാചരണം നടന്നു. ഭരണാധികാരികളുടെ നിരോധനം ലംഘിച്ച് മലബാറിൽ പ്രകടനവും പൊതുയോഗവും നടന്നു. ഈ ഘട്ടത്തിൽ മൊയാരത്തിന്റെ പേരിൽ അറസ്റ്റ് വാറണ്ട് പുറപ്പെടുവിച്ചു. മൊയാരം ഒളി

വിൽ പോയി. അദ്ദേഹത്തെ അന്വേഷിച്ച് പൊലീസ് നിത്യേന വീട്ടിലെത്തി ചിന്നമ്മു അമ്മയെ ഭീഷണിപ്പെടുത്തി. ഒരുദിവസം രാത്രി പൊലീസുകാർ ചെമ്പിലോട്ടെ വീട്ടിനടുത്തെത്തി. നൂറോളം പേരുണ്ടായിരുന്നു. പൊലീസ് വാതിലിൽ മുട്ടി. മൊയാരത്തിന് സന്ദർഭത്തിന്റെ ഗൗരവം ബോധ്യപ്പെട്ടു. ചിന്നമ്മു അമ്മ അന്ന് ഗർഭിണിയായിരുന്നു. പിൻവാതിലിലൂടെ ഓടി രക്ഷപ്പെടാനൊന്നും അദ്ദേഹം തുനിഞ്ഞില്ല. ചിന്നമ്മു അമ്മ കരയുകയായിരുന്നു. ഭാര്യയെ ആശ്വസിപ്പിച്ചശേഷം മൊയാരം വാതിൽ തുറന്നു. തോക്കുകളുയർത്തിപ്പിടിച്ച് പൊലീസ് ഒതുങ്ങിനിന്നു. ശാന്തഗംഭീരമായ മുഖഭാവത്തോടെ മൊയാരം മുന്നോട്ടുനടന്നു. മലപ്പുറം സെഷൻസ് കോടതിയിൽ ഹാജരാക്കി. യുദ്ധവിരുദ്ധപ്രസംഗം നടത്തിയെന്നായിരുന്നു കേസ്. രണ്ടുവർഷത്തെ കഠിനതടവിന് ശിക്ഷിച്ചു. ബല്ലാരി ജയിലിലാണ് പാർപ്പിച്ചത്.

നിരന്തരമായ അറസ്റ്റും മർദനവും ജയിൽവാസവും കഴിഞ്ഞ് ശങ്കരൻ മൊയാരത്തെ വീട്ടിൽ അമ്മയോടൊപ്പം കഴിയുകയായിരുന്നു. നാട്ടിലെ ഓരോ ചലനവും അദ്ദേഹം ശ്രദ്ധിക്കുന്നുണ്ടായിരുന്നു. ജനമുന്നേറ്റങ്ങൾക്കെല്ലാം പ്രചോദനം മൊയാരത്ത് ശങ്കരനാണെന്ന് പൊലീസുകാർ വിശ്വസിച്ചിരുന്നു. അമ്മ പ്രായാധിക്യത്തിന്റെ അസുഖത്തിലായിരുന്നു. ഭാര്യ ചിന്നമ്മു അമ്മ ചെമ്പിലോട്ടെ വീട്ടിൽ കഴിയുകയായിരുന്നു. മകൻ ജനാർദ്ദനൻ കൂടെത്തന്നെയുണ്ട്. മകനെ 'ബിക്കു' എന്ന ഓമനപ്പേരിലാണദ്ദേഹം വിളിച്ചിരുന്നത്. ഒരുദിവസം അമ്മ പറഞ്ഞു 'ശങ്കരാ, നീ ചെമ്പിലോട്ട് ചെന്ന് ചിന്നമ്മുവെ കൂട്ടിക്കൊണ്ടുവരണം' ശങ്കരൻ ആദ്യം മടിച്ചു. അമ്മ നിർബന്ധിച്ചപ്പോൾ പോകാമെന്നായി.

മൊയാരത്തുനിന്നും ചെമ്പിലോട്ടേക്ക് കുറേ ദൂരമുണ്ട്. എടക്കാട് റെയിൽവേ സ്റ്റേഷനിൽ വണ്ടിയിറങ്ങി നടന്നുപോകുകയായിരുന്നു പതിവ്. നാട്ടിൽനിന്ന് പുറപ്പെടുമ്പോൾ സുഹൃത്തുക്കൾ ശങ്കരനെ തടഞ്ഞിരുന്നു. ഒറ്റയ്ക്ക് പോകാൻ പറ്റിയ കാലമല്ല ഇതെന്നവർ പറഞ്ഞു. നിത്യേന ഞെട്ടിക്കുന്ന വാർത്തകൾ വന്നുകൊണ്ടിരുന്നു. കമ്യൂണിസ്റ്റ് വേട്ടയ്ക്ക് സന്നദ്ധസംഘങ്ങൾ രംഗത്തിറങ്ങിയിരുന്നു. സുഹൃത്തുക്കൾ മുന്നറിയിപ്പ് കൊടുത്തെങ്കിലും ശങ്കരൻ പോകാൻ തന്നെ നിശ്ചയിച്ചു. വഴിച്ചെലവിനുള്ള പണം ചമ്പാട്ടെ കെ എം അനന്തനോട് വാങ്ങുകയായിരുന്നു. ശ്രദ്ധിച്ചുപോകണം, കാലം അത്ര നന്നല്ല, എന്ന് അനന്തനും പറഞ്ഞിരുന്നു.

മൊയാരത്ത് ശങ്കരൻ വീട്ടിൽനിന്ന് പുറപ്പെട്ടു. 1948 മെയ് 11നാണത്. എടക്കാട് തീവണ്ടിയിറങ്ങി നടന്നുനീങ്ങുന്നതിനിടയിൽ പെട്ടെന്ന് വിസിൽ മുഴങ്ങി. ശങ്കരൻ നടുങ്ങിനിന്നു. നിമിഷങ്ങൾക്കകം പൊലീസും ഗുണ്ടകളും പാഞ്ഞെത്തി. ഇരയെ കണ്ട വേട്ടക്കാരുടെ ആവേശമായിരുന്നു പൊലീസുകാർക്ക്. തകർന്നുടഞ്ഞ അദ്ദേഹത്തിന്റെ ശരീരം കയറ്റിയ പൊലീസ്‌വണ്ടി കണ്ണൂരിലേക്ക് പാഞ്ഞുപോയി.

മൊയാരത്തു ശങ്കരനെ പൊലീസു പിടിച്ച വാർത്ത നാടാകെ പരന്നു.

കേട്ടവർ കേട്ടവർ അന്തം വിട്ടുനിന്നു. ചെമ്പിലോട്ടെ വീട്ടിൽ വാർത്തയെത്തിയപ്പോൾ ചിന്നമ്മു അമ്മ തേങ്ങിക്കരഞ്ഞു. ചുറ്റുപാടുനിന്നും കേൾക്കുന്ന വാർത്തകൾ നടുക്കുന്നതായിരുന്നു. കമ്യൂണിസ്റ്റുകാരെ കാണുന്നിടത്തു വച്ച് ആക്രമിച്ച് വകവരുത്തുന്ന കാലമാണത്. ചിന്നമ്മു അമ്മ അച്ഛനോട് പൊലീസ്സ്റ്റേഷനിൽ ചെന്നന്വേഷിക്കാൻ പറഞ്ഞു. അച്ഛൻ ശങ്കരൻനമ്പ്യാർ പൊലീസ് സ്റ്റേഷനിലെത്തി. ശങ്കരനെക്കുറിച്ച് അന്വേഷിച്ചപ്പോൾ ഇൻസ്പെക്ടർ തട്ടിക്കയറി. ഒരു ശങ്കരനും ഇവിടെയില്ലെന്നയാൾ പറഞ്ഞു. ശങ്കരൻ നമ്പ്യാർ പിന്തിരിഞ്ഞില്ല. പരിചയക്കാരനായ ഒരു കോൺസ്റ്റബിൾ സഹായിക്കാനെത്തി. ലോക്കപ്പ് മുറിയിലുള്ള മരുമകനെ ശങ്കരൻ നമ്പ്യാർ കണ്ടു. ആ പിതൃഹൃദയം തേങ്ങിപ്പോയി. മനസ്സാക്ഷിയുള്ളവരെയെല്ലാം കരയിപ്പിക്കുന്ന ദാരുണരംഗമാണ് ലോക്കപ്പിൽ കണ്ടത്. മൊയാരത്ത് ശങ്കരൻ ചുമരും ചാരിയിരിക്കുന്നു. ശങ്കരന്റെ രൂപഭാവമൊന്നുമല്ല. ദേഹത്താകെ അടിയുടെ പാടുകൾ. ചോര കരുവാളിച്ചിരിക്കുന്നു. ഇരിക്കുകയാണെങ്കിലും കഴുത്ത് നേരെ നിൽക്കുന്നില്ല. ഒടിഞ്ഞുതൂങ്ങിയിരിക്കുന്നു. ഭാര്യാപിതാവിനെ കണ്ട് ശങ്കരൻ പതുക്കെ കഴുത്തുയർത്താൻ ശ്രമിച്ചു. 'നാളെ.... കോടതിയിൽ ഹാജരാക്കിയേക്കും. ഒരു മുണ്ടും ഷർട്ടും കൊണ്ടുവരണം.' മകനെക്കുറിച്ചും മൊയാരം തിരക്കി. കൂടിക്കാഴ്ച അവിടെ അവസാനിച്ചു. അടുത്ത ദിവസം കാലത്തു തന്നെ ശങ്കരൻനമ്പ്യാർ മുണ്ടും ഷർട്ടുമായി പുറപ്പെട്ടു. എന്നാൽ ശങ്കരൻനമ്പ്യാർ എത്തുന്നതിനു മുമ്പുതന്നെ മൊയാരത്തിനെ കോടതിയിൽ ഹാജരാക്കി, സെൻട്രൽ ജയിലിലേക്ക് കൊണ്ടുപോയി. അടുത്ത ദിവസം മെയ് 13ന് ചൊക്ലിയിലെ മൊയാരത്തു വീട്ടിൽ ജയിൽ സൂപ്രണ്ടിന്റെ ഒരു സന്ദേശമെത്തി..... 'സെൻട്രൽ ജയിലിൽ പ്രവേശിക്കപ്പെട്ട മൊയാരത്തു ശങ്കരൻ മരണപ്പെട്ടിരിക്കുന്നു...' ആ ദുരന്തമറിഞ്ഞ് നാടും വീടും നടുങ്ങുകയായിരുന്നു.

എ കെ ജിക്ക് മൊയാരം ജ്യേഷ്ഠസഹോദരനായിരുന്നു. മൊയാരത്തിന്റെ പത്നി വഴിയാണ് എ കെ ജി ക്കുള്ള ബന്ധം. ഇരുവരും ഒരേ തറവാടിന്റെ ശാഖകളിൽപ്പെട്ടവരാണ്. മൊയാരത്തിന്റെ പല ശീലങ്ങളും എ കെ ജി ജീവിതത്തിൽ പകർത്തിയിട്ടുണ്ട്. തളരാത്ത കർമവീര്യമാണതിൽ പ്രധാനം. അർപ്പിതമനസും ത്യാഗസന്നദ്ധതയും എ കെ ജി സ്വന്തമാക്കി. അയിത്തത്തിനെതിരെ സ്വന്തം വീട്ടിൽ മൊയാരം സമരം നടത്തി. അമ്മാവനിൽനിന്ന് ജീവനാംശം കിട്ടുന്നതിനായി എ കെ ജിയും വീട്ടുമുറ്റത്ത് സമരം നടത്തി, പരിപൂർണ സ്വാതന്ത്ര്യം കൊതിച്ച് പൊതുപ്രവർത്തനത്തിനിറങ്ങിയ മൊയാരത്തിന്റെ മരണം എ കെ ജി യെ ദുഃഖിപ്പിക്കുകയും അരിശംകൊള്ളിക്കുകയും ചെയ്തു. മലബാറിൽ രാഷ്ട്രീയാന്തരീക്ഷം ചുവപ്പിക്കുന്നതിൽ കൃഷ്ണപിള്ളയെപ്പോലെ മൊയാരവും വഹിച്ച പങ്ക് വലുതാണെന്ന് എ കെ ജി അനുസ്മരിക്കുമായിരുന്നു.

രാജ്യത്തിന്റെ സ്വാതന്ത്ര്യത്തിനും അധ്വാനിക്കുന്നവർഗത്തിന്റെ വിമോചനത്തിനും ഉന്നതിക്കുംവേണ്ടി സമർപ്പിതമായിരുന്നു മൊയാര

ത്തിന്റെ ജീവിതം. ജീവിതത്തിലെ ഏറ്റവും വലിയ ആഗ്രഹം ബ്രിട്ടീഷ് ഭരണം അവസാനിപ്പിക്കലാണെന്ന് ശബ്ദമുയർത്തി പറഞ്ഞ മൊയാരം കേരളത്തിലെ ഇടതുപക്ഷ പുരോഗമന പ്രസ്ഥാനങ്ങൾക്കെല്ലാം ആവേശവും മാതൃകയുമാണ്. ഇന്ത്യൻ നാഷണൽ കോൺഗ്രസ് എന്ന ചരിത്ര പുസ്തകമെഴുതിയപ്പോൾ അതച്ചടിച്ചു പ്രസിദ്ധീകരിക്കുവാൻ ഭാര്യയുടെ കഴുത്തിലെ താലി വിറ്റാണ് പണമുണ്ടാക്കിയതത്രെ. ജനസേവനത്തിന്റെ തെളിനീരായിട്ടാണദ്ദേഹമൊഴുകിയത്. പോയകാലത്തിന്റെ വറ്റാത്ത നന്മകളായി മൊയാരത്തിന്റെ ഓർമകൾ പ്രസരിക്കുകയാണ്.

മൊയാരത്തിന്റെ സ്മാരകം ജയിൽ തന്നെ

കെ ബാലകൃഷ്ണൻ

മൊയ്യാരത്ത് ശങ്കരൻ വക്കീലായില്ല; ജഡ്ജിയായില്ല. അലോപ്പതി ഡോക്ടറോ വെറ്റിനറി ഡോക്ടറോ എം പി യോ എം എൽ എയോ മന്ത്രിയോ ഒന്നുമായില്ല. മഹാത്മാഗാന്ധിക്ക് പിറകെ, ദേശീയ പ്രസ്ഥാനത്തിന്റെ ആ നേതാവും രക്തസാക്ഷിയായി. ഗാന്ധിജിയെ വർഗീയവാദികളാണ് കൊന്നതെങ്കിൽ, കേരളത്തിലെ ആദ്യകാല ഗാന്ധിയൻമാരിൽ പ്രധാനിയായിരുന്ന, ഉപ്പുസത്യഗ്രഹത്തിന്റെയും നിയമലംഘന പ്രസ്ഥാനത്തിന്റെയും നായകനായിരുന്ന മൊയാരത്തിനെ കൊന്നത് സ്വതന്ത്ര ഭാരത പൊലീസും ഗാന്ധിയൻ ദേശരക്ഷാസമിതിയും.... ഗാന്ധിജിയെ ഒറ്റവെടിയുണ്ട കൊണ്ട് നിമിഷങ്ങൾക്കകം... മൊയാരത്തിനെ ഇഞ്ചിഞ്ചായി തല്ലിച്ചതച്ച്.... തുടർച്ചയായി രണ്ടുദിവസത്തെ മർദനങ്ങൾ...ഗാന്ധിജിയുടെ ജഡം ഇന്ത്യൻ ജനതയ്ക്ക് വിട്ടുകിട്ടി. രാജ്ഘട്ടിൽ സംസ്കരിക്കപ്പെട്ട മഹാത്മാവ്. മഹാത്മാവിന്റെ ശിഷ്യനായ മൊയാരത്തിന്റെ ജഡം സംസ്കരിക്കപ്പെട്ടത് എവിടെയാണെന്ന് ഇപ്പോഴും അവ്യക്തം. കണ്ണൂർ സെൻട്രൽ ജയിലും പഴയ കണ്ണൂർ ടൗൺ പൊലീസ് സ്റ്റേഷനും ഒക്കെത്തന്നെ മൊയാരത്തിന്റെ സ്മാരകം....ചൊക്ലി നിടുമ്പ്രത്ത് മൊയ്യാരത്ത് വീട്ടിൽ ശങ്കരൻനമ്പ്യാർ..... സ്വന്തം തറവാട്ടിൽ സമരം നടത്തേണ്ടിവന്ന ആളാണ് മൊയാരം. അയിത്തപ്രശ്നത്തിൽ നിരവധി ദിവസം നീണ്ടുനിന്ന ഉപവാസസമരം നടത്തി. ഒടുവിൽ കെ കേളപ്പൻ ഇടപെട്ടാണ് സമരം പിൻവലിച്ചത് മൊയാരത്തിന്റെ ജീവചരിത്രകാരനായ കവിയൂർ രാജഗോപാലൻ പറഞ്ഞു. 1937–ലാണ് സംഭവം.

വടക്കേ മലബാർ ജില്ലാ കോൺഗ്രസ് സമ്മേളനം പന്ന്യന്നൂരിൽ

നടക്കുന്നു. ഉത്സവാന്തരീക്ഷത്തിലാണ് സമ്മേളനം. സമ്മേളനസ്ഥലത്ത് വളണ്ടിയറായി മൊയാരത്തിന്റെ ഭാര്യ ചിന്നമ്മു അമ്മയും. സമ്മേളന പ്രതിനിധികൾക്കും വളണ്ടിയർമാർക്കും ഒരുമിച്ച് സമൂഹസദ്യ. പേരുകേട്ട നായർ തറവാട്ടിലെ വീട്ടമ്മയായ ചിന്നമ്മു അമ്മയും ജാതിയും മതവും കാര്യമാക്കാതെ ഭക്ഷണം കഴിച്ചു. സി എച്ച് കണാരനെയും കുണ്ടാഞ്ചേരി കുഞ്ഞിരാമൻമാസ്റ്ററെയും മൊയാരത്തിന്റെ തറവാട്ടിൽ വിളിച്ചാദരിച്ചു വെന്ന് മൊയാരത്തിന്റെ പേരിലും ചാർജ്. തറവാട്ടിൽ വലിയ കോളിളക്കം തന്നെ സൃഷ്ടിച്ചു. കൊട്ടിയൂർ വൈശാഖ മഹോത്സവകാലത്താണ് സംഭവം. വൈശാഖോത്സവത്തിന് നെയ്യമൃതുമായി പോകുന്ന വില്ലിപ്പാ ലൻ കുറുപ്പന്മാർക്ക് മൊയാരത്ത് വീട്ടിലാണ് ഭക്ഷണം. അവർക്ക് വിള മ്പിക്കൊടുക്കേണ്ട വീട്ടമ്മയാണ് 'അയിത്തോം ചുത്തോം'നോക്കാതെ സമൂഹസദ്യയിൽ പങ്കെടുത്തത്. പ്രശ്നം രൂക്ഷമായി. ചിന്നമ്മു അമ്മ പൊതുപരിപാടികൾക്കൊന്നും പോകരുതെന്ന് കാരണവൻമാർ ഉത്തര വിട്ടു..... കോയ്യോട്ടുള്ള ഭാര്യയെയും മകനെയും മൊയാരത്തേക്ക് തിരികെ വിളിച്ചുകൊണ്ടുവരാൻ മൊയാരത്തിന്റെ അമ്മ ഒരുദിവസം ആവശ്യപ്പെ ട്ടു. വയസുകാലത്ത് തന്നെ ശുശ്രൂഷിക്കാൻ ....ദീർഘകാലത്തെ ഒളിവു ജീവിതത്തിനും ജയിൽവാസത്തിനും ശേഷം വീട്ടിലെത്തിയപ്പോഴാണ് മൊയാരത്തോട് അമ്മ ഈ അഭ്യർഥന നടത്തിയത്. വീട്ടിലെ അന്തരീക്ഷം തെളിഞ്ഞുവരികയാണെന്ന് കണ്ട് മൊയാരവും ആഹ്ലാദിച്ചു. 1948 മെയ് 11ന് മൊയാരം കോയ്യോട്ടുള്ള ഭാര്യാഗൃഹത്തിലേക്ക് പുറപ്പെട്ടു.

എടക്കാട് റെയിൽവേസ്റ്റേഷനിൽ വണ്ടിയിറങ്ങി, പതിവ് വഴിയിലൂടെ കോയ്യോട്ടേക്ക് നടന്നു... കമ്യൂണിസ്റ്റുകാരെ പിടിക്കാൻ കോൺഗ്രസ് നിയോഗിച്ച ദേശരക്ഷാസമിതിക്കാർ. അവർ ഇരയെ കണ്ട വേട്ടപ്പട്ടിക ളെപ്പോലെ മൊയാരത്തിന്റെമേൽ ചാടിവീണു. ഒപ്പം പൊലീസിന്റെ ലാത്തികൾ ബൂട്ടിട്ട കാലുകൾ ആ വിരിമാറിൽ പെരുമാറിക്കൊണ്ടിരുന്നു. ചോര ചീന്തി വീണുപിടയുന്ന മൊയാരത്തെ അവർ ഇടിവണ്ടിയിലേക്കെ ടുത്തെറിഞ്ഞു. കണ്ണൂർ പൊലീസ്‌ലോക്കപ്പിൽവെച്ചായി അടുത്ത പ്രയോ ഗം; അടിയന്തിരാവസ്ഥക്കാലത്ത് കക്കയം ക്യാമ്പിൽ നടന്നതുപോലെ.... മെയ് 12ന് മൊയാരത്തെ കോടതിയിൽ ഹാജരാക്കി. കോടതിയിൽനിന്ന് കണ്ണൂർ സെൻട്രൽ ജയിലിലേക്കാണ് കൊണ്ടുപോയത്. പിറ്റേന്ന് മൊയാ രത്ത് വീട്ടിൽ സെൻട്രൽ ജയിൽസൂപ്രണ്ടിന്റെ കമ്പി–പരിക്കുകളോടെ ജയിലിലടയ്ക്കപ്പെട്ട മൊയാരത്ത് ശങ്കരൻ മരണപ്പെട്ടു.... ജഡമോ വസ്ത്രമോ ഒന്നും വീട്ടുകാർക്കോ നാട്ടുകാർക്കോ കാണാൻ കിട്ടിയില്ല...

കേരളത്തിലെ 'ജ്യൂലിയസ് ഫ്യൂച്ചിക്' എന്ന് വിശേഷിപ്പിക്കപ്പെട്ട വിപ്ല വകാരിയാണ് മൊയാരം. കേരളത്തിലെ കമ്യൂണിസ്റ്റ് പാർട്ടിയുടെ സ്ഥാപക നേതാക്കളുടെ ജ്യേഷ്ഠസഹോദരനാണ് മൊയാരം. അതായത് കൃഷ്ണപിള്ളയും ഇ എം എസും എൻ സി ശേഖറും കെ ദാമോദരനും അടക്കമുള്ളവർക്കും മുമ്പുതന്നെ ദേശീയ പ്രസ്ഥാനത്തിന്റെ നേതാവാ യിത്തീരുകയും പിന്നീട് കമ്യൂണിസ്റ്റാവുകയും ചെയ്ത വിപ്ലവകാരി.

കോൺഗ്രസിന്റെ ചരിത്രമെഴുതിയ, കേരളത്തിൽ സ്വാതന്ത്ര്യസമര പ്രസ്ഥാനത്തിന്റെ സ്ഥാപകനേതാവായ മൊയാരം സ്വാതന്ത്ര്യപ്പുലരിയിൽ ജയിലിലായിരുന്നു. (ദേശീയ പ്രസ്ഥാനത്തിന്റെ ഏറ്റവും വലിയ കേന്ദ്ര മായി പയ്യന്നൂരിനെ മാറ്റുന്നതിലും ആദ്യകാലത്ത് പ്രധാന പങ്കുവഹിച്ച വരിലൊരാൾ മൊയാരമാണ്. മറ്റൊരാൾ മൊയാരത്തിന്റെ മച്ചുനിയൻ സി എച്ച് ഗോവിന്ദൻ നമ്പ്യാരും. ഗോവിന്ദൻനമ്പ്യാർ പയ്യന്നൂരിൽത്തന്നെ താമ സിച്ച് കോൺഗ്രസ് കെട്ടിപ്പടുത്തു.) പത്രപ്രവർത്തകൻ, പത്രാധിപർ എന്നീ നിലയ്ക്ക് മാത്രമല്ല സർഗാത്മക സാഹിത്യകാരൻ എന്ന നില യിലും ചരിത്രകാരൻ എന്ന നിലയിലും മൊയാരം നിറഞ്ഞുനിന്നിരുന്നു. മുപ്പതുകളുടെ മധ്യത്തിലാണ് *ഇന്ത്യൻ നാഷണൽ കോൺഗ്രസിന്റെ ചരിത്രം* മൊയാരം എഴുതിയത്.

ചൊക്ലിപ്രദേശം സാഹിത്യരംഗത്ത് നിരവധി പ്രതിഭകളെ സംഭാ വന ചെയ്തിട്ടുണ്ട്. സരസകവി കെ സി നാരായണൻ നമ്പ്യാർ. *ചക്കീച ങ്കരം, ഉഭയാലങ്കാരം, വക്കീൽ ഭാരതം, കല്യാണീ കല്യാണം* തുടങ്ങിയ വയാണ് നമ്പ്യാരുടെ പ്രധാന കൃതികൾ. കോഴിക്കോടൻ *മനോരമ*യുടെ പത്രാധിപരുമായിരുന്നു. മലയാളത്തിലെ ആദ്യത്തെ വനിതാ പത്രാധി പമാരിൽ ഒരാളായ കെ എം കുഞ്ഞിലക്ഷ്മി കെട്ടിലമ്മ ചൊക്ലി ഒളവിലം സ്വദേശിയായിരുന്നു. *മഹിളാരത്നം, വനിത* മാസികകളുടെ പത്രാധിപ രായിരുന്നു അവർ. *സാവിത്രീകൃതം, കൗസല്യാദേവീ, പുരാണ ചന്ദ്രിക, പ്രാർഥനാഞ്ജലി* എന്നിവയാണ് കെട്ടിലമ്മയുടെ കൃതികൾ. ഏകലോ കത്തിനുവേണ്ടി ജീവിതാന്ത്യം വരെ പ്രചാരണം നടത്തിപ്പോന്ന പത്രാ ധിപരും എഴുത്തുകാരനുമായ കെ ബാലകൃഷ്ണൻ നായർ, *ചിന്താവി ഷ്ടയായ സീത* സംസ്കൃതത്തിലേക്ക് വിവർത്തനം ചെയ്ത വി സി കുഞ്ഞിരാമൻ വൈദ്യർ, വികലാംഗനായ കവി എം കെ അച്ചുതാനന്ദൻ എന്നിങ്ങനെ സാഹിത്യരംഗത്ത് വ്യക്തിമുദ്ര പതിപ്പിച്ച ചൊക്ലിക്കാർ അന വധി. വിവിധ വിഷയങ്ങളിലായി നിരവധി ഗ്രന്ഥങ്ങൾ എഴുതിയ കെ ബാലൻ ഇപ്പോഴും സാഹിതീ പരിശ്രമത്തിൽ മുഴുകുന്നു.

മൊയാരം ഗ്രന്ഥശാലാ സംഘാടകൻ

കുനിയിൽ കൃഷ്ണൻ

കോൺഗ്രസിൽ ഇടതുപക്ഷ നേതൃത്വം ശക്തമായ കാലമായിരുന്നു അത്. ഞങ്ങളുടെ നാട്ടിൽ ദേശീയപ്രസ്ഥാനത്തിന്റെയും ഇടതുപക്ഷ പ്രസ്ഥാനത്തിന്റെയും പ്രമുഖ വക്താവായിരുന്നു അന്ന് മൊയാരത്ത് ശങ്കരൻ. ബംഗാളിലെ വിദ്യാഭ്യാസം ഉപേക്ഷിച്ച് അദ്ദേഹം കോൺഗ്രസിന്റെ കുറുമ്പ്രനാട് താലൂക്ക് സെക്രട്ടറിയായി ചുമതലയേറ്റു. അദ്ദേഹത്തിന്റെ സാന്നിധ്യം മലബാർ മുഴുവൻ നിറഞ്ഞുനിന്ന കാലമായിരുന്നു അത്.

1934 ൽ എന്റെ വീടിനടുത്ത് വിജ്ഞാന വർദ്ധിനി എന്ന പേരിൽ ഒരു വായനശാല തുടങ്ങാൻ പ്രേരിപ്പിച്ചത് മൊയാരമായിരുന്നു. അദ്ദേഹവും കൂവേരി ശേഖരൻ മാസ്റ്ററും ഗാന്ധി കുഞ്ഞിരാമൻ മാസ്റ്ററും സി എച്ച് കണാരനും നേരിട്ടു വന്നാണ് വായനശാലാപ്രവർത്തനങ്ങളെ സഹായിച്ചത്. പാറാലിലെ പൊതുജന വായനശാലയും ചൊക്ലിയിലെ ശ്രീനാരായണഗുരു സ്മാരകവായനശാലയും ഇക്കാലത്ത് തുടങ്ങിയതാണ്. എല്ലാറ്റിന്റെയും സംഘാടകൻ മൊയാരത്തായിരുന്നു.

1940 സെപ്തംബർ 15 ന് തലശ്ശേരി ജവഹർ ഘട്ടിൽ നിരോധനാജ്ഞ ലംഘിച്ചതിനെ തുടർന്ന് ഞാൻ അറസ്റ്റിലായി. സ: പി കെ മാധവനായിരുന്നു ഞങ്ങളുടെ നേതാവ്. അദ്ദേഹം പിടികൊടുക്കാതെ ഒളിവിൽ പോയി. സി വി കരുണാകരൻ നായർ, ടി സി ഉമ്മർ, സഖാവ് കെ അനന്തൻ, ടി യു രാമുണ്ണി എന്നിവരൊക്കെ വിവിധകേസുകളിൽ ശിക്ഷിക്കപ്പെട്ടു. ഒന്നരക്കൊല്ലത്തെ കഠിനതടവായിരുന്നു എനിക്ക് ലഭിച്ചത്. ഗവൺമെന്റിനെ വിമർശിക്കുന്ന ചില കമ്യൂണിസ്റ്റ് രേഖകൾ എന്റെ വീട്ടിൽനിന്ന് പിടിച്ചെടുക്കുകയും പൊലീസ് അതിക്രമം കാട്ടുകയും ചെയ്തു.

ഗവൺമെന്റ് നയങ്ങളെ വിമർശിച്ചുകൊണ്ട് ചെർപ്പുളശ്ശേരിയിൽ ഒരു പ്രസംഗം നടത്തിയതിനാൽ മൊയാരത്തിന്റെ പേരിൽ വാറണ്ട് പുറപ്പെടുവിച്ചു. ഇക്കാലത്ത് അദ്ദേഹം ഒളിവിലായിരുന്നു. എങ്കിലും അദ്ദേഹം പിടിക്കപ്പെട്ടു. ആലിപുരം ജയിലിലാണ് അദ്ദേഹം എത്തിച്ചേർന്നത്. പ്രായംകൊണ്ട് വളരെ ചെറുതായ ഞാൻ സീനിയർ നേതാക്കളായ മൊയാരം, ടി എസ് തിരുമുമ്പ്, ടി സി നാരായണൻ നമ്പ്യാർ എന്നിവരെ ബഹുമാനത്തോടെയാണ് നോക്കിക്കണ്ടത്. അവർക്ക് എന്തു സൗകര്യം ചെയ്തുക്കൊടുക്കാനും തടവറയിൽ ഞാൻ ശ്രദ്ധിക്കാറുണ്ടായിരുന്നു.

നരകമായിരുന്നു, ആലിപുരം ക്യാമ്പ് ജയിൽ. മനുഷ്യത്വരഹിതമായ പെരുമാറ്റങ്ങൾക്കെതിരെ ദിവസങ്ങളോളം നിരാഹാരസമരം തുടങ്ങി. ജയിലിൽ നിയമങ്ങൾ ലംഘിക്കാനും തടവുകാരുടെ അവകാശങ്ങൾ സ്ഥാപിക്കാനും മൊയാരം നിരന്തരം പോരാടി. സൂപ്രണ്ടിന്റെ ധിക്കാരത്തിനെതിരായി രാഷ്ട്രീയത്തടവുകാർ പ്രക്ഷോഭം ആരംഭിച്ചു. അതിനെ തുടർന്ന് നടന്ന ലാത്തിച്ചാർജിൽ മാഹി വിമോചന സമരനേതാവ് ഐ കെ കുമാരൻ മാസ്റ്ററുടെ മൂക്കിനു പരിക്കുപറ്റി ചോരയൊഴുകി. പി ശിവയ്യ, ഒ ജെ ജോസഫ്, പി ശേഖരൻ എന്നിവർ ജയിൽചാടി രക്ഷപ്പെട്ടത് അധികാരികൾക്ക് വലിയ തലവേദനയായി. ഒടുവിൽ ജയിലധികാരികൾ രാഷ്ട്രീയത്തടവുകാരോട് അന്തസ്സോടെ പെരുമാറാമെന്ന് സമ്മതിച്ചു.

മയ്യഴി വിമോചന സമരവുമായും മൊയാരത്തിന് ബന്ധമുണ്ടായിരുന്നു. അദ്ദേഹം എഴുതിയ *മേവാഡ് പതനം* എന്ന നാടകം മയ്യഴിയിൽ അവതരിപ്പിച്ചിരുന്നു. പോണ്ടിച്ചേരിയിലെ പ്രമുഖ നേതാക്കൾ മയ്യഴിയിൽ വന്നാൽ പ്രസംഗം തർജമ ചെയ്യുന്നത് മൊയാരമാണ്. ബ്രിട്ടീഷ് – ഫ്രഞ്ച് അനുകൂലികളായ തലശ്ശേരിയിലെ ഈഴവപ്രമാണിമാർക്ക് ചുട്ടമറുപടി കൊടുക്കാനും മൊയാരം മുൻനിന്ന് പ്രവർത്തിച്ചു. ജീവൽസാഹിത്യത്തിന്റെ പക്ഷത്തുനിന്ന അദ്ദേഹം സഞ്ജയനുമായി ഏറ്റുമുട്ടി.

1948 മെയ്യ് 13ന് അതിക്രൂരമായി വധിക്കപ്പെട്ട എന്റെ രാഷ്ട്രീയ ഗുരുനാഥന്റെ പേരിലുള്ള സ്മാരകം കണ്ണൂർ നഗരത്തിൽ ഉയരുമ്പോൾ ചാരിതാർഥ്യമുണ്ട്. അതേസമയം ആ ധീരദേശാഭിമാനിയുടെ ഓർമകളെപ്പറ്റിയുള്ള ദു:ഖസ്മരണകളും മനസിൽ ഇരമ്പുന്നു.

ചൊക്ലിയിൽ ഉദിച്ച രക്തതാരകം

കെ പ്യാർ

'**വി**പ്ലവത്തിലൂടെ മാത്രമേ മനുഷ്യനു മോചനമുള്ളൂ' എന്നു വിശ്വസിച്ച മഹാൻമാർ പലരുമുണ്ട്. അതിനവർ സ്വീകരിച്ച മാർഗം ഒരിക്കലും ഒന്നല്ല. പലതാണ്. അതുകൊണ്ടുതന്നെയാണ് ലോകചരിത്രത്തിൽ അനുയായികൾ നേതാവിനു പാരവെച്ച സംഭവങ്ങൾ നമുക്കു കേൾക്കാൻ കഴിയുന്നത്. ദൈവപുത്രനായവതരിച്ച യേശുക്രിസ്തുവും ജനാധിപത്യത്തിനുവേണ്ടി പ്രവർത്തിച്ച എബ്രഹാം ലിങ്കനും ബ്രിട്ടീഷ് വാഴ്ചയ്ക്ക് അറുതിവരുത്താൻ പൊരുതിയ ഭഗത്സിങ്ങും കറുത്തമുത്തെന്നു വിശേഷിപ്പിക്കപ്പെട്ട പാട്രിക്ക് ലുമുംബയും നമ്മുടെ രാഷ്ട്രപിതാവായ ഗാന്ധിജിയും ബർമയുടെ പിതാവായ ഓങ്സാനും പാക്കിസ്ഥാനിലെ ഭൂട്ടോയും ബംഗ്ലാദേശിലെ മുജീബ് റഹ്മാനും ഇന്ത്യയിലെ ഇന്ദിരാഗാന്ധിയും അത്തരത്തിൽ നിഷ്കരുണം വധിക്കപ്പെട്ടവരാണ്. ഇക്കൂട്ടത്തിൽപ്പെടുത്താവുന്ന ഒരു കേരളീയ നേതാവാണ് മൊയാരത്ത് ശങ്കരൻനമ്പ്യാർ. മലബാറിലെ കുറുമ്പ്രനാടിന്റെ രാഷ്ട്രീയഗുരുവായ മൊയാരത്ത് വെടിയുണ്ടയേറ്റല്ലെങ്കിലും സ്വന്തക്കാരുടെ മർദനംകൊണ്ടാണ് അന്ത്യശ്വാസം വലിച്ചത്.

തലശ്ശേരി നഗരത്തിനടുത്തുള്ള ഒരു ഗ്രാമം, നെടുമ്പ്രം. അവിടെയൊരു പഴയ തറവാട്-മൊയാരത്ത്. അവിടെ 1889 ആഗസ്തിലാണ് മൊയാരത്ത് ജനിച്ചത്. നാടുവാഴിത്തത്തിന്റെ ഉള്ള് ഉറക്കുത്തിവരുന്ന കാലഘട്ടം. മറ്റു ജന്മികുടുംബങ്ങളിലെ കുട്ടികളെപ്പോലെ സാമാന്യവിദ്യാഭ്യാസംനേടി ചെറിയൊരുദ്യോഗവുമായി കുടുംബഭാരം പേറി ശങ്കരനും ജീവിച്ചുകൊള്ളട്ടെ എന്നേ അമ്മാവൻമാർ കരുതിയുള്ളൂ. പക്ഷേ, ശങ്കരന്റെ ഓരോ പ്രവൃത്തിയിലും സ്വാതന്ത്ര്യബോധവും ആത്മാഭിമാനവും തെളിഞ്ഞുകണ്ടു, കുട്ടിക്കാലം മുതൽക്കുതന്നെ. ഇരുപത്തിനാലു വയസുള്ളപ്പോൾ കൽക്കത്തയിലെ നാഷണൽ മെഡിക്കൽ കോളേജി

ലെത്തി. ഒരു ഡോക്ടറാവുക അക്കാലത്ത് അധികമാർക്കും ഓർക്കാൻ പോലും വയ്യാത്ത പദവിയാണ്. ജനങ്ങളുടെ കണ്ണീരൊപ്പാനും അവരെ സംഘടിപ്പിച്ചു നിർത്തുവാനും എളുപ്പം കഴിയുമെന്നായിരുന്നു മൊയാരത്തിന്റെ കണക്കുകൂട്ടൽ. എന്നാൽ ഒരു ഡോക്ടറിൽനിന്നും അന്ന് ആരും അത് പ്രതീക്ഷിച്ചിരുന്നില്ല. അതുകൊണ്ടു തന്നെയാവണം ശങ്കരന്റെ നേരിയ ചലനങ്ങൾപോലും വെള്ളക്കാരന്റെ രഹസ്യപ്പൊലീസ് ഒളികണ്ണിട്ട് നോക്കിയിരുന്നു.

അനന്തിരവനെ ജീവനോടെ വേണമെങ്കിൽ മടക്കിവിളിക്കുന്നതാണ് നല്ലത്, തറവാട്ടിൽ കാരണവർക്ക് കിട്ടിയ താക്കീത് കൽക്കത്തയിൽ നിന്നാണ്! 'അമ്മ അത്യാസന്ന നിലയിൽ'– മൊയ്യാരത്തിനു നാട്ടിൽ നിന്നൊരു കമ്പി. പൊലീസിന്റെ കള്ളക്കമ്പിയാണെന്നു മനസിലായത് വൈകിയാണ്. അമ്മയെ ഒരുനോക്കുകാണാൻ ശങ്കരൻ പാഞ്ഞെത്തി. അങ്ങനെ വിദ്യാർഥിജീവിതം അറുത്തെറിയേണ്ടിവന്നു.

ജീവൽസാഹിത്യ സംഘത്തിൽ പ്രവർത്തിച്ചതിന്റെ പേരിൽ കടുത്ത വിമർശനം നടത്തിയ ഹാസ്യ സാഹിത്യസമ്രാട്ട് സഞ്ജയൻ മൊയാരത്തിനു നൽകിയ ശകാരപ്പേരാണ് 'മൊയാർസ്കി'!

നീണ്ട പതിമൂന്നു വർഷമായി തുടർന്നുപോന്ന പദവികൾ വലിച്ചെറിഞ്ഞുകൊണ്ടു മൊയാരത്ത് കോൺഗ്രസിനോട് വിടപറഞ്ഞു. തൊഴിലാളി–കർഷക സമരം നയിക്കാനായി കമ്യൂണിസ്റ്റ്പാർട്ടിയിൽ ചേർന്നു. 1939 ൽ കേരളത്തിലെ സി എസ് പി ഘടകം പാർട്ടിയിൽ ലയിച്ചുചേർന്നു. മൊയാരത്തും കമ്യൂണിസ്റ്റായി. ഓണം വന്നാലും ഉണ്ണി പിറന്നാലും കോരനു കുമ്പിളിൽ കഞ്ഞി എന്ന പഴഞ്ചൊല്ല് ഓർമയിൽ വരുമാറ് കോൺഗ്രസിലുള്ളപ്പോഴും കമ്യൂണിസ്റ്റായപ്പോഴും മൊയാരത്തിനു ഇടത്താവളം തടവറതന്നെ!

1941 ലെ ഒരു പത്രവാർത്ത:

> ചെർപ്പുളശ്ശേരിയിൽ വെച്ച് അക്രമം പ്രസംഗിച്ചുവെന്നും യുദ്ധത്തിനെതിരായി പ്രസംഗിച്ചുവെന്നും ഉള്ള കാരണത്തിന്മേൽ അറസ്റ്റ് ചെയ്തു റിമാൻഡിലുണ്ടായിരുന്നു. ശ്രീ. മൊയാരത്തിന്റെ പേരിലെ കേസിൽ പ്രതിക്കു രാജ്യരക്ഷാനിയമം സെക്ഷൻ 2, 3, 8 (1) പ്രകാരം 18 മാസത്തെ കഠിനതടവും രാജ്യരക്ഷാനിയമം 34 (6) പ്രകാരം 2 കൊല്ലം കഠിന തടവും ശിക്ഷിച്ചുകൊണ്ട് ഇന്നു വൈകുന്നേരം 4 മണിക്കു മലപ്പുറം ജോയിന്റ് മജിസ്ട്രേട്ട് മി. ക്രോമ്പി ഐ സി എസ് വിധി പ്രസ്താവിച്ചിരിക്കുന്നു.

ഇവിടെയൊരു കാര്യം പ്രത്യേകം ശ്രദ്ധിക്കാനുണ്ട്. 300 ക. പിഴയെന്നു കേട്ടാൽ ഇന്നു നിസ്സാരമായിതോന്നും. 10 ക പിഴ വീട്ടാൻ ഒരു കൃഷിക്കാരനു 200 സേർ നെല്ല് വിൽക്കേണ്ടിവന്ന കാലമാണതെന്നു മറക്കരുത്. മൊയാരത്തിനെ ബല്ലാരി ജയിലിലാണ് കൊണ്ടുപോയത്. പണ്ടും തടവറയിൽ കിടന്നു പരിചയമുള്ള സ്ഥലമാണത്. ഇപ്പോഴത്തെ

ജയിലറും സായിപ്പു തന്നെ. മൊയാരത്തിനെപ്പറ്റി ജയിലർ കേട്ടിട്ടുള്ളത് ഒരു വഴക്കാളിയാണെന്നാണ്. ബ്രിട്ടീഷ് വാഴ്ചയെ വാഴ്ത്തിപ്പറയാത്തവർ വെള്ളക്കാരന്റെ ദൃഷ്ടിയിൽ വഴക്കാളിയാണല്ലോ. ഒരുദിവസം ജയിലർ മൊയാരത്തിനെ അടുത്തുവിളിച്ചു. പരിചയപ്പെടാനെന്ന ഭാവത്തിൽ സംസാരിക്കുന്നതിനിടയിൽ കയ്യിലുള്ള ബാറ്റൺകൊണ്ട് അഹങ്കാരിയായ ഉദ്യോഗസ്ഥൻ മൊയാരത്തിന്റെ കുടലിനുകുത്തി. കുത്തിക്കഴിഞ്ഞ ജയിലർ മൊയാരത്തിന്റെ കയ്യിലാണ് വടി കണ്ടത്! മൊയാരത്ത് അരിശപ്പെട്ടു.

"you idiot, I will knock your head off. You have no right to use cane in jail as per jail Manual."

സായിപ്പ് അന്തംവിട്ടു നിന്നു. സംഘർഷത്തിനും സംഘട്ടനത്തിനും വഴിതുറന്ന സംഭവമാണത്. പ്രതിഷേധമുയർന്നു. നിരാഹാരമാരംഭിച്ചു. ഫലമോ? മൊയാരത്തിന് ഒരുകൊല്ലത്തെ കഠിനതടവ് കൂടുതൽ! രണ്ടാം ലോകമഹായുദ്ധം അവസാനിച്ചു. മലബാറിൽ വറുതിയും ക്ഷാമവും പടർന്നുപിടിച്ചു. അൽപ്പമെങ്കിലും ആശ്വാസം പകരാനായില്ലെങ്കിലും പ്രതീക്ഷയോടെ കേരളാ പീപ്പിൾസ് റിലീഫ് കമ്മിറ്റി രൂപീകരിക്കുകയും സമാശ്വാസ പ്രവർത്തനങ്ങൾ ആരംഭിക്കുകയും ചെയ്തു. അക്കാലത്തെ പൊലീസിന്റെ രഹസ്യരേഖകളിൽ മൊയാരത്തിനെപ്പറ്റി ഇങ്ങനെ കാണുന്നു.

> കോട്ടയം കുറുമ്പ്രനാട്, ചിറക്കൽ എന്നീ താലൂക്കുകളിലെ കൃഷിക്കാർക്കിടയിൽ പ്രവർത്തിക്കുന്ന ശക്തനും അപകടകാരിയുമായ ഒരു പ്രവർത്തകനാണ് അയാൾ. മലബാറിന്റെ വടക്കൻ താലൂക്കുകളാണ് ചിറക്കലും കോട്ടയവും കുറുമ്പ്രനാടും. വടക്ക് കവ്വായിപ്പുഴമുതൽ തെക്ക് കോട്ടപ്പുഴ വരെയുള്ള ഭൂവിഭാഗം ഇതിൽപ്പെടുന്നു. മലബാറിന്റെ ഉൾപ്രദേശങ്ങളിലാണ് അയാൾ പ്രവർത്തനം മുഴുവൻ കേന്ദ്രീകരിച്ചിട്ടുള്ളത്.

പൊലീസിന്റെ നോട്ടപ്പുള്ളിയായ മൊയാരത്തിനു കോൺഗ്രസുകാരും സ്വൈരം കൊടുത്തില്ല. അവർ സന്നദ്ധസംഘങ്ങൾ ഉണ്ടാക്കി മുമ്പും പിമ്പും നോക്കാതെ മുക്കിലും മൂലയിലും മുളച്ചുപൊന്തുന്ന കമ്യൂണിസ്റ്റ് പ്രസ്ഥാനത്തെ മുളയിലേ നുള്ളിക്കളയാനുള്ള ശ്രമത്തിലാണ്. അതിനിടയിലാണ് മൊയാരത്തിന്റെ എടക്കാട് യാത്രയിൽ ശാന്തിസേനയുടെയും പൊലീസിന്റെയും ഇടയിൽപ്പെട്ടത്.

കോൺഗ്രസിന്റെ ഗുണ്ടകളുടെയും പൊലീസിന്റെയും ഞാനോ നീയോ എന്ന മട്ടിലുള്ള മർദനമുറകൾക്കു വിധേയനായ മൊയാരത്തിനെ വലിച്ചിട്ട ഇടിവണ്ടി കണ്ണൂരിലേക്കു കുതിച്ചു.

ഇടയ്ക്കിടെ മന്ദഗതിയിൽ ശ്വാസം കഴിക്കുന്നതു കണ്ട പൊലീസിനു മൊയാരത്തിന്റെ ജീവൻ ചോർത്തിക്കളയാനുള്ള വാശിയായി. ലോക്കപ്പ് മുറിയിൽ വീണ്, നാവ് നനയ്ക്കാതെ, നാവിളക്കാനാകാതെ ആ ധീരദേ

ശാഭിമാനി താനടക്കമുള്ള നേതാക്കന്മാരുടെ ത്യാഗോജ്ജ്വലമായ പ്രവർത്തനങ്ങൾകൊണ്ടു നേടിയെടുത്ത സ്വാതന്ത്ര്യത്തിന്റെ സ്വാദറിഞ്ഞു. മിഴികൾ നിശ്ചലമായി.......!!

"എന്റെ കമ്യൂണിസ്റ്റ് വിരോധത്തിന്റെ വേലിയിറക്കം തുടങ്ങിയത് ആ സംഭവത്തോടെയായിരുന്നു." തായാട്ടുശങ്കരൻ മൊയാരത്തിനെപ്പറ്റിയുള്ള ദുഃഖസ്മരണയിൽ തുറന്നുപറഞ്ഞു. അദ്ദേഹം ആ ലേഖനം ഉപസംഹരിക്കുന്നതിങ്ങനെയാണ്.

> മൊയാരത്തിന്റെ അന്ത്യം കേരളത്തിലെ കോൺഗ്രസിന്റെ പിൽക്കാല പാതകങ്ങളിൽ ഏറ്റവും ക്രൂരമാണ്. സ്വന്തം പിതാവിനെ തല്ലിക്കൊന്നതുപോലുള്ള കൃത്യമായിരുന്നു അത്. മൊയാരം എഴുതിയ *കോൺഗ്രസിന്റെ ചരിത്രം* അദ്ദേഹത്തെ കൊലചെയ്തതിന്റെ ചരിത്രംകൂടി എഴുതിച്ചേർത്തുകൊണ്ടാണ് ഭാവിയിലെ ചരിത്രകാരന്മാർ പൂർത്തിയാക്കുക."

അച്ഛൻ മരിച്ചത് ഞാനറിഞ്ഞില്ല

ജനാർദ്ദനൻ മൊയാരത്ത്

എന്റെ ആറാം വയസിലാണ് അച്ഛൻ മരിച്ചത് എന്നതിനാൽ അച്ഛനുമായി ഒരു ഹ്രസ്വകാല ബന്ധം മാത്രമേ എനിക്കുള്ളൂ. എനിക്ക് 10–12 വയസായപ്പോൾമാത്രമാണ് അച്ഛന് എന്തോ ചില പ്രത്യേകതകളുണ്ടായിരുന്നെന്ന അറിവ് എനിക്ക് ഉണ്ടാകുന്നത്. കൊയിലാണ്ടിയിൽ അഞ്ചാം ക്ലാസിൽ പഠിക്കുമ്പോൾ ഖദറിട്ട അധ്യാപകൻ എന്നെ പ്രധാനാധ്യാപകന്റെ മുറിയിലേക്ക് കൂട്ടിക്കൊണ്ടുപോവുകയും അച്ഛനെപ്പറ്റി അവർ തമ്മിൽ പരസ്പരം സംസാരിച്ചശേഷം എന്നെ തിരിച്ചയക്കുകയും ചെയ്തു. പിന്നീട് സ്കൂൾ പാർലമെന്റ് ഉദ്ഘാടനം ചെയ്യാൻ വന്ന ആൾക്കുവേണ്ടിയും എന്നെ പ്രധാനാധ്യാപകന്റെ മുറിയിലേക്ക് വിളിപ്പിച്ചു. (അദ്ദേഹം സ: കെ ദാമോദരനായിരുന്നു). കുട്ടിക്കാലത്ത് ഒരിക്കൽ ഒരു പൊതുയോഗത്തിന് എന്നെ സ്റ്റേജിലേക്ക് കൊണ്ടുപോയി ഉയർത്തിപ്പിടിച്ച് എ കെ ജിക്ക് മാലയിടുവിച്ചതും എന്തിനാണെന്ന് അന്ന് ഞാൻ അറിഞ്ഞിരുന്നില്ല. കണ്ണൂരിൽ ചേർന്ന 1956 ലെ കിസാൻ സമ്മേളനത്തിന് അമ്മയോടൊപ്പം പോയപ്പോൾ ശ്രീ. പൊൻകുന്നം ദാമോദരൻ അമ്മയെ കണ്ടതും സംസാരിച്ചതും *വിധവയുടെ കണ്ണുനീർ* എന്ന കവിതയെഴുതി വാർഷികപ്പതിപ്പിൽ പ്രസിദ്ധീകരിച്ചതും ഞാൻ കണ്ടിട്ടുണ്ട്. പല പ്രമുഖ നേതാക്കളും എന്നെ നെഞ്ചോടു ചേർത്തുപിടിച്ചതും എന്റെ മനസിൽ തട്ടിയ അനുഭവങ്ങളായിരുന്നു. ഇതിനൊക്കെ കാരണം അച്ഛനും അച്ഛന്റെ രക്തസാക്ഷിത്വവുമാണെന്ന ചിന്ത പിന്നീട് നിത്യദുഃഖമായി അമ്മയെപ്പോലെ ഞാനും മനസിൽ കൊണ്ടുനടന്നിരുന്നു. അച്ഛനെക്കുറിച്ച് എനിക്ക് മങ്ങിയ ഓർമകളേയുള്ളൂ. ആകൃതി, നിറം, മുഖം എന്നിവയൊന്നും ഞാൻ കൃത്യമായി ഓർക്കുന്നില്ല. അതിന് ഒരു കാരണം അച്ഛൻ അപൂർവമായേ വീട്ടിൽ ഉണ്ടാവാറുള്ളൂ എന്നതുതന്നെ. ഉള്ളപ്പോൾതന്നെ

അച്ഛനെ കാണാൻ എന്നെ അനുവദിക്കാറില്ലത്രേ! കാരണം ഒളിവിലുള്ള അച്ഛനെ കാണാൻ എന്നെ അനുവദിച്ചാൽ അച്ഛൻ ജയിലിലാകുമെന്ന് അമ്മ ആരോടോ പറയുന്നത് ഞാൻ കേട്ടിട്ടുണ്ട്.

അച്ഛന്റെ മരണംപോലും ഞാൻ അറിയാതിരുന്ന സംഭവമാണ്. മരണത്തോടനുബന്ധിച്ച് വീട്ടുമുറ്റത്തും പറമ്പിലും ആൾക്കൂട്ടം ഞാൻ കണ്ടിട്ടില്ല. അച്ഛന്റെ ശവശരീരം കിടത്തിയതും കണ്ടിട്ടില്ല. ഞാൻ ചിതയ്ക്ക് തീകൊളുത്തുകയും ചെയതിട്ടില്ല. മരിച്ച അച്ഛനെപ്പറ്റിയുള്ള അമ്മയുടെ സംസാരവും കണ്ണീരും കണ്ടാണ് ഞാൻ മരണത്തെപ്പറ്റി മനസിലാക്കുന്നത്. അച്ഛൻ നേരിട്ട ഗുണ്ടാമർദനം, പൊലീസ്മർദനം എന്നിവയുടെ ഫലമായുള്ള ഇഞ്ചിഞ്ചായ മരണത്തെപ്പറ്റി ഓർത്ത് ഞാൻ പലപ്പോഴും കരഞ്ഞുപോയിട്ടുണ്ട്. കണ്ണൂർ സെൻട്രൽജയിലിന് മുന്നിലൂടെ കടന്നുപോകുമ്പോൾ അച്ഛൻ അവിടെയുണ്ടെന്ന ദുഃഖസ്മരണ എന്നെ വേദനിപ്പിക്കാറുണ്ട്. കർഷകസമരത്തോടനുബന്ധിച്ച് അമ്മ 15 ദിവസം കണ്ണൂർ സെൻട്രൽ ജയിലിലെ ജയിൽശിക്ഷ കഴിഞ്ഞുവന്നപ്പോൾ ഞാൻ അമ്മയോട് ചോദിച്ചു: "അച്ഛൻ അവിടെനിന്ന് അമ്മയെ വിളിച്ചോ, എന്നെപ്പറ്റി ചോദിച്ചുവോ" എന്ന്. ഗദ്ഗദത്തോടെ അമ്മ പറഞ്ഞു: "ഞാൻ ഓർത്തിരുന്നു, ഒരുദിവസം എനിക്ക് ശരിക്കും അങ്ങനെ തോന്നി മോനെ..." കരഞ്ഞുകൊണ്ട് അമ്മ കണ്ണുപൊത്തി. അങ്ങനെ ചോദിക്കേണ്ടായിരുന്നു എന്നെനിക്കും തോന്നി. അച്ഛന്റെ ശവശരീരം ബന്ധുക്കൾക്ക് വിട്ടുതരാതെ ജയിൽപ്പറമ്പിൽ ഒളിപ്പിച്ച് സംസ്കരിച്ച ഭരണാധികാരികളുടെ ക്രൂരതയും എന്നെ വേദനിപ്പിച്ചിട്ടുണ്ട്. കണ്ണൂർ പയ്യാമ്പലത്തു ചെല്ലുമ്പോഴും എ കെ ജി, അഴീക്കോടൻ, കെ പി ഗോപാലൻ, രാമകൃഷ്ണപിള്ള തുടങ്ങിയ നേതാക്കളുടെ ശവകുടീരങ്ങളും സ്തൂപങ്ങളും കാണുമ്പോഴും അച്ഛന്റെ ശവകുടീരവും ഇവിടെ ഉണ്ടാകുമായിരുന്നില്ലേ എന്ന് ഞാൻ ദുഃഖത്തോടെ ഓർത്തുപോവാറുണ്ട്. എന്നാൽ മറ്റൊരു ചിന്തയിലൂടെ ഞാനത് പരിഹരിക്കുകയായിരുന്നു. പയ്യാമ്പലത്തുണ്ടാകുമായിരുന്നതിനേക്കാൾ വലിയ സ്മാരകമാണല്ലോ അച്ഛന് പള്ളിക്കുന്നിലുള്ളത്. വലിയ കന്മതിൽ, വലിയ കവാടം, വലിയ സ്ഥലം അതിനകത്തല്ലേ അച്ഛന്റെ ശവം സംസ്കരിച്ചത്. അതിന് ഞാൻ മറ്റൊരു നാമകരണം ചെയ്യുന്നു 'മൊയാരം സ്മാരകം.' അച്ഛന്റെ മരണശേഷം അമ്മമ്മ പലരോടും പറഞ്ഞ ഒരു കഥ ഇന്നും എന്റെ മനസിൽ തറച്ചുനിൽക്കുന്നുണ്ട്. മരണത്തിന് കുറച്ചുമുമ്പ് അച്ഛൻ വീട്ടിൽ വന്നപ്പോൾ അച്ഛനോട് അമ്മമ്മ ചോദിച്ചുവത്രെ. 'ശങ്കരൻനമ്പ്യാരെ, പല സ്ഥലത്തും കമ്യൂണിസ്റ്റുകാരെ പൊലീസുകാർ വല്ലാതെ ദ്രോഹിക്കുന്നതായി കേൾക്കുന്നല്ലോ, നിങ്ങൾ ഇങ്ങനെ വെളിയിൽ നടന്നാലോ.' അച്ഛന്റെ വിശദീകരണം "ഞാൻ ഒരു പഴയകോൺഗ്രസുകാരനാ, എന്നെ അവർ ദ്രോഹിക്കില്ല, ഇനി എന്തെങ്കിലും സംഭവിച്ചാൽത്തന്നെ, നിങ്ങൾ ഒട്ടും ഭയപ്പെടേണ്ട. എനിക്ക് പകരം നിങ്ങളെ സഹായിക്കാൻ ആയിരങ്ങളുണ്ടാകും." അച്ഛൻ മരിച്ചിട്ട് ആറ് പതിറ്റാണ്ട് കഴിഞ്ഞിട്ടും അദ്ദേഹം ഇന്നും ജീവിക്കുന്നു-ജനഹൃദയങ്ങളിൽ.

കേൾക്കുന്നു, ഞാൻ ആയിരങ്ങളുടെ മുദ്രാവാക്യങ്ങൾ 'രക്തസാക്ഷികൾ സിന്ദാബാദ്' 'രക്തസാക്ഷികൾ മരിക്കുന്നില്ല.' അച്ഛൻ കുടുംബത്തിന് നൽകിയ സമ്പാദ്യവും അതുതന്നെ. അദ്ദേഹത്തിന്റെ സ്മരണയ്ക്ക് ഞങ്ങൾ സൂക്ഷിച്ചിരിക്കുന്നു-അദ്ദേഹത്തിന്റെ ചോരപുരണ്ട വസ്ത്രങ്ങൾ, പുസ്തകങ്ങൾ.

ശങ്കരന്റെ മഹിമ

ഡോ. സുകുമാർ അഴീക്കോട്

മൊയാരത്ത് ശങ്കരൻ എനിക്ക് അന്നും ഇന്നും ഒരു കേൾവിയാണ്. മുഴക്കമുള്ള ഒരു നാദം. മൊയാരത്ത് ശങ്കരൻ എന്ന പേരും പൂർണമായി ഉച്ചരിക്കേണ്ട, വെറും മൊയാരം എന്നു മതി. അർദ്ധോച്ചാരണത്തിൽ പൂർണമായ പ്രതീതി ഉണർത്തുന്ന ഒരു പേരായിരുന്നു അത്. അക്കാലത്ത് — ഞാൻ കുട്ടിയായിരുന്ന ആ അരനൂറ്റാണ്ടിനപ്പുറത്തെ കാലത്ത് — അദ്ദേഹം മലബാറിലെ എണ്ണപ്പെട്ട കമ്യൂണിസ്റ്റ് നേതാക്കളിൽ ഒരാളായിരുന്നു. എ കെ ജി, സർദാർ ചന്ദ്രോത്ത് മുതലായ പേരുകൾക്കൊപ്പം പ്രശസ്തമായ ഒരു നാമം! ഞാനന്ന് കോൺഗ്രസുകാരനാണ്. എന്നുവച്ചാൽ, മഹാത്മാഗാന്ധിയുടെ നേതൃത്വത്തിൽ സ്വാതന്ത്ര്യത്തിനുവേണ്ടി ആഗ്രഹിച്ച ഒരു തലമുറയിൽപ്പെട്ടവൻ. എങ്കിലും ഇപ്പറഞ്ഞ നേതാക്കളൊക്കെ മറ്റൊരു വഴിയിലൂടെ മുന്നോട്ടുപോകുന്നവരാണെങ്കിലും എല്ലാവരുടെയും ലക്ഷ്യം ഒന്നുതന്നെയാണെന്ന് ഒരു വിശ്വാസം ഉണ്ടായിരുന്നു. പുസ്തകങ്ങളോ പത്രങ്ങളോ വായിച്ചിട്ടുണ്ടായ അറിവല്ല. അന്ന് ഈവക വിഷയങ്ങളെക്കുറിച്ച് അത്രയേറെ എഴുതപ്പെട്ടിരുന്നില്ല. ജനമനസിലെ ഒരു വികാരമായിരുന്നു അത്.

മഹത്വം അംഗീകരിക്കുന്നതിന് സാധാരണ മനുഷ്യർക്ക് അസാധാരണമായ എന്തോ ഒരു കഴിവുണ്ട്. ഒരാൾ മഹാനാണെന്ന് അവർ വിശ്വസിച്ചാൽ പിന്നെ സമർഥന്മാർ എന്തെല്ലാം യുക്തിവാദങ്ങൾ നടത്തിയാലും ആ വിശ്വാസത്തെ ഇളക്കാനാവില്ല. അതേപോലെ, മോശക്കാരനാണെന്ന് അവർ വിധിച്ചാലും വിധി അലംഘനീയമായിരിക്കും. മഹത്വം രാഷ്ട്രീയ കക്ഷികൾക്കപ്പുറത്ത് വിലസുന്ന ഒരു പ്രതിഭാസമായിരുന്നു. കമ്യൂണിസ്റ്റ് പാർട്ടിയിലെ നേതാക്കളെ ചില മഹത്വവിശേഷങ്ങൾ മൂലമാണ് കോൺഗ്രസുകാർ പോലും അന്ന് ആദരിച്ചുപോന്നത്. ഇന്ന് അങ്ങനെ ആദരിക്കപ്പെടാൻ യോഗ്യത നേടിയ വലിയ നേതാക്കളോ, കക്ഷിക്കപ്പുറത്ത് നേതാ

വിന്റെ മഹത്വംമൂലം അദ്ദേഹത്തെ ആദരിക്കാൻ കഴിയുന്ന ഒരു സമൂഹമോ ഇല്ല. പോയകാലത്തിന് ഇന്നും പോയ്മറയാത്ത ചില നന്മകളും പെരുമകളും ഉണ്ടായിരുന്നു. അന്ന് നേതൃത്വത്തിന്റെ കിരീടം ഇന്നത്തെപ്പോലെ, കൈവെക്കാൻ കഴിയുന്നവർക്കെല്ലാം തട്ടിയെടുക്കാവുന്ന ഒരു അലങ്കാരവസ്തുവായിരുന്നില്ല; കർണന്റെ കവചകുണ്ഡലങ്ങൾ പോലെ ജീവന്റെ ഭാഗമായിരുന്നു. അവരിൽനിന്ന് അത് വേർപെടുത്താനാവില്ല. പാവങ്ങൾക്കുവേണ്ടി പ്രവർത്തിച്ചും രാജ്യത്തിനുവേണ്ടി കഷ്ടപ്പാടും ത്യാഗവും അനുഭവിച്ചും ഉണ്ടാക്കിയെടുക്കുന്ന ആത്മീയബന്ധത്തിന്റെ പേരായിരുന്നു അന്ന് നേതൃത്വം എന്നതും. അത് ഉള്ളവർ ഏത് കക്ഷിയിലും പെടും. അത്തരക്കാരെ എല്ലാവരും പക്ഷപാതബാധയില്ലാതെ ബഹുമാനിക്കുകയും ചെയ്തു.

മൊയാരത്ത് ശങ്കരനെപ്പോലെയുള്ളവരുടെ ഗതകാല മഹിമ ഇതായിരുന്നു. ഇന്നത്തെ കാലത്തിന്റെ ഏറ്റവും വലിയ ദാരിദ്ര്യം ഈ മഹിമയുള്ളവരുടെ ദൗർലഭ്യമോ അഭാവമോ ആണ്. രോഗിയെ ഉരുട്ടുന്ന വണ്ടിയിൽ കയറ്റി പൊക്കാനും ഇരുത്താനും പലരും കൈത്താങ്ങ് കൊടുത്തുകൊണ്ട് കട്ടിലിൽ കൊണ്ടുപോയി കിടത്തുന്നതുപോലെ പല പ്രബലരുടെയും കൈപ്പിടിയുടെ സഹായത്താലാണ് ഇന്നത്തെ പല മൂപ്പന്മാരും ഉയർന്ന പദവികളിൽ എത്തുന്നത്. ഒരിക്കൽ സ്ഥാനത്തെത്തിയാൽ എന്ത് മാനക്കേട് വന്നുചേർന്നാലും അവർ സ്ഥാനം വിടാത്തത് ഇതൊക്കെ ഓർത്തിട്ടാണ്. വീണ്ടും ആളുകൾ പിടിച്ചുകയറ്റുമെന്ന് അവർക്ക് ഉറപ്പില്ല. ഞാൻ ഒഴിയില്ലാ എന്നു പറയാൻ ഇവർക്ക് ലജ്ജയില്ല. ഞാൻ ജനങ്ങൾക്ക് തിന്മ വരുത്തില്ല എന്നാണ് പറയേണ്ടത്. അങ്ങനെ പ്രവർത്തിക്കുന്നവർക്ക് സ്ഥാനഭ്രംശം വരില്ല. പക്ഷേ തിന്മ ചെയ്തും രാഷ്ട്രീയ പദവികൾ നേടുന്നവർക്ക് ഇത്തരം വാക്കുകൾ പറയാനാവില്ലല്ലോ. അവർക്ക് പറയാവുന്നതും ചെയ്യാവുന്നതുമായ ഒരേയൊരു കാര്യം "സ്ഥാനം ഒഴിയില്ല" എന്നു മാത്രമാണ്. ജീവിതത്തിൽ ഇവർക്ക് ഈ വാക്യത്തോളമേ ഉയരാൻ സാധിക്കുകയുള്ളൂ. പഴയവരുടെ ഉയർച്ച, ഈ വാക്ക് അവർ ഒരിക്കലും പറയില്ല എന്നതാണ്. പൂർവനേതാക്കൾ എല്ലാം വേണ്ടെന്ന് വെച്ചുകൊണ്ടാണ് രാജ്യസേവനത്തിന് ഇറങ്ങുന്നത്. രാജ്യത്തിന് സമർപ്പിക്കാൻ ഒരു ജീവിതമല്ലേയുള്ളൂ എന്നായിരുന്നു അവരുടെ ഏക ദുഃഖം. ഇന്നുള്ളവർക്കും ദുഃഖമുണ്ട് – എനിക്ക് ഈ സ്ഥാനമാനങ്ങൾ നേടാൻ ഈ ഹ്രസ്വജീവിതമല്ലാതെ വേറെയില്ലല്ലോ എന്ന തീരാദുഃഖം! പഴയ തലമുറ തലപൊക്കി നോക്കിയ ആകാശം വേറൊന്നാണ്. അവിടെ തിളങ്ങിനിന്നിരുന്ന നക്ഷത്രങ്ങൾ അന്ന് ഭൂമിയോട് വളരെ അടുത്തൂടെയാണ് പരിഭ്രമണം ചെയ്തുകൊണ്ടിരുന്നത് – ദേശസ്നേഹം, പതിതരോടുള്ള കാരുണ്യം, അനീതിയോടുള്ള അമർഷം, പരാർഥപരത, സുഖഭോഗങ്ങളുടെ ത്യാഗം മുതലായവ. ഇവയിൽ ഒരെണ്ണമെങ്കിലും പുതിയ രാഷ്ട്രീയക്കാരുടെ ആകാശത്തിലുണ്ടോ? ഈ ആകാശത്തിൽ നക്ഷത്രങ്ങളില്ല. മിന്നാമിനുങ്ങുകൾ പോലുമില്ല. കരിക്കട്ടകളുടെ തിളക്കമേയുള്ളൂ

ഈ ആകാശത്തിൽ. തനിക്കും കുടുംബത്തിനും ബന്ധുമിത്രാദികൾക്കും വേണ്ടിയുള്ള ജീവിതമല്ലാതെ, ആകാവുന്നത്ര സുഖഭോഗങ്ങൾ വർദ്ധിപ്പിക്കാൻ ഉള്ള വ്യഗ്രതയല്ലാതെ ഒന്നുമില്ല. കേന്ദ്രമന്ത്രിയുടെയോ രാഷ്ട്രപതിയുടെയോ ഏതു സ്ഥാനമായാലും വ്യക്തിമഹത്വമില്ലാത്ത കപട മനുഷ്യന്മാർക്ക് സുപ്രാപ്യമായ കാലമാണ് ഇത്.

മൊയാരത്തിന്റെ ജീവിതം ഉയർന്ന ചിന്തകളും മനുഷ്യസേവനം കൊണ്ടും പരിപൂരിതവും പരിപൂതവുമായിരുന്നു. അദ്ദേഹത്തിന്റെ ആത്മകഥയിൽ വാഗ്ഭടാനന്ദഗുരുവുമായുള്ള അടുത്ത സൗഹാർദത്തിന്റെ കഥ വിവരിക്കുന്നുണ്ട്. ഗുരുദേവൻ ആത്മീയചിന്തകളിൽ ഉറച്ചു നിൽക്കുന്ന ആളായിരുന്നെങ്കിൽ തികഞ്ഞ ഭൗതികവാദിയായിരുന്നു മൊയാരത്ത്. എങ്കിലും മൊയാരത്ത് ഗുരുവിന്റെ പ്രസംഗങ്ങൾ ശ്രദ്ധിക്കുകയും അദ്ദേഹവുമായി നിരന്തരം സംവാദങ്ങളിൽ ഏർപ്പെടുകയും ചെയ്തു. കമ്യൂണിസം എന്ന ചിന്താസരണികളിൽനിന്ന് അദ്ദേഹം മാറിനിന്നില്ല. ഗുരുദേവനെപ്പറ്റി അദ്ദേഹത്തിന്റെ ആകെക്കൂടിയുള്ള അഭിപ്രായം വളരെ ഉന്നതമായിരുന്നു. 'വിശ്വവിജയി' എന്നാണ് അദ്ദേഹം വാഗ്ഭടാനന്ദനെ വിശേഷിപ്പിച്ചത്. ശ്രീനാരായണഗുരു തലശ്ശേരിയിൽ വന്നപ്പോഴും മൊയാരത്ത് വിദ്യാർഥിയായിട്ടും സ്വാമിജിയെ സന്ദർശിക്കുകയും പരിചയപ്പെടുകയും ചെയ്തു. സ്വാമികൾ 'ഈഴവ ശിവൻ' എന്നു പ്രയോഗിച്ചതിന്റെ മെച്ചം മൊയാരത്ത് വർണിക്കുന്നുണ്ട്.

ഇത്ര വലിയ മനുഷ്യനാണ് പിന്നീട് മർദനമേറ്റ് മരണമടഞ്ഞത്. കാലം മാറുന്നതിന്റെ ലക്ഷണങ്ങൾ അന്നുതന്നെ ആരംഭിച്ചിരുന്നു. ഇന്നു മർദകരായാൽ രാജ്യഭരണം എളുപ്പമായിടും എന്ന സ്ഥിതിയായതു പോലെ തോന്നുന്നു.

മറന്നുകൂടാത്ത ചരിത്രപുരുഷൻ

ഡോ. കെ എൻ പണിക്കർ

ഒരു ബഹുജനപ്രസ്ഥാനമായിരുന്ന ഇന്ത്യൻ സ്വാതന്ത്ര്യസമരത്തിന്റെ എഴുതപ്പെട്ട ചരിത്രം. രാഷ്ട്രത്തിനുവേണ്ടി നിസ്വാർഥസേവനമനുഷ്ഠിച്ച ആദർശശാലികളുടെ ത്യാഗോജ്ജ്വലജീവിതത്തിന്റെ അപൂർണമായ രേഖയാണ്. ആ ചരിത്രം ഇനിയും അതിന്റെ സങ്കീർണതയും വൈവിധ്യവും ഉൾക്കൊള്ളുന്ന ആഖ്യാനമായി എഴുതപ്പെട്ടിട്ടില്ല. പൊതുവെ ശ്രദ്ധ ആകർഷിക്കുന്നത് ദേശീയതലത്തിൽ നടന്ന സമരങ്ങളും അവയ്ക്കു നേതൃത്വം നൽകിയ വ്യക്തികളുമാണ്. പക്ഷേ അഖിലേന്ത്യാതലത്തിൽ വിഭാവനംചെയ്ത പരിപാടികൾ വിജയിക്കാൻ കാരണം പ്രാദേശികതലത്തിൽ സംഭവിച്ച പ്രവർത്തനങ്ങളും അവയ്ക്ക് നേതൃത്വം കൊടുത്ത പ്രാദേശിക നേതാക്കളും പ്രവർത്തകരുമാണ്. അവരാണ് സ്വാതന്ത്ര്യസമരത്തെ ജനങ്ങളിലെത്തിച്ചത്. അതിലൂടെയാണ് സ്വാതന്ത്ര്യസമരം ശക്തി സംഭരിച്ചതും.

കൊളോണിയൽ വിരുദ്ധസമരത്തിന്റെ അഖിലേന്ത്യാനേതാക്കൾ വിഭാവനം ചെയ്ത സമരങ്ങൾ പ്രാദേശികതലത്തിലേക്ക് തർജ്ജമ ചെയ്യപ്പെട്ടപ്പോൾ അവയുടെ സ്വഭാവത്തിൽ വളരെയേറെ മാറ്റങ്ങൾ സംഭവിച്ചു. ഓരോ പ്രദേശത്തിലെയും പ്രവർത്തനങ്ങൾ ആ പ്രദേശത്തിന്റെ സാമൂഹ്യസാംസ്കാരിക സ്വഭാവവുമായി ബന്ധപ്പെട്ടുകൊണ്ടാണ് സംഘടിപ്പിക്കപ്പെട്ടത്. അതുകൊണ്ട് പ്രാദേശിക നേതാക്കൾ വളരെ ക്രിയാത്മകമായ ഒരു പങ്കാണ് വഹിച്ചത്. ജന്മി–കുടിയാൻ ബന്ധങ്ങൾ എടുത്തു നോക്കുക. ജന്മിസമ്പ്രദായത്തിന്റെ ചൂഷണരീതികൾ ഓരോ പ്രദേശത്തും വ്യത്യസ്തമായിരുന്നതുകൊണ്ട് സ്വാതന്ത്ര്യസമരത്തിന്റെ ഭാഗമായി സംഘടിപ്പിക്കപ്പെട്ട പ്രതിരോധങ്ങളുടെ സ്വഭാവത്തിലും വ്യത്യാസങ്ങളുണ്ടായി. സ്വാതന്ത്ര്യസമരത്തിന്റെ ശരിയായ സ്വഭാവം മനസിലാക്കണമെങ്കിൽ ഈ വൈവിധ്യം തിരിച്ചറിഞ്ഞേ കഴിയൂ. പക്ഷേ സ്വാതന്ത്ര്യസമരത്തിന്റെ

പൂർണമായ ചരിത്രം ഈ പ്രവണത കൂടി ഉൾക്കൊള്ളുമ്പോൾ മാത്രമെ ലഭ്യമാകുകയുള്ളൂ. സ്വാതന്ത്ര്യസമരപ്രസ്ഥാനത്തിന്റെ പ്രാദേശിക സംഭാവനയുടെ ശക്തമായ ഉദാഹരണമാണ് മൊയാരത്ത് ശങ്കരന്റെ രാഷ്ട്രീയ ജീവിതം. പക്ഷേ അഖിലേന്ത്യാചരിത്രങ്ങളിൽ ശങ്കരൻ ഇടം കണ്ടെത്തുകയില്ല. എഴുതപ്പെട്ട സ്വാതന്ത്ര്യ സമരചരിത്രങ്ങളെല്ലാം അപൂർണമാണെന്ന് പറയാനുള്ള കാരണവും അതുതന്നെ.

പി കൃഷ്ണപിള്ളയെപ്പോലെ കഴിവുള്ള ഒരു സംഘാടകനായിരുന്നു ശങ്കരൻ. ഉപ്പുസത്യാഗ്രഹത്തിന്റെ നേതാവായി അറിയപ്പെടുന്നത് കെ.കേളപ്പനാണെങ്കിലും അതിന്റെ വിജയത്തിന് വഴിയൊരുക്കിയത് ശങ്കരന്റെ സംഘാടനശേഷിയായിരുന്നു. പക്ഷേ സ്വാതന്ത്ര്യലബ്ധിക്കുശേഷം ആ കഴിവ് ഉപയോഗിക്കാൻ കേരളസമൂഹത്തിന് കഴിഞ്ഞില്ല. ദേശീയ പ്രസ്ഥാനത്തിൽനിന്ന് ഇടതുപക്ഷരാഷ്ട്രീയത്തിലേക്ക് വളർന്ന നിരവധി നേതാക്കളുടെ പട്ടികയിലേക്ക് മാറിയ ശങ്കരൻ മർദ്ദനത്തിന്നിരയായി മരണമടയുകയാണുണ്ടായത്. സ്വാതന്ത്ര്യസമരത്തിന്റെ പ്രാദേശികസ്വരൂപങ്ങളുടെ പ്രാധാന്യത്തെ തിരിച്ചറിയാൻ സഹായിക്കുന്നതാണ് ശങ്കരന്റെ അപൂർണമായ ആത്മകഥ – *എന്റെ ജീവിതകഥ* എന്ന കൊച്ചു ഗ്രന്ഥം. ഈ ഗ്രന്ഥത്തിന്റെ പുനഃപ്രസിദ്ധീകരണം സ്വാതന്ത്ര്യസമരചരിത്രത്തിന് ഒരു നല്ല മുതൽക്കൂട്ടാകും.

കേരളസമൂഹത്തിന്റെ പുരോഗമനസ്വഭാവമുള്ള രാഷ്ട്രീയ അവബോധം സൃഷ്ടിക്കുന്നതിൽ സുപ്രധാനമായ പങ്ക് വഹിച്ച വ്യക്തിയാണ് ശങ്കരൻ. നാം മറന്നുകൂടാത്ത ചരിത്രപുരുഷൻ!

എന്റെ സ്നേഹിതൻ

ജി ശങ്കരക്കുറുപ്പ്

നാലപ്പാടന്റെ *പാവങ്ങളി*ലെ ഭാഷയും ശൈലിയും മലയാള ഗദ്യത്തിന്റെ ഗതിയിൽ പ്രഭാവം ചെലുത്തിയ രണ്ട് ഘടകങ്ങളാണ്. മിക്ക പത്രങ്ങളും പല മഹാസാഹിത്യകാരന്മാരും ആ രീതിയെ രൂക്ഷമായി അധിക്ഷേപിച്ചിരുന്നു- പ്രത്യക്ഷമായും പരോക്ഷമായും. പരിഷത്തിനു സമർപ്പിച്ചിരുന്നുവെങ്കിൽ എന്നെങ്കിലും ആ പുസ്തകം അതിന്റെ അനുഗ്രഹത്തോടുകൂടി പുറത്തുവരുമായിരുന്നോ? അത് പ്രസിദ്ധപ്പെടുത്താതിരിക്കാൻ ആകാവുന്നത്ര ആ സ്ഥാപനങ്ങളിലെ ഇന്നത്തെ നേതാക്കളും അംഗങ്ങളും പ്രവർത്തിക്കുമായിരുന്നില്ലേ എന്നും ഞാൻ ചോദിച്ചു. ഒരു ചെറിയ സാഹിത്യകാരന്റെ ചെറുപ്പമുള്ള ശബ്ദത്തിന് ആകാവുന്ന ശക്തിയോടെ ഞാനാണ് പ്രമേയത്തെ ആദ്യമായി എതിർത്തത്. സദസിൽനിന്ന് ഞാൻ പ്രതീക്ഷിച്ചിരിക്കാത്ത വിധത്തിൽ കരഘോഷമാണ് മുഴങ്ങിയത്. ഇത് നേതാക്കൾ കരുതിയിരുന്നതല്ല. ഉള്ളൂരിന്റെ മുഖം ഒന്നുകൂടി ഇരുണ്ടു. അപ്പൻതമ്പുരാന്റെ മുഖം ഒന്നുകൂടി വാടി. പന്തലിൽ ഇരുന്ന പുത്തേഴന്റെ ചുണ്ട് പരിഹാസംകൊണ്ട് വളഞ്ഞു. നാലപ്പാടന്റെ മുഖം സന്തോഷംക്കൊണ്ട് വിടർന്നിരുന്നു. വള്ളത്തോളും പുഞ്ചിരിയിട്ട കണ്ണുകൾകൊണ്ട് എന്നെ നോക്കി. പ്രസിദ്ധ ലേഖകനും ഗവേഷകനുമായ കോങ്ങാട്ട് കൃഷ്ണൻ നായരാണ് എന്റെ പിന്നാലെ വന്നത്. ശങ്കരക്കുറുപ്പിന്റെ ധിക്കാരം എന്ന് വായിൽനിന്നു വന്നതോടെ സദസ്സ് മുഴുവൻ തന്നെ "Withdraw withdraw" എന്ന് അലതല്ലാൻ തുടങ്ങി. മൊയാരത്ത് ശങ്കരനും കല്ലൻമാർതൊടിയും ഒത്ത് ഞാൻ മുൻപിലെ വരിയിൽ പന്തലിലെ പായയിൽ ചടഞ്ഞിരിക്കയാണ്. 'അദ്ദേഹം സംസാരിക്കട്ടെ' എന്ന് ഞാൻ പറയാൻ ഭാവിച്ചപ്പോൾ "ജി മിണ്ടാതിരിക്കൂ" എന്ന് ആ സ്നേഹിതൻമാർ തടഞ്ഞു.

മൊയാരത്ത് ശങ്കരൻ
ഒരു അനുസ്മരണം
പി ഗോവിന്ദപ്പിള്ള

ആധുനിക കേരള ചരിത്രത്തിലെ അവിസ്മരണീയനായ സ്വാതന്ത്ര്യസമരഭടനും ഗ്രന്ഥകാരനും രക്തസാക്ഷിയുമായിരുന്നു സഖാവ് മൊയാരത്ത് ശങ്കരൻ. കേരളത്തിലെ ദേശീയ പ്രസ്ഥാനത്തിന്റെ ആദ്യകാല ചരിത്രകാരന്മാരിൽ ബാരിസ്റ്റർ എ കെ പിള്ളയോടൊപ്പം മൊയാരത്ത് ശങ്കരനും കീർത്തി കേട്ടവനാണ്. അതുകൂടാതെ അപൂർണമായ ഒരു ആത്മകഥയും അദ്ദേഹമെഴുതിയിട്ടുണ്ട്

മൊയാരത്ത് ശങ്കരനെ ഞാൻ ആദ്യമായി കാണുന്നത് 1943 അവസാനം ആലുവ യൂണിയൻ ക്രിസ്റ്റ്യൻ കോളേജിൽ ഞാൻ പഠിച്ചിരുന്നപ്പോഴാണ്. ഞാൻ കാണുമ്പോൾ വാർധക്യം മൂലം മുടി നരച്ചും അൽപ്പം കൂനിനടന്നും ആകർഷകമായ ചിരിയും ചടുലമായ സംസാരവുമായിരുന്നു അദ്ദേഹത്തിന്. അക്കാലത്ത് ബംഗാളിൽ ഭയാനകമായ ക്ഷാമംമൂലം ജനങ്ങൾ തെരുവിൽക്കിടന്ന് മരിക്കുകയും ചത്തതിനൊപ്പമേ ജീവിച്ചിരിക്കലും എന്ന അവസ്ഥയിലുമായിരുന്നു. അപ്പോഴേക്കും ദേശീയ സ്വാതന്ത്ര്യ സമരത്തിന്റെ തന്നെ ഭാഗമായി കമ്യൂണിസ്റ്റായി തീർന്ന മൊയാരത്ത്, ബംഗാളിലെ ആശ്വാസപ്രവർത്തനങ്ങൾക്ക് വസ്ത്രവും മരുന്നും പണവും ശേഖരിക്കുന്നതിന്റെ ഭാഗമായിട്ടായിരുന്നു ആലുവ കോളേജിൽ എത്തിയത്. അദ്ദേഹം ഞങ്ങളിൽ കുറെ വിദ്യാർഥികളെ ക്യാമ്പസ്സിന്റെ ഒരിടത്ത് വിളിച്ചുകൂട്ടി ദുരിതാശ്വാസ പ്രവർത്തനങ്ങളുടെ ആവശ്യവും സമ്പ്രദായവും പറഞ്ഞുതന്നു. ഞങ്ങളിൽ കമ്യൂണിസ്റ്റുകാരും കോൺഗ്രസുകാരും അരാഷ്ട്രീയക്കാരും ഉണ്ടായിരുന്നു. ഇന്ത്യൻ കമ്യൂണിസ്റ്റ് പാർട്ടിയുടെ അന്നത്തെ ജനറൽ സെക്രട്ടറി ആയിരുന്ന പി സി ജോഷി എഴുതിയ *Who lives if Bengal dies* (*ബംഗാൾ മരിച്ചാൽ പിന്നെയാര് ജീവിക്കും*) എന്ന ലഘുലേഖയിലെ കുറെ പ്രതികൾ ഞങ്ങൾക്ക് വിതരണം ചെയ്യാനായി തന്നു. ഞങ്ങൾ വസ്ത്രവും കുറെ പണവും ശേഖരിച്ച് മൊയാരത്തിനെ

ഏൽപ്പിച്ചു. പിന്നീട് കോളേജിന് ചുറ്റുമുള്ള നാട്ടുകാരിൽനിന്ന് ശേഖരിച്ചു അയച്ചു കൊടുക്കാമെന്ന് ഏറ്റു.

അപ്പോഴേക്കും രാഷ്ട്രീയ പ്രവർത്തനങ്ങളിൽ ആകണ്ഠം മുഴുകിയ എനിക്ക് പരീക്ഷകൾ എഴുതാൻ താൽപ്പര്യം തോന്നിയില്ല. ഒടുവിൽ അച്ഛനമ്മമാരുടെയും ആലുവയിലെ എന്റെ ആരാധനാപാത്രമായിരുന്ന ഗുരുനാഥൻ കുറ്റിപ്പുഴ കൃഷ്ണപിള്ളയുടെയും പ്രേരണപ്രകാരം പരീക്ഷ എഴുതുകയും മെച്ചപ്പെട്ട രീതിയിൽ ക്ലാസോടെ ഇന്റർമീഡിയറ്റ് പാസാവുകയും ചെയ്തു. ഞാൻ ഇവിടെ തുടർന്നാൽ പഠനം ശരിയാകില്ലെന്ന് കരുതി വീട്ടുകാർ മുംബൈയിലെ സെന്റ്സേവിയേഴ്സ് കോളേജ് എന്ന പ്രശസ്തമായ വിദ്യാലയത്തിൽ ചേർക്കുകയും ചെയ്തു. അവിടെ വച്ച് രാഷ്ട്രീയത്തിൽനിന്നും വിട്ടുമാറുകയല്ല കൂടുതൽ മുഴുകുകയാണ് ചെയ്തത്. അങ്ങനെ ഞാൻ ബി എ (ഹോണേഴ്സ്) കോഴ്സ് പൂർത്തിയാക്കാതെ ജയിലിൽ ചെന്നുപെട്ടു. അക്കാലത്ത് മുംബൈയിലും കേരളത്തിലും കമ്യൂണിസ്റ്റ് വിരുദ്ധ തേർവാഴ്ചയാണ് 1947 ൽ അധികാരത്തിലെത്തിയ കോൺഗ്രസ് സർക്കാർ അഴിച്ചുവിട്ടത്. അറസ്റ്റു ചെയ്യുക മാത്രമല്ല ഭീകരമായ മർദനവും ലോക്കപ്പ് മരണവും അന്ന് സാധാരണയായിരുന്നു. ഇക്കാലത്താണ് മൊയാരത്ത് ശങ്കരനെ മലബാറിൽ അറസ്റ്റ് ചെയ്ത് ഭീകരമായി മർദിച്ചു കൊന്നത്. മുംബൈയിലെ ആർതർ റോഡ് ജയിലിൽ ആയിരുന്ന ഞാൻ ഈ വിവരം പുതുതായി ജയിലിലേക്ക് വന്നവരിൽ നിന്നും മനസിലാക്കി. അന്ന് ജയിലിൽ ഞങ്ങൾക്ക് തരാറുള്ള പത്രത്തിൽ ഇത്തരം വാർത്തകൾ സെൻസർ ചെയ്ത് കറുത്ത മഷിയിൽ മായ്ച്ച് കളഞ്ഞിരുന്നു.

മലബാറിലെ പൊലീസ് തേർവാഴ്ചക്കെതിരെ വലിയ എതിർപ്പുകൾ ഉണ്ടായിരുന്നു. ഇടപ്പള്ളി, ശൂരനാട്. മുനയൻകുന്ന്, പാടിക്കുന്ന് എന്നിവിടങ്ങളിലെല്ലാം പൊലീസ് തേർവാഴ്ചക്കെതിരെ സായുധ ചെറുത്തുനിൽപ്പുപോലും നടക്കുകയുണ്ടായി. ഇതിന്റെ എല്ലാ വിവരങ്ങളും ആശുപത്രികളിൽ പോകുന്ന തടവുകാരിൽനിന്നും അവരെ കാണാൻ ചെല്ലുന്ന സഖാക്കളിൽ നിന്നും മനസിലാക്കുകയായിരുന്നു പതിവ്. അക്കാലത്ത് കെ കേളപ്പൻ കമ്യൂണിസ്റ്റുകാരെ എതിർക്കാൻ കുറുവടിയെടുത്ത് ആളുകളെ സംഘടിപ്പിക്കും എന്ന് ഭീഷണിപ്പെടുത്തിയിരുന്നു. ചിലയിടത്ത് അഹിംസാവാദിയായിരുന്ന അദ്ദേഹം പൊലീസുകാർക്ക് സഹായകരമായി ഒറ്റുകൊടുക്കാനും ഉപദ്രവിക്കാനും മുതിരുകയുണ്ടായി. എന്നാൽ മൊയാരത്ത് ശങ്കരന്റെ രക്തസാക്ഷിത്വം കേരളത്തെയാകെ എന്നപോലെ കെ കേളപ്പനെയും അസംതൃപ്തനാക്കി. കേളപ്പൻ *മാതൃഭൂമി*യിൽ വേട്ടക്കാരനെപ്പോലെ തേർവാഴ്ച നടത്തുന്ന പൊലീസിനെ ശക്തിയായി വിമർശിച്ചുകൊണ്ട് അതുവരെയുള്ള തന്റെ നിലപാട് മാറ്റിക്കൊണ്ട് വിമർശിച്ചു. മൊയാരത്തിനെ കൊലചെയ്ത വാർത്ത മുംബൈയിലെ ആർതർ റോഡ് ജയിലിൽ അറിഞ്ഞപ്പോൾ കമ്യൂണിസ്റ്റുതടവുകാരായ ഞങ്ങൾ രണ്ടു ദിവസം നിരാഹാരവ്രതം അനുഷ്ഠിച്ച് പ്രതിഷേധം രേഖപ്പെടുത്തുകയുണ്ടായി.

വെല്ലുവിളി നേരിടാൻ ധീരരക്തസാക്ഷി കളുടെ ഓർമകൾ നെഞ്ചേറ്റണം

പിണറായി വിജയൻ

കേരളത്തിലെ ദേശീയപ്രസ്ഥാനത്തിന്റെയും കമ്യൂണിസ്റ്റ് പാർട്ടിയുടെയും വഴിത്താരയിൽ അന്യൂനമായ സ്ഥാനമാണ് മൊയാരത്തിനുള്ളത്. കൊൽക്കത്തയിൽ വൈദ്യപഠനത്തിനുപോയ മൊയാരം അത് ഉപേക്ഷിച്ച് നാട്ടിലെത്തിയത് വടക്കേമലബാറിലെ സ്വാതന്ത്ര്യ സമരസംഘാടനത്തിന്റെ നേതാവായാണ്. വൈദേശിക മേധാവിത്വത്തിനെതിരായ പോരാളി എന്ന നിലയിലും ധിഷണാശാലിയായ വാഗ്മി എന്ന നിലയിലും അടിയുറച്ച കമ്യൂണിസ്റ്റ് എന്ന നിലയിലും മൊയാരത്തിന്റെ ജീവിതം വികസിച്ചു. കർഷകരുൾപ്പെടെയുള്ള ജനസാമാന്യത്തെ സമരസജ്ജരാക്കുന്നതിനൊപ്പം ചരിത്രരചനയും സാഹിത്യ സംവാദങ്ങളും സാംസ്കാരികരംഗത്തെ ഇടപെടലും മൊയാരത്തിന്റെ പൊതുജീവിതത്തെ ദീപ്തമാക്കി.

ത്യാഗധനനായ ജനനേതാവ് എന്നതിനൊപ്പം കോൺഗ്രസുകാരാൽ കൊലചെയ്യപ്പെട്ട വലിയ കോൺഗ്രസുകാരൻ എന്നുകൂടിയാണ് മൊയാരത്തിന്റെ പേര് ചരിത്രത്തിൽ ഇടംപിടിക്കുന്നത്. അധികാരലബ്ധിയുടെ മത്തുപിടിച്ച കോൺഗ്രസ് മൊയാരത്തിനെ മരണത്തിലേക്കാണ് നയിച്ചത്. 1948 ൽ അദ്ദേഹത്തെ പിടികൂടി മർദിച്ചവശനാക്കി പൊലീസിൽ ഏൽപ്പിച്ചത് കോൺഗ്രസുകാരാണ്. ആ പാതകത്തെ തായാട്ട് ശങ്കരൻ പിന്നീട് പിതൃഹത്യയോടാണുപമിച്ചത്. കോൺഗ്രസുകാരുടെയും സ്വതന്ത്രഇന്ത്യയിലെ പൊലീസിന്റെയും മർദനമേറ്റ് മൊയാരത്തിന്റെ ജീവൻ പൊലിഞ്ഞപ്പോൾ അന്നത്തെ കെ പി സി സി പ്രസിഡന്റ് കെ.കേളപ്പനുപോലും ഉറക്കെ പ്രതിഷേധിക്കാതിരിക്കാനായില്ല.

ഇന്നലെകളുടെ ദുരിതനാളുകളിൽനിന്ന് ഇന്നിന്റെ വെളിച്ചത്തിലേക്ക് നയിക്കുന്നതിനായി പ്രയത്നിച്ച നിരവധി പോരാളികളെ അനുസ്മരി

ക്കാതെ വർത്തമാന പോരാട്ടങ്ങൾക്ക് കരുത്തു നേടാനാവില്ല. തങ്ങളേക്കാൾ ഉപരിയായി നാടിനെ സ്നേഹിച്ച ധീരരക്തസാക്ഷികളുടെ ഓർമകളെ നെഞ്ചേറ്റുന്നതിലൂടെയാണ് നമുക്ക് പുതിയകാലത്തിന്റെ വെല്ലുവിളികൾ ഏറ്റെടുക്കാനാവുക. ഇന്നിൽ നിന്നുകൊണ്ട് ഇന്നലെയെ പഠിച്ചുകൊണ്ട് മാത്രമേ ഭാവി സൃഷ്ടിക്കുവാനാവൂ. അത്തരമൊരു കടമയാണ് സഖാവ് മൊയാരത്തിന്റെ ഓർമ പുതുക്കുന്നതിലൂടെ നിർവഹിക്കപ്പെടുന്നത്.

അമരനായ മൊയാരത്ത്

എൻ മാധവൻകുട്ടി

മൊയാരത്ത് ശങ്കരൻ കേരളത്തിലെ കമ്യൂണിസ്റ്റ് പ്രസ്ഥാനത്തിന്റെ ചിരസ്മരണയാണ്. ഗാന്ധിയൻ ദേശീയവാദിയും സാമൂഹിക പരിഷ്കർത്താവുമായി പൊതുജീവിതമാരംഭിച്ച്, കോൺഗ്രസ് സോഷ്യലിസ്റ്റ് പാർട്ടിയിലൂടെ വളർന്ന് കൃഷ്ണപിള്ള, ഇ എം എസ്, കെ ദാമോദരൻ, എൻ സി ശേഖരൻ തുടങ്ങിയവരോടൊപ്പം കേരളത്തിലെ കമ്യൂണിസ്റ്റ് പാർട്ടിയുടെ ആദ്യ തലമുറയിലെ സർവാദരണീയരായ നേതാക്കളിലൊരാളായി ഉയർന്ന മൊയാരത്തിനെ ഇന്ത്യൻ സ്വാതന്ത്ര്യപ്പുലരിയിൽ പൊലീസ്–കോൺഗ്രസ് ഗുണ്ടകൾ മർദിച്ച് കൊല്ലുകയായിരുന്നു. ഇനിയും പൂർത്തീകരിക്കേണ്ട ഇന്ത്യൻ വിപ്ലവത്തിന്റെ ത്യാഗോജ്ജ്വലമായ ഒന്നാം അധ്യായത്തിലെ വീരനായകരിൽ ഒരാളായിരുന്നു അദ്ദേഹം.

'എന്റെ ജീവിതമാണ് എന്റെ സന്ദേശം' എന്ന് ഗാന്ധി പറഞ്ഞപ്പോൾ തന്റെ അന്ത്യം ഒരു ഹിന്ദുമത തീവ്രവാദിയുടെ തോക്കിലൂടെയാവുമെന്ന് ആ ശാന്തിദൂതൻ കരുതിയിരുന്നില്ല. കരുതിയിരുന്നെങ്കിൽ തന്റെ രക്തസാക്ഷിത്വമായിരിക്കും എന്റെ സന്ദേശം എന്ന് അദ്ദേഹം തന്റെ അനുയായികളോട് പറയുമായിരുന്നു എന്നു നമുക്ക് ധൈര്യമായി അവകാശപ്പെടാം. മൊയാരത്തിനെക്കുറിച്ചും ഇപ്പറഞ്ഞതു ശരിയാകും. അദ്ദേഹത്തിന്റെ ജീവിതത്തോടൊപ്പമോ അതിലധികമോ നമ്മളെ ഇളക്കിമറിക്കുന്നതാണ് 1948 മെയ് 13 ലെ ആ സ്വാതന്ത്ര്യസേനാനിയുടെ കസ്റ്റഡിമരണം.

മൊയാരം നമ്മുടെ സമകാലികനാണെന്നു കാണാൻ അതിലും അൽപ്പം പുറകോട്ടു നോക്കുകയേ വേണ്ടൂ. 1931 ലെ മാർച്ചുമാസം. മലബാറിലെ രാഷ്ട്രീയ സിരാകേന്ദ്രം, തലശ്ശേരി. ആ ചെറുപട്ടണത്തിലെ വിദേശവസ്ത്രഷാപ്പുകളിലൊന്ന് പിക്കറ്റ് ചെയ്യുന്ന അപ്പുക്കുഞ്ഞൻ അടി

യോടിയുടെ നേതൃത്വത്തിലുള്ള ഒരു ചെറുസംഘം സത്യഗ്രഹികൾ ഏറ്റു ചൊല്ലിയ മൊയാരത്തിന്റെ വരികൾ. രാജ്യത്തെ ചെറുകിട വ്യാപാരരംഗത്തുപോലും വിദേശകുത്തകകൾക്ക് കടന്നുവരാൻ വാതിൽ തുറന്നിട്ടിരിക്കുന്ന ഇന്നത്തെ ഇന്ത്യയിൽ ശുദ്ധ ഉപഭോഗഭ്രമത്തിനടിപ്പെടാത്ത ഏതൊരു ദേശസ്നേഹിയും താനേ വിളിക്കേണ്ട മുദ്രാവാക്യം.

"മടങ്ങിപ്പോകുവിൻ നിങ്ങൾ
മറുനാടൻ തുണി വാങ്ങാൻ
മടിശ്ശീലയഴിക്കാതെ
മാനം പോകാതെ
ഉടുവസ്ത്രമെന്നും പറഞ്ഞ-
ടിമത്തം വിൽക്കപ്പെടും
കടയിതുവീണ്ടും നമ്മെ
കടക്കാരാക്കും."

മൊയാരത്തിന്റെ ജീവചരിത്രകാരനായ സ. കവിയൂർ രാജഗോപാലൻ തന്റെ ഗ്രന്ഥം അവസാനിപ്പിക്കുന്നത് മൊയാരത്തിന്റെ അന്ത്യത്തിന്റെ രാഷ്ട്രീയ വിപരീത പ്രസക്തി എടുത്തുകാട്ടിക്കൊണ്ടാണ്. യുവാവായ മൊയാരത്തിന് തന്റെ ജീവിതലക്ഷ്യത്തെക്കുറിച്ച് തെല്ലും സംശയമുണ്ടായിരുന്നില്ല. "ബ്രിട്ടീഷ് ഭരണത്തെ നശിപ്പിക്കണം അതുകഴിഞ്ഞില്ലെങ്കിൽ സ്വയം നശിച്ച് മറ്റുള്ളവർക്ക് മാതൃകയാവണം!" ഇതാണെന്റെ ജീവിതത്തിലെ ഒരേയൊരാഗ്രഹം മൊയാരത്തിന്റെ ആത്മകഥയിലെ ഈ ഉദ്ധരണിക്കുശേഷം ജീവചരിത്രകാരൻ ഇത്രകൂടി പറഞ്ഞവസാനിപ്പിക്കുന്നു. മൊയാരത്തിന്റെ ഇടി മുഴങ്ങുന്ന ഈ വാക്കുകൾക്ക് എന്തൊരു വിപരീത പ്രസക്തിയാണ്. അദ്ദേഹം വധിക്കപ്പെട്ടത് ബ്രിട്ടീഷ് ഭരണത്തിലല്ല. താൻ പ്രാണൻ കൊടുത്തു വളർത്തിയ കോൺഗ്രസ് ഭരണകൂടത്തിന്റെ തെമ്മാടിക്കൈകളാലാണ്. അതും സ്വാതന്ത്ര്യത്തിന്റെ ഒന്നാം വാർഷികം ആഘോഷിക്കുന്നതിനു മുമ്പ്." ഇന്ത്യക്ക് ബ്രിട്ടീഷുകാരിൽനിന്ന് സ്വാതന്ത്ര്യം ലഭിച്ചിട്ട് അറുപത്തിയഞ്ചു വർഷം തികയുന്നു. മൊയാരത്തിന്റെ ഏക ആധികാരിക ജീവചരിത്രം ചിന്ത പ്രസിദ്ധീകരിച്ചിട്ട് രണ്ടുപതിറ്റാണ്ടിലേറെയായി.

മൊയാരത്തിന്റെ രക്തസാക്ഷിത്വത്തിലെ സ. രാജഗോപാലൻ സൂചിപ്പിക്കുന്ന രാഷ്ട്രീയ വിപരീതപ്രസക്തി എന്തുകൊണ്ട് ഈ തലമുറയിലെ കമ്യൂണിസ്റ്റുകാർക്കും തിരിച്ചറിയാൻ കഴിയുന്നു? എന്താകാം മൊയാരത്തിനെ ഇത്രകണ്ട് നമ്മുടെ സമകാലികനാക്കുന്നത്. ഒരുപക്ഷേ ഇതിനുത്തരം മൊയാരത്തിന്റെ കൊലപാതകത്തെക്കുറിച്ച് അക്കാലത്ത് ദേശീയപ്രസ്ഥാനത്തിന്റെ ജിഹ്വയായിരുന്ന *മാതൃഭൂമി* ദിനപത്രം 1948 മെയ് 18 ന് "ആപത്ത് മറ്റൊരു വേഷത്തിൽ" എന്ന തലക്കെട്ടിൽ എഴുതിയ മുഖപ്രസംഗത്തിൽ കാണാം. *മാതൃഭൂമി* മൊയാരത്തിന്റെ വധത്തിൽ അന്ന്

തിരിച്ചറിഞ്ഞ ആ വിപത്ത് ഇന്നും നമുക്കിവിടെ പല വേഷത്തിൽ അഴിഞ്ഞാടുന്ന കമ്യൂണിസ്റ്റ് വിരുദ്ധതയാണ്. ഇവിടെയും തീരുന്നില്ല. മൊയാരത്തിന്റെ രക്തസാക്ഷിത്വത്തിന്റെ സമകാലിക രാഷ്ട്രീയ ധ്വനിപാഠം മൊയാരത്തിനെപ്പോലെ അറിഞ്ഞുകൊണ്ടുതന്നെ കോൺഗ്രസ് സർക്കാരുമായി തുറന്ന യുദ്ധത്തിനിറങ്ങുന്ന ഒരു കമ്യൂണിസ്റ്റുകാരന്റെ ഇത്തരത്തിലുള്ള അന്ത്യം തികച്ചും സ്വാഭാവികം മാത്രമാണെന്ന അന്നത്തെ കെ പി സി സി അധ്യക്ഷൻ സി കെ ഗോവിന്ദൻ നായരുടെ അധികാര ധാർഷ്ട്യം കലർന്ന ഭീഷണിക്ക് *മാതൃഭൂമി* കൊടുത്ത മറുപടിക്ക് അന്നത്തെപ്പോലെ ഇന്നും കേരളരാഷ്ട്രീയത്തിൽ പ്രസക്തിയുണ്ട്. ഇന്നും പ്രതിലോമ ശക്തികളുടെയും മതതീവ്രവാദികളുടെയും കൊലക്കത്തികൾക്ക് ഒരുപോലെ ഇരയാവുന്ന കമ്യൂണിസ്റ്റ് പ്രവർത്തകരുടെ ഉയർന്ന രാഷ്ട്രീയബോധത്തിനുള്ള മലയാളി മനസ്സാക്ഷിയുടെ ഉറച്ച പിൻതുണയാണ് കോൺഗ്രസ് നേതൃത്വത്തിനുള്ള *മാതൃഭൂമി*യുടെ മറുപടി മുഖപ്രസംഗത്തിലെ താക്കോൽ വാക്യങ്ങൾ. "കമ്യൂണിസ്റ്റ്‌വിദ്വേഷം ഞങ്ങളുടെ കാഴ്ച കുറച്ചിട്ടില്ല. ഞങ്ങളുടെ മനസ്സ് അത്ര കറപിടിച്ചിട്ടില്ല."

കേരളത്തിലെ കോൺഗ്രസിന്റെ ആദ്യകാലസംഘാടകനും ചരിത്രകാരനും ഇടതുപക്ഷ പത്രപ്രവർത്തനത്തിന്റെ ആദ്യകാല പ്രയോക്താവും കർഷകനേതാവും എല്ലാറ്റിനുമുപരി സർദാർ ഗോപാലകൃഷ്ണനോടൊപ്പം സ്വതന്ത്ര ഭാരതത്തിലെ ആദ്യ കമ്യൂണിസ്റ്റ് രക്തസാക്ഷികളിലൊരാളുമായിരുന്ന മൊയാരത്തിനെ കേരളത്തിലെ യുവകമ്യൂണിസ്റ്റ് പ്രവർത്തകർ നന്ദിപൂർവം നെഞ്ചിലേറ്റുന്നതിലും ആശാവഹവുമായ മറ്റൊന്നുമില്ല. അറുപതിനടുത്ത പ്രായത്തിൽ രക്തസാക്ഷിത്വം വരിക്കുംവരെ മൊയാരത്ത് കമ്യൂണിസ്റ്റ് പാർട്ടിയിൽ ഔദ്യോഗികമായ ഒരു സ്ഥാനവും വഹിച്ചില്ല. എന്നിട്ടും ആ വിപ്ലവകാരിയെ പിൻപറ്റുന്ന ഒരു യുവതലമുറ കേരളത്തിലെ കമ്യൂണിസ്റ്റ് പ്രസ്ഥാനത്തിന്റെ വിശേഷിച്ച് സി പി ഐ (എം) ന്റെ സ്വകാര്യ അഹങ്കാരം തന്നെയാണ്. ഒപ്പം പ്രസ്ഥാനത്തിന്റെ ആഴത്തിലുള്ള വേരോട്ടത്തിന്റെയും ആശ്ചര്യജനകമായ അനന്യതയുടെയും തെളിവ്. മൊയാരത്തിന്റെ വിപ്ലവ പൈതൃകം സി പി ഐ (എം) കൈയൊഴിയുന്നുവെന്നാരോപിച്ച് ആ ധീരരക്തസാക്ഷികളുടെ സമരഭൂമിയായിരുന്ന വടകരയിലും ഒഞ്ചിയത്തും ഒറ്റപ്പാലത്തുമെല്ലാം മൊയാരത്തിന്റെ ഘാതകരുടെ രാഷ്ട്രീയ പിൻതുടർച്ചക്കാരുമായി നിർലജ്ജം കൈകോർക്കുന്ന പൊങ്ങുതടികൾക്കില്ലാത്തതും ഈ വേരോട്ടവും അനന്യതയുമാണ്.

അനുബന്ധം

മൊയാരത്തിന്റെ സ്മരണ പുരോഗമന പ്രസ്ഥാനങ്ങൾക്ക് ആവേശം

ഇ കെ നായനാർ

കണ്ണൂർ: മൊയാരത്തിന്റെ സ്മരണ പുരോഗമനപ്രസ്ഥാനങ്ങൾക്ക് എന്നും ആവേശകരമാണെന്ന് മൊയാരത്ത് ശങ്കരൻ സ്മാരക മന്ദിരത്തിന്റെ ഉദ്ഘാടന പ്രസംഗത്തിൽ മുൻ മുഖ്യമന്ത്രിയും സി പി ഐ എം പോളിറ്റ് ബ്യൂറോ അംഗവുമായ ഇ കെ നായനാർ പറഞ്ഞു. മലബാറിൽ ദേശീയ പ്രസ്ഥാനം കെട്ടിപ്പടുക്കുന്നതിൽ മുഖ്യ പങ്ക് വഹിച്ച നേതാവായിരുന്നു മൊയാരം. കമ്യൂണിസ്റ്റുകാരനായി മാറുകയും കമ്യൂണിസ്റ്റ് നേതാവായി മാറുകയും ചെയ്ത മൊയാരത്തിനെ കോൺഗ്രസ് ഗുണ്ടകളും പൊലീസും ചേർന്നാണ് കൊലചെയ്തത്. കേളപ്പന്റെ അടുത്ത പ്രവർത്തകനായ മൊയാരം രക്തസാക്ഷിയായപ്പോൾ കേളപ്പന്റെ തന്നെ മനസ്സ് മാറി. തന്റെ അനുയായികളുടെ പ്രവൃത്തി ശരിയല്ലെന്നും ഈ അക്രമം അവസാനിപ്പിക്കണമെന്നും കേളപ്പന് പ്രസ്താവന ഇറക്കേണ്ടിവന്നു. നായനാർ അനുസ്മരിച്ചു.

മൊയാരം രക്തസാക്ഷിയാവുന്നതിന് മണിക്കൂറുകൾ മുമ്പുവരെ പീഡിപ്പിക്കപ്പെട്ട കണ്ണൂർ പൊലീസ് സ്റ്റേഷൻ ലോക്കപ്പിന്റെ വിളിപ്പാടകലെയാണ് സ്മാരകമന്ദിരം പണിതിട്ടുള്ളത്. ജില്ലയിൽ അവശേഷിച്ചിട്ടുള്ള സ്വാതന്ത്ര്യ സമര സേനാനികളിൽ മിക്കവാറുംപേർ ചടങ്ങിനെത്തി. പലരും പരസഹായത്തോടെ. സ്വാതന്ത്ര്യസമര സേനാനികളെ പ്രതിനിധീകരിച്ച് അവരുടെ കുടുംബാഗങ്ങളും എത്തിയിരുന്നു. സ്മാരക നിർമാണ കമ്മിറ്റി ചെയർമാനും ഫ്രീഡം ഫൈറ്റേഴ്സ് അസോസിയേഷൻ ജില്ലാ പ്രസിഡന്റുമായ പരിയാരം കിട്ടേട്ടൻ അധ്യക്ഷനായിരുന്നു. കെ മാധവൻ, യശോദടീച്ചർ, പി വി അപ്പക്കുട്ടി, കെ പി ആർ രയരപ്പൻ, എം പി നാരായണൻ നമ്പ്യാർ, എന്നിവർ പ്രസംഗിച്ചു. ഫ്രീഡം ഫൈറ്റേഴ്സ് അസോസിയേഷൻ സെക്രട്ടറി എം സി പത്മനാഭൻ നമ്പ്യാർ സ്വാഗതവും ട്രഷറർ കുനിയിൽ കൃഷ്ണൻ നന്ദിയും പറഞ്ഞു.

(*ദേശാഭിമാനി* 2003 സെപ്തംബർ 16)

ആപത്ത് മറ്റൊരു വേഷത്തിൽ

(*മാതൃഭൂമി* മുഖപ്രസംഗം 1948 മെയ് 18)

സത്വരവും കർശനവുമായ നടപടികളുടെ ഫലമായി ചിറക്കൽ താലൂക്കിലെ കമ്യൂണിസ്റ്റ് ആപത്തിന്റെ അറുതി കണ്ടു തുടങ്ങിയെന്ന് പലരും ആശ്വസിക്കുന്നുണ്ടാവാം. എന്നാൽ അതിലും വലിയ അബദ്ധം പിണയാനില്ല. കമ്യൂണിസ്റ്റ് ആപത്ത് അവസാനിക്കുകയല്ല. മറ്റൊരു വേഷത്തിൽ – കമ്യൂണിസ്റ്റ് വിരോധ വേഷത്തിൽ – അതുവീണ്ടും തല പൊക്കുകയാണ്. ഇന്നിവിടെ കണ്ടുവരുന്ന ചില ദുർവാസനകളെ മുളയിലേ തന്നെ നുള്ളിക്കളയാത്ത പക്ഷം ഒടുക്കപ്പെട്ടതായി കണക്കാക്കുന്ന കമ്യൂണിസ്റ്റ് വിപത്ത് നവചൈതന്യത്തോടുകൂടി ഇവിടെ ഉയർത്തെഴുന്നേൽക്കും. കമ്യൂണിസ്റ്റാപത്തിനോട് പൊരുതുന്ന ഓരോ നിമിഷവും ചില വ്യക്തികളോടല്ല നാം പൊരുതുന്നത്, ചില പിഴച്ച മാർഗങ്ങളോടാണ് എന്ന് നമുക്ക് ഓർമ വേണം. ആ ദുഷിച്ച മാർഗങ്ങളെടുത്തു കൈകാര്യം ചെയ്യുന്നുവെന്നതല്ല ആ വ്യക്തിയുടെ അപരാധം. ആ വ്യക്തികളെ ഒടുക്കിയതുകൊണ്ടായില്ല. ആ മാർഗങ്ങളെ ഒടുക്കണം. ആ മാർഗങ്ങൾ ആരുപയോഗിച്ചാലും അവർ നമ്മുടെ ശത്രുക്കളായിരിക്കണം. നേരിലും നെറിയിലും നീതിയിലും മര്യാദയിലും സത്യത്തിലും അഹിംസയിലും ഒന്നും വിശ്വസിക്കാത്ത കമ്യൂണിസ്റ്റുകാരെ അമർത്തുവാൻ കമ്യൂണിസ്റ്റ് മാർഗങ്ങൾ തന്നെ ഉപയോഗിച്ചാലെന്താണ്, എന്ന ഒരു മനസ്ഥിതി വളരുവാൻ നാം ഒരിക്കലും അനുവദിക്കരുത്. "അവരാണു നമ്മുടെ സ്ഥാനത്തെങ്കിൽ ഇതും ഇതിലപ്പുറവും ചെയ്യും" എന്ന് സമാധാനിക്കുന്നതും ശരിയല്ല.

ഒന്ന് മാത്രം മറക്കരുത് കമ്യൂണിസ്റ്റുകാരനെ അമർത്തുന്ന പൊലീസ് ലാത്തി ഇന്ന് കുഴഞ്ഞുവീഴാതിരിക്കുന്നുവെങ്കിൽ അത് പൊതുജനാഭിപ്രായം അതിന്റെ പിറകിൽ സംഘടിപ്പിച്ചിട്ടുള്ളതുകൊണ്ടാണ്. കോൺഗ്രസ് മൗലിക പ്രമാണങ്ങളായി സ്വീകരിച്ചിട്ടുള്ള ധാർമികതത്വങ്ങളോടുള്ള ആദരവും കമ്യൂണിസ്റ്റ് മാർഗങ്ങളോടുള്ള വെറുപ്പുമാണ് പൊതു

ജനങ്ങളെ ആ നിലയെടുക്കുവാൻ പ്രേരിപ്പിക്കുന്നത്. ഏതുനിമിഷം നാം ആ ധാർമിക തത്വങ്ങളിൽനിന്ന് വ്യതിചലിച്ച് നാം എതിർക്കുന്ന അതേ കമ്യൂണിസ്റ്റ് മാർഗങ്ങളുടെ വശത്തേക്ക് ചായുന്നുവോ ആ നിമിഷം മുതൽ പൊതുജനാഭിപ്രായവും ചേരിതിരിയും. കഴിഞ്ഞതെന്തും മറന്ന് മർദിതരുടെ ഭാഗത്ത് പൊതുജനാഭിപ്രായത്തിന്ന് ഒരു പ്രത്യേക വാസനയുണ്ടെന്നും നമുക്ക് ഓർമവേണം.

"ബലംകൊണ്ട് അവർ നമ്മെ കീഴടക്കി. സാംസ്കാരികമായി നാം അവരേയും" എന്ന് ഇന്ത്യയുടെ നേരെയുണ്ടായ വിദേശാക്രമണങ്ങളെക്കുറിച്ചു ചരിത്രം പറയാറുണ്ട്. കമ്യൂണിസ്റ്റുകാരെ ബലം പ്രയോഗിച്ചു കീഴടക്കുവാൻ ശ്രമിക്കുന്ന നാം, നമ്മുടെ ബദ്ധപ്പാടിൽ, സാംസ്കാരികമായി അവർക്കു കീഴടങ്ങാൻ ഇടവരാതിരിക്കട്ടെ. അങ്ങനെ വരുന്ന പക്ഷം ബാഹ്യമായ ആദ്യത്തെ വിജയം നമുക്കും, ഒടുക്കത്തെ വിജയം അവർക്കും എന്നതായിരുക്കും ഫലം.

ഇന്നത്തെ കമ്യൂണിസ്റ്റ് വിരോധപ്രസ്ഥാനം അങ്ങനെ ഒരു പിഴച്ച വഴിയിലൂടെ തിരിയുവാനുള്ള ചില ലക്ഷണങ്ങൾ ചിറക്കൽതാലൂക്കിൽ പ്രത്യക്ഷപ്പെടുവാൻ തുടങ്ങിയിട്ടുള്ളതുകൊണ്ടാണ് ഇത്രയും ഗൗരവമായ ഒരു താക്കീത് ഈ ഘട്ടത്തിൽ ഞങ്ങൾക്കു നൽകേണ്ടിവന്നത്. പാപ്പിനിശ്ശേരി കോൺഗ്രസ് കമ്മിറ്റി പ്രസിഡന്റ് അയച്ചുതന്ന ഒരു ആക്ഷേപം ഇന്നത്തെ പത്രത്തിൽ പ്രസിദ്ധപ്പെടുത്തിയിരുന്നത് ഈ പുതിയ വാസനകളിലേക്ക് ഏറെക്കുറെ വെളിച്ചം വീശുന്നു. നാട്ടുകാർതന്നെ പൊലീസുചമയുവാൻ തുടങ്ങിയതോടുകൂടി വളണ്ടിയർമാർ എന്ന പേരിൽ സ്വകാര്യപ്പകപോക്കാൻ ചില കൂട്ടർ മുന്നോട്ടുവന്നിട്ടുണ്ട്.

കമ്യൂണിസ്റ്റുകാരെ പിടിക്കുവാനെന്നുപറഞ്ഞു വീടു കയ്യേറലും മറ്റു പ്രവർത്തികളും ഇവരും ആരംഭിച്ചിരിക്കുന്നു. കമ്യൂണിസ്റ്റുവിരോധിയാണെന്നു സ്വയം പ്രഖ്യാപിച്ചുകഴിഞ്ഞാൽപ്പിന്നെ അയാൾക്കു നീതി നിയമങ്ങൾ പാലിക്കേണ്ടെന്നും എന്തും ചെയ്യാമെന്നും വരരുത്. ഏതെങ്കിലും കാലത്ത് കമ്യൂണിസ്റ്റുമായി എന്തെങ്കിലും ബന്ധമുണ്ടാവുകയോ ബന്ധമുണ്ടെന്ന് സംശയിക്കപ്പെടുകയോ അതും വേണ്ട ബന്ധമുണ്ടെന്ന് അയാളോട് സ്വകാര്യപ്പകയുള്ള നാലാൾകൂടി പറഞ്ഞുണ്ടാക്കുകയോ ചെയ്താൽമതി, അയാൾ നീതിയുടെയും നിയമത്തിന്റെയും രക്ഷയിൽ നിന്നും പുറത്തായി എന്നും അയാളെ എന്തുചെയ്താലും ആരും ചോദിക്കാനില്ലെന്നും വരരുത്. അത്തരത്തിലുള്ള വാസനകളെ ഉടൻ തടയാതിരിക്കുന്നത് ആപത്താണ്. കാറ്റിന്റെ ഗതി കാണിക്കുന്ന മറ്റൊരു സംഭവം ഒരു പ്രമുഖ കമ്യൂണിസ്റ്റ് നേതാവും 1921 മുതൽ വളരെക്കാലം ഒരു പ്രധാന കോൺഗ്രസ് പ്രവർത്തകനുമായിരുന്ന ശ്രീ മൊയാരത്ത് ശങ്കരൻ അറസ്റ്റ് ചെയ്യപ്പെട്ടതിന്റെ പിറ്റേ ദിവസം കണ്ണൂർ സബ് ജയിലിൽ നിന്നും മരിച്ചുവെന്നും പരുക്കുകളോടുകൂടി അദ്ദേഹം ജയിലാസ്പത്രിയിൽ കിടന്നിരുന്നുവെന്നും ശവശരീരം വീട്ടുകാർക്ക് വിട്ടുകൊടുക്കാതെ ജയിലധികൃതന്മാർ തന്നെ മറവുചെയ്തുവെന്നും ഞങ്ങൾക്ക് റിപ്പോർട്ട്

കിട്ടിയിരുന്നു. ഇതെല്ലാം ശരിയാണെങ്കിൽ പല ചോദ്യങ്ങളും ഉത്ഭവിക്കുന്നുണ്ട്. അറസ്റ്റ് ചെയ്യുമ്പോൾ ഒരു പരിക്കുമില്ലാതിരുന്ന ശ്രീ ശങ്കരന് പിറ്റേ ദിവസം ആസ്പത്രിയിൽ കിടന്നു മരിക്കത്തക്കവിധം എങ്ങനെ പരിക്കുപറ്റി; മരിച്ച വിവരം ഉടനെ വീട്ടുകാരെ അറിയിക്കാതെ ശവം മറവു ചെയ്യുവാനുള്ള ബദ്ധപ്പാടിന് കാരണമെന്തായിരുന്നു; ഇതിനെപ്പറ്റി നിഷ്കൃഷ്ടമായ ഒരു അന്വേഷണം ഉടൻ നടത്തണം. പൊതുജനങ്ങളുടെ ന്യായമായ സംശയങ്ങളെ ദൂരീകരിക്കത്തക്ക ഒരു ഔദ്യോഗിക പ്രസ്താവന പുറപ്പെടുവിക്കണം. ആരെങ്കിലും കുറ്റം ചെയ്തതായി തെളിഞ്ഞാൽ അവരെ കർശനമായി ശിക്ഷിക്കണം. ഭാവിയിൽ ഇത്തരം സംഭവങ്ങൾ ആവർത്തിക്കാതെ നോക്കുകയും വേണം. കമ്യൂണിസ്റ്റുകാർക്കെതിരായാലും അഴിമതികൾ, അഴിമതികൾ തന്നെ. ഒരു കമ്യൂണിസ്റ്റുകാരനാണ് ഈ അപായം പിണഞ്ഞതെന്നതുകൊണ്ട് ഗവൺമെന്റിന് ഇക്കാര്യത്തിലുള്ള ഉത്തരവാദിത്വം ലേശമെങ്കിലും ലഘുവാകുന്നില്ല. പൊതുജനങ്ങളെ സേവിക്കുവാൻവേണ്ടി പല കഷ്ടങ്ങളും ത്യാഗങ്ങളും ശങ്കരൻ സഹിച്ചിട്ടുണ്ട്. പിന്നീടൊരു കമ്യൂണിസ്റ്റ് ആയതുകൊണ്ടുമാത്രം അതെല്ലാം നാട്ടുകാരുടെ സ്മരണയിൽനിന്ന് തുടച്ചുനീക്കുക സാധ്യമല്ല. അദ്ദേഹത്തിന്റെ രാഷ്ട്രീയ സിദ്ധാന്തങ്ങളെ എതിർക്കുന്നവർപോലും അദ്ദേഹത്തിന്റെ വ്യക്തിത്വത്തെ ബഹുമാനിച്ചിട്ടുണ്ട്. അദ്ദേഹത്തിന്റെ നിര്യാണത്തെ ചൂഴ്ന്നിരിക്കുന്ന ഈ സംശയം അകലുന്നതുവരെ അവർക്ക് മന:ശാന്തിയുണ്ടാവുകയുമില്ല.

കമ്യൂണിസ്റ്റ് ആക്രമണങ്ങളെ അമർത്തണം. പക്ഷേ, അതിനുള്ള മാർഗങ്ങൾ പിഴച്ചുപോകരുത്. കമ്യൂണിസ്റ്റ് അക്രമങ്ങളിൽനിന്ന് മാത്രമല്ല എല്ലാത്തരം അക്രമങ്ങളിലും നാട്ടുകാർക്ക് പൊറുതി വേണം. കോൺഗ്രസിന്റെ പേരിൽ പ്രവർത്തിക്കുന്നവർ അതിന്റെ ധാർമികാദർശങ്ങളുടെമേൽ ചളി വലിച്ചെറിയാതിരിക്കട്ടെ. കമ്യൂണിസ്റ്റുകാരെ അമർത്തുവാൻവേണ്ടി തൽക്കാലം മറ്റൊരുകൂട്ടം ക്ഷുദ്രജീവികളുടെ കൂട്ടുപിടിക്കുന്നത് ആത്മനാശത്തിനാണെന്നും അവർ ഓർക്കുന്നത് നന്ന്. പരിപൂർണമായ അച്ചടക്കത്തോടും നേതാക്കന്മാരുടെ നിഷ്കൃഷ്ടമായ മേൽനോട്ടത്തിലും പ്രവർത്തിക്കുവാൻ സാധിക്കാത്ത വളണ്ടിയർ സംഘടനകൾ പൊലീസധികാരങ്ങൾ സ്വയം ഏറ്റെടുക്കുന്നത് ആപത്തിന്റെ വഴിയാണ്. കമ്യൂണിസ്റ്റുകാരെ അമർത്തുന്ന തിരക്കിൽ കമ്യൂണിസത്തിന് നാം വളം ചേർക്കാതിരിക്കട്ടെ.

കുരങ്ങൻ കള്ളുകുടിച്ചാൽ

(*മാതൃഭൂമി* മുഖപ്രസംഗം 1948 മെയ് 23)

'**ആ**പത്ത് മറ്റൊരു വേഷത്തിൽ' എന്ന തലക്കെട്ടിൽ 18–ാം നു ഞങ്ങൾ എഴുതിയ മുഖപ്രസംഗത്തെ ആക്ഷേപിച്ചുകൊണ്ട് ശ്രീ. സി. കെ. ഗോവിന്ദൻ നായർ എം എൽ എ കണ്ണൂർ പൊതുയോഗത്തിൽ വെച്ച് ചെയ്ത പ്രസംഗം ഞങ്ങളെ ഞെട്ടിച്ചുകളഞ്ഞു. ഞങ്ങളുടെ താക്കീത് ഒരുനിമിഷമെങ്കിലും നേരത്തെ ആയിപ്പോയിട്ടില്ലെന്നാണ് അത് തെളിയിക്കുന്നത്. വഴിപിഴച്ച ചില വളണ്ടിയർമാരെ മാത്രമേ ആ ദുഷിച്ച അക്രമവാസനകൾ ബാധിച്ചിരുന്നുള്ളൂവെന്നാണ് ഞങ്ങൾ കരുതിയിരുന്നത്. എന്നാൽ ഉത്തരവാദപ്പെട്ട നേതാക്കന്മാർതന്നെ അവരെ ന്യായീകരിക്കുന്നുണ്ടെന്നും, അവരെ പ്രോത്സാഹിപ്പിക്കുന്നുണ്ടെന്നുമല്ലേ ആ പ്രസംഗത്തിൽനിന്ന് ഇപ്പോൾ തെളിയുന്നത്.

ശ്രീ മൊയാരത്ത് ശങ്കരന്റെ സംശയകരമായ മരണത്തെക്കുറിച്ച് അന്വേഷണം നടത്തണമെന്ന് ഞങ്ങൾ ആവശ്യപ്പെട്ടതിനെ ആക്ഷേപിച്ചുകൊണ്ട് ശ്രീ. ഗോവിന്ദൻനായർ പറയുകയാണ്– സംഭവത്തിന്റെ യാഥാർഥ്യം മനസിലാക്കാതെ പൊതുജനങ്ങളെ തെറ്റിദ്ധരിപ്പിക്കത്തക്കവിധം എന്തെങ്കിലും എഴുതുന്നത് ആപൽക്കരമാണ്. ഗവൺമെന്റിന് എതിരായി കമ്യൂണിസ്റ്റ് പാർട്ടി ഇന്ന് ഒരു സമരം പ്രഖ്യാപിച്ചിരിക്കുകയാണ്. അങ്ങനെയുള്ള ഒരു സംഘടനയുടെ അംഗങ്ങൾ വെടികൊണ്ടും മറ്റും മരിക്കുന്നത് സ്വാഭാവികമാണ്. ഇക്കഴിഞ്ഞ യുദ്ധത്തിൽ ബ്രിട്ടൻ ശത്രുരാജ്യത്തിലെ എത്രയാളുകളെ നശിപ്പിച്ചിട്ടുണ്ട്? ഏതെല്ലാം തരത്തിൽപ്പെട്ട ആളുകൾക്ക് മരണം സംഭവിച്ചിട്ടുണ്ട്? അതേപ്പറ്റിയൊരു നിഷ്പക്ഷ അന്വേഷണം നടത്താൻ ഒരു പത്രവും മുഖപ്രസംഗവും എഴുതിയതായി ഞാൻ ഓർക്കുന്നില്ല.

ഞങ്ങൾ തെറ്റിദ്ധാരണ പരത്തുകയാണെന്നത്രെ ആദ്യത്തെ ആ

ക്ഷേപം. ശ്രീ മൊയാരത്ത് ശങ്കരൻ അറസ്റ്റ് ചെയ്തതിന്റെ രണ്ടാംദിവസം ജയിലിൽ വെച്ച് മരിച്ചുവെന്നത് തെറ്റാണോ? മരിക്കുമ്പോൾ പരുക്കുകളോടുകൂടി അദ്ദേഹം ജയിലാശുപത്രിയിലായിരുന്നു എന്നത് തെറ്റാണോ? വീട്ടുകാരെ അറിയിക്കാതെ ശവം മറവു ചെയ്തുവെന്നത് തെറ്റാണോ? എങ്കിൽ അത് തുറന്നുപറഞ്ഞ് ഞങ്ങളുടെയും പൊതുജനങ്ങളുടെയും സംശയങ്ങള അകറ്റട്ടെ. ഇതൊന്നും തെറ്റല്ലെങ്കിൽ പിന്നെ എവിടെ നിന്നാണ് ഒരു തെറ്റിദ്ധാരണ ഉത്ഭവിക്കുന്നത്? തെറ്റിൽ നിന്നല്ലാതെ തെറ്റിദ്ധാരണ ഉത്ഭവിക്കുന്നുണ്ടെങ്കിൽ അത് ധാരണയുടെ പിശകാണ്.

ആ ആക്ഷേപത്തിന് അടിസ്ഥാനമില്ലെന്ന് പ്രാസംഗികനു തന്നെ തോന്നിയിരിക്കണം. അതാണ് അതിനെക്കുറിച്ച് കൂടുതലൊന്നും പറയാതെ 'അങ്ങനെയാണെങ്കിൽത്തന്നെ അതിലെന്താണ്' എന്ന രണ്ടാമത്തെ വാദത്തിലേക്ക് ചാടിയിട്ടുള്ളത്. ആ വാദമാണ് ഏറ്റവും വിചിത്രമായിട്ടുള്ളത്. പൊലീസ് ബന്തവസ്തിൽനിന്ന് ഒരു തടവുകാരൻ സംശയകരമാംവിധം മരിക്കുന്നതും ഒരു യുദ്ധത്തിൽ ശത്രു വെടികൊണ്ടു മരിക്കുന്നതും ഒരുപോലെയാണെന്ന് സ്ഥാപിക്കുവാൻ പ്രജായത്ത സിദ്ധാന്തങ്ങളിലും കോൺഗ്രസ് ആദർശങ്ങളിലും വിശ്വാസം പ്രഖ്യാപിക്കുന്ന ഒരു നേതാവ് പണിപ്പെടുന്നത് കാണുമ്പോൾ കഷ്ടം തോന്നുന്നു. ഒഞ്ചിയത്തെ വെടിവെപ്പിൽ ഏഴ് കമ്യൂണിസ്റ്റുകാർ വെടികൊണ്ട് മരിച്ച അന്നത്തെ പരിതഃസ്ഥിതികളെ വിശദീകരിച്ച് ഞങ്ങൾ എഴുതിയിരുന്ന മുഖപ്രസംഗത്തിൽ പൊലീസുകാരുടെ നടപടിയെ ന്യായീകരിക്കുക മാത്രമല്ല അവരുടെ കർത്തവ്യബോധത്തെ പ്രശംസിക്കുകയും ചെയ്തു. കമ്യൂണിസ്റ്റ് അക്രമങ്ങളെ തുരത്തുവാൻ സൈനിക നടപടികൾ എടുക്കണമെന്നുപോലും ഞങ്ങൾ അഭിപ്രായപ്പെട്ടിരുന്നു. പക്ഷേ ശ്രീ. ശങ്കരൻ ജയിലിൽ വെച്ച് മരിച്ച പരിതഃസ്ഥിതി അത്തരത്തിലുള്ളതാണെന്ന് ആർ പറയും? ഒഞ്ചിയത്തുതന്നെ, കമ്യൂണിസ്റ്റുകാർ കീഴടങ്ങി ബന്തവസ്തിലായതിനു ശേഷമാണ് അവരിലൊരാളെ പൊലീസ് വെടിവച്ചു കൊന്നിരുന്നതെങ്കിൽ അത് ഒരു കൊലക്കുറ്റമാണ്. അത് ഞങ്ങളുടെ ശക്തിയായ ആക്ഷേപത്തിന് പാത്രമാവുകയും ചെയ്യുമായിരുന്നു. ഈ വ്യത്യാസങ്ങൾ കാണാതിരിക്കത്തക്കവണ്ണം കമ്യൂണിസ്റ്റ് വിദ്വേഷം ഞങ്ങളുടെ കാഴ്ച കുറച്ചിട്ടില്ല. മനസ്സ് അത്രയ്ക്ക് കറപിടിച്ചിട്ടുമില്ല.

ശ്രീ. ഗോവിന്ദൻനായരുടെ വാദം ശരിയാണെങ്കിൽ കമ്യൂണിസ്റ്റ് തടവുകാരെ മുഴുവൻ ജയിലധികൃതന്മാർ വെടിവെച്ച് കൊന്നാലും അത് തെറ്റല്ല; പത്രാധിപന്മാർ അതിനെ ആക്ഷേപിക്കുകയാണെങ്കിൽ അതാണ് തെറ്റ്. ഞങ്ങൾക്ക് ആ നില എടുക്കുവാൻ നിവൃത്തിയില്ല. അന്നത്തെ മുഖപ്രസംഗത്തിൽ പറഞ്ഞത് ഞങ്ങൾ ഒരിക്കൽക്കൂടി ആവർത്തിക്കുന്നു. 'കമ്യൂണിസ്റ്റുകാർക്കെതിരായാലും അഴിമതികൾ, അഴിമതികൾ തന്നെ.' അവയെ ഞങ്ങൾ എതിർക്കുകയും ചെയ്യും.

കൂട്ടത്തിൽ ഒരു കാര്യംകൂടി നമ്മുടെ നിയമസഭാമെമ്പറെ ഓർമിപ്പിച്ചുകൊള്ളട്ടെ. കമ്യൂണിസ്റ്റ് പാർട്ടി ഇന്നും നിയമവിരുദ്ധമല്ല. ഒരു കമ്യൂ

ണിസ്റ്റുകാരനാണെന്നതുകൊണ്ട് മാത്രം അയാൾ കുറ്റക്കാരനല്ല. അയാൾ ഇന്ത്യയിലെ ഒരു പൗരനുമാണ്. ഒരു ശത്രുരാജ്യവുമായുള്ള യുദ്ധത്തിൽ പ്പോലും കീഴടങ്ങിയ യുദ്ധത്തടവുകാരെ വിചാരണ കൂടാതെ കൊല്ലു ന്നത് കുറ്റമാണെന്നത്രേ അന്താരാഷ്ട്ര നിയമവും നീതിയും പ്രഖ്യാപി ക്കുന്നത്. മനുഷ്യജീവന് കൽപ്പിക്കപ്പെട്ടിട്ടുള്ള വില അത്രയും സമുന്നത മാണ്. ഈയിടെ ഐക്യസംസ്ഥാനത്തിൽ നടന്ന ഒരു സംഭവത്തിലേക്കും ഞങ്ങൾ ശ്രദ്ധയെ ക്ഷണിച്ചുകൊള്ളുന്നു. പനിയായി കിടന്നിരുന്ന ഒരു കമ്യൂണിസ്റ്റ് നേതാവിനെ പൊലീസ് അറസ്റ്റു ചെയ്ത് കസ്റ്റഡിയിൽ വെച്ചു. അയാൾ മരിച്ചു. അറസ്റ്റിനുത്തരവാദിയായ പൊലീസ് ഉദ്യോഗസ്ഥനെ ഗവൺമെന്റ് നിർദാക്ഷിണ്യം ഉദ്യോഗത്തിൽനിന്ന് നീക്കി. കോൺഗ്രസ് ഗവൺമെന്റ് തന്നെയാണ് അവിടെ ഭരണം നടത്തുന്നത്. തടങ്കൽ കൽപ്പന ശരിയല്ലെന്ന കാരണത്തിന്മേൽ രണ്ട് കമ്യൂണിസ്റ്റുകാരെ വിട്ടയക്കുവാൻ മദിരാശി ഹൈക്കോടതി ഇയ്യിടെ കൽപ്പന പാസാക്കിയതും ഇവിടെ സ്മർത്തവ്യമാണ്. ശ്രീ. ഗോവിന്ദൻനായരുടെ വാദപ്രകാരം, അവരെ തട ങ്കലിൽ വെച്ച് വെടിവെച്ച് കൊന്നാൽപ്പോലും ആർക്കും ആക്ഷേപിക്കു വാൻ പാടില്ല.

ഞങ്ങളുടെ മുഖപ്രസംഗം യുവജനങ്ങളെ നിരുന്മേഷപ്പെടുത്തുന്നു വെന്നും ആ യോഗം ആക്ഷേപിച്ചു. കോൺഗ്രസിന്റെ ധാർമിക ആദർശ ങ്ങൾക്ക് അനുരൂപമായ വിധം 'അച്ചടക്കത്തോടും നിഷ്കൃഷ്ടമായ നേതൃ ത്വത്തിലും' പ്രവർത്തിക്കുന്ന വളണ്ടിയർമാരെ നിരുന്മേഷരാക്കത്തക്ക യാതൊന്നും ആ മുഖപ്രസംഗത്തിൽ കാണുകയില്ല. കമ്യൂണിസ്റ്റുകാരെ അമർത്തുവാൻ കമ്യൂണിസ്റ്റുകാരുടെ അക്രമമാർഗങ്ങൾ ഉപയോഗിക്കു ന്നവരെ അത് നിരുന്മേഷന്മാരാക്കുന്നുണ്ടെങ്കിൽ ഞങ്ങൾക്ക് അതിൽ ചാരി താർഥ്യമേയുള്ളൂ. ഞങ്ങളുടെ ഉദ്ദേശ്യം സഫലമായെന്ന് ഞങ്ങൾ അഭി മാനിക്കുകയും ചെയ്യും. കുരങ്ങനെ കള്ള് കുടിപ്പിക്കുന്നപോലെ അക്രമം പ്രവർത്തിക്കുന്നവരെ ഉശിരുപിടിപ്പിക്കുന്നവർ പിഴച്ച നേതൃത്വം നൽകു കയാണ്. ആ വഴിയാണ് ശരിയെങ്കിൽ, ഹൈദരാബാദിലെ ഇത്തീഹദുൾ നേതാവായ റസ്‌വിയെ നാം എന്തിന് കുറ്റപ്പെടുത്തുന്നു? നാഥൂറാം വിനാ യക ഗോഡ്സെ എന്ത് അപരാധം ചെയ്തു? കമ്യൂണിസ്റ്റുകാർക്ക് തന്നെ, ശക്തി പോരെന്നല്ലാതെ, ധാർമികമായി എന്താണൊരു കുറവ്? ഗാന്ധി സ്മാരകഫണ്ടിന് നാം പണം പിരിക്കുന്നത് ഒരു ആത്മവഞ്ചനയല്ലേ?

'അല്ല, അതല്ല' നമ്മുടെ വഴി. കമ്യൂണിസ്റ്റുകാരെ അമർത്തുവാൻ നമുക്ക് വല്ല ന്യായവും വേണമെങ്കിൽ അവരെക്കാളും ഉയർന്ന ഒരു ധാർമികതലത്തിൽനിന്ന് പ്രവർത്തിക്കുവാൻ നമുക്ക് സാധിക്കണം'.

വീണ്ടും അന്വേഷിക്കണം കുറ്റക്കാരെ ശിക്ഷിക്കണം

കെ കേളപ്പൻ

ശ്രീ. മൊയാരത്ത് ശങ്കരന്റെ ജയിലിൽ വെച്ചുണ്ടായ മരണത്തെക്കുറിച്ച് മദിരാശി ഗവൺമെന്റ് പ്രസിദ്ധം ചെയ്ത നോട്ട് ഒട്ടും തൃപ്തികരമല്ല. ഏത് ഗവൺമെന്റ് ഉദ്യോഗസ്ഥനാണ് അന്വേഷണം നടത്തിയതെന്നോ ആരിൽ നിന്നെല്ലാമാണ് തെളിവ് ശേഖരിച്ചതെന്നോ ഗവൺമെന്ററിയിപ്പിൽനിന്ന് മനസിലാകുന്നില്ല. ശങ്കരനെ 10–ാം തീയതി നാട്ടുകാർ തല്ലിയെന്നും 12–ാം തീയതി മാത്രമാണ് പൊലീസ് അറസ്റ്റുചെയ്തതെന്നും പറയുന്നു. 10–ാംതീയതി നാട്ടുകാർ തല്ലിയതിന്റെ ഫലമായി പലപരിക്കുകളും ശങ്കരന് പറ്റിയിരുന്നെങ്കിൽ അത് 12–ാം തീയതി വരെ ശങ്കരൻകൂടി അറിഞ്ഞില്ലെന്നു വരുമോ? ശങ്കരനോ അദ്ദേഹത്തിന്റെ ആളുകളോ ഒരു ഡോക്ടറെ സമീപിക്കുകയെങ്കിലും ചെയ്യുമായിരുന്നില്ലേ? 10–ാം തീയതി നാട്ടുകാർ എവിടെ വെച്ച് തല്ലി 12–ാം തീയതി എവിടെ വെച്ചാണ് ശങ്കരനെ അറസ്റ്റുചെയ്തത് എന്നൊന്നും ഗവൺമെന്റിന്റെ പ്രസ്താവനയിൽ കാണുന്നില്ല. 10–ാം തീയതി ശങ്കരനെ നാട്ടുകാർ തല്ലി എന്നത് വിശ്വസിക്കാൻ നിവൃത്തിയില്ല. ശങ്കരന്റെ ഒരു സഹോദരൻ അദ്ദേഹത്തിന്റെ വീട്ടിൽവെച്ച് മെയ് 5–ാം തീയതി മരണമടഞ്ഞു. ശങ്കരൻ 11–ാം തീയതി വരെ വീട്ടിൽനിന്ന് പുറത്തിറങ്ങിയിട്ടില്ല. തന്റെ ഭാര്യവീട്ടുകാർ കക്ഷിയായ ഒരു കേസിനാവശ്യമായ ചില രേഖകൾ തന്റെ കൈയ്യിലുള്ളത് അവർക്ക് കൊടുക്കാനാണ് ശങ്കരൻ ഭാര്യവീട്ടിലേക്ക് പുറപ്പെട്ടത്. ഏതാണ്ട് എട്ടേകാൽ മണിക്ക് തലശ്ശേരി ടെമ്പിൾ ഗേറ്റിൽ എത്തുന്ന വണ്ടിക്ക് ശങ്കരൻ ബദ്ധപ്പെട്ട് പോവുന്നത് കണ്ടിട്ടുള്ള പലരും ഉണ്ട്. അദ്ദേഹത്തോടൊപ്പം എടക്കാട് റെയിൽവേസ്റ്റേഷൻവരെ പല മാന്യൻമാരും സഞ്ചരിച്ചിട്ടുണ്ട്. ശങ്കരന് യാതൊരു സുഖക്കേടും അപ്പോഴില്ല. എടക്കാട് സ്റ്റേഷനിൽ ഇറങ്ങി നാലഞ്ച് നാഴിക ദൂരമുള്ള തന്റെ ഭാര്യവീട്ടിലേക്ക് നടന്നുപോവാൻ തുടങ്ങുമ്പോഴാണ് എടക്കാട് സ്റ്റേഷനടുത്തുള്ള

പൊലീസ് ഔട്ട്പോസ്റ്റിൽ ശങ്കരനെ കൂട്ടിക്കൊണ്ടുപോയത്. സ്റ്റേഷനിൽനിന്ന് ഔട്ട്പോസ്റ്റിലേക്ക് ഒരു ഫർലോങ്ങിലധികം ദൂരമില്ല. ശങ്കരനെ നാട്ടുകാർ യാതൊരു ഉപദ്രവവും ചെയ്തിട്ടില്ലെന്ന് എടക്കാട് നിവാസികളിൽനിന്ന് അറിയുന്നു. ശങ്കരനെ തല്ലിയ ആളുകളെ അന്വേഷിച്ചറിയാൻ പൊലീസിനു സാധിച്ചിട്ടില്ല എന്ന് ഗവൺമെന്റ് പറയുന്നു. പരസ്യമായി ആരെങ്കിലും തല്ലിയതാണെങ്കിൽ എന്തുകൊണ്ട് കണ്ടുപിടിക്കാൻ സാധിക്കുന്നില്ല എന്നത് ദുരൂഹമായിരിക്കുന്നു.

ശങ്കരനെ 12–ാം തീയതി അറസ്റ്റുചെയ്തു എന്നാണ് ഗവൺമെന്റ് പ്രസ്താവനയിൽ കാണുന്നത്. 11–ാം തീയതിയാണ് ശങ്കരനെ അറസ്റ്റ് ചെയ്തത് എന്ന പരമാർഥം ഗവൺമെന്റിന് അറിയാൻ സാധിക്കാത്തത് എന്തുകൊണ്ടാണ്? ശങ്കരന്റെ ഭാര്യയുടെ അച്ഛൻ ശങ്കരനെ അറസ്റ്റ് ചെയ്ത വിവരം 12–ാം തീയതി ഉച്ചയ്ക്കാണ് അറിഞ്ഞത് 11–ാം തീയതി എടക്കാട് വെച്ച് അറസ്റ്റു ചെയ്തു എന്നാണ് അദ്ദേഹം കേട്ട വിവരം. ഉടനെതന്നെ എടക്കാട് പൊലീസ് ഔട്ട്പോസ്റ്റിൽ പോയി വിവരം അന്വേഷിച്ചു. കണ്ണൂർക്ക് പോയി. മജിസ്ട്രേറ്റ് കോടതിയുടെ വരാന്തയിൽ വെച്ച് വൈകുന്നേരം നാലുമണിക്ക് ശങ്കരനെ കണ്ടു. അദ്ദേഹം ശങ്കരനെ അവശനായിട്ടാണ് കണ്ടതെന്നും ശങ്കരന്റെയും ശങ്കരന്റെ ഒന്നിച്ചുണ്ടായിരുന്ന പലരുടെയും വസ്ത്രത്തിൽ രക്തം കണ്ടിരുന്നുവെന്നും പറയുന്നു. ശങ്കരൻ പൊലീസുകാരെപ്പറ്റി ആവലാതി പറയാൻ തുടങ്ങിയപ്പോൾ അദ്ദേഹത്തോട് പുറത്തുപോകുവാൻ ആവശ്യപ്പെട്ടതനുസരിച്ച് അദ്ദേഹം പുറത്തുപോയി. ഇതാണ് ശങ്കരന്റെ ഭാര്യയുടെ അച്ഛൻ ശങ്കരൻ നമ്പ്യാർ പറയുന്നത്.

11–ാം തീയതി അറസ്റ്റ് ചെയ്യപ്പെട്ട ശങ്കരൻ 12–ാം തീയതി നാലുമണിവരെ എവിടെയായിരുന്നു? ആ സമയത്തിനുള്ളിൽ അദ്ദേഹത്തിനുപരിക്കുകൾ പറ്റി എന്നല്ലേ ഊഹിക്കുവാൻ ഇടയുള്ളത്? 12–ാം തീയതി സെൻട്രൽ ജയിലിലെ ക്വാറൻടൈനിൽ കൊണ്ടുചെല്ലപ്പെട്ടവരിൽ ഒരാളായ മൊയാരത്ത് ശങ്കരൻ അപായകരമായനിലയിൽ കിടക്കുകയായിരുന്നുവെന്ന് ജയിലിനകത്തുള്ളവർക്ക് വിവരം കിട്ടിയതായി ശിക്ഷകഴിഞ്ഞ് തിരിച്ചെത്തിയ ചിലർ പറയുന്നു. പത്താം തീയതി നാട്ടുകാരുടെ മർദനത്തിന്റെ ഫലമായി എല്ലുകളൊടിഞ്ഞ് ശങ്കരനെ ആസന്നമരണനായ നിലയിൽ 12–ാം തീയതി ജയിലാശുപത്രിയിൽ ചേർക്കുന്നതുവരേക്കും അയാൾക്ക് വല്ല പരിക്കുകളും പറ്റിയതായി അയാൾക്ക് തന്നെയോ മറ്റുള്ളവർക്കോ അറിയാതെ പോയത് ആശ്ചര്യമല്ലേ? 12–ാം തീയതി 5 മണിക്ക് മരിച്ച ശങ്കരന്റെ ശവം അന്നുതന്നെ മറവുചെയ്തു എന്നാണറിയുന്നത്. സാധാരണ തടവുകാർ മരിച്ചാൽ വിവരം കുടുംബാംഗങ്ങളെ അറിയിക്കുകയും ശവം അവർക്ക് വിട്ടുകൊടുക്കുകയും പതിവുണ്ട്. ഭേദപ്പെട്ട ഒരു കുടുംബത്തിലെ ഒരംഗമായ ശങ്കരന്റെ ശവം വീട്ടുകാർ ആവശ്യപ്പെടുമോ എന്ന് കാത്തിരിക്കാൻ എന്തുകൊണ്ട് ജയിലധികൃതന്മാർക്ക് ക്ഷമ

യുണ്ടായില്ല? അധികൃതന്മാർക്ക് ശവം മറവുചെയ്യേണ്ട ബദ്ധപ്പാട് എന്തായിരുന്നു?

ഈ ഗവൺമെന്റ് പ്രസ്നോട്ട് ജനങ്ങളുടെ ആശങ്കകളെ വർധിപ്പിക്കുകയാണ് ചെയ്തിട്ടുള്ളത്. ഗവണമെന്റിന്റെ ഉത്തരവാദിത്വപ്പെട്ട ഉദ്യോഗസ്ഥന്മാർ പൊതുജനപ്രതിനിധികളുമായി സഹകരിച്ചുകൊണ്ട് ഒരന്വേഷണം നടത്തി കുറ്റക്കാർ ആരായാലും അവരെ കണ്ടുപിടിച്ച് ശിക്ഷിക്കുന്നതായാൽ മാത്രമേ പൊതുജനം തൃപ്തിപ്പെടുകയുള്ളൂ.

മൊയാരത്ത് ശങ്കരൻ കണ്ണൂർ ജയിലിൽ വെച്ചു 12ന് മരിച്ചു

കണ്ണൂർ, മെയ് 15–ഈയിടെ അറസ്റ്റു ചെയ്യപ്പെട്ട ഒരു പ്രമുഖ കമ്യൂണിസ്റ്റ് നേതാവായ ശ്രീ മൊയാരത്ത് ശങ്കരൻ 12–ാം നു കണ്ണൂർ സബ്ജയിലിൽ വെച്ചു നിര്യാതനായിരിക്കുന്നു. സ്വ ലേ.

(*മാതൃഭൂമി* 1948 മെയ് 16)

മൊയാരത്ത് ശങ്കരൻ സംശയകരമായ മരണത്തെപ്പറ്റി റിപ്പോർട്ട്

കണ്ണൂർ, മെയ് 18 –ഈ 13–ാം നു ജയിലിൽവെച്ചു മരിച്ചുപോയ പ്രധാനകമ്യൂണിസ്റ്റായ ശ്രീ. മൊയാരത്ത് ശങ്കരന്റെ ശവം, അദ്ദേഹം സംശയകരമായ പരിതഃസ്ഥിതിയിലാണ് മരിച്ചതെന്ന റിപ്പോർട്ടിനെ മുൻനിർത്തി, 16–ാം നു കുഴിച്ചിട്ടേടുത്തുനിന്ന് മാന്തിയെടുക്കുകയും അത് ഇൻക്വെസ്റ്റ് നടത്തിയശേഷം വീണ്ടും കുഴിച്ചിടുകയും ചെയ്തു. സ്വ ലേ.

(*മാതൃഭൂമി*, 1948 മെയ് 19)

ശ്രീ മൊയാരത്ത് ശങ്കരന്റെ കേസ് വിചാരണ കോടതിയിൽ പ്രതിയുടെ മൊഴി (സ്വന്തം ലേഖകൻ)

മഞ്ചേരി, ജനുവരി 17

രാജ്യരക്ഷാ നിയമപ്രകാരം അറസ്റ്റ് ചെയ്ത് സ്ഥലം സബ്ജയിലിൽ റിമാന്റിൽ വെച്ചിട്ടുള്ള ശ്രീ മൊയാരത്ത് ശങ്കരന്റെ പേരിലുള്ള കേസ് ഇവിടെ ക്യാമ്പ് ചെയ്തുവരുന്ന മലപ്പുറം ജോയിന്റ് മജിസ്ട്രേട്ട് മി. പി ക്രോമ്പ് ഐ സി എസ് മുമ്പാകെ വിചാരണയ്ക്ക് വരികയുണ്ടായി. കേസ് കേൾക്കുന്നതിന് ഒട്ടധികം ജനങ്ങൾ കോടതിയിൽ ഹാജരായിരുന്നു.

പ്രോസിക്യൂഷൻഭാഗം സാക്ഷികളായി ഷോർട്ട്ഹാന്റ് സബ് ഇൻസ്പെക്ടർ ചെർപ്പുളശ്ശേരിക്കാരനായ മായൻ, ദാമോദരൻ നായർ എന്നിവരെയും പൊലീസ് ഇൻസ്പെക്ടർ ശ്രീ. വർഗീസ് ഒഴികെയുള്ള മറ്റു സാക്ഷികളെ ശ്രീ ശങ്കരൻ എതിർവിസ്താരം ചെയ്തു.

ജോയിന്റ് മജിസ്ട്രേട്ട് കുറ്റപത്രം തയാറാക്കി വല്ലതും പറയാനുണ്ടോ എന്ന് പ്രതിയോട് ചോദിച്ചു. താൻ നിരപരാധിയാണെന്നും, ഷോർട്ട്ഹാന്റ് റിപ്പോർട്ടരുടെ റിപ്പോർട്ടിൽ പറയുന്ന ഭാഗങ്ങൾ ശരിയല്ലെന്നും, അത്തരം കാര്യങ്ങൾ താൻ പറയുകയോ മനസിൽ വിചാരി

ക്കുകയോ ചെയ്തിട്ടില്ലെന്നും, സമരം തുടങ്ങേണ്ട ഈ ഘട്ടത്തിൽ അത് നീട്ടിക്കൊണ്ടുപോകുന്നതിലാണ് തനിക്ക് ഗാന്ധിജിയുമായി അഭിപ്രായ വ്യത്യാസമുള്ളതെന്നും അദ്ദേഹം പ്രസ്താവിച്ചു. കേസ് വിധി പ്രസ്താവിക്കുന്നതിന് നാളേക്ക് നിർത്തിവെച്ചു. ജോയിന്റ് മജിസ്ട്രേട്ടിന്റെ ക്യാമ്പ് നാളെ മലപ്പുറത്താണെന്നറിയുന്നു.

(*മാതൃഭൂമി* ദിനപത്രം 1941 ജനുവരി 18)

1947 ഫിബ്രവരിയിൽ മൊയാരത്തിനെ കരുതൽ തടങ്കലിൽ വെച്ചതിനെക്കുറിച്ച് മദ്രാസ് ഗവൺമെന്റ് നൽകിയ നോട്ടീസും മൊയാരത്ത് നൽകിയ മറുപടിയും

CONFIDENTIAL

Government of Madras
Public (General'E') Department
Memorandum No: 52/47-5 dated 8th February-1947

Law and order-Maintenance-detention of Moyarath Sankaran Nambiar- Grounds of detention- communicated.

In persunce of section-4 of the Madras maintenance of public order ordinance, 1947 (Ordinance No: 1 of 1947). Moyarath Sankaran Nambiar is informed that the grounds for his detention are the following:

He was prosecuted for making public speeches advocating prejudicial activities but before the case came up in court, went out of view and was belived to be organizing communists. He was arrested in 1941 and convicted. After release in 1943 he resumed his activities. He has toured extensively in Malabar, Kolar gold fields and Mysore states organizing malayalee communists and collecting large donation for the party funds. He is a capable and dangerous worker among kisans of Kottayam, Kurumbranad, and chirakkal Thaluks where he has a large following. His activities are usually confined to the interior areas of Malabar.

In June, with the communist party's instruction to tressass freely on lands irrespective of ownership resorting to violence if necessary, he has been engaged in organisation work to implement the above programme. With this object he is reported to have been deputed by the party to educate its workers in the interior and practically inaccessible part of the Thaluk mentioned above. His activities in view of the recent outbreaks of communist's violence in north Malabar where he has considerable following are likely seriously to humper the maintenance law and order. Hence his detention is essential.

He is informed that he has a right to make a representation in writing against the order under which he is detained. If he wishes to make such a representation he should address it to the undersigned and forward it through the superintendent of the jail as soon as possible.

(sd)

Chief Secretary to Government

To

Moyarath Sankaran Nambiar
Through the superintendent
Central jail, Vellore

മൊയാരത്തിന്റെ മറുപടി

With reference to memorandum No 52/47-5 dated 8th February, I have to state on reply to the charges mentioned thereon, that they are imaginary and untrue.

The first para of the charge sheet begins that I was prosecuted for making speeches advocating pre-judicial activities and the very next sentence admits that I had been convicted for the said offence. And now again to assign that as one among the grounds for my detention is against all canons of law and justice.

That after my release in 1943 I resumed my activities is imagenary. In the first place, it was not in 1943 that I was released. My release was in the middle of 1942- a year earlier to the due date of my release in 1943. Confining myself to my house on account of bad health. I attended to an estate work at chittari paramba in my Taluk, I was not doing any political activity in 1943, on the other hand there are documentary evidence in the police station at Kuthuparamba connected with my estate to show that I was engaged in private affairs in the year 1943 and 1944. There is no proof to show that I was engaged in any kind of political work in 1944 and the years following.

The statement that I toured extensively in Malabar, organizing communist's party etc is totally false. There is no positive proof to support that charge if that would stand as a charge at all.

I admit that I had been in Kolar goldfields and collected fund from Mysore state on behalf of the Kerala Peoples Relief Committee organized by the kerala communist party just as I have done other relief work in times of flood, famine on the west coast. Relief work is essentially humanitarian and legal.

The second para is completely false and no proof at all to substantiate the charges mentioned there. Hence I demand unconditional release.

Yours truly,

(Sd)
Moyarath Sankaran

എ സി ചിന്നമ്മുഅമ്മ നിര്യാതയായി

കണ്ണൂർ: രക്തസാക്ഷി സ. മൊയാരത്ത് ശങ്കരന്റെ ഭാര്യ എ സി ചിന്നമ്മുഅമ്മ(80) നിര്യാതയായി. കണ്ണൂർ എ കെ ജി ആശുപത്രിയിൽ വെച്ച് ചൊവ്വാഴ്ച പുലർച്ചെയായിരുന്നു അന്ത്യം.

വളരെക്കാലമായി അസുഖബാധിതയായി കിടപ്പിലായിരുന്നു. കോയ്യോട്ട് ആയില്യത്ത് ചന്ദ്രോത്ത് തറവാട്ടിൽ പിറന്ന ചിന്നമ്മുഅമ്മ സ. മൊയാരത്തിനെ വിവാഹം ചെയ്യുന്നതോടെയാണ് ജന്മി-നാടുവാഴിത്ത വാഴ്ചക്കെതിരെയുള്ള പോരാട്ടത്തിൽ പങ്കാളിയാവാൻ തുടങ്ങിയത്. ജന്മി വാഴ്ചക്കെതിരെയുള്ള പ്രവർത്തനങ്ങളിലും കമ്യൂണിസ്റ്റ് പാർടി പ്രവർത്തനങ്ങളിലും ഭർത്താവിന് സഹായി ആയതോടെ ബന്ധുക്കളുടെപോലും എതിർപ്പ് ചിന്നമ്മുഅമ്മക്ക് നേരിടേണ്ടിവന്നിരുന്നു.

1948-ൽ സ: മൊയാരം രക്തസാക്ഷി ആയതിന് ശേഷവും ചിന്നമ്മുഅമ്മ കമ്യൂണിസ്റ്റ് പ്രസ്ഥാനവുമായി ബന്ധപ്പെട്ട് പ്രവർത്തിച്ചു. ആരോഗ്യപരമായ കാരണങ്ങളാൽ സജീവ പ്രവർത്തനത്തിൽനിന്നും വിട്ടുനിൽക്കേണ്ടിവരുന്നതുവരെ സി പി ഐ-എം മെമ്പർ ആയിരുന്നു.

കോയ്യോട്ട് പ്രദേശത്തെ സ്ത്രീകളുടെ ഉന്നമനത്തിന് വേണ്ടി ചിന്നമ്മുഅമ്മ നടത്തിയ പ്രവർത്തനങ്ങൾ മാതൃകാപരമാണ്. മഹിള അസോസിയേഷന്റെ നേതൃസ്ഥാനത്ത് വളരെക്കാലം പ്രവർത്തിച്ചിട്ടുണ്ട്.

1979 വരെ ചെമ്പിലോട് പഞ്ചായത്ത് ബോർഡ് മെമ്പറായിരുന്നു. കണ്ണൂർ ഇന്ത്യൻ കോഫിഹൗസ് സൊസൈറ്റി സെക്രട്ടറി എ സി ജനാർദനൻ ഏക മകനാണ്.

മരണവിവരമറിഞ്ഞ് സി പി ഐ-എം ജില്ലാ സെക്രട്ടറി ടി ഗോവിന്ദൻ, സെക്രട്ടറിയറ്റ് മെമ്പറായ ആർ കൃഷ്ണൻ, ഇ പി ജയരാജൻ, ഡി വൈ എഫ് ഐ ജില്ലാ സെക്രട്ടറി എം വി ജയരാജൻ എന്നിവർ കോയ്യോട്ടെ വീട്ടിലെത്തി അന്ത്യോപചാരം അർപ്പിച്ചു. പാർടിക്ക് വേണ്ടി ടി ഗോവിന്ദൻ, ആർ കൃഷ്ണൻ, ചൊക്ലി എൽ സി സെക്രട്ടറി കെ പി വിജയൻ എന്നിവരും റീത്തർപ്പിച്ചു. വർഗ ബഹുജനങ്ങൾക്കുവേണ്ടിയും റീത്ത് അർപ്പിക്കുകയുണ്ടായി.

വീട്ടുവളപ്പിലെ കുടുംബ ശ്മശാനത്തിൽ ചൊവ്വാഴ്ച ഉച്ചയോടെ മൃതദേഹം സംസ്കരിച്ചു. ജീവിതത്തിന്റെ നാനാ തുറകളിലുള്ള വമ്പിച്ച ജനാവലി ശവസംസ്കാര ചടങ്ങിൽ പങ്കെടുത്തു. കെ പി ആർ രയരപ്പൻ, പി വി അപ്പക്കുട്ടി, സി പി ഐ-എം പെരിങ്ങളം എ സി സെക്രട്ടറി പി പി കുഞ്ഞിക്കണ്ണൻ എന്നിവരും അന്ത്യോപചാരം അർപ്പിച്ചു.

ശവസംസ്കാര ചടങ്ങിന് ശേഷം ചേർന്ന അനുശോചന യോഗത്തിൽ ആർ കൃഷ്ണൻ, പി അനന്തൻ, കെ മാസ്റ്റരൻ എന്നിവർ സംസാരിച്ചു. പഞ്ചായത്ത് പ്രസിഡണ്ട് ടി കൃഷ്ണൻമാസ്റ്റർ അധ്യക്ഷനായിരുന്നു.

ദേശാഭിമാനി 1989 ജൂലായ് 12

മൊയാരം ആത്മകഥയിൽ എഴുതിയതും പ്രസാധകർ വിട്ടുപോയതുമായ പ്രസിദ്ധീകരിക്കാത്ത ഭാഗം

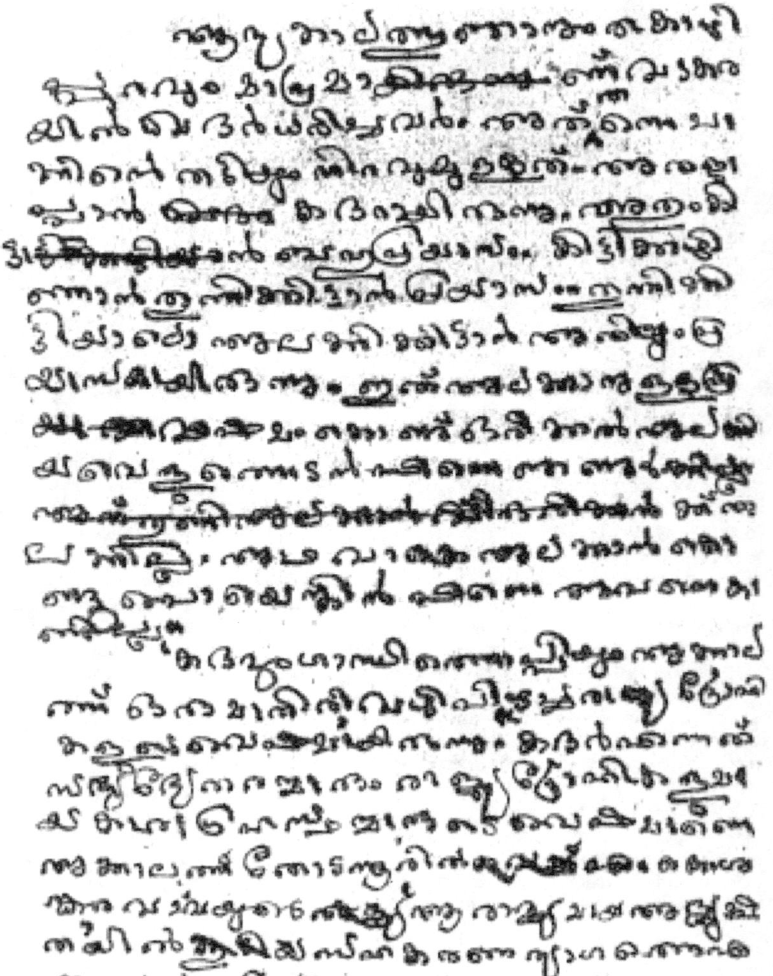

IV Chapter ends

മൊയാരം ജയിലിൽ നിന്ന് സഹധർമിണിക്ക് അയച്ച കത്ത്

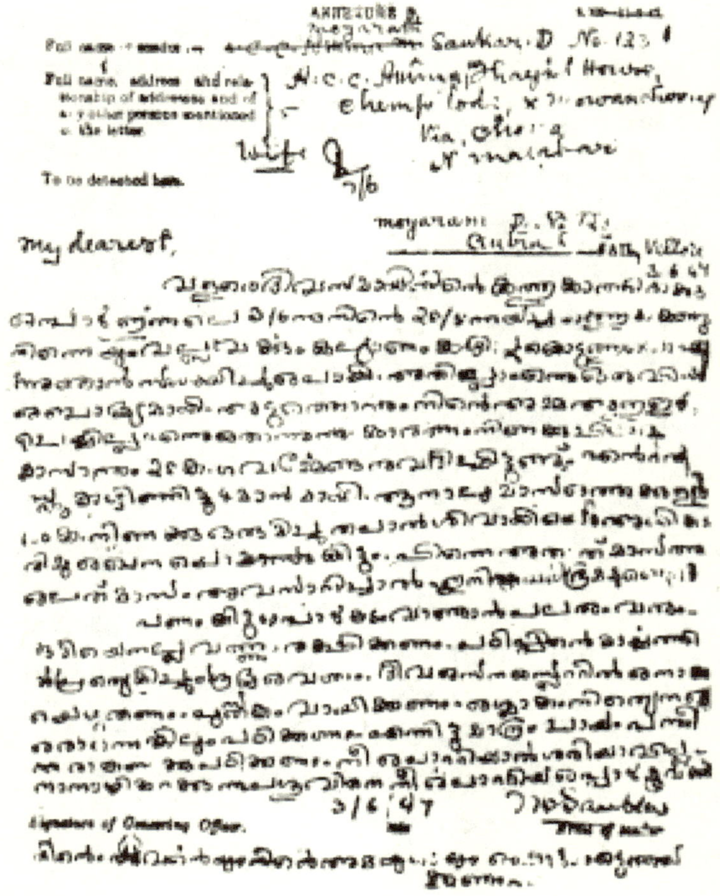

മൊയാരത്തിന്റെ കുടുംബത്തിന് എ കെ ജിയുടെ സാന്ത്വനം (കത്ത് 21-12-1958)

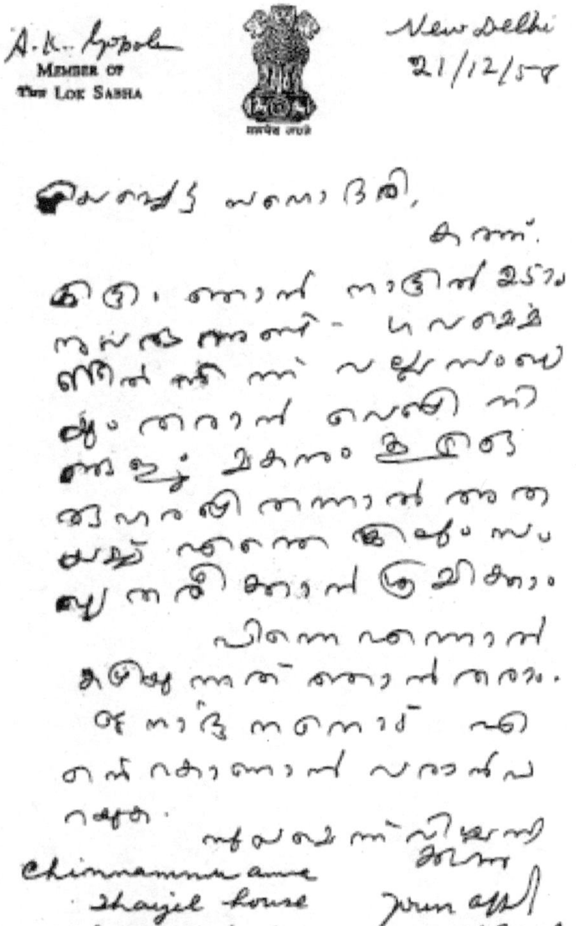

A. K. Gopalan
MEMBER OF
THE LOK SABHA

New Delhi
21/12/58

പ്രിയപ്പെട്ട സഹോദരി,

Chinnammu Amma
Shayil House
Chembilode P.O.
(Via) [illegible]

Yours affly
A.K.Gopalan

മൊയാരത്തിന്റെ കുടുംബത്തിന് സി അച്യുതമേനോന്റെ സാന്ത്വനം (കത്ത് 25-4-1958)

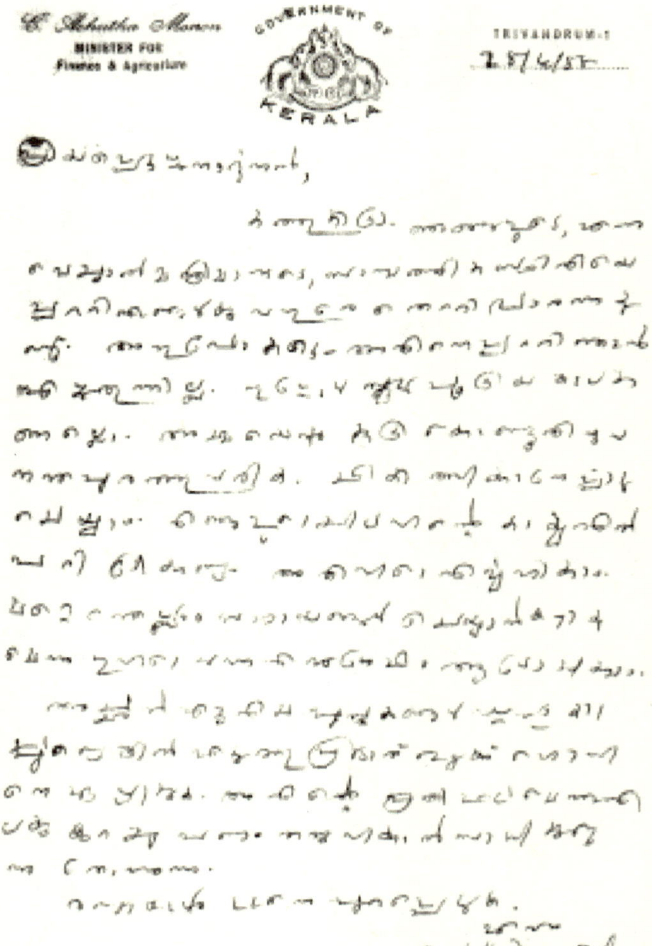
C. Achutha Menon
MINISTER FOR
Finance & Agriculture

GOVERNMENT OF KERALA

TRIVANDRUM-1
25/4/58

മാതൃഭൂമി

1948 മെയ് 18-ാം ...

ആപത്ത് മാറാത്ത വേഷത്തിൽ

[illegible]

മാതൃഭൂമി

1948 മെയ് 18-ാം ...

കാരങ്ങൻ കള്ളൻ പിടിച്ചാൽ

[illegible]

[illegible]

ശ്രീ. മൊയാരത്ത് ശങ്കരൻ

കണ്ണൂർജയിലിൽവെച്ച് 12-ാംനു മരിച്ചു

കണ്ണൂർ, മെയ് 15

[illegible] ശ്രീ. മൊയാരത്ത് ശങ്കരൻ 12-ാംനു കണ്ണൂർ [illegible] [illegible]. സ്വ. ലേ.

മൊയാരത്ത് ശങ്കരൻ

'സംശയകരമായ മരണ' [illegible]

കണ്ണൂർ, മെയ് 18

[illegible] 13-ാംനു [illegible] ശ്രീ. മൊയാരത്ത് ശങ്കരന്റെ [illegible] 16-ാംനു [illegible] —സ്വ. ലേ.

ശ്രീ. മൊയാരത്ത് ശങ്കരന്റെ കേസ്സ് വിചാരണ

കോടതിയിൽ പ്രതി [illegible]

(സ്വന്തം ലേഖകൻ)

[illegible], മെയ് 17

[illegible]

[illegible]

മൊയാരത്ത് ശങ്കരൻ

കെ. കേളപ്പന്റെ പ്രസ്താവന

കോഴിക്കോട്, മെയ് 18

ശ്രീമാൻ കെ. കേളപ്പൻ എഴുതുന്നു:

[illegible] 1920-ൽ [illegible]

[illegible]

[illegible]

[illegible]

വെല്ലൂർ സെൻട്രൽ ജയിലിൽ നിന്ന് മൊയാരത്ത് സഹധർമിണിക്കയച്ചകത്ത്

ഡെറ്റിന്യൂ നമ്പർ 123,
വെല്ലൂർ സെൻട്രൽ ജയിൽ.
28.2.47.

മൈ ഡിയർ ചിന്നമ്മു,

അവസാനം നിന്റെ ഒരു കത്തുകിട്ടി. വളരെ സന്തോഷമായി, ഞാൻ ഇതിനുമുമ്പായി മൂന്ന് കത്തയച്ചിട്ടുണ്ട്. ഇത് നാലാമത്തേതാണ്. നിന്റെ മറുപടിയൊന്നും കിട്ടാത്തത് – എന്റെ കത്തൊന്നും അവിടെ കിട്ടിയിട്ടില്ല – എന്റെ മേൽവിലാസവും അറിയില്ല അതുകൊണ്ടാണ് എന്ന് ഞാൻ തെറ്റിദ്ധരിച്ചു. കണ്ണൂരിലേക്ക് വി പി നാരായണന് എഴുതിയിട്ടുണ്ട്, തിങ്കളാഴ്ച തയ്യിലെ വിവരം ദാമോദരനോടോ മറ്റോ അന്വേഷിച്ച് എനിക്കെഴുതുവാൻ. നിങ്ങൾക്കതിലൊന്നും യാതൊരു ബദ്ധപ്പാടും ഉണ്ടാവില്ല. നിങ്ങളൊക്കെ വലിയ വേദാന്തികളാണ്. പുണ്യപാപങ്ങളിൽ വിശ്വസിക്കുന്നവരാണ്. ഞാൻ ഭൗതികവാദിയാണ് – ചലൽ ഭൂതവാദി. ഒരാൾ ഊണു കഴിച്ചാൽ – അമ്മ തിന്നാൽ കുട്ടിക്ക് വയറുനിറയില്ല, ഊണ് കഴിച്ചാലേ വയറ് നിറയുകയുള്ളൂ. വയറിന്റെ പ്രശ്നമാണ് മനുഷ്യന്റെ സകല കാര്യങ്ങളെക്കാളും പ്രധാനമെന്ന് വിശ്വസിക്കുന്നവനാണ് ഞാൻ. ഈ ലോകത്തിൽ പട്ടിണികിടന്ന് പരലോകത്തിൽ സുഖിക്കാമെന്നല്ല – ഇന്ന് പട്ടിണികിടന്ന് നാളെ സദ്യകഴിക്കാമെന്നല്ല – പട്ടിണികിടന്ന് ധർമംകൊടുത്ത് ഔദാര്യശാലി എന്നുപറയിക്കാനല്ല എന്റെ നോട്ടം. ഞാൻ ദാനധർമത്തിൽ വിശ്വസിക്കുന്നില്ല. നീ എന്നെ ആശ്രയിച്ച് ജീവിക്കേണ്ട. നീ ആട്ടിനേയും പശുവിനേയും പോറ്റിയിട്ടും നിനക്കും കുട്ടിക്കും കിട്ടാനുള്ള വാരവും പാട്ടവും വാങ്ങിയിട്ടും എന്നെയോ മറ്റൊരാളെയോ ആശ്രയിക്കാതെ ജീവിക്കുന്നതാണ് മാനം. അതാണ് സ്വാതന്ത്ര്യം.

കുഞ്ഞിരാമന് പത്തുറുപ്പികയയപ്പാൻ ഞാൻ സി എം ന് കോഴി ക്കോട്ടേക്കെഴുതിയിട്ടുണ്ട്. മൂന്നുനാലുറുപ്പിക അവൻ എനിക്കുവേണ്ടി ചെലവുചെയ്തിട്ടുണ്ട്. പത്തുറുപ്പിക ആപ്പീസിൽ നിന്നുടനെ കുഞ്ഞിരാ മൻനമ്പ്യാർക്കും അയക്കുന്നതായിരിക്കുമെന്ന് എനിക്കും സി എം എഴു തിയിട്ടുണ്ട്. അതുകൊണ്ട് ഉടനെ നിനക്കും അഞ്ചുറുപ്പിക കുഞ്ഞിരാമൻ നേരിട്ടയച്ചുതരും. അമ്മയൊന്നും കടംവാങ്ങിത്തരേണ്ട. ആഴ്ചതോറും ഓരോ കത്ത് വൃത്തിയായി മഷികൊണ്ടെഴുതി അയച്ചുതരണം. സ്ഥല ത്തിന്റെ പേരും ഇംഗ്ലീഷ് തീയതിയും കത്തിന്റെ മുകളിൽ എഴുതണം. അതിന്റെ ക്രമം കല്ലു കാണിച്ചുതരും. നിങ്ങൾ രണ്ടുപേരും കോൺഗ്രസ് ചരിത്രം നാലുപ്രാവശ്യം വായിച്ചുതീർത്താൽ നിന്റെ കണ്ണിന്റെ രോഗ ചികിത്സക്കായി. രണ്ടാഴ്ച കൽപ്പനയെടുത്ത് ഞാൻ അവിടെ വന്നുചേരും. വായിച്ചുതീർത്താൽ നീയും കല്ലുവും എന്നെ എഴുതി അറിയിക്കുക. നിന്റെ കണ്ണിന് സുഖമുണ്ടോ? എ കെ ഗോപാലനും ഞാനും നമ്പൂരി പ്പാടും അടുത്തടുത്തമുറിയിലാണ്. നിനക്ക് ഗോപാലനെ അറിയാമോ? നിന്റെ ജ്യേഷ്ഠനല്ലേ? ബിക്കുവിന് ചുംബനം. എല്ലാവർക്കും നമസ്കാരം.

(ഒപ്പ്)

മൊയാരം, നമ്പർ 123,

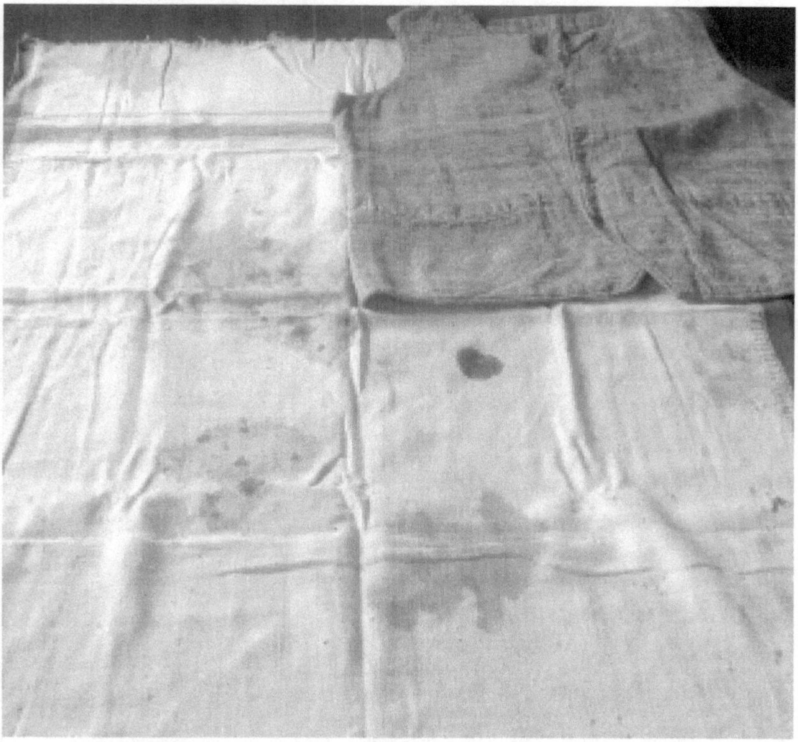

മൊയാരം മരണദിവസം ധരിച്ച രക്തം പുരണ്ട വസ്ത്രങ്ങൾ

മൊയാരത്ത് ശങ്കരൻ സ്മാരക മന്ദിരം കണ്ണൂരിൽ മുൻമുഖ്യമന്ത്രി
ഇ കെ നായനാർ ഉദ്ഘാടനം ചെയ്യുന്നു. കാന്തലോട്ട് കുഞ്ഞമ്പുവിന്റെ ഭാര്യ
ശാരദ, സ്വാതന്ത്ര്യസമര സേനാനികളായ പരിയാരം കിട്ടേട്ടൻ,
കെ പി ആർ രയരപ്പൻ, എം പി നാരായണൻ നമ്പ്യാർ, എം സി പത്മനാഭൻ
നമ്പ്യാർ, കുനിയിൽ കൃഷ്ണൻ, പി വി അപ്പുക്കുട്ടി എന്നിവർ വേദിയിൽ

പ്രകാശ് കാരാട്ടിനൊപ്പം ഇടത്ത് മൂന്നാമത് മൊയാരത്തിന്റെ മകൻ ജനാർദ്ദനൻ,
രണ്ടാമത് ജനാർദ്ദനന്റെ ഭാര്യ ഭാനുമതി, വലത്ത് ഒന്നാമത് മകൻ ഗിരീഷ്

മൊയാരത്തിന്റെ കൃതികൾ

www.ingramcontent.com/pod-product-compliance
Lightning Source LLC
LaVergne TN
LVHW042302051026
849519LV00012B/1949
* 9 7 8 9 3 8 2 1 6 7 2 9 7 *